உ

கடவுள் துணை.

ஸ்ரீகருணீக புராணம்

மூலமும் உரையும்.

இவை

நாமக்கல் தாலூகா தாழம்பாடி

ம-ள-ள-ஸ்ரீ அப்பாசாமி பிள்ளையின் குமாரராகிய

அ. வைத்தநஞ்சப பிள்ளையவர்கள்

பல பிரதிகளிற்கண்ட வரலாறுகளை

ஒருமுடிவுசெய்து புதுக்கியும், விளக்கியும் தர

அவரது சோதரரும், மாணாக்கரும்

மதுரை நான்காந்தமிழ்ச்சங்கத்தில் தங்கப்பதக்கம்

முதற்பரிசு பெற்ற பாலபண்டிதருமாகிய

மகா-ள-ள-ஸ்ரீ

அ. கந்தசாமி பிள்ளையவர்களால்

சேலம்
சௌராஷ்டிர அச்சுக்கூடத்தில்

பதிப்பிக்கப்பெற்றன.

இதன் விலை ரூ 3-8-0.

1909.

அ. வரதநஞ்சைய பிள்ளை.

V. T. PRESS, SALEM.

உ

சிவமயம்.

சாத்து கவிகள்.

இந்திரபீடம் ஸ்ரீகரபாத்திர ஸ்வாமிகளாதீனம்
சுகவனம் ஸ்ரீ அழகிரிநாத ஸ்வாமிகளின்
மாணாக்கர்களிலொருவரும்
சேலம் சுதேசாபிமானி பிரஸ் மானேஜருமாகிய
ராஜவன்யராஜஸ்ரீ
சு. அர்த்தநாரீச நாயகரவர்கள்
இயற்றியவை.

வண்ணம்.

பரிதிமதியனனயன முரியதனிபரமனொரு
பாதிமாதுசேர் சோதிவேதியன்
புதகிழவிலுகமுடிவி லொருபகுதியொடுவிரவு
பாசசீவர்கள் மோசமேவவே
கருதுதிருவருடிகழ தனுகரணபுவணமொடு
காணுபோகமே பூணநேர்தரா
கதிபுதவுகதியிதென விதியினுடனெதிர்மருவு
காவன்மாமறை மேவுபாதையுண்
ணரல்கிரியைகுணமருவ வரணமுறவருணமொரு
நாலுமாக்கினன் பாலநோக்கினு
னவிலுமதிவிரவிதரு புதல்வனுயிர்வினைகளொடு
நாசலேககன் பீசமேவினோ - னலமாக (௨)

சுருதியொடுவழிகலைகள் பலவுமறிவுறுபுலவன்
றேமிலாவப்பா சாமிவேள்தவஞ்
சுபலமெனவருபுதல்வ னவைமகிழமொழிகலைஞன்
சோதிசேடனேர் மேதைவாய்வுளா
னருமைபெறவியலொடிசை தமிழறிவிலுவமையற
வாசுமேலதாப் பேசுகால்வகை

மலர்கவிகண்மொருமொகென மலரின்மணமெனத்திசைக
ளாரவோதுநா சேருவீரியன்
கருமமறவுயிர்கதியை யுறுதலிலேயெனுமறிஞன்
காமமோவிகிட் காமமேவிஞன்
கடிகையொடுமறைவினைகண் முடியவியலுபகரண
காலஞ்ல்வலன் குலிபாதமோர் - கணராகன் (௨)

பெருமைபெறுதனதுகுல வுரிமையுளமறைகிரியை
பேதமேவியே வீதமோவியே
யிறநெறியையுரிமையென பெறுமுறவநிவதுற
பேசுசைணபா ரீசனுவலா
யருளிலகுமுனியனையன் விரியுரணமனையில்கிர
மாண்டநூல்வழி யாண்டிகாடன்முன்
னறைகவிகளொடுமிரவி புரணமதுமதர்வமறை
யருணசாகையா முடயமும்பெயர்த்
துரியதமிழ்கவிநடையி லறிஞர்நனிபிரமையுற
வோதினன்சுவை மோதமேலெழ
வுளதிலதுபிரிவுபடு முணர்வுகொடுமையலதற
வொருவுநெஞ்சயன் வரதநஞ்சயன் - எனுநாமன். (௩)

துரமுயருமுவன்கவிதை பெருமைபுலகறியவுரை
சாற்றுசோதரன் போற்றுமாதரன்
றமிழறிஞரவையின்முதற் பரிசுபெறுகனபுலவன்
சாமிகந்தனென் னுமமார்தவன்
மருமமலிசுருதியொடு மிருதிபலகலைதழுவி
வாழிசெய்தன னூழிநிற்கவே
மகிமைபெறுமிவர்புலமை தகைமைமிகர்சொலினுரகர்
வாரவேந்தவ தாரமென்னலா
மரசுநெறிதுறவுவிதி மதனவழிசுதரருமை
யாகபோகவை ராகபோதமும்
மகமுடையகருணர்புகழ் புரணமதுதுருவமுற
வாசியர்த்தநா ரீசவர்ம்மனன் - கறையும்மே. (௪)

கலிவிருத்தம்.

துவநான்மறை முன்விரி சோதியன்சொன்
னவையாமென வாதிடு நாவலனுற்
பவமார்மற பாகிய பாக்கியமா
லிவன்மாமதி யேற்ற மெனத்தகுமே. (௧)

அறுசீராசிரியம்.

அவமலிந்த சமணிருளை யகற்றியருள் குலச்சிறையா மடிக ளோடுஞ்
சிவமலிந்த தெருட்பாடற் செப்பியரு ளிராமலிங்க தேசி தோன்றாச்
தவமலிந்த சீர்கருணர் குலம்வரும்இத் தவன்புகழைச் சாற்றற் பாற்றே
நவமலிந்த வாவலினு லிசைத்ததன்றி யளவறிந்து நவின்ற தன்றே (௫)

சேலம் மங்களபுரியில்

வேதாந்தசபாஸ்தாபனராய் ஞானசூரியனாயெழுந்தருளியிருந்த

ஸ்ரீலஸ்ரீ அப்பாசாமி பிள்ளையவர்களின்

புத்திரரும்

சேலம் டி. மு. கோ. வக்கீலுமாகிய மகா-௱-௱-ஸ்ரீ

அ. துரைசாமி பிள்ளையவர்கள்

இயற்றியவை.

வெண்பா.

எந்நூலு மிந்நூற் கிணையாகா தென்றெவருஞ்
சொன்னவிலப் பண்பாய்த் தொகுத்தனனே - மூன்று
றருமுறையை யாய்ந்து சரிசெய்துஞ் சேர்த்துங்
கருணீகர் மான்மியத்தைக் காண். (௧)

அத்தகையோ னொன்னி லாதரவா யந்நூலிற்
யத்திருதன் மூன்றும் பகர்ந்தவனே - யித்திறத்தா
லக்குலத்தோர்க் கன்றி யனைவோர்க்கு மெய்ப்பயனு;
மிக்கா ரணத்தைப்பா ரிங்கு. (௨)

தவத்தப்பா சாமி தருமைந்தன் சாற்றும்
பவவேலை தாண்டும் படியே - நவநவமாய்ச்
சொற்சுவையோ டர்த்தச் சுவையுந் துலங்கச்செய்
பொற்புயர்நூ லென்றே புகல். (௩)

கம்ப னிவனென்றே காசினியோர் போற்றிடவே
செம்பாகச் செய்யுளிற் செப்பினனே - தம்பியைக்
கொண்டுரையுஞ் செய்வித்தான் குன்றாப் புகழ்பெற்றான்
றண்வரத நஞ்சயனே டான். (௪)

துறையூர் பெரியமடம்

ஸ்ரீலஸ்ரீ சிவப்பிரகாச சுவாமிகள்

ஆதீனவித்துவான்

ஸ்ரீ நாகலிங்கையவர்கள்

இயற்றியவை.

பூங்கமலா தனன்படைத்த புடவியினிற் பற்பலவாய்ப்
பொலிவுற் றோங்குந்
தேங்கமழ்மூ வறுமொழிகள் வழங்குறுசீர் நாடெட்டுந்
திலதம் போன்று
பாங்கமர்செந் தமிழ்த்தெய்வ மினிதுநனி வீற்றிருக்கும்
பண்பு வாய்ந்து
வீங்குபுகழ் மூவகைநாட் டினுட்சிறந்த குட்டதேசம்
விளங்கு மன்றே. (௧)

அப்பெருஞ்சீர் நாடெனுமோ ரரிவையருக் கணிகலமா
யமைந்தெஞ் ஞான்றும்
விப்பிரரா தியர்பரவுந் திப்பியதா மம்பாடி
வியன்மூ தூரிற்
செப்புறுசீர் கருணீகர் குலமணியா யவதரித்த
திறத்துக் கேற்பத்
துப்புறுநல் லறிவுநிறை பொறையுடைமை முதலியன
துணையாக் கொண்டு. (௨)

செந்தமிழ்தேர் கவிவலவப் பாசுரமிப் பிள்ளைமுனஞ்
செய்த நோன்பான்
மைந்தற்பே றாகியியற் றமிழுணர்த்து மாசிரிய
வண்மை மேற்கொண்
டுந்துதிரை யாழிதனக் குவமைதனி யாயிற்றென்
றுரைப்பப் பன்னூன்
மூர்க்கைபெருங் காப்பியநன் குணர்ந்துவரம் பொருவாத
மூதன்மை பூண்டோன். (௩)

பவனடியார் தமைக்காணின் பரமனென வழிபாடு
பண்ணும் யாக்கைச்
சிவனொருவ னேபரனென் றையமறத் தெளிவுற்ற
சிந்தை யோர்தத்
துவமசிமா வாக்கியமெய்ப் பொருடெரிக்குஞ் சித்தாந்தத்
அவ வாக்குத்
தவவிவனுக் கேயமைந்த வெனும்பெரியோர் மீக்கூற்றுந்
தரிக்கப் பெற்றோன். (௪)

நிரப்புடையார் புலர்வரினும் வெரிக்காட்டா னிறங்காட்டு
        நீர்மை யுள்ளோன்
இரப்புளாயா வணமவர்தங் குறிப்பறிந்து வேண்டுமவை
        யீய வல்லோன்
கரப்பொருவா திருப்பவனைத் திருத்துபுநல் வழிநிறுத்துங்
        கருணை யாளன்
வரப்பிகவா முத்தமிழ்தேர்ந் திவேரத நஞ்சையநா
        வலரோ நம்மா. (௫)

சித்திரகுத் தன்மரபாக் கிளக்கலுறுந் தம்மவர்தஞ்
        சீர்மை யெல்லா
மித்திரமென் றறியாதார்க் கறிவுறுத்தித் தமதொழுக்க
        மியலு மாறு
நித்தனருள் பெற்றுடைய ஞானபிரகாசநாதர்
        நெடிது மாராய்ந்
தொத்துரைத்த பாக்களொடு சிலர்வரைந்த வசனத்தை
        யொப்பு நோக்கா. (௬)

சொற்பொலிவும் பொருட்பொலிவு மினிதுநனி விளக்கமுறத்
        தொகுத்து மேவாங்
கற்பனையோ டலங்காரம் வேண்டுமிடந் தொறும்வயங்கக்
        கலைகள் கற்றோர்
விற்பனத்திற் கிடமாமென் றுவப்பெய்தப் பணுமுடியின்
        வியாழ வேந்த
னற்புதவற் புதமெனவீ ராயிரநாத் தழுதழுப்ப
        வறைந்திட் டானே. (௭)

அறைதருசீர் கருணீகர் புராணத்தைக் கரும்புதந்தி
        னருத்த மெல்லாந்
தறையிலுளோர் தெரிவுறுமா வரைகெனத்தன் சோதரனைத்
        தணவாச் சீர்த்தி
நிறைகுணத்தா னன்காஞ்சங் கப்புலவ னறிவொழுக்க
        நிலைய மன்னு
னிறைமுருக னெனப்பணிவோன் கந்தசா மிக்கவிஞ
        னெழுதி னானால். (௮)

அந்நூலைப் படிக்கவல வக்குலத்தார்க் கன்றிமற்றோ
        ரறியப் புக்கா
வென்றாலு மிதற்கிணையின் றென்றுநயம் பாராட்ட
        வினிமை கூர்ந்த
விந்நூலை யியற்றியவா சிரியனை யச்சில்வினைத்
        திருமைப் பேறுற்
தந்நூலாற் பெற்றுய்யத் தம்மவர்க்குக் குலவொழுக்கந்
        தந்திட் டானே. (௯)

காக்காவேரி கந்தசாமிப் பிள்ளை
குமாரரும்
இருகாலூர் உபாத்தியாயருமாகிய
மகா-ள-ள-ஸ்ரீ K. பழனியாண்டி பிள்ளையவர்கள்
இயற்றியவை.

அறுசீர்க்கழிநெடில் விருத்தம்.

சீர்பெறுநங் குலச்சரித மருகனடி வழிபடுவோன் றெருண்ட ஞானி
பேர்பெறுபா ரீசன்மொழி கருணீகப் புராணமிது விச்சா லதனிற்
பார்தனினற் குசைநுனிபோ லறிவுடைய தமிழறிபா வலர்க்கே யன்றி
யார்பெறவே யனைவருக்கும் பொருடருவ தரிதாக வமைந்த தானும்.

கூட்டமுதிற் சுவைசேர்ந்த புத்தகமீ தரிதாகிக் குவல யத்தி
லேட்டினிலே யெழுதிவைத்த தெல்லோர்க்குங் கிடைக்காத வியற்கை யானு
மீட்டியவிக் குறையகலப் பலவுயிரு ருணாயிதனுக் கியற்று மென்னப் [ன்.
யாட்டளிசேர் மலர்ப்பொழில்சூழ் தாழைநகாப் பொலிதரவிப் பாரில் வந்தோ

அத்திரிமா முனிவரன்கோத் திரனப்பா சாமிமகி ழருமை மைந்த
னத்திரிபு மறவுணர்ந்தோன் சீர்கருணர் குலஞ்செய்தவ வுருவீ தென்ன [ம்
வத்திரிசேத் திரன்வரத்தின் வரும்வரத நஞ்சையவே ளறைந்தான் யார்க்கு
பத்திமுத லியநான்குஞ் சனசாதி யோர்க்குணாசெய் பரமன் போன்றே.

இயற்றுகுலக் கிரியையொழிந் ததோகதியில் விழவிருந்த வெம்மோர்க் கெல்
புயிற்றுகிளிக் கமுதீந்தும் புறங்காத்தும் விழைமாந்தர் பண்பே யோல [லாம்
மயற்றுறையைத் தன துணையாற் கடக்கவைத்து நால்வகைய மனிதப் பேற்
பியற்றுவித்தா னிவன்போல வுதவுவரா ரிப்பெரிய உலகத் தம்மா. [றை

இயலறுநம் மிறைகவியு முறைசிறிதே பிறழ்ந்ததென வியம்பு வீரன்
மயலறுநற் குலமிவன்றன் குலமென்னி னிவன்பெருமை வழுத்தற் பாற்றோ
செயறருமென் மனமிவனைத் துதியெனவற் புறுத்தியதாற் செப்பி னேனு
மயர்விலிவன் றமிட்டிறமேம் புலவரையைக் கடந்துமிக வகன்ற தாமால்.

நாமக்கல் போர்டு ஹைஸ்கூல் தமிழ்ப்பண்டிதர்
மகா-ள-ள-ஸ்ரீ
சி. ஆனையப்ப முதலியாரவர்கள்
இயற்றிய

எண்சீர்க்கழிநெடிலாசிரிய விருத்தம்.

பூவிருள் போக்குங் கமலநா யகற்காம் புராண மும்பிர மாண்டமும் யொலி
மேவிரு சரிதம் பலவுள வவற்றில் விளங்கு சீர்கரு ணீகருக் குரிய [ந்து
மாவிரி வான சரித்திரம் மான வயங்கு தென்மொழி நடையினை யாப்பாற்
பாவிரி வீரர் சுவைத்திடப் பகர்ந்தான் பண்புசேர் வரதனஞ் சய்யனுக்
கவியே.

விஷய சூசிகை.

சுபம்.

முகவுரை.

புகழ்பெற்றோங்கும் புண்ய பூமியாம் இப்பரதகண்ட மனிதர்கள் தொன்றுதொட்டே பலஜாதியாகப் பகுக்கப்பட்டிருக்கின்றனர். ஆதியில் பிரம, க்ஷத்திரிய, வைசிய, சூத்திரரென்னும் நான்கே வருணங்கள் ஏற்பட்டனவேனும், காலக்கிரமத்தில் அந்நான்கினின்றுமே பலவேறு வருணங்கள் கிளைத்தன என்னுமிவை இந்து மதாபிமானிகள் பலர்க்கும் ஒப்ப முடிந்தவை. பிறப்பால் யாவரும் சமமேயாக, அவர்களை ஜாதிபேதத்துக்குள்ளாக்கிய கர்த்தாவின் நோக்கமெல்லாம், ஜீவர்களின் ஜன்மாந்தரவாசனானுசாரமான கர்ம சுபாவங்களை ஒட்டி அந்தந்த மரபினர் தத்தமக்கு விதித்துள்ள ஜாதீய தர்மங்களை அநுஷ்டித்து நற்கதியடையவேண்டுமென்றேயாம். "చాతుర్వర్ణ్యం మయాసృష్టం గుణకర్మ విభాగశః" (பகவற்கீதை அத். 4: ஸ்லோகம் 13). இதன் பொருள்:—ஜீவர்களின் வெவ்வேறான குண கர்ம தாரதம்மியங்களுக்குத் தக்கபடி பிரம, க்ஷத்திரிய, வைசிய, சூத்திரரென்னும் நான்குவருணமும் என்னாலுண்டுபண்ணப்பட்டன. ஷை அத். 18: శ్రేయాన్ స్వధర్మో విగుణః పరధర్మాత్ స్వనుష్ఠితాత్ । స్వభావనియతం కర్మ కుర్వన్నాప్నోతి కిల్బిషం॥ (இ-ள்.) தன் ஜாதி தர்மம் எவ்வளவு இழிவானதாயினும் நன்றாய் அநுஷ்டிக்கப்படுகிற அயலாருடைய ஜாதி தர்மத்திலும் சிரேஷ்டமானதேயாம். இதனால் தன் ஜாதி தர்மம் இழிவானதென்று அயல் ஜாதி தர்மத்தைக் கைக்கொள்வது பெருங்குற்றம் என்றாகிறது. தன் ஜாதிக்குரிய தர்மங்களைச் செய்து வருகின்றவன் பாபத்தை யடைகிறதில்லை. (செய்யாதவன் பாபத்தை அடைகிறான் என்பது அருத்தாபத்தியால் விளங்கிற்று.) ஷை சுலோகம் 45: "స్వే స్వే కర్మణ్యభిరతస్సంసిద్ధిం లభతే నరః" தன் தன் ஜாதிக்குவிதித்த கர்மத்தில் சிரத்தையுடைய (அதாவது அவ்வாறு அநுஷ்டித்து வருகிற) மனிதன் ஞானயோக்யதையை அடைகிறான்.

சுஜாதி தர்மத்தை அநுஷ்டிப்பதனுல் ஞான யோக்யதை எப்படி உண்டாகும் என்பதைப்பற்றி உத்தரவேதம் நீத்தார் பெருமை முதற்குறளில் தெய்வப்புலவர் "ஒழுக்கத்து நீத்தார் பெருமை...." என மொழிந்த நுட்பத்தை விளக்கிப் பரிமேலழகர் எழுதுவது: தத்தம் வருணத்துக்கும் *நிலைக்குமுரிய ஒழுக்கங்களை வழுவாதொழுக அறம் வளரும்; அறம் வளரப் பாவந் தேயும்; பாவந்தேய அறியாமை நீங்கும்; அறியாமை நீங்க நித்தவநித்தங்களது வேறுபாட்டுணர்வும், பிறவித் துன்பங்களும் தோன்றும்; அவை தோன்ற வீட்டின்கணாசையுண்டாம்; அஃதுண்டாகப் பிறவிக்குக்காரணமாகிய பயனில்முயற்சிகளெல்லாம் நீங்கி, வீட்டிற்குக்காரணமாகிய யோகமுயற்சியுண்டாம்; அஃதுண்டாக மெய்யுணர்வு பிறந்து புறப்பற்றாகிய எனதென்பதும் அகப்பற்றாகிய யான் என்பதும் விடும்; ஆகலான் இவ்விரண்டுபற்றையும் இம்முறையே உவர்த்துவிடுதலெனக் கொள்க.

மேற்காட்டிய பிரமாணங்களினுல் மானிடப் பிறவியின் பெறற்கரும் பேறு மோக்ஷமேயென்பதூஉம் அதையடைவிக்கும் முதற்படி வருணுச்சிரமதர்மம் வழுவாமையேயென்பதூஉம் நன்கு விளங்குகின்றது. ஆகையாற்றான் மேலோர்கள் ஜாதீயவொழுக்கங்களை வழுவாதொழுகவேண்டுமென வற்புறுத்துக் கூறியிருக்கின்றனர். திருவானைக்காப் புராணம் "....சூத்திரனு மொழுக்கமுறின் மறையோனவான் சூத்திரனெப்பான் மறையோ னெழுக்கம் விட்டால்." (இ-ள்.) கடைச்சாதியானுயினும் தன் குல தர்மத்தைக் கைக்கொண்டு நடப்பவன் பிராமண சமானனே; முதற்குலத்துதித்தும் தன் ஜாதி தர்மத்தைக் கைவிட்டவன் கடைப்பிறவிக் கயவனே. "ஜன்மனு ஜாயதே சூத்ர: கர்மணு ஜாயதேத்விஜ:..." பிராம்ஹணனும் பிறவியால் சூத்திரனே; பின், தன் ஜாதிக்குரிய கர்மங்களைச் செய்வதனுற்றான் பார்ப்பானுகின்றான். திருவள்ளுவர்குறள் "பரிந்தோம்பிக் காக்க வொழுக்கம் தெரிந்தோம்பித் - தேரினுமஃதே துணை." எத்தனை கஷ்டம் நேரினும் எப்பாடுபட்டாயினும் சுஜாதி தர்மத்தை

* நிலை - பிரமசரியம், கிருகஸ்தம், வானப்பிரஸ்தம், சந்யாசம் என்னும் நான்கு ஆசிரமங்கள்.

அநுஷ்டிக்கவேண்டும்; ஏனெனில் எத்தனை முறை ஆலோசித்தாலும் மனிதனை நற்கதிக்குச் செலுத்தும் துணை அதைத்தவிர வேறில்லை. "மறப்பினுமோத்துக்கொளலாகும் பார்ப்பான் - பிறப்பொழுக்கங்குன்றக்கெடும்." பிராம்ஹணன் தனக்குரிய வேதத்தை மறந்துபோனாலும் பின் கற்றுக்கொள்ளலாம்; ஜாதி தர்மத்தைக் கைவிடுவானேல் பிரஷ்டத்வமடைவான். பிறப்பாலுயர்ந்த பார்ப்பான் கதியே இவ்வாறாகும்போது அவனிற்றாழ்ந்த மற்றைச்சாதியோர் தம் ஆசாரத்தைக் கைவிடின் என்னவாமென்பது சொல்லாமலே விளங்கும். *தர்மத்தின் முதற்பாதமாகிய இவ்வகை ஒழுக்கங்களை எடுத்துக்கூறுவன அவ்வச்சாதி நூற்களேயாதலின் அவற்றைத்தம் உயிரினுஞ் சிறந்தனவாக மதித்துப் போற்றுதல் அந்தந்த ஜாதியினரின் முதற்கடமையாயிருப்பவும், நம்மவர் நம் வம்ச நூலாம் ஸ்ரீகருணிகபுராணத்தைக் கவனியாராகி அதிற்கூறும் சம்பிரதாய ஒழுக்கங்களைத் திட்டமாய்த் தெரிந்துகொள்ளவும், தெரியாதோர்க்குந் தெரிவித்து அநுஷ்டானத்தில் மாறுபட்டிருப்பவற்றைத் திருத்திக்கொள்ளவும் முற்படாமலிருப்பது விசனிக்கத் தக்கதென்றாம், எளிதிற் பொருள் கொடாத மூலபாடமாக நம் நூலிருப்பதாற்றான் பயன் படவில்லையென்றும் இவ்வம்சாபிமானிகள் சிலர் என்பால் அன்பாலுரைத்து அக்குறையை நிவர்த்திக்குமாறு பணிக்க, அன்னோர் விருப்பத்தை மறுத்தற்கஞ்சியும், எனது அற்பக்கல்வியும் சுஜாதியுபகாரார்த்தம் பயன்படுவது கருதியும், கடவுள் கருணையும் பெரியோர் ஆசீர்வாதமும் துணை நின்று நடத்துமெனத் துணிவு கொண்டு, நாமக்கல் தாலூகா" வசர்ம்பட்டியிலிருக்கும் அத்திரி மஹாரிஷி கோத்திரம் ஆபஸ்தம்ப சூத்திரம் ம-ள-ள-ஸ்ரீ அ. குமாரசுவாமி பிள்ளையவர்களுதவிய ஏட்டுப் பிரதியையும், சென்னை மாடம்பாக்கம் ம-ள-ள-ஸ்ரீ வாசுதேவ பிள்ளையவர்கள் முன் அச்சிட்டிருந்த பிரதியையும் ஒப்பு நோக்கி வந்ததில் ஒன்றற்கொன்றுள்ள எழுத்துப் பிழைகளுஞ் சொன்மாறுபாடுகளுங் கண்டுகொள்ளவும், சரித்திர வரலாறும் பாடபேதங்களும் நன்கு

---

* ஒழுக்கம், வழக்கு, தண்டம் என்னும் அறத்தின் முப்பகுதியில் முதலாவது ஒழுக்கமாவது காண்க.

விளங்கவும் அநுகூலமாயிருந்ததுமன்றி, நம் ஏட்டிற்காணாத முப்பத்திரண்டாதீனச் சருக்கமொன்றும், பாயிரத்திலும் வம்சப் பெருமையுணர்த்த சருக்கத்திலும் சில பாடல்களும், புத்தகப் பிரதியில் புதிதாகத் தென்பட்டன. பின்பு கிடைத்த *கருணீகவம்சப்பிரதாபம் என்னும் சிறு நூலிலும் முப்பத்திரண்டாதீனத்தைப்பற்றி ஒன்றுங் கூறப்படாமையால் அச்சருக்கத்தை நீக்கி ஏட்டின் வரலாற்றுக்கேற்பச் சென்னைப் பிரதியில் அதிகமாகவுள்ள பாடல்களைக்காட்டுவதற்கு † இக்குறியீடுதந்து தழுவிக்கொண்டும், இப்பிரதியிலும் நம் ஏட்டிலுமில்லாத பிற்கால சரித்திரங்கள் கருணீக வம்சப் பிரதாபத்திற் பொருத்தமாய்க் காணப்பட்டமையான் அக்கவிகளை உள்ளவாறு கூட்டிக்கொண்டும் பொழிப்புரையியற்றி, விவாகாதிகாலச் சடங்குகள் சகிதம் மாதாந்தர சஞ்சிகையாக அச்சிடத் தீர்மானித்து 1907-௵ ஜூன்மீ த்திலே முதற் சஞ்சிகை பிரசுரித்துக் கையொப்பக்காரர்களுக்கனுப்பி முன் பணம் பெற்று இரண்டாஞ் சஞ்சிகை தொடங்குகையில், காஞ்சீபுர முதலிய இடங்களின் நம்மவர் நம்மைப்போலவே சுஜாதி யொழுக்கங்களை வரையறுக்கும் நூற்பிரமாணங்களைத் தேடிக்கண்டு சமீபத்தில் அச்சிட்ட "கருணீகர் ஹவ்ய கவ்ய விதிகள்" என்னும் புத்தகமொன்று கிடைக்கப்பெற்று நோக்க நம்மிடமுள்ள பிரதிகளுடன் இது சரித்திர விஷயத்தில் வித்யாசப்படுவதால் சந்தேகமுற்று உண்மையைத் திட்டமாயுணர்ந்த பின்னரே நம் சஞ்சிகையை நடத்துவது யுக்தம் என நிறுத்தி பழைய நூற்பிரசுரகராகிய ம-ா-ா-ஸ்ரீ மா. வாசுதேவ பிள்ளையவர்கட்கும், புது நூற் பிரசுரகராகிய ம-ா-ா-ஸ்ரீ சாலப்பாக்கம் மு. மாணிக்கம் பிள்ளையவர்கட்கும் கடிதமெழுதி அவர்கள் தெரிவித்த சமாதானத்தையும், சென்னைக்கேசென்று ஆங்குள்ள நம் வம்சப் பெரியோர்களுடனும் பண்டிதமணிகளுடனும் உசாவி அவர்கள் அபிப்பிராயத்தையும் ஒப்பு நோக்கி ஆராய்ந்து புராணங்களினும் வேதமே பிரதானமாகையாலும் சிருஷ்டி பேதத்தால் சில தேவதைகளின் உற்ப

* ஊறப்பாக்கம் அங்குசாமிப் பிள்ளை யியற்றியது.

வம் புராணாதிகளில் மாறுபடுதல் இயற்கையாதலின் *வம்சமூல புருஷரின் உற்பத்தி இருவகைப்பேதமடைதலில் விரோதமில்லை எனத்தேறி அவ்விருநூற்களையும் இனிது தழுவிக்கொண்டு அறுபத்து நான்கு வம்ச மூல புருடருற்பத்தி வரையுமுள்ள சரித்திரத்தைப் புதிய நூல் (கருணீகர் ஹவ்ய கவ்ய விதிகள்) கூறிய வசனத்தின் வண்ணம் செய்யுளாக்கி, எனது சகோதரனும் என்பாற் கல்விபயின்று மதுரைத் தமிழ்ச்சங்க பரீக்ஷையில் முதல் பரிசு பெற்றுத் தேறிய பாலபண்டிதனுமாகிய கந்தசாமிப் பிள்ளையால் உரை எழுதுவித்தும், பழைய நூலினின்று எடுத்துக்கொண்ட பாயிரம், நாடுநகர் நதிவளச் சருக்கம், ஆதினச்சருக்கம், கருணீகர் புகழ்கூறிய சருக்கமெனுமிவற்றிற்கும் கருணீக வம்சப் பிரதாப நூலினின்று கொண்ட பிற்கால சம்புவக்கவிகளை அப்பெயராலோர் சருக்கமாகச் சேர்த்து அதற்கும் உரை கூறி விளக்கியும், யானியற்றிய கவிகளும் சருக்கங்களும் வேறறிதற்கு * இக்குறியீடும் அச்சுப்பிரதியில் மாத்திரமுள்ள கவிகளையறிதற்கு † இக்குறியீடும் தந்தும், ஏற்கனவே விளம்பரஞ்செய்தவண்ணமே ஊஞ்சல், லாலி, விவாகாதிபத்ததி முதலிய அநுபந்தங்களை வேறு புத்தகமாகத் திரட்டியும் அச்சிடுவித்தனன். நம் ஏட்டிலும் அச்சுப்பிரதியிலும் புகழ்கூறியசருக்கத்திற் சிலகவிகளைச் செவ்வன் விளங்காச் சரித்திர சம்பந்தமுடைமையாலும் விரிவஞ்சியும் நீக்கிச் சிலவற்றை மாத்திரம் விஷயக்ராஹ்ய நிமித்தம் சேர்த்துக்கொண்டனம். "பெற்றவட்கே தெரியுமந்த வருத்தம் பிள்ளைப் பெறுதவடானறிவாளோ?" என்றவாறே இவ்விஷயத்திற்கொண்ட எனது சக்திமீறிய பரிசிரமம் கல்விமான்களுக்கு விளங்காமற்போகாது. யான் மனமிடைந்து தியங்கும்போதெல்லாம் ஊக்கமளித்துச் சென்னைக்கு என்னோடுவந்து வேண்டிய உபகாரம் புரிந்து வழிகாட்டியும் என்னைத் தொழிற்படுத்திய வம்சாபிமானியும் ஸ்ரீ வைஷ்ணவ சமய சிகாமணியும் எனது மாதுலருமாகிய சேந்தமங்கலம் வலஞ்பூர்நாடு கர்ணம் ம-௱-௱-ஸ்ரீ கே. எஸ். அரங்கசாமிப் பிள்ளையவர்கட்கும், நம் வம்ச விஷயமான சில வரலாறுகளை ஆங்காங்கு

* இவற்றை ஸ்ரீ கருணீக வம்ச விளக்க வினாவிடையிற் காண்க.

விசாரித்துத் தெரிவித்து மற்றும் பல உதவிகள் புரிந்த அரங்
கனூர் ம-ா-ா-ஸ்ரீ தா. வேங்கடாத்திரி பிள்ளையவர்கட்கும்,
தமது அலுவல்கள் பலவிருப்பினும் பாராட்டாது வம்சாபிமான
சிந்தையால் ஆங்காங்கு சஞ்சரித்துக் கையொப்பம் சேகரித்துத
விய பள்ளிப்பட்டி ம-ா-ா-ஸ்ரீ சின்னைய பிள்ளையவர்கட்கும்
எழுபிறப்பினும் நன்றி செலுத்தக் கடமைப்பட்டிருக்கின்றேன்.
ஜீவனோபாயத் தொழிலும் குடும்ப விவகாரமும் சிறிதும் அவ
காசந்தராமல் நிர்ப்பந்தித்தும் அவற்றைப் பொருட்படுத்தாது
தீரமாக நிர்வகித்து ஏற்றுக்கொண்ட தொழிலை எல்லாம் வல்ல
எம்மான் திருவருளாலும் பெரியோர்களாசீர்வாதத்தினாலும் இந்
நூல் அச்சிடுவதற்கு முன்பணந்தந்து விளம்பரத்திற் குறித்த
காலங்கடந்து ஒருவருடங்கட்கு மேலாகியும் என்மேல் சிறிதும்
அவநம்பிக்கை கொள்ளாமல் மன்னித்துத் தமது உத்தமதயாள
சிந்தையை ஜாதியபிமானத்தோடு துலக்கிய கையொப்பக் கன
வான்களின் பெருங் கருணையாலும் நிறைவேற்றினேனேயன்றி
என்செயலாலானதொன்றுமில்லை. பன்னூலுங் கற்றுவல்ல
பண்டிதமணிகள் நிறைவேற்றற்குரியதோர் பெருங்காரியத்தில்
சிற்றறிவேன் தலையிட்டுக் கொண்டதனால் பிழைபாடுகள் பெரி
துளவாமேனும் 'நல்லோர் பிறர்குற்ற நாடார்' என்பதனால் மன்
னித்து அத்தவறுபாடுகளை விளக்கி எமக்குத் தெரிவிக்கும் கல்வி
மான்களுக்குச் சரணம்புரிந்து மறுபதிப்பிற்றிருத்திக்கொள்ளச்
சித்தமாயிருக்கிறேன். காலபேதத்தால் சில கையொப்ப நேயர்
கள் வி. பி. யில் சஞ்சிகைபெறாது எமக்கே திருப்பிவிட நேரி
னும், இனியாவது தங்கள் ஒப்பம் ஏட்டுச்சுரையாகாவண்ணம்
இயன்ற விலை கொடுத்துப் பெறுவார்களென்று நம்புகின்றேன்.

சென்னை முதலிய இடங்கட்குச் சென்று உள்ளத்துதித்த
ஐயமறுக்கவும், செய்யுட்களிபற்றவும், நம்நூற்குப் பிரமாணம்
நூற்களில் ஆராயவும், உரையெழுதவும் காலஹரணமானதுடன்
அச்சிடுதலிலும் சற்றுத் தாமதம் விளைந்து இத்தனை நாட்களா
யினவாதலின் வேறுவிதமாய் நினையாது அன்புபாராட்டி என்
னை க்ஷமிக்கும்படிக் கையொப்ப நேயர்களைக் கேட்டுக்கொள்
கின்றனன். இந்நூலை அச்சிடுவித்தற்கண் இயன்ற சௌகர்யங்

களை எனக்குச்செய்த சேலம் வாசிகளான நண்பர்கள் பலர்க்கும், சௌராஷ்டிர பிரஸ் மானேஜரும் நம் வம்சோற்பவருமாகிய ம-ா-ா-ஸ்ரீ நயனர் பிள்ளையவர்கட்கும், புரூப் பரிசோதித்த சுதேசாபிமானி அச்சுக்கூட மானேஜர் எஸ். அர்த்தநாரீச நாயகரவர்கட்கும் எனது நன்றியறிதலுள்ள வந்தனந்தந்து இன்னும் இவ்வம்ச சம்பந்தமாய் நான் கருதியிருக்கும் கடமைகளை முற்றுவிக்கத் துணை நிற்குமெனத் திருவருளைச் சிந்திக்கின்றேன்.

சுபம்.

இங்ஙனம்,

☞ அ. வர.

ஸ்ரீகருணீக வம்ச விளக்க வினா விடை.

முற்பகுதி.

[முன்பணமுதவி நெடுநாட்களாய் எதிர்நோக்கியிருக்கும் கனவான்களுக்கு விரைவில் புத்தகங் கொடுக்கவேண்டியிருப்பதால் இவ்வம்ச விளக்க வினாவிடையின் ஒருபகுதியை மாத்திரம் இதன் கீழ்த் தருகின்றோம்; பல இடங்கட்குச்சென்றும் பல நூற்களை ஆராய்ச்சி செய்தும் தயாரிக்கவேண்டிய மற்றப் பகுதியையும் கூடிய சீக்கிரம் தனிப்புத்தகமாக அச்சிடக் கருதியிருப்பதால் இவ்வம்சாபிமானிகள் அக்கருத்தையும் நிறைவேற்றிப் புண்ணியமும் புகழும் ஒருங்கு படைப்பாராக.]

க. வினா—மனுஷ்யவர்க்கம் முற்றும் ஒரு ஜாதியே, நாம் அனைவரும் சகோதரரேயாவோம், என்னுந் தத்வார்த்தத் தொனி மேலாடிவருமிக்காலத்தில் ஜாதி பேதம் பாராட்டும் நூற்களைக் கிளப்பி விடுதல் அறிஞர்க்கடுத்த கடமையாகுமோ?

விடை.—அஃதுண்மையே; ஆயினும், நம் இந்துமதத்தில் ஜாதீய தர்மங்களே மோக்ஷவீட்டின் முதற்படியாக அமைக்கப்பட்டிருப்பவும், கலிகாலக்கூத்தால் தத்தம் ஜாதியாசாரங்களைக் கைவிட்டுக் கர்மப்பிரஷ்டர்களாய் இகபரசாதகத்தை இழக்கும் மாந்தரை நல்வழிப்படுத்து நிமித்தமாகவும், ஒருடலின்கட் பலவுறுப்புக்கள்போன்று உலகின் எல்லாச்சாதியும் பயன்கருதி நடுநிலைமை தவறாதுநின்று நோக்குமிடத்து ஒருநிகரனவேயாமென்னுமுண்மையறியாது பிறஜாதியைத் தூஷணம்புரியும் சிலபேதையர்க்குண்மைகாட்டியுய்விக்கும் கருத்தாலும், தத்தம்ஜாதிப் பெருமைகளைப் பண்டைநூற் பிரமாணபூர்வம் நிரூபித்தலும் சுஜாதியபிமான விவேகிகட்குரிய கடமையேயாமென்க.

௨. வினா—அவ்வாறாயின் நம் கருணீக வம்ஸ சம்பூர்த்தமாக எவ்வெந்நூற்களிற் பிரமாணமுண்டு ?

விடை—சம்ஸ்கிருதத்தில், (1) பிரமாண்டபுராணம் வம்சோற்பத்திகாண்டம், (2) *ஆதித்திய புராணம், (3) ஸௌர காதா, (4) அதர்வணவேத சூர்யசாகாசந்தி கணிதசாகாவிதி, (5) † கணகாஸ்மிருதி ஆகிய இவற்றில் போதிய பிரமாணங்களுண்டு.

௩. வினா—தமிழில் நம் ஜாதி நூல் யாது? அஃது எக்காலத்தில், யாரால், எந்த நூலினின்று மொழி பெயர்க்கப்பெற்றது ?

விடை—சீர்கருணீக புராணம் ; இது மதுரைக் கூன்பாண்டியன் காலத்து (அதாவது இற்றைக்குச் சுமார் 2000 வருடங்கட்கு முன்பு) ஆருகத மதத்தினராகிய ஞாயிறு பாரீசநாதர் என்னும் கவிஞரால், பிரமாண்ட புராணப்படி மொழிபெயர்க்கப் பெற்ற வசனத்தையனுசரித்து, எழுநூற்றுச்சில்வானம் செய்யுட்களாக வியற்றப் பெற்றிருக்கின்றது.

௪. வினா—சீர்கருணீக புராணத்தைத் தவிர நம்மரபைப் பற்றி வேறு நூற்களுளவோ ?

விடை—கருணீக வம்சப்ரதாபம்; இஃது ஊறப்பாக்கம் அம்பிகைதாசனென்னும் வரகவி நெடுங்குன்றம் அங்குசாமிப் பிள்ளை என்பவர் கருணீக புராணத்தையும் பிற சரித்திரங்களையும் தொகுத்தியற்றிய 100-செய்யுட்களையுடையது. (2) கருணீகர் ஹவ்ய கவ்யவிதிகள் ; இதனை வெளியிட்டவர் சாலப்பாக்கம் ம-ள-ள-ஸ்ரீ மு. மாணிக்கம் பிள்ளையவர்கள்.

---

* ஆதித்யபுராணம், ஸௌரகாதை, அதர்வணவேத சூர்யஸாகா சந்தி, கணித சாகாவிதி முதலியன பிரமாணமாதலைக் "கருணீகர் ஹவ்ய கவ்ய விதிகள்" என்னும் நூலாலறிக.

† இந்நூல் விரைவில் அச்சிடப்பெறுமென்று சாலப்பாக்கம் மு. மாணிக்கசர்மா தெரிவிக்கிறார்.

௫. வினா—இந்நூற்கள் பண்டை நூலோடு ஒவ்வியிருக்கின்றனவா ?

விடை—பெரும்பான்மை ஒத்துளவேனும் வம்ச மூலபுருடருற்பவத்தில் சீர்கருணீக புராணமும், ஹவ்யகவ்யவிதிகள் என்னும் நூலும் பேதிக்கின்றன.

௬. வினா—எவ்வாறு பேதம்? அதற்கேற்ற சமாதானம் யாது ?

விடை—சீர்கருணீக புராணம்: 'தூர்வாசமஹாரிஷியின் சாபகாரணமாகப் பிரமனும் கலைமகளும் அத்திரிமாதவன், சுபகுணமாலை என்னும் பெயர்கொண்டு அயோனிஜராக அவதரித்து முறையே புருடோத்தமன் என்னும் பூசுரனாலும், விஜயபால அரசனேவலால் கிருஷ்ணதேவனென்னும் வேதியராலும் வளர்க்கப் பெற்று மணம்புரிந்து பெற்ற அறுபத்து நால்வரே இக்குல முதல்வராவார்' எனவும், ஹவ்ய கவ்ய விதிகள் : 'சூர்ய புத்திரராகிய சித்திரகுப்தரது மனைவியர் மூவருள் கர்னிகியென்பவள் பெற்ற பதினெண் புதல்வரில் எண்மர் காம்பீரபுரி யரசனாகிய வீரசேகரயாஜன் குமாரத்திகளெண்மரையும் மணந்து பெற்றவர்களாம் அறுபத்துநால்வர்' எனவும் கூறுகின்றது. பிரளயாந்த சிருஷ்டி கல்பாந்த சிருஷ்டி முதலிய பேதங்களால் சிலதேவதைகளின் உற்பவம் மாறிவருதல் வழக்கமாதலின் அதனால் உண்மைக்குப் பழுதொன்றுமில்லை. இங்ஙனம் நூற்களின் மர்மத்தையுணரமாட்டாதார் நூற்களைக் குற்றங்கூறிப் பெரும்பழி சுமப்பர்.

அகத்தியர் உற்பத்தி :—மித்திராவருணர் என்னும் முனிவர் சமுத்திரக் கரையிற் சஞ்சரித்தபோது ஊர்வசியைக் கண்டு மோகமேலீட்டினால் கலிதமான இந்திரியத்தைச் சேர்ப்பித்த ஓர் குடத்தினின்று தோன்றினர் எனவும், பிரமதேவன் செய்த யாக கலசத்தினின்று பிறந்தனர் எனவும் ;

வாலிசுக்ரீவர்கள் :—சூரியசாரதியாம் அருணன் இந்திரச்சபைக்குப் பெண்வேடத்தோடு செல்ல இந்திரன் மோகித்

துச்சேர்தலால் வாலியும், அம்மகவைக்கைக்கொண்டு சூரியனிடத்துக்குத்திரும்பிய அருணனை அப்பெண்ணுருவத்தைத் தனக்குங்காட்டுமாறு சூரியன் வேண்டி அவ்வாறே காட்டியபோது விரகங்கொண்டு புணர்ந்ததாற் சுக்ரீவனும் பிறந்தனர் எனவும், கௌதமபத்னியாகிய அகலிகையைக்காமுற்று இந்திரனும், சூரியனும் களவாற்கலக்கப் பிறந்த இரு குழந்தைகளும் தனக்குப் பிறந்தவர்களல்லவென்று முண்மை தெரியவந்த தன்மேல் கௌதமர் குரங்காகுக எனச் சபித்தனர், அவர்களே வாலி சுக்ரீவர்கள் எனவும்;

நாரதர் உற்பத்தி பலவிதமாகவும்;

சந்திரன்:—அத்திரி மஹாரிஷியின் நேத்திரத்தினின்றும், அக்னிதேவனது முகத்தினின்றும், மதனத்தின்போது க்ஷீராப்தியினின்றும் பிறந்ததாகவும் கூறப்பட்டிருக்கவில்லையா?

புராணாதிகளுள் ஒன்றற்கொன்று பேதமடையுங்கால் வேதப் பிரமாணமே தழுவப்படும். மேலும், முதல் நூலும் வழிநூல் சார்புநூல்களும் சிறிது பேதித்து வருதலுக்கு இலக்கணமிருத்தலால் இவ்வகைப் பேதமுண்டாவது புதிதன்று. கதைத்தொடர்பு சிலபிறழினும் அவற்றின் உண்மை மாத்திரம் ஓரே தன்மைப்பட்டிருக்குமென்பது திண்ணம். இக்காரணங்களாற்றான் நாம் அவ்விருவகை நூலையும் தழுவி வேதப்பிரமாணமுள்ள ஆதித்யபுராண வசனத்தைச் செய்யுளாக்கினது. இதில் ஆசங்கையின்றென்க.

எ. வினா—உண்மை மாறுதென்கிறீரோ! அதை இதரநூற் பிரமாணங்களால் நிரூபிப்பீரா?

விடை—‘பிரம்ஹாம்சமாகிய அத்திரிவேதியரும் சாரதாம்சமாகிய சுபகுணமாலையும் வேதியராலும் அரசராலும் வளர்க்கப்பெற்று மணம் புரிந்தனர்’ என்னும் கருணீகபுராணமும் ‘ப்ராம்ஹணத்வமுள்ள சித்ரகுப்தரின் புதல்வர் வீரசேகரயாஜ அரசன் புத்திரிகளை மணந்தனர்’ என்னும் ஆதித்யபுராணமும் வருணங்கூறிய விஷயத்தில் ஒத்துளதன்றோ! இதற்கிணைய சைவபுராணம் 69-வது அத்யாயம், 24, 25 ச்லோகங்கள் :...க்ரோடீ

యాయాం బ్రాహ్మణాద్గణకో భవేత్ । దేవద్విజనృపాణాంచలేఖ్యకాంచసర్వదా ॥
(இதன் தாற்பரியம்) 'க்ஷத்ரியஸ்திரீயினிடத்திற் பிராம்ஹணனுக்குற்பவித்தவர் கணக்கர்; இவரது தொழில் தேவாலயத்திலும், பிராம்ஹணர் அரசர்களிடத்திலும் கணக்கெழுதுவது' என்பதை உண்மைக் கண்ணால் நோக்குக.

தொல்காப்பியம் மரபியற் சூத்திரம் 639 "அந்தணாளர்க் கரசுவரைவின்றே" (இ-ம்) 'சிறுபான்மை அந்தணர் அரசாட்சி புரிதலும் மரபு' என்பதனுல் வீரசேகரராஜன் (அப்பெயரால்) அந்தணனுதல் விளங்குவதால் சீர்கருணீக புராணத்தில் சோமயாஜப் பிராம்ஹணருடன் சம்பந்தம் செய்தவர் என்பதனோடு மாறுபடாமையும் உய்த்துணர்க.

அ. வினு—கருணீகர் ப்ராம்ஹணத்துவ முடையவர்கள் தாமோ? சுருதியுக்தியநுபவ பூர்வம் விடைவேண்டும்?

விடை—சுபகுணமாலை அயோனிஜமாகிப் போஷணை மாத்திரம் அரசனுற் பெற்றதாலும், வீரசேகரராஜன் அரசுபுரிந்தாலும் முன்விடையில் விளக்கிய வண்ணம் சோமயாஜ வேதியனுதலாலும் நாமமாத்திரையில் க்ஷத்திரிய ஸ்திரீ என்பதன்றி நாலினும் பேதியாமல் பிராம்ஹண சுக்ல சோணித உற்பவமாதலால் பிராம்ஹணத்துவத்துக்குப் பங்கமில்லை.

*வருண தர்ப்பண முதல் அத்யாயம் 15-பக்கம்—'இவர் சில பிரிவான கணக்கஜாதிக்குள் உயர்வான ஜாதி; இவர்களை வடதேசத்திற் பிராம்ஹண கணக்கர்' என்கிறார்கள்.

ஸ்ரீமஹாபக்த விஜய வசனம், ஞானேசுவரர் சரித்திரம், 259-ம் பக்கம்—"கோவிந்த பண்டிதரென்பவர்...கருணீகப்ப்ராம்ஹணராதலால் இராஜனிடம் கணக்கெழுதும் உத்யோகத்திலிருந்துகொண்டு..." இவைகளுக்கேற்ப ம-ா-ா-ஸ்ரீ மா. வாசுதேவ பிள்ளை தெரிவிக்கிறார்: "பங்காளத்தில் காயகரென வழங்

---

*இந்நூல் அநேக வித்வந்மணிகள் சாத்துக்கவிகளுடன் சென்னை வன்ய க்ஷத்திரிய மஹாசங்க இன்ஸ்பெக்டர் ம-ா-ா-ஸ்ரீ கா. ஆறுமுகநாயகரால் வெளியிடப் பெற்றது.

கும் கருணீகருக்கும் பிராம்ஹணருக்கும் ஜாதிவிஷயத்தில் போராட்டமுண்டு" என்பதை நோக்கின் வடதேயங்களுள் கருணீகப்ராம்ஹணர் என்னும் வழக்கமுண்மைதெற்றென்னும். இன்னும் இவ்வம்சத்தினர்க்குரிய தசாங்கங்களில் அன்னக்கொடி, தாமரைமாலே, வேதமுரசு என்னும் சிறப்பியல்களால் பிராம்ஹணத்வமுடைமை நன்கு புலப்படும். பொறாமையுடையார் ஒழிக, உண்மைகாணும் அறிவாளர்க்கு இதனின் மிக்க பிரமாணம் விவரிக்கவேண்டியதில்லே.

கூ. வினு—கருணீகர் என்னும் பதப்பொருள் யாது?

விடை—கர்ணீகர், கர்ணம்+ஈகம்+அர்=காதின் தன்மையுடையோர். கர்ணம்=காது, ஈகம்=தன்மைப் பொருட்டாய் வருவதோர் வடசொல்; 'தெய்வீகம், பிராஹ்மணீகம்' என்பவற்றிற்போல்; கண்ணூற் கண்டறியப்பெருதன செவியானறிந்து நம்பப்பெறுதல் போலப் பூர்வ அரசர்கள் தாம் கண்ணுறப்பெருதவற்றையிவர்கள் கணக்குகளான் மெய்பெறவறிந்து நீதி செலுத்தலின் இவர்க்கிப்பெயரெய்திற்றென்பர் ஒரு சாரார்.

பெரிய புராணம், தடுத்தாட்கொண்ட புராணம், 58 வது கவி.

"இருண்மறை மிடற்ருன் கையி லோலேகண் டவையோ ரேவ
வருள்பெறு **கரணத் தானு** மாவணந் தொழுது வாங்கிச்
சுருள்பெறு மடியை நீக்கி விரித்தனன் ருேன்மை நோக்கித்
தெருள்பெறு சவையோர் கேட்ப வாசகஞ் செப்பு கின்றுன்."

இக்கவிக்கு மழவை மகாலிங்கையர், "கரணத்தானும்=கணக்கனும்" என்றுரை கூறி "கரணம் தெலுங்கு மொழியிற் பண்பியாயினும், தமிழிற் பண்பாக்கி ஆன் விகுதி புணர்த்துக் குணியாக்கினுர்" என்றெழுதியிருப்பதால் கரணம் என்பது தெலுங்கில் கணக்கன் எனும் பொருள் தருவதுபற்றித் தமிழில் திரிந்து வழங்கிற்றெனினுமாம். சமஸ்கிருதத்தில் 'கணக' எனவே பிரயோகிக்கப்பட்டிருக்கின்றது. 'கணக்கர்தம் வழியி னுள்ளார்

காவிதியர்' என்பது சூடாமணி நிகண்டு மக்கட்பெயர்த் தொகுதி. இவை நூற்பிரயோகம்.

௰. வினா—கருணீக ஜாதியின் உட்பிரிவுகளெவை? காரணம் யாது?

விடை—இப்புராணத்தின் பிற்கால சம்பவச் சருக்கத்திற் கூறியவாறன்றி வேறு காரணமும் கூறப்படுகின்றது. சதுரை அ. சிவசிதம்பரம்பிள்ளையவர்களியற்றிய விசித்திர வினாவிடை என்னும் புத்தகம், பக்கம் 2: "சீர்கருணீகர் என்ற குலத்திலிருந்துதான் குணத்தாலும் தொழிலாலும் வேறுபட்டு மற்ற நால்வகைக் கணக்கரானார்கள். எவ்வாறெனில்:—சிறப்போடும் ஆசாரத்தோடுமிருத்தலினாலேயே **சீர்கருணர்** என்றும், சரடாகிய பூணூல் அணிதலினாலேயே **சரட்டுக்கணக்கரென்றும்**, கணக்கெழுதுங் காலத்தும் கட்டளையிடுங் காலத்தும் தர்மஞ் செய் காலத்தும் தம் கைகளைக்காட்டலால் **கைகாட்டும் கணக்கரென்றும்**, மத்வமதத்தைச் சிலர் தழுவினமையால் **மத்வழிக் கணக்கரென்றுமாம்**" என்று கூறுதலறிக. சரடருக்கும் கைகாட்டிகட்கும் வேறோர் காரணம் சௌரகாதையிற் கூறப்படுகின்றது. அதனை அடுத்த பகுதியுட்காட்டுவாம்.

௧௧. வினா—இம்மரபினரின் பட்டப்பெயர்களும் பாஷைகளும் எவ்வாறுள்ளன?

விடை—ஷை விசித்திர வினாவிடை 2-வது பக்கக்குறிப்பு: "இந்நியோகி வேதியராகிய கணக்கர் சோழமண்டலத்திற்றான் நிறைந்திருக்கின்றனர். இங்கிருப்பார்க்குப் **பிள்ளைப்** பட்டமும், வடக்கில் பந்தர் முதலிய இடங்களிலிருப்போர்க்கு **ராவு**, சிங் பட்டமும் வழங்குகின்றன. பிள்ளைகள் **தமிழும்** ராவு முதலானோர் **தெலுங்கும்** பேசுகின்றனர்.

மேற்கே மலையாளம் முதலிய இடங்களிலிருப்போர்க்கு **மேனன்**, **ஷான்போக்** முதலிய பெயர்களும் அவ்வத்தேச பாஷைகளும், பங்காளத்தில் **காயகர்** பட்டமும் **பங்காள**

பாஷையும் வழங்கிவருதாய்த் தெரிகிறது. ஆகையால் அவ்வத்தேச இயல்பால் பலவித பட்டமும் பாஷைகளுமுண்டு என்று கூறலாம்.

௧௨. வினா—கருணீகர்க்கு வேறுபெயர் எந்த நூற்களில் எவ்வாறு பிரயோகம்?

விடை—கணகாஸ்மிருதியில் ஸௌரர், கேதாரத்விஜாள், கர்னிகியாம்னாள், நியம்னாள், அஹஸ்ர ஹோமாதிகள் என்று கூறப்படுவதாக ஹவ்ய கவ்ய விதிகளில் கண்டது. நியோகியர் என்பது பழம்புராண அபிமதம்.

௧௩. வினா—கணக்கெழுதுந் தொழிலால் மற்றைச் சாதி யாரும் கணக்கரெனப் படுகின்றனரோ! இதற்கென்ன சமாதானம்?

விடை—"*திணைநிலஞ்சாதி குடியேயுடைமை..." ஆதியால் பெயர்கள் வருமாதலால் நமது ஜாதிப்பெயர் பிறக்கும் தொழில்பற்றியெய்தும். அரசுபுரியும் யாவரும் அரசர், மரவேலை செய்யும் யாவரும் தச்சர் என்னும் பொது வழக்கு வழங்கல் போல. அல்லதூஉம் இப்பெயர் காரணங்கருதியவழி ஏனைமரபினரைத் தொழிலாற்சுட்டிக் காரணங் கருதாவழி இம்மரபினரையேயுணர்த்தும் காரண விடுகுறிப்பெயரெனினும் பொருந்தும்.

௧௪. வினா—நம் மரபைப்பற்றிய தமிழ் நூற் பிரயோகங்களை விளக்குக.

விடை—'†பள்ளிக்கணக்க ருள்ளம்பெற்ற...' கல்லாடம், 'ஓலைக்கணக்கரொலியடங்குபுன்செக்கர்' நாலடி, 'கணக்காயரில்லாதவூரும்' திரிகடுகம்; இனி வழக்கில் 'மதுரைக்கணக்காயனார் மகனார் நக்கீரனார்' இவையேயன்றிப் பின்வரும் நூற்களின் பிரயோகத்தையுமறிக:—

---

*நன்னூல் பொதுவியல்.

†பள்ளி - பாடசாலை.

திருமுருகாற்றுப்படை ஏட்டுப்பிரதியிலுள்ள தனிச் செய்யுள்.

வெண்பா.

மதுரைக் கணக்கன் மகனு நக்கீர
னிதமுடனே யீன்டருளிச் செய்த—விதமார்
திருமுருகாற் றுப்படையைச் செப்புதற்கொப் பில்லா
வருமுருகாற் றுப்படைபோ மாய்ந்து. (க)

வேறு தனிச்செய்யுள்.

ஏடெழுதுஞ் செங்கை யெழுதுமெழுத் தாணிக்கை
நாடரிய மன்னர்முடி நாட்டுங்கை—நீடுலகிற்
றும்பிலி யாளர்க்குத் தானங் கொடுக்குங்கை
*காம்பிலிச் சீர்கருணர் கை.

இராமாயண அவ்வமேதசருக்கத்தில்.

கலிவிருத்தம்.

இணக்கும்வகை வித்தக ரிசைத்தவழி நான்குங்
குணக்கிரியை யெட்டுமறி கோதறுகு ணத்தோ
ரணுத்தொகை மலர்செய்தச லத்தையணு வாக்குங்
கணக்கர்கண் மணிச்சிவிகை யிற்கடிது சென்றார். (உ)

பாரத அசுவமேதத்தில்.

எழுசீர்க்கழிநெடிலாசிரிய விருத்தம்.

தாமரை மாலை மார்பினிற் றிகழ
வோதிமக் கொடிமுனஞ் சார
வாமவெம் பரிதேர் வாரணம் பொதுள
மன்னவர் தங்குறை யிரப்பக்
காமுற மழையின் றுளிகணக் குரைக்கக்
கற்றுணர் சமர்த்துடன் றரளச்
சேமவெண் சிவிகை மீதுற வந்தார்
சீர்கரு ணேசர்கண் மாதோ.

சுந்தரவிலாசத்தில்.

அறுசீர்க்கழிநெடிலாசிரியவிருத்தம்.

வேதனூர் மரபு தன்னில் விளங்குசீர்க் கருணர் கோமான்
ஆதியின் முக்கட் டேவ னத்தகை யான வள்ள
லோதனு புரிக்கு வேந்த னுயர்வெண்ணெய் நல்லூ ரண்ணல்
சாதனந் தனைவா சிக்கச் சபைதனில் வருகின் றானே. (ரு)

கலித்துறை.

செந்தமி* ழாள ரிராசர்க்கு மந்திரி சீர்கருணர்
தந்திர மானவர் காம்பீலி நாடர் தழைத்தவரா
விந்த வலங்க லணிவோ ரனக்கொடி வேந்தர்மதி
மந்திரி யோரெங் குலச்சிறை நாயன் மரபினரே.

முதற்பகுதி முற்றும்.

---

*கல்கத்தா பிரசிடென்சி காலேஜில் முதல் சமஸ்கிருத வித்வாஞ்கிய ஹரிபிரசாது சாஸ்திரியார் எழுதியிருக்கிற இந்து தேச சரித்திரத்தில் இப்போது ரோஹில்கண்டென்று வழங்குகிற பாஞ்சால தேசத்திலுள்ள காம்பீலியா நாட்டில் தான் ஆதிவைத்திய சாஸ்திரிகளின் சங்கமிருந்ததென்று சொல்லப்பட்டிருக்கிறது.

ஜான் ஆண்டர்ஸன், எம். டி., அவர்கள் எழுதிய 'Catalogue and hand-book of the Archeological collections in the Indian Museum' என்ற புஸ்தகத்திலும் காம்பீலியாவென்பது இமயகிரி முதல் செம்பால் நதிவரையில் வியாபித்திருந்த பாஞ்சாலதேசத்தின் தென்பாகத்திலுட் பிரதான பட்டணமென்று சொல்லப்பட்டிருக்கிறது.

உ

கடவுள் துணை.

இந்நூல் அச்சிட நன்கொடையுதவிய கனவான்கள்மீது

புகழ்க்கவிகள்.

பூமேவு கடலாடைப் புவியிலென்று நிலவுபொருள் புகழே யென்ப
மாமேவு நூலறிஞ ரதுபெறுவ தெல்லார்க்கும் வாய்ப்ப தன்றாற்
காமேவு கரதலத்தோம் பாவீகைக் காட்சியவர்க் கண்ணி மன்னுந்
தேமேவு செந்தமிழ்வல் லோர்புனையு முடம்புபெற்றுத் திகழ்வ தஃதே. (1)

உரையொடும்பாட் டுடையர்சிலர் தாம்வலவ னேவாவா னூர்தி யேகிக்
கரையறுநல் லின்பந்துய்த் திடுவொனு மெய்ம்மொழியுங் கருதி நோக்கிற்
புரைதபுசீ ரிம்மையினு மறுமையினும் பயனீன்று பொற்பக் காண்டும்
அரியபிற வியிற்பெறுவ தாயநல மிதிற்பிறிதிங் கியாவ தம்மா. (2)

புண்ணியஞ்சேர் சீர்கருணைப் புராணமிது நம்மரபோர் புரிந்து நோக்கிற்
றண்ணியநல் லருட்சில முடையோரா தற்குதவுந் தகுதித் தென்றே[யோ ?
யெண்ணியநம் முளக்குறிப்பின் மேம்படுபொன் னுதவினரவ் விசைவேட்டே
நண்ணுகுலத் துரியகுண வியற்கையினோ ? வபிமான நலத்தி னானோ ? (3)

அகத்தளவை முகங்காட்ட வளிப்பவரோ பெரியர்நனி யரிய தொன்னிற்
பகர்ச்சியுறு முனக்குறிப்பின் மீச்சென்ற கொடைகுறித்த பண்புக் கியாமே
தகப்புரியுங் கைம்மாறென் றென்னேயெம் புலவரையைத் தாண்டி நீண்ட
மிகப்பெரிய புகழ்வாயாற் சொலவெளிதன் றவர்பெயரோ விளம்பு வாமால்.()

15-ரூபாய் மகோன்னத வகுப்பினர்.

கு. கந்தசாமி பிள்ளையவர்கள், பெருங்குறிச்சி கர்ணம்.

வளங்குலவுங் கழனிபுடை சூழவுறு பெருங்குறிச்சி வாசன் றூய
ருளங்கெழுநற் கீர்த்திக்கு வித்தாகும் வாய்மைபொறை யொழுக்க மாதி
விளங்குகுண நலனமைந்தோன் குழந்தைவேள் புரிபர்தவம் விளக்கு மைந்
களங்கமறு கலைமாட்சிக் கந்தசா மிப்பெயர்கொள் காவ லோனும். [தன்

சி. இரங்கசாமிப் பிள்ளையவர்கள், வளப்பூர்நாடு கர்ணம்.

வேதாந்த தேசிகர்சித் தாந்தநெறி வைணவமே விழுமி தென்று
மீதாந்த பரந்தாம னடிக்கல்லான் முடிவணக்கா மேலோன் றுமப்
போதார்திண் ணியபுயச்சிங் கையபூபன் றவம்பூத்த புனிதன் றொல்சீர்க்
காதாரச் சேந்தமங்கை யிரங்கசா மிச்சுகுண வருள்மிக் கோனும்.

தா. வெங்கடாத்திரி பிள்ளையவர்கள், அரங்கனூர்.

கற்பித்த மொழிகுழறு மிளங்கிள்ளை யுரைகேட்டுக் கனிபா னல்கும்
பொற்பினெனக் குதவிபல புரிந்திந்தப் பணிகாட்டிப் பொருளு மீந்த
விற்பனத்தா மோதரமா லருந்தவத்துப் புதல்வன்வெங்க டாத்தி ரிப்பேர்
நற்புலவர் புகழுமெழி லரங்கனூர் வாழ்வுகந்த நாவ லோனும்.

சி. அப்பாவு பிள்ளையவர்கள், காடையாம்பேட்டை.

இப்பாரி லுணைப்பார்தர் முணைப்பவெலா மீவார்பா லிருக்குஞ் சீரோ
ஒப்பாரோ யிவர்க்கென்னச் சிரந்துளக்கி வியந்துதன துயர்ச்சி நோக்கி
எப்பாவ லருமிசைக்கும் பெருந்தகைமைச் சின்னையவேட் கினிய செல்வன்
அப்பாவுப் பேராளன் காடையம்பேட் டையில்வாச மமர்ந்த கோவும். (8)

10-ரூபாய் B-வகுப்பு நன்கொடையாளர்.

ந. போலம ரெட்டியார் அவர்கள், கீரப்பூர்.

நம்மரபி லபிமான மிவர்தந்த கொடைத்தகுதி நல்ல கேண்மின்
எம்மரபென் றுலுமன்புக் குரிமையதன் பெருமைசொல வெளிமை யாமோ
தம்மரபு துலக்கிநமக் கோர்வியப்பைப் பொருளினொடு தந்தா னைந்து
செய்ம்மரபிற் செம்மலம்மா கீரநகர்ப் பண்டகுலச் செவ்வே ளன்னான். (9)

பாவலர்மாட் டிசையுமட மங்கையர்கை வளைமனமும் பாராள் கின்ற
காவலராற் பூசனையு மொன்னார்பால் வெற்றியுந்தான் கலந்து பூண்ட
வாவலர்பால் வேறில்லா நட்புமறத் தாற்பொன்னு மதனாற் சீரும்
ஓவறவே யெளிதுபெற்ற நல்லப்ப பூபர்தவ முணர்ந்து மைந்தன். (10)

தண்டமிழோர் கரமொன்றே மங்கையர்தம் முலையுமிவன் சமுகங் காணில்
மண்டுபொன்னே பெறுவமுகில் தருவுமணி நிதியுமிக மனது நாணக்
கண்டபசுந் தோகையனை றொன்னோநாண் விடுவதெனக் கவிஞர் பாடக்
கொண்டபுகழ்ப் பாப்பையவேட் கிளையசிங்கம் போலமப்பேர்க் குரிசி
[லனும். (11)

துத்திப்பாளையம் வ. வேங்கடாசலம் பிள்ளையவர்கள்.

[ன
சிங்கமெனத் திகழ்வலியா னுதாரகுணப் பெருமையினான் செங்கோன் மன்
ரிங்கிதந்தேர்ந் தொழுகியலான் பழனியில்வாழ் முருகனடி யிணைகள் போ
துங்கவர தப்பமகீ பதிபுதல்வன் றத்திநகர்த் துலங்கு மேன்மை [ற்றுந்
வெங்கடா சலநாம சுகுணவரோ தயனென மேதக் கோனும். (12)

துத்திக்குளம் அ. இராமசாமி பிள்ளையவர்கள்.

திக்திக்கு மொழிமடவார் மயல்கொண்டு பின்றொடரத் திகழும் பொற்பான்
புத்திக்குஞ் சாதுரிய மொழிக்குமுய லொழுக்கினுக்கும் பொறைக்குந் தெய்வ
பத்திக்கும் புகழ்க்குமுதா ரணமாக வமையருணா சலவேள் பாலன்
துத்திக்கு ளம்வாழு மிராமசா மிப்பெயர்கொள் சுமுகன் றானும். (13)

நஞ்சுண்டபுரம் மு. சுப்பிரமணிய பிள்ளையவர்கள்.

செப்பிரமணிபகுணத்தா னரும்பொருளூற் பலகலையுந் தெளியக் கற்றோன்
விப்பிரமணிகள்புகலும் வேதாந்த மும்பயின்று விளங்குஞ் சீரான்
ஒப்பிரமணியர்பயினஞ் சுண்டபுர முத்தையவே ளுவக்கு மைந்தன்
சுப்பிரமணியநாமம் புனைந்திசையாற் றிசைபோர்த்த தூய்மை யோனும் ()

லக்கபுரம் ப. திருநங்கைவேல பிள்ளையவர்கள்.

மருக்கமழ்பூங் குழல்வள்ளி தெய்வானை மணவாளன் வடிவேற் கையோன்
உருக்கமுற நினைக்குமன்பர்க் கவரினும்பே ரன்புடையோ னுபய பாதந்
தரிக்குமுடிப் பழனியப்ப மன்புதல்வ னிலக்கபுரந் தனில்வாழ் கின்ற
திருநங்கைவேற் பூபதியா மருந்தவத்துப் பெருந்தகைமைச் சீமான் றானும்.()

கரிச்சிபாளையம் ரா. நஞ்சைய பிள்ளையவர்கள்.

விஞ்சியமா னிடப்பிறவி யரிதென்ப திதுகொண்டு மேலாம் பேறு[மீப்போய்
நெஞ்சுநினைந் தடையுமொரு பெருமைகண்டே யெனத்தேர்ந்த நெறியான்
மஞ்சுதுயல் வருசோலைக் கரிச்சிநக ரிராமையசெம் மற்கு மைந்தன்
நஞ்சையவேள் பொருட்கல்வி கேள்வியறி வொழுக்கநிறை நலத்தி னானும்.

காடையம்பேட்டை சு. நீலமேகம் பிள்ளையவர்கள்.

மூலமே கம்பிரம வத்துவென முழங்குமறை முறைதேர்ந் துற்ற [க்கார்
சீலமே கஞ்சுகமா முயிர்க்கெனுமெய்ம் மையுமுணர்ந்து தெளிந்தோன் மை
காலமே கம்பொருவுங் கொடையாளன் சுந்தரமால் காதற் புத்ரன்
நீலமே கப்பெயரோன் காடையம்பேட் டையில்வாழு நிதிக்கோன் றானும்.()

தாரமங்கலம் ப. கந்தசாமி பிள்ளையவர்கள்.

இந்துமுக மடவார்தம் விழியஞ்சே லென்னவவ ரோந்து கொம்மைப்
பந்துமுலை வம்புபுரி தாரமங்கைக் கயிலாய பரன்றாள் போற்றிப்
பந்தமறும் பழனியப்ப பூமான்முன் றவமெல்லாம் பலிக்க வந்து
கந்தசா மிப்பெயருங் கண்ணியஞ்சேர் புண்ணியமுங் கைக்கொண் டோனும்.

அரங்கனூர் தே. கந்தசாமி பிள்ளையவர்கள்.

கட்டளைக்கலித்துறை.

ஆவலி னுலறம் பூத்துள மேன்மை யரங்கநகர்த்
தேவண பூபதி செல்வக்குமாரன் றிருந்துமிசை
யோவறு கல்வியுஞ் செல்வமு மிக்க வுதாரமுஞ்சேர்
காவல னுங்கந்த சாமி வரோதயக் காட்சியனே. (19)

அரங்கனூர் த. அழகராய பிள்ளையவர்கள்.

திருமேவு செல்வம் பெரும்பயன் மெய்ப்புகழ் செய்யவென்றே
பெருநீதி மான்க ளுரைக்கின்ற மெய்ம்மை பெரிதுணர்ந்த
குருநாத மன்னன் கனயோக புத்ரன் குலாவரங்கைப்
புரமே வழகிய ராயனென் றின்ற புனிதனரோ. (20)

பொட்டணம் பெ. இரகுபதி பிள்ளையவர்கள்.

கலித்துறை.

கரும்பு கைக்கொளாக் குறையலான் மதனொடு காணின்
விரும்பு வேற்றுமை யிராதென மங்கையர் விழையச்
சுரும்ப ரற்றுதார்ப் பெரியணோர் திரன்றரு தோன்றல்
வரும்பு கழ்ப்பதி ரகுபதி பொட்டண வாசன். (21)

இருப்புலி த. சுப்பராய பிள்ளையவர்கள்.

நிலைகொ ளும்பொரு டனைநிலை யில்பொரு ளோர்தல்
கலைகொ ளும்பொருள் கண்டவர்க் காமெனக் காட்டு
மலைகொ டிண்புயக் குமாரசா மிக்கொரு மைந்த
னிலைகொள் வேற்சுப்ப ராயனு மிருப்புலிக் கிறைவன். (22)

பள்ளப்பட்டி த. சின்னைய பிள்ளையவர்கள்.

எழுசீர்க்கழிநெடிலடியாசியவிருத்தம்.

என்றினோ ருதவு மொப்பமாங் காங்கே யெய்தினன் சுயநல மெண்ணான்
நன்றுசெய் கொள்கை யென்றனக் குதவி நானிலத் திசையுநாட் டினனாற்
குன்றின்மே லிட்ட விளக்கினின் றிலங்குங் குணத்தினன் றிருப்பள்ளி நகர்
துன்றிய செல்வக் குப்பண நிருபன் றோன்றலாஞ் சின்னைய துரையே.[வாழ்

வகரம்பட்டி அ. குமாரசுவாமி பிள்ளையவர்கள்.

இத்தனை செயற்கு மாதியாய் முதனூ லீந்தவன் பெரும்புக ழிசைக்க
எத்தனை நாவுண் டெனக்குள தொன்றே யெண்ணியாங் கியம்பலு மெளி
அத்தியண் ணோந்த்ர னளித்தசேய் முருக னடிமற வாமனத் தன்பன் [தோ
மெத்துசீர் வகர நகருளோன் குமார சாமிநா மம்புனை வேந்தே. (24)

பின்கண்டவர்கள் நன்கொடை A வகுப்புத் தொகையாகிய
ரூ 7 கொடுத்துதவினார்கள்.

1 சாமிசெட்டிப்பட்டி T. இராமசாமி பிள்ளையவர்கள்.
2 நடுப்பட்டி P. ஆறுமுகம் பிள்ளையவர்கள்.

அச்சிட்டவர்.

நேசமிகும் நங்குலத்துற் பவித்தவபி மானமதா னிலவ வச்சிற்
றேசுபெறப் பதித்தீர்தான் வியாக்கிரம பாதரின்கோத் திரமுஞ் சீரா
ராசுவலா யனசூத்தி ரமும்படைத்தோன் வேதகிரி யண்ண லீன்ற
பேசுபுக ழார்நயனுப் பிள்ளையெனுஞ் சேலநகர்ப் பெருமை யோனே.

சுபம்.

திருச்சிற்றம்பலம்.

உ

கடவுள் துணை.

ஸ்ரீகருணீகர் புராணம்.

பாயிரம்-கடவுள் வாழ்த்து.

———o:———

மதுரைச் சித்திவிநாயகர்

கலிவிருத்தம்

* சத்தியானைத் தந்துசகங் கணமெய்ச்
சத்தியானே சமாதி செய்வோர்க்கருண்
முத்தியானை முகனமகனகூடல்வாழ்
சித்தியானை திருவடிபோற்றுவாம.

(இதன்பொருள்) சகல உலகங்களையும ஆதி, பரை, இச்சை, ஞானம், கிரியை என்னும் ஐம்பெருஞ் சத்திகளால அழகிதாகப் படைத்தலாதி தொழில்களைப்புரிந்து தியானை சமாதி முதலிய யோக ஞான சாதனம கைவந்தபக்குவிகளுக்கு மெய்சசுமாறு வீடளிக்கின்றவரும, அகோரம், தற்புருடம், வாமம, ஈசானம், சத்தியோசாதம் எனனும் ஐந்து திருமுகங்களையுடையவருமாகிய ஸ்ரீசிவபெருமானது மூத்த புதல்வராகியமதுரைமாநகர்ச் சித்திவிநாயகக்கடவுளின் அழகிய பாதங்களைப்பணிகுவாம. (இந்நூலிடைகணின்றி இனிது முடிதற்பொருட்டு) என்றவாறு.

சத்தியால் எனவே முதற்காரணமும், தந்து எனவே தான் நிமித்தகாரணமுமாதல் பெற்றும். ஐது-அழகிது. குறிப்பு முற்றெச்சம் அழகுபெறச்செய்தல், சடப்பொருள்கள் பல்வேறு வண்ணப்படிவமாய்த்தோன்றி

---

*இக்குறியுள்ளன உரை யாசிரியர் செய்தவை. இவை இவரது சகோதரரும், மதுரைத் தமிழ்ச் சங்கபாலபண்டித பரீக்ஷையின் முதற்பரிசு பெற்றவருமாகிய அ. கந்தசாமிப்பிள்ளை எழுதிய உரைபெற்றன.

னின்றழிதலேயும், சேதனப்பகுதி முன்பின்னுணராவாறு திரோதித்து மல நீக்கத்துக்கதி பெறுமாறு அநுக்கிரகித்தலேயும் குறிக்கும். ஐம்முகங்களுமு றையே அழித்தல், காத்தல், விளக்கல், அநுக்ரகித்தல், தோற்றுவித்தலென ஐந்தொழிலு நடாத்தும். எடுத்த காரியம் சித்திபெறக்கருணைகூர்வாராத லிற் சித்திவிநாயக வணக்கங்கூறினர். அன்றி மதுரைமாநகர்க்கண்ணே வழிநூலாக இந்நூல் செய்யப்பட்டதனுன் அத்தல விநாயகர் வணக்கங்கூறிற் றெனினுமாம். (க)

அருணபுர விபமுகவ கரமைந்துள்ளாயே
யரிமருக திரிநயன வறுகுமுடிசூட
தருணபுரவுமையிறைவர் தந்தபுதல்வோனே
சதுர்மறைகள் பலகலேயுமொழியவலசதுரா
விரணமுடனெதிரவுணனுடலமிருகூறாய்
விழுமிகவுமுனிவுகொடு பொருதவிறலவனே
கருணர்குலசரிதையது மொழியவடியேற்குன்
கருணைபெரிதருள்புரிக கழலிணைகடுணையே.

(இ-ள்) சிவந்த மேனியும், யானை முகமும், ஐந்து கரமுமுடையாய்! மஹாவிஷ்ணுவின் மருகனே! மூன்றுநேத்திரமும்அறுகுசூடிய முடியுமுள் ளவனே! பக்குவ நோக்கிப்பாலிக்கும் உமாமகேஸ்வரர் திருக்குமாரனே! நால் வேதமும் பலகலைகளும் அடியார்க்குணர்த்தும் வித்தகனே! பகை கொண்டெதிர்த்த கயாசுரனுடல் பிளக்கச்சினந்து வீசி வெற்றிபெற்றோய்! சீர் கருணர் வம்ச புராணத்தை எளியேன் இனிது நடாத்த நின்னருள் மிக வும் தருக. எனக்குன் பாதங்களே தஞ்சமாவதன்றிப் பிறிதில்லை எ-று.

அருணம்=செம்மை, புரம்=தேகம், புரவு=ஈகை, பூர்த்தில்விபுதை என்பவ மாகதமுனிவனைக் கூடிப்பெற்ற கயமுகாசூரனல் தேவர் துன் புற்றுமொழிய, விநாயகர் தம்கொம்பிலொன்றை ஒடித்தெறிந்து அவ்வசு ரனை வீட்டினரென்பது ஸ்காந்த புராணத்துள்ளது. (உ)

முருகக்கடவுள்.

வஞ்சியிடை கொஞ்சுமொழி மஞ்சளகவள்ளி
மணவாள குணசீல மயிலேறு குகனே
யஞ்சநடையம்பிகையு மர்திகிறவாறு
மருளருணபுர முருகவயில் பரவுகரனே
தஞ்சமென நம்பினனுனஞ்சல் புரிதணிகைச்
சயிலகுருபரவசுரசமரகம்பீரா
கஞ்சமெனவிஞ்சுபத நெஞ்சமுறவியல்சீர்
கருணர்குல சரிதைபுகல் கருணைபுரிவாயே.

(இ-ள்) வஞ்சிக்கொடிபோலிடையும், கொஞ்சிப்பேசும் மொழியும், முகில்போலும் கூந்தலும் வாய்ந்த வள்ளிநாயகி தலைவனே! நற்குணசீலனே! மயில்வாகனத்தில் வருங்குகனே! அன்னம்போன்ற நடைபெற்ற உமாதேவியாருக்கும் அந்திவண்ணராகிய பரமசிவத்துக்கும் புதல்வனே! ஞாயிறு என்னுந் தலத்திலெழுந்தருளிய இளையோனே! வேலாயுதக்கைகோய்! திருத்தணிகை வாசா! சிவபிரானுக்குங் குருவானவனே! அசுரனை யுத்தத்தில் வென்ற கம்பீரனே! கீர்த்திமிக்க ஸ்ரீகருணீகர் மரபுநூலைப் பேதையேன் சொல்லவறியாமல் உன்னையே பற்றுக்கோடாக நம்பினேனாதலால் அஞ்சலென்றாதரவுகூறுந் திருவருள் புரிவாயாக. நின் தாமரைமலர் போலும் பதங்களும் என் மனத்தென்றும் விளங்குக (எ-று).

இந்நூலாசிரியர் ஞாயிறு பாரீசநாதனென்பவராதலால் ஞாயிறு என்பது இவர் வசித்த ஊர்ப்பெயரென்றறிதற்கு அருணபுரமென்றார். முற்கவியிலும், கீழ்ப்போதரும் மீனாட்சியம்மை துதி கவியிலும் அதனையே விதந்து கூறுவர். மேற்கவியில் அருணபுரம்=சிவந்தமேனி, எனப்பொருள் கொண்டாம். அதுவும் பெ ருந் றுமென்பதறிவித்தற்கு. (௩)

ஸ்ரீ சொக்கநாதர்.

வேறு.

காலையேயருந்து பாந்தள் கம்மதாணிமாலையும்
கனமதார்ந்தசூலமான் கனற்பரந்தகையினர்
வேலைமேவுமாலமுண்ட வீரதீரவிமலனார்
மேருசாபமாய் வளைத்து வெம்புரந் கித்தவ
ராலவாயிலான கூடலாறுபத்துநாலுமாம்
அன்பினேடுமொடல்செய்த வாதி சோதி நீதியார்
சோலைசூழ் மதுரைமேவு சுருதியான பொருளினர்
தோகைபாகர் சொக்கநாத னார்பதங்கள்போற்றுவாம்.

(இ-ள்) வாயுபக்ஷணம் செய்யும் சர்ப்பங்களே பூணையுமாலையும், அயன் சிரமாலிகையே மதாணிப் பதக்கமுமாகப் பெருமை மிக்க சூலம், மான், அக்னி தரித்த கைகளையுடையவர், முற்காலத்து க்ஷீராப்தியி லெழுந்தவிடத்தையுண்ட வீரர் மலரஹிதர் மகமேருவை வில்லாக்கித் திரிபுரதகனம் செய்தவர், ஆலவாயிலென்னும் மதுரைமீது தம்மபிமான வன்புகாரணமாக அறுபத்து நான்கு திருவிளையாடலும் புரிந்த முதல்வர், ஜோதிஸ்வரூபர், நல்லோர்க்கும் அல்லோர்க்கும் நடுநின்றளிக்குநீதியர், சோலைசூழ்ந்த மதுரைக் கண்ணே பொருந்திய வேதப்பொருளானவர் உமாதேவியொரு பாகர் ஆகிய ஸ்ரீசொக்கேசர் திருவடிகளை இறைஞ்சுவாம் (எ-று).

கம்-தலை, பாந்தள்-பாம்பு, பாந்தள்-மாலை, கடி-மதாணி, என்னை எதிர்நிரை நிரையாக்கொள்க. மலம் ஆணவம்மாயை காமியம் என்பன. இவ்வ பசுக்கட்கே யுரியனவாதலின், விமலன் என்றார். திரிபுரத்தாரது கொடுமையுரத்துக் கேற்றப்பட்டது ஒற்றுமை நயம் கருதி. திருமுகிலைத்து அழிந்த மதுரையெல்லை யீதெனப் பாண்டியர்க்குணர்த்தச் சொக்கேசர் ஒரு சர்ப்பத்தைஏவி வளைத்துக்காட்டினமையால் மதுரை, ஆலவாய்-எனப் பட்டதென்பது திருவிளையாடல் திருவாலவாயான படலம். ஆலுமாம் ஆடலெனக்கூட்டுக. சுருதி, கேட்டேகற்றற்பாலதாகிய வேதத்துக்குக் காரணப்பெயர். தோகை என்றார், உமாதேவி நீலநிறத்தையும் பர்வதத்துப் பிறந்து வசித்ததையுங்குறிப்பிக்க. (ச)

மீனாக்ஷியம்மை.

கன்னலன்னமொழியும் வேள்கொள் கணையினன்னவிழியுநீள்
காருநேருமோதி யிநதுகமலமன்னமுகமினுள்
பன்னகம்பரந்தரோகை பணிகள் மின்னு பாணியாள்
பரமாசொககர் பாகமுற்றபாரமேருமுலையினள்
மின்னலென்னு மிடைபுரிந்த மெல்லியருணபுரமுளாள்
வேதமுற்ற பொருளமைந்தவித்தகச சமர்த்தியாள்
அன்னமெனனு மின்னறஙகளுஞலொடெட்டமைத்தவ
ளஙகயற்கணமமை தாளகததிருத்தியோதுவாம்.

(இ-ள்) கரும்பின் சுவைபோன் மதுரந்தரும் சொல்லும், மன்மதன் கையம்புபோன்ற விழியும, நெடிய கருமுகில்போலுங்குழலும், சந்திரனைத தாமரையை நிகர்தத முகமும், நாகங்கணமும், வியாபித்த சங்கம், பத்மம், முதலிய உத்தம ரேகைகளும், ஏனைய ஆபரணங்களும் பிரகாசிக்கும்கையும், கனந்தங்கிய மேருகிரிக கிணையான கொஙகைகளும், மின்னற் கொடியாற் செய்தனைய இடையுமுடையவளாகி ஸ்ரீ சொக்கேசர் வாமபாகத்திலமர்ந்த கோமளாங்கி, பக்தர்களிருதயகமலத்து வசிக்கும் அன்னப்பேடு. முப்பத்திரண்டறங்களையுந்தநதவள், வேதத்துக்கூறும் பொருள்தானேயான சதுர சாமர்த்தியம் பெற்றவள், ஞாயிறு என்னுந் தலத்தெழுந்தருளியவளாகிய மீனாக்ஷியம்மையின் உபயதிருவடிகளை மனத்துட்கொண்டு வாழ்த்தி வணங்குவாம் (எ-று). (ரு)

மதன் கணையை விழிக்குவமித்தல், மலரேயாயினும்-மனமுருக்கும் வலிமை மிகுதி நோக்கி. இவ்வாறே "அஞ்சம்மையும் ஐயன்றன தலகம் மையும் அளவா-நஞ்சங்களைவெல ஆகிய நயனங்களையுடையாள்" என்பர்-

கம்பாட்டாழ்வாரும். விழிகள் மிருதுவேயாயினும் அவற்றின் சாபாநுக்கிரகசாமர்த்திய வலிமைக்களவில்லையென்பது வமையாற்பெற்றபயன். காரும் என்பதின் உம்மை எச்சமாய்க் குழற்குவமிக்கும் மற்றைப் பொருட்களையுமுணர்த்தும். என்றுமொருபடித்தாய் அம்மை முகம்போன்று திகழாமையால், இரவில் விளங்கும் மதியும் பகலிற் பொலியும் கமலமு மிணைந்துவமையாக்க வேண்டிற்று. சர்வலோக ரக்ஷியின் அஸ்தங்களில் அகண்ட சாம்ராஜ்யயோக ரேகைகள் விளங்கன்மரபேயாம் மேரு, முலைக்குவமை, உருவமே யன்றிப்பொன் மயத்தேமல்பூத்துச் சிவபிரான் புயத்தாற் குழைக்கப் படுதலானும் மனமும் வாக்குங்கூறிய உபலக்ஷணத்தாற்காயமும் பெற்றாம். ஈண்டுக்கூறிய அருணபுரம்=(ஞாயிறு) மதனைக் கணித்தாதல் வேண்டும். (சு)

ஏகாம்பரேசுவரர்.

கலிவிருத்தம்.

*பொன்ம லைக்குள புன்மையுங் காட்டுவான்
வின்ம லைத்து விளங்கெழிற் றோட்கணே
மென்மு லைச்சுவ டுங்கொண்ட வித்தகன்
றன்ம லர்க்கழல் சார்பெமக் கென்றுமே.

(இ-ள்) ஸ்ரீகாமாக்ஷியம்மையின் ஸ்தனங்கட்குப் பொன் மலையீன மகமேரு ஒப்பாகாமையேயன்றி, அதன் எளிமையையும் காண்பிக்கும்பொருட்டு அதனை வில்லாக வளைத்து இக்கொங்கைகளின் பெருமையையும் வன்மையையுமுணர்த்த அவற்றால் செய்யப்பட்ட வடுவையும், விளக்கமுற்றழகிய தோட்களிற் கொண்ட சதுரராகிய ஸ்ரீ ஏகாம்பரேசனது தாமரை மலர்போலும் பாதங்களே நமக்கு எக்காலத்துந் தஞ்சமாவது. ஆதலாலவற்றை வணங்குவோம் என்பது குறிப்பெச்சம் (எ-று).

மென்முலை, வித்தகன் என்னும் சொல்நயத்தால், மலை வளைத்த சாகசன் இம்மிருது முலையாற் சுவடுற்றதென்னே ! என்னும் அதிசயமும் தோன்றும். திரிபுரதகனம் செய்த காலத்து மகமேரு வில்லாகவளைக்கப்பெற்றது. சிவபிரான் காமாக்ஷியம்மையின் தவத்தைச் சோதிக்க ஆற்றில் பெருவெள்ளம் வரச்செய்ய மணலிலிங்கத்துக் இடையூறுவராமல் அம்மை இருகரத்தாலும் மார்புறத்தழுவக் கொங்கைக் குறிபெற்றார். ஏகாம்பரநாதர். கருணீக வம்சமூலபுருஷர்கள் ஆதீனம்பெற்றது. காஞ்சிபுரத்துக்கு வந்தபின் ஆதலால் அத்தலக்கடவுள் துதி வேண்டிற்று. (எ)

காமாட்சியம்மை.

வேறு.

*சிலைத்தழும்புங் கல்லெறிசெய் திடுந்தழும்பும் பிரம்புகொண்டு
செழியன் மோது
நிலைத்தழும்புங் கொலைபழுத்த புனவேட னுதைத்தழும்பு
நிற்ப விண்ணோர்
தலைத்தழும்பும் பதமுடையாற் கவைசாலா வெனக்கைவளைத்
தழும்புங் கொம்மை
முலைத்தழும்பும் வழங்கிமகிழ் காமலோ சனிபிருதாண்
முளரி போற்றி.

(இ-ள்) முன்பு அர்ச்சுனனடித்தவிற்றழும்பும், சாக்கிய நாயனார் கல்லெறித்தழும்பும், அரிமர்த்தன பாண்டியன் கைப்பிரம்பால் நிலைபெறமோதிய தழும்பும், கொலைத்தொழினிரம்பிய கானவேடனாகிய கண்ணப்பனார் உதைத்த தழும்பும் ஒருவாறிருப்ப, தேவர்கள் அநுதினம் வந்து வணங்கும் முடித்தழும்பும் கால்களிலுடைய தன் கணவர்க்கவை போதாவென்று கருதித்தனது கைவளையல் தழும்பும், வட்டமான கொங்கைகளழுந்திய தழும்பும்புதிதாகத் தந்துமகிழ்ந்த காமாட்சியம்மையின் இரண்டு பாதங்களையும்வணங்குவோம் (எ-று).

தனது பக்தர்கள்பாலுற்ற பேரன்பு காரணமாக அவர்கள் செய்த தழும்புகளைப்போல் பிராட்டி வழங்கிய தழும்புகளையும் ஒப்புக்கொண்ட கணவனை நோக்கிக்களிப்புற்றுளாதலால் "மகிழ்" என்றார். காமலோனி= காமாட்சி, லோசனம்=கண். (அ)

மஹாவிஷ்ணு.

*சேவடியால் மூவுலகுந் திகழத்தாவித் திறல்படைத்த வவுணர் தமைச்
செறுத்து மென்பூக்
காவிநிக ருருவமுஞ்செங் கமலக்காடுகவின்பெறப்பூத் தெனவன்பர்
கருதத் தோன்றுந்
தேவனொரு கராங்கதுவ நிமிர்கை தூக்கிச் சிந்துரமுன் னாதி
மூல மென்ன
மூவருக்கு மொருமுதல்வன் றானே யென்ன முன்வந்தான் பூங்கழல்கண்
முன்னி வாழ்வாம்.

(இ-ள்) மாபலிச்சக்ரவர்த்திபால் வாங்கிய மூவடி யிடத்துக்கு மூன்றுலகையுமளந்து, பலம்பெற்ற அசுரரை ஜயித்து, மெல்லிய காயாம்பூப் போன்ற நிறமும், செந்தாமரைக்காடு அழகுபெற மலர்ந்தாற்போன்ற கண்,

கரம், வாய், உந்தி, பதங்களும் கருதுகின்ற பக்தர்கள் முன்தோன்ற வருகின்ற தேவனும், தடாகத்தில் முதலையாற் பீடிக்கப்பட்ட கஜேந்திரன் பூர்வம் ஆதிமூலமே யென்றோலமிடத் திரிமூர்த்திகட்குத்தானே முதல்வனென மாறுகாண முன்வந்தவருமாகிய ஸ்ரீமஹாவிஷ்ணுவின் பாதாரவிந்தங்களை ஸ்மரித்துய்வோமாக (எ-று).

வியாபகன் என்னும் பொருள்பெற்ற விஷ்ணுவென்னும் பெயர்த்தன்மை மூவுலகுமளந்த செய்கையாலும், ரக்ஷகன் என்பது அசுரரைவென்றமையாலும், "பத்துடையடியவர்க்கெளியவன் பிறர்களுக்கரியவித்தகன்" என்கை, கருதத் தோன்றலாலும், பரந்தாமன் என்னுமுண்மை கஜேந்திரன்வார்த்தையாலும் விளங்குமாறகப்படக் கூறினர். (௯)

நாமகள்.

வேறு

*நளிகெழு கமலப் புத்தே ணுமணிப் பீடத் தும்பர்த்
தளிகொண்டாங் குள்ளு மன்பர் தம்மணித் தாலு வேறி
யளிகொள்பார்க் கிரண்டு கண்ணு யமர்கலை யுணர்த்தி யுய்க்கும்
ஒளிகிளர் கமலச் சேக்கை யோதிமத் தனைத்துதிப்பாம்.

(இ-ள்) பெருமை பொருந்திய பதுமோற்பவனாகிய நான்முகக் கடவுளின் நாவாகிய ரத்ன சிங்காதனத்தில் வீற்றிருப்பதுபோலவே தன்னை நினைக்கும் பக்தர்கள் நாவிலுமெழுந்தருளி, இரக்ஷணையை விரும்பி நிற்கு முலகுக்கு இரண்டுகண்களாமெனப் பெரியோரோதிய எண்ணும் எழுத்தும் அறிவித்து அவைகாரணமாக நன்னெறிக்கட் செலுத்தியுய்விக்கின்றவள், சூரியனுக்கு மலரும் தாமரை யணையிற்றங்கும் அன்னப்பேடனையாள், ஆகியசரஸ்வதியை வாழ்த்துவோம். (சொற்சோர்வுபடாமல் வாக்கருளும் பொருட்டு (எ-று).

நளி-பெருமை. தாலு-நாக்கு, ஒளி-சூரியன். கண்ணலன்றி ஒருபொருட்டன்மை யுணரலாகாமைபோல் எண்ணு மெழுத்துமின்றிக் கதிக்குரிய நெறிகாணுது, ஆகவேயுயிர்கள் அந்நெறி ஒழுகியுய்தலியலாது. இத்தனைக்குங்காரணம் இவளின்னருளேயாமென்பார் இங்ஙனங்கூறினர். (௰)

ஞானதேவர் முதலியோர்.

கலிவிருத்தம்

*மானு மானும் விழிக்கற்பு மாதிவ
டானு னக்கு மனையெனச் சங்கணி
சோனு ளைத்திடக் கொண்டவன் றந்தருண்
ஞான தேவர்முன் னல்வரைப் போற்றுவாம்.

(இ-ள்) நீலோற்பலமலர் முதலிய பொருட்களேயல்லாமல் மருண்ட நோக்குடைமையால் மானையும் நிகர்த்தகண்களையுடைய கற்பின் மிக்க ருக்மாபாய் என்னும் இப்பெண்ணே உனக்கு மனைவியாகத் தக்கவளென்று சங்கபாணியாகிய ஸ்ரீமந் நாராயணனே கட்டளையிட (அதன்பின்) அவளை மனைவியாக்கிக் கொண்டவராகிய விடோபாவுக்குப்புத்திரராக உதித்தருளிய ஞானதேவர், நிவிர்த்திதேவர், சோபானதேவர் என்னுமூவரையும் முக்தாபாய் என்னும் பெண்ணரசியையும், வணங்குவோம் (எ-று).

குறிப்பு :—மானும் என்பதிலும்மை இறந்ததுதழீஇயிற்று. கருணீக பிராம்மண வம்சத்திலுற்பவித்த வசிஷ்டாவதாரராகிய விடோபாவென்பவர் துறவுபூணுநோக்கத்தாற்காசிக்கேக வழியிற்சந்தித்த சிதோபந்துவென்னும் சுஜாதியினர் தம்வீட்டுக்கிட்டுக்கொண்டுபோய் அற்றையிரவிற்பகவதநுக்ரஹ சொற்பனங்கண்டவாறு தமது அரும்பெறற் புதல்வியாகிய ருக்மாபாய் என்பவளை மணந்துகொள்ளும்படி வேண்டியும், உடன்படாதவிடோபா, ஸ்ரீமந்நாராயணனே பிரத்யக்ஷத்தில் கட்டளையிட்டபின் விவாகம் புரிந்தனரொன்றும், அவர்கட்கு ஸ்ரீசிவபிரானம்சமாகிய நிவிர்த்தி தேவரும், விஷ்ணு அம்சமாகிய ஞானதேவரும், பிரம்ஹாம்சமாகிய சோபான தேவரும், ஆதிசத்தியம்சமாகிய முக்தாபாய் என்னும் பெண்மணியும் அவதரித்தனரொன்றும் பக்தவிஜயம் ஞானதேவர் சரித்திரத்துக்கூறுதலறிக. அந்நூலில் விடோபா ஸ்ரீகருணீக ப்ராம்ஹணவம்சத்தினரொன்று விளங்கவுரைத்தலால் இவர்வள் துதிவேண்டிற்றென்க. (௰க)

சைவசமயாச்சாரியருள் சம்பந்தர், வாகீசர்.

என்பதேந் திழையே யாகவெழுந்திடப் பாடினனும்
தென்புரி திரையிற் கன்மேற்சிவ்வெழுத் தோதினனும்
அன்புள கருணீகர்க்கென் றமைந்த நூலடியேன்கூறு
மின்புகூ ரிப்பாட்டிற்கே யியைந்துமுன் னடப்பர்தாமே.

(இ-ள்) திருமயிலையில் எலும்பைப் பெண்ணாகவெழும்படிப் பாடிய ஸ்ரீதிருஞான சம்மந்தசுவாமிகளும், அழகிய கடலின்கண் அருகக்கூட்டர் கல்லைக் கட்டிவீழ்த்த அதுவேபுணையாக ஸ்ரீபஞ்சாக்ஷரத்தை ஓதிக்கொண்டு நீந்திய ஸ்ரீ அப்பர் சுவாமிகளும் அடியேன்கூறத்துணிந்த ஸ்ரீகணீகர்க்கென்றே தோன்றிய இந்நூலின் இன்பமிகுந்த பாடல்களுக்குத் தாமும் மனம்பொருந்தி வழிகாட்டிமுற்செல்வார்கள். ஏனெனில், குலசிறையார் இவ்வம்சத்தினராதலின், அவர்பாலன்புடைய சம்பந்தரும், அச்சம்பந்தர்மீதன்புகூர்ந்த வாகீசரும் எனது வேண்டுகோளை எதிர்பார்த்துத் தாமியார் (எ-று). (௰உ)

வாதவூரடிகள், நாயன்மார், அகத்தியர்.

†அன்பினு லுருக்கிப் பாடும் வாதவூ ரடிகள் போற்றி
நம்பியாண் டாரே யோதும் நாயன்மா ரடிகள் போற்றி
பைம்பொழில் வைகைக் கூடற் பதிவிளை யாட லுற்ற
பம்புநீர்க் கும்ப யோனி பாததா மரைகள் போற்றி.

(இ-ள்.) பசிய சோலைகள் சூழ்ந்த வைகை நதிக்குச் சமீபமாகிய மது ரைபுரத்து ஈசன் திருவிளையாடலைக் கருதிப்பெற்ற அன்பால் மனம்நெக்கு ருகித் திருவாசகமும், திருக்கோவையும் பாடியருளிய ஸ்ரீவாதவூரரையும், நம்பியாண்டார் நம்பிகளாற்புகலப்பெற்ற சிவனடியார்களாகிய எல்லாநாய ன்மார்களையும், பரந்த நீர்பொதிந்த மந்திர கலசத்தினின்று ஜனித்த செந் தமிழாசிரியராகிய அகத்திய முனிவரையும் வணங்குவோம். (எ று.)

பிரமதேவன் யாகத்தில் மந்திரகலசத்தினின்றும் பிறந்ததினால் அகத் தியர் கலசயோனி, கும்பமுனி எனப் பெயர்பெற்றார். (கரு)

சுந்தரமூர்த்தி சுவாமிகள்.

*பித்தனென் றுரைக்கும்பேறு பெறற்கலந் திருந்து வாய்ப்ப
வத்தனே வலித்த தென்னை யடிமைகொண் டாளற் கன்றால்
சித்தமுற் றியானே யேவுஞ் சிறுபணி செயற்கென் பான்போன்
முத்தணி நகைபாற் றூது மூடுக்கியோன் றிருத்தாள் போற்றி.

(இ-ள்.) யாவர்க்கும் பரம பிதாவாகிய ஸ்ரீசிவபரஞ்சுடர் தன்னைப் பித் தனென்று சொல்லக்கேட்கும் பாக்யம் வருங்காலத்தை ஆசையோடு எதிர் நோக்கி நெடுநாட் காத்திருந்து சமயம் வாய்க்கத் தானே வந்து நம்மை வலிந்து தனக்கடிமையாக்கிக்கொண்டது எமக்கு ஏவலிடும்பொருட்டல்ல மனமிசைந்து யாம் ஏவுகின்ற குற்றேவலைச் செய்வதற்காகவேயாம் என்னு முண்மையை உலகத்துக்குக் காட்டுவார் போல் முத்தை நிகர்த்தழகிய பற்களையுடைய பரவைநாச்சியார் திருமனைக்கு அப்பரமேசனை விரைந்து செல்லத்தூத்திய ஸ்ரீசுந்தரமூர்த்தி சுவாமிகளது அழகிய பாதங்களை நமஸ் கரிப்போமாக.

ஒருவரை அடிமைகொள்வது, தானேவிய பணிவிடைகளைச் செய்வ தற்கேயன்றோ? அங்ஙனமன்றி அடிமைகள் சொல்லிய பணிவிடைகளைத் தான் செய்வதற்காக அடிமைகொண்டு, பின்னும் தன்னைப் பித்தனென்று கூறுங்காலத்தை ஆவலோடு எதிர்நோக்கியிருந்தது என்னே! என்பது கவி சமத்காரம். (கசு)

---

†இக்குறியிட்டவை ஏட்டிலின்றி அச்சுப்பிரதியில்மட்டு மிருப்பன.

சித்திரகுப்தர்.

அத்திரி புறமெய்ஞ் ஞான வறிவினைத் தெளிந்து கண்டோர்
சித்திர யமனை யன்பாற் சேர்ந்தனைத் துயிர்க் கணக்கா
யெத்திசைப் புவனத் தெய்து மிருவினை யெழுதிச் சொல்வோர்
சித்திர குப்தர் தூய திருவடி யிணைகள் போற்றி.

(இ-ள்.) ஐயம், திரிபு, அறியாமையென்னும் மூன்று குற்றமு நீங்க மெய்ஞ்ஞானமுணர்ந்த விவேகியரும், தர்மசெங்கோனடாத்தும் இயமதேவனை யன்பினாற்சேர்ந்து எல்லா வுலகங்களிலுமுள்ள சர்வபிராணிகளின் நல்வினை தீவினைகளைப் பகுத்தெழுதிக் கணக்கிட்டுச் சொல்வோருமாகிய சித்திரகுப்தரின் பரிசுத்தமுற்ற மேன்மை தங்கிய இருபாதங்களையும் வணங்குவோம். (எ-று.)

அகரம்பண்டறிசுட்டு. திரிபு அறத்தெளிந்து என்றமையான் முக்குற்றமு நீங்க என்றும். புவனத்தெய்தும் அனைத்துயிர் இருவினை எழுதிக் கணக்காய்ச்சொல்வோரென மாறிக்கூட்டுக. சித்திரகுப்தரே இவ்வம்ச மூலபுருஷராகையால் அவர் துதி வேண்டாற்பாலதே. (௧௫)

குலச்சிறைநாயனர்.

வேறு.

* ஐங்கரற்கு மறுமுகற்கு முணக்கிடையாக் கொங்கைபொழி
யமுத மூட்ட
மங்கைதனக் குளாத்துமணிச சிவிகைதந் துஞ் செய்தான்றி
மறந்தான் போலச
சங்கரற்கே வளர்ந்ததிரு வாய்க்கொண்டு சண்பையர்கோன்
றமிழ்த்தார் சூட்டத்
துங்கமுறச சூடியிசை நிரப்புகுலச சிறையடிக
டுணைத்தாள் போற்றி.

(இ-ள்.) விநாயகர்க்கும் முருகக்கடவுளுக்கும் உண்ணக்கிடையாத உமாதேவியின் முலைப்பாலை இவர்க்கு ஊட்டுகவென்று கட்டளையிட்டும், முத்துப் பல்லக்கு, தாளம் முதலிய பரிசில் தந்தும் ஸ்ரீசிவபெருமான் தமக்குச் செய்த உபகாரத்தை மறந்து, அவனைப் பாடற்கேயுரிய அழகிய வாயினால் சீர்காழித் திருஞானசம்பந்த சுவாமிகள் தமிழாற்புனைந்த செய்யுண்மாலையைச்சூட்ட உயர்வுபொருந்தச் சூடிப் புகழ் நிறைந்த ஸ்ரீகுலச்சிறைநாயனரின் இரண்டு பாதங்களையும் கைகூப்பித் தொழுவோம். (எ-று)

கவிசமத்காரமாய் ஈசனையே பாடற்கேற்ற வாய்கொண்டு இவரைப் பாடிய பெருமை விளங்க "மறந்தான்போல" என்கின்றார். தமிழ்த்தார் — மங்கையர்க்கரசியாரையும் குலச்சிறைநாயனாரையும் ஒவ்வொரு கவியிலும் புகழ்ந்துபாடிய செய்யுட்கள். விநாயகர்க்கும் இளையவர்க்குங்கிட்டாத பாலுண்ட வாய்க்குத் 'திரு' என்னும் அடைவேண்டாவோ? சண்பை-சீர்காழி. குலச்சிறைநாயனார் இம்மரபின் மேம்பாடுற்றவரும், நாயன்மார்களுளொருவரும், இப்புராணம் தமிழிற் செய்தற்குக் காரணருமாயிருந்தலால் அவர் துதியின்றியமையாததேயாம்.

சுவாமிகள் திருப்பதிகம் சூடியபின் வேறோரிசை வேண்டற்பாலதன்றென்னுங் கருத்தால், இசைநிரப்பிய என்றார். மங்கையர்க்கரசிமீதும் பாடினும் பெண்பாலாகிய அவளினும் அறிவுடைய குலச்சிறை எவ்வாறு ஏற்றனர் சங்கரற்கேயுரிய வாய்க்கவிதையை? என்னுமோர் நயமும் தோன்றக்கிடந்தது. (௧௬)

நக்கீரர், கடவுண்மாமுனிவர்

வேறு.

† கல்விச்சங் கத்தோர்க் கெல்லாங் காரண வுருவாய் வந்த
செல்வநக் கீரன் பாதஞ் சேர்த்தனன் முடியின் முன்ன
நல்லவிக் கருணர் காதை நயந்தினி தளித்த வின்சொற்
றொல்புகழ்க் கடவு ளான மாமுனி துணைத்தாள் போற்றி.

(இ-ள்.) கல்வியாற் பெருமைமிக்க கடைச்சங்கப்புலவர் நாற்பத்தொன்பதின்மருள்ளுங் காரணஸ்வரூபியாய்த் தோன்றிய பாக்கியம்பெற்ற நக்கீரரது திருவடிகளை எனது முடிக்கு [illegible], நன்மைபெற்ற இக்கருணீக வம்ச வரலாற்றை [illegible] புராணிகரிடம் சென்று முன்பு வாங்கி [illegible] பழமையான [illegible], இனிய மொழிகளையுமுடைய கடவுண்முனிவரது உபயபாதங்களையும் நமஸ்கரிப்போமாக. (எ-று.)

நக்கீரர் இம்மரபினரென்பது "கணக்காயனார் மகனார் நக்கீரனார்" என்னும் வழக்கானன்றியும் இந்நூலுட் சீர்கருணர் புகழ்கூறிய சருக்கத்தும் கூறப்படுதலானும் இவர் இந்நூல் தமிழில் வருவதற்கு ஆதிகாரணராயிருந்த சிறப்புடைமை பற்றியும், கடவுண்முனிவர் முதனூலைச் சூதபுராணிகரிடத்தினின்று கொணர்ந்ததனாலும் இங்குத் துதிக்கப்பெற்றனர். (௧௭)

ஸ்ரீ கருணீகர் புராணம்.

சீத்தலைச்சாத்தனார்.

வேறு.

* மலயமா தவனீன்ற தமிழ்ப்பாவைக் கினிதொருமங்
கலநா ணீந்தான்
பலகலைதேர் வள்ளுவனற் சிலப்பதிகா ரமுமிளங்கோப்
பாவிப் பானு
விலகுமணி மேகலையெண் காழலமுப் பதுபுனைவ
லெனவீந் தெய்து
மலகில்புகழ்ச் சீத்தலைச்சாத் தன்கருண குலத்தோன்ற
லடிகள் போற்றி.

(இ-ள்.) பொதியமலை வாசராகிய அகத்தியனார் இலக்கணம் புகன்று சிறப்பித்த தமிழென்னும் பெண்மணிக்குப் பலவகை நூற்கள் பயின்று வல்ல திருவள்ளுவர்குறள் இன்பமாகிய ஓர் மாங்கல்ய சூத்திரம் போலும். இளங்கோவடிகளென்னும் அரசன் சிலப்பதிகாரமும் இவட்கு நல்குவான். யான் பிரகாசிக்கின்ற இரத்தினங்களாலமைந்த மேகலாபரணம் எட்டுச்சர மல்ல, முப்பது செய்தளிக்கின்றேன் என்று தந்து அதனாற் பெற்ற அள வற்ற கீர்த்தியையுடைய ஸ்ரீகருணீக வம்சோத்பவராகிய சீத்தலைச்சாத்த னென்னும் சங்கப்புலவர் திருவடிகளை வணங்குவோமாக. (எ-று.)

அகத்தியனார் பொதியத்துக்கு வருமுன்பே இந்நாட்டில் தமிழ்வழங் கிற்றெனினும், அம்முனிவர் அகத்தியமெனத் தன்பெயரானேயிலக்கண நூல் செய்தனராதலின் ஈன்ற என உபசரித்தார். கதைத்தொடர்பில் மணிமேகலை சிலப்பதிகாரத்தின் பிற்படுவதாயினும், முற்படச் செய்யப் பெற்றதென்பது அறிஞர் துணிபு ஆதலிற் பாலிப்பான் என எதிர்காலத் துக் கூறினர். "எண்கோவைமேகலை காஞ்சியிருகோவை" என்பதினால் மங்கையரணியும் மேகலை எட்டுக்கோவையுள்ளதாயினும், இத்தமிழ்மா னுக்கு விசேடமாக முப்பதுகோவை மேகலையொன்று நவீனமாகத்தருவார் போன்று முப்பது காதையுள்ள மணிமேகலை என்னும் காப்பியம் புனைந்த னனென்க. கூலவாணிகச்சாத்தனார் என்னுமியற்பெயர் கொண்டு இவனை வாணிக மரபினனெனக் கூறுதல் பொருந்தாது. இவரது முன்னோர் வாணி பத்தொழில் புரிந்துவந்த காரணத்தானன்றிக் குலத்தாலப்பெயர் பெற்றா ரல்லரென இந்நூலில் விளக்கிய சீர்கருணர் புகழ்கூறிய கருணர் (…) என [illegible]
செய்யுளிற் காண்க.

இராமலிங்க சுவாமிகள்.

* இருட்பாவும் வையகத்தோ ரிளங்கதிர்ஞா யிறுதோற்றி
யெறித்து முள்ள
மருட்பாவு மிருளகற்ற மாட்டாமை கண்டிந்த
மரபிற் றோன்றித்
தெருட்பாவு முபநிடதச் சித்தாந்தச் சிகைக்கனிமெய்த்
தேறல் வாக்கி
யருட்பாவொன் றினிதுரைத்த கருங்குழியி ராமலிங்க
வடிகள் போற்றி.

(இ-ள்.) அந்தகாரம் மிகப்பரவிய இந்நிலவுலகத்தே அதனை நீக்கக் கிரணக்கற்றைகளையுடைய ஓர் இளஞ்சூரியனுதித்துப் பிரகாசித்தும், புற விருளையேயன்றி மனிதர்களின் அகவிருளை அகற்றமாட்டாமை நோக்கி இவ்வம்சத்தில் அவதரித்து தெளிவுபொருந்திய மெய்ம்மையான வேதாந்த உபநிஷத்துக்களின் முடியிற்கனிந்த சித்தாந்தக் கனியின் இரசத்தைப் பிழிந்து வார்த்தாலொத்த திருவருட்பாவை இன்பமாகத் திருவாய்மலர்ந்த கருங்குழி இராமலிங்க சுவாமிகள் நம்மைப்பாதுகாப்பாராக. (எ-று.)

தெருட்பாவுமெய்யுபநிடதசிகைசித்தாந்தக்கனியென மாற்றுக. இருட்பாவும் வையகமென்றாற்போல இருட்டரு முலகமென்பர் கம்பரும். வேதசிரசாகிய உபநிஷத்துக்களின் முடிந்த உண்மையே சைவசித்தாந்த மென்பதனால் உபநிடதச்சிகைக்கனி என்றார். போற்றி-பாதுகாக்கவெனப்பொருடரல் "பொய்தீர்காட்சிப்புரையோய் போற்றி" என்னும் சிலப்பதிகாரப் புறஞ்சேரியிறுத்தகாதை கூறுவது அடிக்கு அடியார்க்குநல்லார் கூறியவாற்றால் அறிக. (கக)

அருகக்கடவுள்.

வேறு.

திங்கண்மா முக்கு டைக்கீழ்ச் செழுமலர்த் தேர்மேல் வந்து
பங்கயன் றிருமா லீசன் பரஞ்சுடர் வடிவொன் றாகி
யெங்கணுந் தருமம் வீற வெண்குணம் படைத்து நின்ற
புங்கவன் கமல பாதம் போற்றியே வணங்க லுற்றாம்.

(இ-ள்.) பெருமைபெற்ற சந்திரனைப்போல் விளங்கும் முக்குடை நீழலில் செழித்த தாமரைப்புட்பமாகிய வாகனத்திற்றோன்றி பிரமவிஷ்ணுருத்திரர்களாகிய திரிமூர்த்திகளுந்தாமாகி எல்லாவிடத்தும் தருமம் மேம்பட அஷ்டகுணங்களையும் பெற்ற பரிசுத்தனாகிய அருகக்கடவுளின் தாமரைமலர்போலும் பாதங்களை ஸ்தோத்தரித்து நமஸ்கரிக்கின்றோம். (கஉ.)

புராண ஆசிரியராகிய பாரீசநாதர் அருகமதத்தினராதலிற்றங்கடவுள் வணக்கங் கூறினர். பண்டைக்காலத்துக் கல்விமான்கள் இக்காலம் போல் மதநிந்தனை செய்வாரல்லர் என்கை இந்நூற்கண் இந்துமததெய்வ வணக்கங்களைக்கூறியபின் தம் வழிபடுகடவுள்வணக்கம் கூறிக்கொண்ட இவர்செய்கையே இனிதுவிளக்கும். புத்தமதநூலாகிய மணிமேகலை ஆசிரியராகிய சீத்தலைச்சாத்தரும் அருகமதத்திற்குரிய சீவகசிந்தாமணிக்கு உரையாசிரியராகிய நச்சினார்க்கினியரும் புறமத தூஷணை செய்யாப் புண்ணியரென்க. அருகக்கடவுட்குரிய முக்குடைகள் சந்திராதித்யம், நித்யவிநோதம், சகலபாசனம் என்பன. இவை பொன், இரத்னம், முத்து இவற்றாலாக்கப்பட்டவை. வாகனம் தாமரைமலர், என்கை "பூநகைத்திலங்கு கஞ்சப் பொகுட்டின்மீதே யொதுங்கும்" என்பதாலறிக. எண்குணமாவன:—அநந்தஞானம், அநந்தவீரியம், அநந்தசுகம், அநந்ததரிசனம், நாமமின்மை, கோத்திரமின்மை, ஆயுவின்மை, அழியாவியல்பு எனவிவை அருகமதக்கோட்பாடு. (௨௰)

ஆழ்வார்கள், மறையவர், தேப்பெருமாள்.

வேறு.

† சோலைமலை தனிலமருந் துளவ மாலைத்
தொழுதுருகும் பத்தர்கடம் துணைத்தாள் போற்றிக்
காலைமுதற் சந்திசெயு மந்த ணாளர்
கழல்போற்றிக் கருணீக புராணந் தன்னை
வேலைசூழ் புவிதனிலே விரிக்கத் தந்த
வேதகுலத் தேப்பெருமா ளடிகள் போற்றி
யோலையிலே தீட்டினன்கு விருத்தப் பாவா
லோதுவேன் புலவர்குழா முகப்ப மாதோ.

(இ-ள்.) சோலைமலையிலமர்ந்த துழாய்மாலைபூண்ட ஸ்ரீமஹாவிஷ்ணுவை வணங்கி யன்பினுலுருகும் ஆழ்வாராதிகளையும், காலைமுதலியகாலங்களிற் சந்தியாவந்தனாதி நித்யகர்மங்களைச்செய்யும் பிராமண ஸ்ரேஷ்டர்களையும், இந்நூலை யான் தமிழில் விரித்துச்செய்ய வடமொழியினின்றும் மொழிபெயர்த்துதவிய வேதியராகிய தேப்பெருமாளையையும் நமஸ்கரித்து விருத்தச் செய்யுளினங்களால் வித்துவான்கள் மகிழும்படி கூறுகின்றேன். (எ-று.) (௨௧)

அவையடக்கம்.

வேறு.

சீரினால் விளங்கும் வேத வியாசர்சொற் புராண முன்னர்
தேறியா னுரைப்ப னென்றே சிந்தையி னினைந்த தன்மை
மாறிலா மேரு வுச்சி வழிபெறக் குருட்டுப் பங்க
னேறினன் காண்ப லென்ன வெண்ணிய வியல்பிற் றாமால்.

(இ-ள்.) பெருமையோடு விளங்கும் வேதவியாச மஹாமுனிவருரைத் தருளிய 'பிரமாண்ட' புராணத்துள்ள இச்சரித்திரத்தை மனந்துணிந்து சொல்வேனென்று யான் கருதியது, ஊழிக்காலத்துந் தன்னிலை திரியாத மகமேருகிரியின் சிகரத்தைக் குருடனாகிய ஓர் முடவன் விரைவிலேறிக் கண்டுவர நினைந்தாற்போலும். (எ-று.)

தேவர்கள் உலாவுதற்குரிய மேருவின் பெருமையைக் கண்ணிலாமையால் அறியப் பெறானேனும் கேள்வியாலாவதறிந்து நீங்காமலும், ஏறத்தொடங்கும் தனக்கு வழியறியக் கண்களும் செல்லக்கால்களுமில்லை என்று நினையாமலும் துணிந்த அந்த முடவன் கண்டோரால் பரிகசிக்கப் பெறுவதைத்தவிர வேறோர் பயனை எவ்வாறடையானோ, அங்ஙனமே வேத வியாசர்கூறிய சரித்திரம் பேரறிஞருரைக்கத்தக்க பெருமைத்தென்பதைய றிந்து விலகாமலும் எனது கல்விப்புலன் இந்நூலை முற்றவுரைத்தற்கும் போதியதன்றென நினையாமலும் யான் சொல்லப்புக்கதன் பயன் வித்து வான்களின் முகநகை பெறுவதன்றி வேறில்லையெனத் தன்னிழிபு கூறிய வாறு (உஉ)

இதுவுமது.

* முன்கவிக் கின்ற சீர்த்தி முதிர்கலைச் சுவைதேர் நாவார்
பொன்கவி பொற்பக் கண்டு நாணின்று புகலப் புக்க
வென்கவி பயன்ப டாவென் றிசைப்பதோ விழிபிற் றூய
புன்கவிக் கொருதிட் டாந்தம் புகலுவார் திகைப்பு நீக்கும்.

(இ-ள்.) மிக்க புகழ்மூடிய பழமையான நூற்களின் சாதுரிய மாதுரியச் சொற்பொருளின்பங்களை யுண்டநுபவமுற்றிய நாவினையுடைய ஆசிரியர்கள்கூறிய பொன்போலருமையாகப் பாதுகாத்தற்குரிய கவிகள் நம் கண் முன்பாக அறமுதலிய நாற்பொருட்களையும் யாவர்க்கும் பயன்படத் தந்து விளங்குவதைக்கண்டிருந்தும், சிறிதும் வெட்கமின்றிச் சொல்லத்தொடங் கிய எனது கவிகள், இலக்கண இலக்கியப் பிழைகள் நிரம்பித் தாழ்ந்த புன்கவிக்கு ஒரு திருஷ்டாந்தம் வேண்டுமென்று விரும்புவோர் அவ்வகைக்

கவிகள் இல்லையேயென்று மயக்கும் மயக்கத்தைத் தீர்க்குமாதலால் இவை உபயோகமில்லையென்று யாவர் தாம் சொல்வார்கள், (எ-று.)

முன்கண்டும் "எனக்கூட்டுக. இன்று இன்றி என்பொருட்டாதது "அன்றியின்றியென்வினையெஞ்சிகரக்தொடர்பினுளுகரம்" என்னும் விதியால். இழிபிற்று, என்பதற்கு இலக்கண இலக்கிய வழுக்கள் நிரம்பி எனக்காரணம் காட்டினும். பொன்கவியாவன: புவியினுக்கணியாயான்ற பொருட்டாதுபுலத்திற்றாகி, யவியகதுறைதொடாங்கி யைந்திணைநெறியளாவிய, சவியுறத்தெளிந்து தணணென்றெழுக்கமும்பயின்றசான்றோர் கவிகள். பொன்கவியாதலால் பொற்ப (விளங்க) என்றார். புகலுவார்-விரும்புவோர், போரொனிற் புகலும் என்புழிப்போல். முன்னைய ஆசிரியர்கள் கவிகள் இலக்கணநெறி வழாதனவாய்ப் பெரும்பயன் தருவனவாக நின்புன்கவியாற் பயனென்னை? எனக்கடாவுவார்க்கு மேலோர் கவிப்பெருமைதோன்ற இலக்கணஞ்சாலாப் புன்கவித்தன்மைக்குதாரணம் வேண்டுமாதலின் அவ்வகைக்கவிகளுமிருத்தல் அவசியம். ஆகவே என்கவிகள் புன்கவிகட்குத திருட்டாந்தமில்லையே என்பார்க்கு மயக்கொழிக்கும் பயத்தனவாக இவைபயனில்லை என யாரோ கூறுவர்? எனசசாதுரியம் படக்கூறிய இக்கவி, இந்நூலைப்பரிசோதித்துக் கூட்டியவர்கூற்று. "வீறிலால்" என்னும் மேலைசசெய்யுளில் பழம்புராண ஆசிரியர் அவையடக்கம் கூறியிருப்பதமையாதோவெனின் பரிசோதகர் ஆதித்யபுராண வசனத்தைத் தழுவிச செய்யுள் செய்கினறமையாற் தமது கவிக்குத் தாம் அவையடக்கம் கூறினரொன்க. (உங)

பாயிரம், கடவுள் வாழ்த்து முற்றும்.

இரண்டாவது

புராணவரலாற்றுச் சருக்கம்.

வேறு.

மாகருணப் பயவாரி கடைய வந்த
மீருந்தளித்த திருமாலு மறையோன் காணா
வாகருணன் மதிவிழியார் மதலை சூடி
மழுமானு மணிந்தகரன் மாது பாக
னாகருணை புரிந்தேறு மரனார் தந்த
வசறுமுகக் குமரனிணை யடிகள் போற்றிச
சீர்கருணர் சரிதைபுவி சேர்ந்த வாறுஞ்
செகம்பரந்த வாறனைத்துஞ் செப்ப லுற்றாம்.

(இ-ள்.) பாற்கடல்கடையத் தோன்றிய அமுதத்தைத் தேவர்களே யுண்ணும்படி கடாக்ஷித்த லக்ஷ்மீநாயகனும் பிரமதேவனுங் காணற்கரிய வரும், அழகிய சூரிய சந்திரர்களை விழியாகவுடையவரும், கொன்றைமாலை சூடி மான்மழுத்தரித்த கைகளையுடையவரும், உமாதேவியை வாமபாகத்திற் கொண்டவரும், நந்தியின்பேரில் அருள்கூர்ந்து ஆரோகணிக்கின்றவருமாகிய சிவபரஞ்சுடரீன்ற ஷண்முகக்கடவுளின் உபயபாதங்களையும் வணங்கி இப்பூமியின்கண் சீர்கருணீக வம்சோற்பத்திவரலாறும், பின்புதேசங்களில் அம்மரபினர் வியாபித்த சரித்திர முற்றும், இனிக்கூறுகின்றோம். (எ-று.)

மாகர்-ஆகாயவாசிகளாகிய தேவர். சீர்கருணரென்பதில் ரகரவொற் றிடைவந்த ஆசெதுகை "காய்மாண்ட தெங்கின்பழம் வீழ" என்னுஞ் சிந்தாமணியிற்போல. (க)

* விரிந்தபுகழ்த் தவவேத வியாதனார்முன்
விளம்புரா ணங்களட்டா தசத்து ளொன்றாய்
வருந்தகைய பிரமாண்ட புராணத் துற்ற
வகையறிந்து நக்கீரர் வழுத்த வாய்மை
பொருந்துகுலச் சிறையடிக ளுவப்பக் கூனற்
போர்வழுதி யவைக்களரங் கேற்றப் பெற்ற
திருந்துவட கலையதனைத் தென்சொல் லாக்கித்
தேப்பெருமாள் மொழிபெயர்த்துச் சிறப்பா நல்க.

(இ-ள்.) பரவிய கீர்த்திபெற்ற தவசிரேஷ்டரான வேதவியாச மஹா முனிவர் முற்காலத்துத் திருவாய்மலர்ந்தருளிய பதினெண்புராணங்களுள் ஒன்றாகிய பெருமையுடைய பிரமாண்ட புராணத்தின்கண் இவ்வம்ச வரலாறு சுருங்கக்கூறப்பட்ட விதத்தையறிந்து சங்கப்புலவருள் தலைமை பெற்ற நக்கீரனார் தெரிவிக்க உண்மைப்பொருளுணர்ந்த குலச்சிறைநாயனார் சந்தோஷிக்கக் கூன்பாண்டியன் தன் சபையில் அரங்கேற்றுவிக்கப் பெற்ற திருத்தமாகிய சமஸ்கிருத முதல்நூலைத் தமிழில் மொழிபெயர்த்துத் தேப்பெருமாளையென்னும் பிராம்ஹணசிரேஷ்டர் சிறப்பித்துத்தர.(எ-று.

நக்கீரர் தம் வம்சாவளி பிரமாண்டபுராணத்திலுள்ளதென்றுணர்க்க, குலச்சிறைநாயனார் பேருதவியால் சமணமதத்தினின்றும் விலகி மெய்ச் சைவநெறியடைந்துய்ந்ததற்கு எதிர் உபகாரமாகக் கூன்பாண்டியன் அவர் வம்சநூலைத் தன் சபைக்கட் கொணர்வித்து அரங்கேற்றுவித்தானெனப் பழம்புராணங்கூறும். இதுமுதல் எட்டுகவிகள் குளகம். (உ)

* ஞாயிறெனும் பதிக்கணுளா னருக தேவ
ணுண்மலர்த்தாள் வணங்குறுபா ரீச நாதன்
பாயிரநூற் சீர்கருணர் புராண மென்னப்
பாடுகவி யதனையுமேற் பரிதிப் புத்தேள்
வாயுளாயா இித்தபுரா ணமதா நாளு
மன்னுமுப புராணமட்டா தசத்துண் மிக்க
தூயவட கலையுள்ளு நாலாம் வேதச்
சூரியசா காசந்தித் துறையி னூமே.

* உணக்குமிந்த மரபினெறி வரலா றெல்லா
மோங்குபுகழ்ப் பாண்ரேவா தூல கோத்ரத்
திருக்கள்ளங் கந்தாடை யந்த ணாளர்
திலகவேங் கடராக வாசா ரிப்பேர்
தரிக்குநங்கள் வழித்தெய்வம் போல்வா னல்கச்
சாலப்பாக் கத்துயர்ம ரீசி கோத்ரம்
பொருத்துவைகா னசசூத்ர முத்தை யப்பேர்ப்
பூபனருண் மாணிக்கப் புனித னூலே.

* தன்குலத்தி னபிமானக் காத லூண்டத்
தகைமிகுசீர்க் கருணீக ரவ்ய கவ்ய
மென்குறுதூ லச்சியற்று மதையும் பார்மீ
திலங்குபுகழ் பெறுமூறப் பாக்கத் தூற்றேன்

னன்கமைந்த கவிஞர்பிரா னங்கு சாமி
நவின்றகரு ணீகவம்சப் பிரதா பப்பேர்ப்
பொன்கவினு நூலுமொப்ப வாய்ந்து காடிப்
பொருளமைதி யுணர்ந்துவரும் பேதம் போக்கி.

(இவை மூன்று மொருதொடர்.).

(இ-ள்.) ஞாயிறு என்னும் நகரில் வசிப்பவரும் அருகக்கடவுளின் தாமரை மலர்போலுந் திருவடிகளை வணங்குபவருமாகிய பாரிசநாதனென்னுமுனிவர் சிறப்புப்பாயிரமுட்படுத்திச் சீர்கருணர் புராணமெனப் பெயர் தந்துபாடிய நூற்கவிகளையும், உபபுராணம் பதினெட்டினுள் ஒன்றாய் விளங்குவதும் முன்பு சூரியபகவானால் அருளிச்செய்யப்பெற்றதுமாகி என்றும் நிலைபெற்ற ஆதித்தபுராணமென்னும் ஸம்ஸ்கிருத நூலிலும் அதர்வண வேதத்திற் சூரியசாகாசந்தி கணிதசாகாவிதியிலும் கூறப்படுகின்ற இவ்வம்ச ஒழுக்க வரலாறுகளைக் கீர்த்தியால் மேம்பட்ட பாண்டூரில் வசிக்கும் பிராம்ஹண சிரேஷ்டராகிய வாதூல கோத்ரம் திருக்கள்ளங் கந்தாடை வேங்கடராகவாசாரியாரென்னும் திருநாமம்பெற்ற நமது வழிபடுகடவுள் போல்வார் மொழிபெயர்த்துத்தரச் சாலப்பாக்கத்தில் வசிக்கும் மரீசி மஹாரிஷி கோத்ரம் வைகானச சூத்ரமுடையவராயுயர்ந்த முத்துப்பிள்ளை புதல்வராகிய மாணிக்கம்பிள்ளை என்னும் பரிசுத்தகுணமுடையவராலே தமது வம்சாபிமான ஆசைமேற்செலுத்த அச்சிட்டுதவப்பெற்ற பெருமைமிக்க சீர்கருணீகரவ்யகவ்யமென்னும் நூலையும், பூமியின்கண் விளங்குகின்ற ஊறப்பாக்கத்திலிருப்பவரும் நன்மைபெற்ற கவிஞரிற் சிறந்தவருமாகிய அங்குசாமிப்பிள்ளையென்பார் சங்கிரகமாக மொழிந்த கருணீகவம்சப்பிரதாபமென்னும் விளக்கமாகிய அரியநூலையும், ஒப்பவைத்து ஆராய்ந்து அவற்றின் பொருள் அமைதிகளை நுண்ணிதினறிந்து ஒன்றற்கொன்றுள்ள சரித்திரபேதங்களை நீக்கி. (எ-று.) (ரு, சு, ள.)

வேறு.

* முந்தை நூலுளும் வேண்டுவ கூட்டியே முறையாற்
பந்தம் வீட்டியே வீடுசேர்க் கின்றசோ பானந்
தந்த மக்குள குலநெறிச் சார்பெனுங் கலைதேர்
புந்தி மேலவர் பணிதலை பூண்டவக் காலை.

* தளர்வுற் றெல்குதோ றெனக்குறு துணையெனத் தாங்கிக்
கிளரு மன்பினு விழுக்குழி யூன்றுகோற் கிடைத்தாங்
களவில் கேள்விக ளாய்ந்தன தருமவை யார
வுளமு யர்ந்தெனை யூக்கலா லுரைக்கலுற் றனமே.

* கூறு முன்னைநூற் கவிதழீஇச் சித்திர குப்தர்
மாறி லுற்பவ மாதித்த புராணநூல் வழியே
தேறு மேல்சருக் கமுமுறை புதுக்குபு செய்பு
வேற வற்றினை யுரைபெறு வித்தனன் விரித்தே.

(இவைமூன்றும் ஒருதொடராக மேற்றொடரோடு கூடிமுடியும்.)

(இ-ள்.) அப்பழம்புராணங்களில் கிரமமாக எமக்கு வேண்டுனவற்றைத் தழுவிக்கொண்டு ஆன்மாக்களின் மாயாசம்பந்தத்தை அறுத்து மோக்ஷத்தை அடைவிக்கின்ற சோபானங்களில் முதற்படி தத்தம வருணாச்சிரம தருமங்களை வழுவாமல் அநுஷ்டிப்பதேயாமெனக் கூறும் நூற்பொருள்களைக் கற்றறிந்த விவேகிகளாகிய இவ்வம்சப்பெரியோர் நமது குல சரித்திரத்தை உரையுடன் வெளியிடுக என்றெனக்குக் கட்டளையிட்டபடி இக்கடமையை மேற்கொண்டபோது, கற்றுவல்லபெரியோர் நிறைவேற்றற்குரிய இப்பணியைத் தொடங்கியயான் மனமிடைந்து தியங்குந்தோறும் எனக்குப்பொருந்திய சார்பாக நின்று ஆதரித்து மேன்மேலுயரும் அன்பினாலே வழுக்கு நிலத்தில் ஊன்றுகோல் கிடைத்தாற்போலுதவியாக இவ்வம்ச சம்பந்தமான அளவிறந்தவுண்மைகளைத் தந்த நூற்களைக் கற்றுணர்டாகிய ஊக்கத்தினாலே மனம் மேம்பட்டுச் செலுத்தலால் துணிவுற்றுப் பழம்புராணக் கவிகளைத் தழுவிக்கொண்டும் சித்திரகுப்தர் உற்பத்தியை ஆதித்தபுராணங் கூறியவாறே ஏழு சருக்கமாகப் புதிதாக வகுத்தும் அவற்றிற்குரை விரித்தெழுதுவித்தேன். (எ-று.)

நக்கீரர் வழுத்த, உவப்ப, அரங்கேற்றப்பெற்ற வடகலையை, ஆக்கி, நல்க, பாடிய கவியையும், நல்க, அச்சியற்றுமதையும், நவின்ற நூலையும், ஒப்ப ஆய்ந்து, நீக்கி, தழுவி, கட்டளையிட, ஏற்ப, தாங்கித்தருமவை யார்ந்து உயர்ந்து ஊக்கலால், புதுக்குபு உரைபெறுவித்தனன் என வினை முடிவு செய்க. (சு, எ, அ.)

ஓதுசெல் வம்பெற் றுளவள வையிற்பய னுறலல்
லாது கோன்செருக் குறல்பெருந் தகைமையென் றுமோ
சாதி யும்மன்ன தகைதநெனப் பயன்கொளார் தருக்கி
மோதி வீண்புலம் புறுவரோ முறையினூ லுணர்ந்தார்.

(இ-ள்.) புகழப்பெற்ற செல்வப்பொருளை யடைந்ததற்கேற்ப அதனாலடையக்கூடிய அறப்பயனையும் இன்பத்தையும் அடைவதுபெருமையேயன்றி யானே உலகில் மிக்க செல்வவான் என்று வீண்கர்வங்கொள்ளுதல் பெருமையாகுமோ? சாதிகளும் அவ்வாறே என்று கருதி அம்மரபுக்குரிய கர்மங்களை அநுஷ்டித்துப் பயனை அடையாமல் எமது சாதியே பெரிதென்று பிறரோடு வாதிட்டு வீணே புலம்பமாட்டார்கள் சாஸ்திரத்தை முறையாகக் கற்றுணர்ந்த பெரியோர்கள். (எ-று.) (கூ)

(சு-ம் கவியில்) வேண்டுவ கூட்டலாவது அப்புராணங்களின் செய்யுட்களை யுள்ளவாறே வேண்டுமிடத்து இப்புராணத்தில் சேர்த்துக்கொள்வது "வீடு சேர்க்கின்ற சோபானம்-குலநெறிச்சார்பு" என்னும் நுண்பொருளை முக வுரைக்கட்காண்க. செய்யுளுறுப்புக்களுள் ஒன்றாகிய மாட்டுறுப்பால் சில கவிகளில் கொண்டு கூட்டிப்பொருள் கூறினும். இவ்வாறுரையாக்கால் இலக்கணந்திறம்புமென்க. பண்டை நூற்களில் இம்மாட்டுறுப்புப் பெரும் பான்மை பயின்று வருவதுமுணர்க. (சு, எ, அ, க)

—:o:—

*பதிகம்

[பதிகமாவது நுதலிப் புகுதலென்னு முத்தியாற் சரித்திர விருத்தாந்தத் தைச் சுருங்க முதற்கட் கூறிச்செல்வது.]

அறுசீரடியாசிரிய விருத்தம்.

திருமகண் மருவி வாழுஞ் சிரகரந் திறக்குஞ் செங்கைப்
பரிதிவா னவனார் காதற் பன்னியர் தம்மி னீளை
தருமெழிற் சித்ர குத்தன் றவம்புரிந் தமரர் வேண்டப்
புரிகுழன் மடவார் தம்மைப் பொற்புற மணந்த வாறும்.

(இ-ள்.) ஸ்ரீமஹா இலக்குமி பொருந்தி வாழ்கின்ற ஆலயமாகிய தாம ரைப்பூட்பங்களைத் தனது செவ்விய கிரணக்கைகளால் திறக்கின்ற சூரிய பகவானது ஆசைக்குரிய பத்தினிகளுள், நீளாதேவி பெற்ற அழகிய சித் திரகுப்தர் தவம்புரிந்து தேவர்கள் வேண்டுகோளின்படி கட்டப்பட்ட கூந் தலையுடைய பிரபாவதி, நீலாவதி, கர்ணிகியென்னுங் கன்னியர் மூவரையும் அழகுபெற விவாகம்புரிந்து கொண்டவிதமும். (எ-று)

சூரியனைக்காண மலரும் தாமரை மஹாலக்ஷ்மிக்கு வாசஸ்தானமாத லால் அதனைக்கோயிலென்றும், சூரியனை அக்கோயிற் கதவைத்திறக்கின்ற நம்பியானென்றும் உருவகித்தார். இதழ்களைக்கதவாகவுரையாமையாலிஃ தேகதேச உருவகம். இச்செய்யுள் உற்பவச்சருக்கம் கூறிற்று.

அமைவரு தோளி னன்னு ரணிவயிற் றுதித்த காதற்
குமரருட் சிலவர் வையங் கோல்கொள விளையாண் மைந்தர்
தமிலுறு மைவ ராற்றுந் தவத்தினத் திரியே நல்க
விமிழ்திரை ஞாலந் தையன் மாருட னெய்து மாறும்.

(இ-ள்.) மூங்கில் போலும் தோளையுடைய அம்மூவரின் அழகியவயிற்றிலுற்பவித்த புத்திரர்களுட் சிலர் அரசாட்சிபுரிய, இளையவளாகிய கர்ணிகியின் புத்திரர்களில் ஐவர் தவம்புரிதலால் அத்திரிமஹாரிஷி தந்த வரம் பெற்று ஒலிக்கின்ற கடல்சூழ்ந்த பூவுலக அரசாட்சியை வீரசேகரராசன் பெற்ற கன்னிகைகளை மணம்புரிந்து அடைந்தவிதமும். (எ-று.)

"கோல்கொள" என்றவரையில் புத்திரப்பேற்றுச் சருக்கமும், "அத்திரியேநல்க" என்றகாறும் தவநிலைச்சருக்கமும், "ஞாலமெய்துமாறும்" என்றது முடிசூடு சருக்கமுமாக இம்மூன்று சருக்கமும் கூறிற்று. (௨)

அன்னவர்க் கெண்ணெண் மைந்த ரவதரித் தாய்ந்த கேள்விப்
பன்னல முணர்ந்து ஞான முனிவரன் பதங்கள் போற்றி
மூன்றுறு மரபு நீதி முறையினை நிறுவி வாழ்நாட்
சென்னிமா வளவன் வேட்டஞ் செல்வுழிப் புக்க தீதும்.

(இ-ள்.) அக்கன்னியர்கட்கு அறுபத்துநான்கு புத்திரர் பிறந்து அநேக நூற்களை நன்மைபெறக் கற்றுக்கேட்டுணர்ந்து ஞானமஹாரிஷியை வணங்கித் தமது குலதர்மங்களை ஸ்தாபித்து வாழுங்காலத்தில் காஞ்சிமாநகரினின்றும் சென்னிச்சோழனென்னும் அரசன் வேட்டைக்குச்சென்ற விடத்தில் பொல்லாங்கு சம்பவித்ததும். (எ-று.)

"மரபுநீதி முறையினை நிறுவி" என்பதில் குலநெறி நிறுவிய சருக்கமும் அவ்யகவ்யக்கிரியை கூறிய சருக்கமும் அடங்கின. புக்கதீதும் என்பதனை தீதுபுக்கதுமென மாற்றியுரைக்க. (௩)

பூமினா லருளப் பெற்றுப் புண்ணிய முனிவ னாலே
நாமவே னிருப னுய்ந்த நன்றிக்கோர் கைம்மா றீய
வேமுற வறுபா னல்வ ருடனெழீஇக் காஞ்சி புக்குச்
சேமமா நகர நல்லா தீனமும் பெற்ற வாறும்.

(இ-ள்.) பத்மாசனியாகிய ஸ்ரீமஹா இலக்குமி கடாக்ஷிக்கப்பெற்று ஞான முனிவர் சகாயத்தினால் பகைவர்க்கு அச்சந்தரும் வேலைத்தரித்த மன்னவன் தனது ஆபத்து நீங்கிப்பிழைத்து அவ்வுபகாரத்திற்குப் பிரதியுபகாரம் செலுத்தச் சந்தோஷத்துடன் இவ்வறுபத்துநால்வருடன்சென்று காஞ்சியையடைந்து காவல் மிக்க அகரங்களையும் விசேடமாகிய ஆதீனமுதலிய காணிகளையும் தரப்பெற்றுக்கொண்ட விவரமும். (எ-று.)

ஆதீனம்-உரிமைஸ்தலம். இக்கவி காஞ்சிபுக்கசருக்கம் கூறியது. (௪)

பின்றையங் கவர்பல் வேறு பிரிவுற்ற திறனுஞ் சீருந்
தென்றமிழ்க் கவிதை யானே செப்புவான் றொடங்கு கின்று
மன்றவின் னூலுட் கூறும் வழக்கறிந் தொழுகி னாளுந்
தன்றமிக் குலத்து வந்தோ ரிருமையுஞ் சுகிக்க மாதோ.

(இ-ள்.) பிற்காலத்தில் இவ்வம்சத்தினர் பல்வேறு பிரிவுகளாகப் பிளவுபட்டவகையும், இவ்வம்சப்பெருமையும் ஆகிய இவற்றை வரிசையாக அமைத்து அழகிய தமிழ்ச்செய்யுணடையால் உரைக்கத் தொடங்குவோம் (எதன்பொருட்டெனில்) இதனுட் பிரமாணபூர்வகமாகக்கூறுகிற பண்டை வழக்கங்களையறிந்து அவ்வாறு அநுஷ்டித்து, தினே அபிவிர்த்தியடைந்து வரும் இம்மரபிற் பிறந்தோர்யாவரும் இகபரசுகாநுபவமடையும்பொருட்டு. (எ-று.)

“பிரிவுற்றதிறனும்” என்றது பிற்காலசரித்திரங்கூறிய சருக்கமும், “சீரும்” என்றது வம்சப்பெருமையுணர்த்தசருக்கமுமாககொள்க. ஆக்கியோர் பெயரும், வழியும், நூற்பெயரும், யாப்பும், நுதலியபொருளும், பயனும், காலமும், களனும் ஆகிய எட்டனையும் புராணவரலாற்றுச்சருக்கந் தொட்டிதுகாறும் விளங்கவுணர்த்துச் சிறப்புப்பாயிரத்தின் ஏனையஅங்கங்களாகிய எல்லை, கேட்போர், காரணம் என்னுமூன்றனையும் உய்த்துணரவைத்தனர். எங்ஙனமெனின் :—“தமிழ்க்கவிதை” என்றமையால் தமிழகத்தின் எல்லையே இதற்கெல்லையாதலும், கவிதைகேட்டற்குப் பிறர் தகுதியுடையாராயினும் இவ்வம்சத்தினற்கேயுரிமைநூலாதலின் இதுகேட்போர் அவரே என்பதூஉம், மேல் “பொருளமைதியுணர்ந்துவரும் பேதம்போக்கி” என்றதனால் இவ்வம்ச வரலாறுகூறும் நூற்களுட் பேதமிருப்பதனாலும் இதுகாறும் உரைபெறாதிருந்ததுபற்றியும் ஒருதலைதுணிந்து முறைப்படுத்துவதே காரணமாயதூஉம் உணர்க. (௫)

பதிகமுற்றும்.

ஆகப்பாயிரமுட்படக் கூடிய விருத்தங்கள் ௩௯.

——:0:——

மூன்றுவது

நாடு நகர் நதிவளச் சருக்கம்.

இச்சருக்கத்தால் காம்பிலிநாடு, ஓதனபுரநகர், கங்காநதி இவற்றின் வளங்கள் கூறப்படும்.

வேறு.

செழுமைமழை தந்தபோ தினுமிக வறண்டபோ
தினும்வளமை குன்றி டாதே
யெழிலிசை ததும்பியே தாளநிறை பொஙகியே
யிருகரையு மெங்கு மார்வம்
ஒழிவறநி ரம்பியே நிலையுணர்வ தின்றியே
யுலகினர்மெய் நின்ற தீநோய்
கழியவருள் கொண்டெழுழ் கிடவரந யந்துசீர்
கருதியருள் கஙகை யாறே.

(இ-ள்.) உலகஞ்செழித்தற்குக்காரணமாகிய மேகங்கள் மழைபெய்யினும் பெய்யாமல் வறண்டாலும் தனதுவளங்குன்றாதாகி அழகும் புகழும் நிரம்ப இருகரைப்புறங்களிலும் மூததுக்குவியல்வரிசைகள் மிகப்பெற்று எல்லாத்திசைகளிலும் தனது ஓசை நீங்காமல் யாவராலும் நிலையுணர்வதற்கரிதாகிச் சாவலோகத்தாரும் கர்மபந்தத்தால்வரும் ஜனனங்களும், அவற்றை வருத்தநின்ற பிராரப்தவினைவசத்தாகிய கொடும்பிணிகளும் நீங்கவும். வரம்விரும்பும் தன்னில் மூழ்க அவர்கள் உய்யநினைந்து பெருங்கருணைகூர்ந்து எல்லாச்சிறப்புக்களையும் உதவுகின்ற பெருமையது கங்காநதி. (எ-று.)

நிலையுணர்வி தின்றியே பழவினைய டர்ந்ததா
னிறுவியகு ணங்கள் செயவே
தலைமையுத வும்பகீ ரதியெனமொ ழிந்தபேர்
தமையருள் புரிந்து நாளு
மலையின்மட மங்கையா ளிடமுறவு மென்றுமே
வரிசைபெறு மும்பர் கோமான்
கலைமதிய லங்குவே ணியிலிலக நண்புகூர்
கனமுடைய கங்கை யாறே.

(இ-ள்.) உண்மை நிலையையுணராமையாலே (தங்கள் அஸ்வமேதக்குதிரையை இவ்ரோ களவுசெய்தாரென்று கபிலமஹாரிஷியை நிந்தித்து) ஜன்மாந்திர வினை நெருக்குதலாலே (சாம்பலாயின தன் மூதாதைகளாகிய சக

ர்களை) மோக்ஷத்திலே நிறுத்துவதற்காக நற்செய்கைகளை (பகீரதன்) செய்ய, அவர்கட்கு மேன்மையாகிய மோக்ஷத்தையுதவுகின்ற பாகீரதி என்று தன்பெயரைச்சொன்னவர்கட்கும் கிருபைகூர்ந்து வரமளித்துச் சிறப்புமிக்க தேவாதிதேவனாகிய ஸ்ரீசிவபிரானது வாமபாகத்தில் பார்வதியான மனைவி யென்றுமிருப்பத் தான் அவரது கலைபொருந்திய சந்திரன் பிரகாசிக்கின்ற சடாமுடியின்மீது சதா விளங்கி வீற்றிருக்க விருப்பமிருக்கின்ற மாக்ஷிமை யுடையது அக்கங்காநதி. (எ-று.)

பார்வதியும் கங்கையும் இமோற்கிரியிற் பிறப்பினும், முன்னவள் அரனது வாமபாகத்திலிருக்கப் பின்னவள் அவரது சடாமகுடத்தில் வீற் றிருக்கும் பெருமைதோன்ற "மலையின் மடமங்கையாள் இடமுறவும்" எனக்குறித்தார். நிறுவிய-செய்பிய என்னும் வினையெச்சம். முழுகுவார்க் கேயன்றித் தன் நாமோச்சாரணம் செய்வார்க்கும் வீடு நல்குவது கங்கை யென்க. (௨)

அரியதவ மூஞ்செய்தே விரதநெறி யின்கணே
யறிவினின் மிகுந்த பேரு
மூரியமறை கண்டபூ சுரருமுப யங்கொளா
வுபயரு முகந்து சீராற்
றெரியினிது வன்றிவே றிலையெனவு முள்ளநோய்
தெளியமுழு கென்கை யாலே
கரியகட லன்றுபா லுததியென வும்பர்சூழ்
கனமுடைய கங்கை நீரே.

(இ-ள்.) விரதாநுஷ்டான மார்க்கத்தில் நின்று செய்தற்கரிய தவத் தையுஞ்செய்து தத்துவக்ஞானமிக்க பெரியோரும் தங்கள் மரபிற்குரிய வேதங்களின் வரம்புகாணக்கற்ற அந்தணர்களுமாகிய (பாரமார்த்திகத் தன் மையில்) வேறுபடாத இருதிறவரும் விருப்புற்று, ஆராயுமிடத்துப் பெரு மைச்சிறப்பினால் இக்கங்கைக்குச்சமமான புண்யநதி வேறில்லையென்றும், தீராத (ஜனனமரண) வியாதி நீங்க இதில் முழுகுகவென்று விதித்தலாலே தேவர்களும், இக்கங்கை வெண்ணிறமுடைமையால் உவர்ச்சமுத்திரமல்ல நமக்கு அமுதமளித்த பாற்கடலேயாம் என்று புகழ்ந்து (ஸ்நாநஞ்செய்வ தற்குச்) சூழ்ந்து நெருங்குகின்ற பெருமையது அக்கங்காநதி. (எ-று.)

உள்ளநோய்-என்றுமுள்ள வியாதியாதலால் தீராத நோயாகிய ஜனன மரண வியாதி என்றும். தவமும் என்பதினும்மை இறந்ததழீஇய சிறப்பு. கனமுடையது என்புழித் துவ்விகுதிதொகுத்தல். தெளியவென்ற இலே சாற் சனனமரணாதிகள் மித்யாவுணர்ச்சியானேயுண்டாவதூஉம், அப்பி ரமந்நீங்கித் தன் மெய்ந்நிலையுணர்ந்தக்காலொழியுமென்பதூஉம் பெறுதும். உம்பர் என்பதிற் சிறப்பும்மைதொக்கது. (௩)

ஏருடைய கங்கைநதி கால்வழி பரந்துபல
வேரியொ டிலஞ்சி குளமோ
ரேணிகள விஞ்சிதின மூரவு மடங்கலுமு
ஞேடியணை கொண்டு திறலார்
பாருழவர் கண்கள்களி கூரவிணை யின்றிரள்கள்
பார்வயி னறிந்தொர் வகையா
னேருட னினைந்துபல வேளையு மகழ்ந்துழுது
நீள்வய லடைந்த னர்களே.

(இ-ள்.) இத்தகைய அழகுபொருந்திய கங்காநதியானது பரவிப்பல கால்வாய்களின்வழிச்சென்று (அதனால்) ஏரிகளும், மடுக்களும், குளங்களும், கிணறுகளும் பெருகித் தினேதினே அதிகரித்தலும், பலம்பெற்ற பூமியையுழுதுண்போர் யாவரும் அவ்வெள்ளப்பெருக்கைக்கண்ட கண் களிகூரமுற்பட்டு ஓடிச்சென்று அணைகோலித்தடுத்து விதைத்தானிய இராசியையிடும் நிலவளங்களைத் தகுதிபெற ஆலோசித்து ஒருவகையால் அறிந்து நிச்சயித்துப் பெரிய வயல்களிற்சென்று கலப்பைகளால் உழுது வெளிப்பட்ட பலவேர்களையும் கல்லியெறிந்து. (எ-று.)

இக்கவி குளகம். அடைந்தனர் முற்றெச்சம். பார்வயின் பூமியினிடவகைக்கூறுபாடுகள். (ச)

காலவளா கண்டுழுது சேறுதழை கொண்டுதனே
காணவிரை மூளைசி ந்தியே
தாலமென நின்றபயிர் சூழ்களை களைந்துபல
தானியமும் விஞ்ச வடைவே
கோலமுற வெங்குமதி போகம்விளை வென்றினிமை
கூர்தர விளைந்த விளைவான்
ஞாலமுழு தும்புகழ மேன்மையின் வளங்குலவு
நாடுதனை மூன்ப கர்வனே.

(இ-ள்.) இப்பயிர்கள் இக்காலத்துரியனவென்னுங் காலவளவுநோக்கி உழுததாலுண்டாகிய சேற்றில் உரமாகத் தழைகளையிட்டு மிதித்து, மூளை தோன்றியவிதைகளைச் சிந்தியதனுல் நடுதற்பொருட்டுப் பிடுங்கிக் கட்டுதலுண்டாகப் பனைபோற் கருமைவாய்ந்துநிற்கும் பயிர்களைச் சூழ்ந்துள்ள களைகளைநீக்கலால் பலவகைநெற்களும் மணிபற்றி நாளாவர்த்தியில் அதிகரிக்க வயல்களின் எல்லாப்பக்கங்களும் பசுமையாகத்தோன்றலால், அழகுபொருந்த அதிகபோகம் (சுகம்) விளைந்ததென்று அவ்வுழவர் இன்பமிகும்படி விளைந்த விளைவினுல் உலகம்புகழும் மேன்மைச்சிறப்பு விளங்கும் நாம் நீர்நாட்டை முதற்கட்கூறுவோம். (எ-று.)

உழுநசேறு-உண்டவெச்சில்போன்றது. சிதறி, களைந்து என்னுமெச்சங்கள் திரிந்து காரணப்பொருட்டாயின. தளை முதனிலைத்தொழிற்பெயர். வயற்செய்கைக்கூறுவதால் பல தானியமும் என்றதற்கு நெற்களின் வகை என்றும். போகம் சுகத்தையும், தானியவிளைவையும் பொதுவிற்கு றிக்கும். பயிர்கள் கருமைபெற்றிருத்தல் மிகுந்தவிளைவுக்கறிகுறி யாத லால் தாலம் (பனைபோற்கறுத்த என்றார். இனி ஆகுபெயராக்கிப் பனை மடல்போற் பசுமைவாய்ந்துள்ள பயிர்கள் எனினுமேற்கும். முற்கவியும் இதுவும் ஒருதொடராகையால் கங்கைநதி பரந்து, விஞ்சி, ஊர, களிகூர, ஓடி, கொண்டு, நினைந்து, அறிந்து, அடைந்து, உழுது, அகழ்ந்து, கொண்டு, சிதறி, காண, களைதலால், விஞ்ச, விளைந்தவிளைவால், புகழ, குலவும் காடு என வினைமுடிவு செய்க. (ரு)

ஆசுமுதன் மன்னுகவி நால்வகை தரும்புலவ
ராதர வினிற்பு கலவே
தேசுபர வும்பரிசு வீசியருள் கொண்டுதிசை
தேசமுழு துஞ்செ றிதலா
னேசநிலை நின்றிலகு சீர்கருண ரின்பநெறி
நீதியர னன்க ருணையால்
வாசமுறு செங்கமல மாலைமதி மந்திரிகள்
வாழ்வினில் விளங்கு தலமே

(இ-ள்.) நிலைபெற்ற ஆசு, மதுரம், சித்திரம், வித்தாரம் என்னும் நால் வகைக்கவிகளானும் அறம், பொருள், இன்பம், வீடென்னும் புருடார்த்த நான்கினையும் லோகோபகாரமாகத் தந்தருள்கின்ற வித்வான்கள் விருப்பத் தோடு தங்களைப்புகழ்தலாலே அவர்கள்மேற் கிருபையையுடையவர்களாய் வேண்டிய பரிசில்களை வழங்கி (யதனால்) திசைகளெட்டினும் அளாவிப் பலதேசங்களினும் பரவுகின்ற கீர்த்தி நெருங்கவும், இன்பந்தருவதாகிய நீதிமார்க்கத்தில் விரும்பிநின்று சிவபெருமானது நற்கருணை பெற்றுப் பரிமளமிக்க செந்தாமரைமாலைசூடிய மதிநூகிகளாகிய சீர்கருணீகர் வாழ்வ தற்கிடமாய் விளங்குவது அக்காம்பீலிநாடு. (எ-று.)

ஆசுகவி-ஒருவர்கூறும் சொற்பொருளமைய விரைவிற்பாடுவது. கேட் போரும் கற்போரும் விருப்புற அணிநயம் பொருந்தப்பாடுதல் மதுரகவி. பலவகைச் சித்திரவுருவங்களிலெழுத்துக்களமைத்துக்கூறல் சித்திரகவி. விஷயஞ்சிறிதாகப் பலபடப்புகழ்ந்து விரித்தல் வித்தாரகவி என்ப. சீர் கருணர் புனையும் மாலை செந்தாமரை மலரானியன்றதென்கை ஆதீனச் சருக்கத்து இவ்வம்சத்தினரின் தசாங்கச்சிறப்புக்கூறும் 'கனகவரை' என் னும் கவியாலுணர்க. (சு)

வேறு.

கங்கையின் வளங்கு லாவக் கருணையின் சீர்கு லாவ
வெங்கணும் புகழ்கு லாவ வியலிசைத் தமிழ்கு லாவக
கொங்கலர்த் தெழில்கு லாவக் குளிர்பொழி லளிகு லாவ
மங்கலஞ் சிறந்த வீதி மருவுகாம் பீலி நாடே.

(இ-ள்.) எவ்விடங்களிலும் கங்காநதி பாய்தலால் வளங்கள் மிக, (அத னால்) கிருபைக்குணம் சிறந்து விளங்கற்கிடமாய்ப்பெற, அக்காரணத்தினால் கீர்த்திமிக, அக்கீர்த்தியை இயலிசைத் தமிழ்களால் யாவரும் புகழ்ந்து கொண்டாட, (இங்ஙனமே) குளிர்ந்தசோலைகளிலும் புஷ்பங்களின் வாச னைபரவி அழகுவீற்றிருக்க வண்டினங்கள் இசைபாடிக்கொண்டு சஞ்சரிக் கப்பெற்று மங்களகரமிகுந்த வீதிகளையுடையது அந்நாடு. (எ-று.)

நாட்டில் வளம்போல் சோலையில் புட்பங்களும், கீர்த்திபோல் வாசனை யும், கீர்த்திப்பாடல்கள்போல் வண்டின் இசைப்பண்களும், பாடகர்போல் வண்டுகளும் என உவமை வருதல் காண்க. (எ)

வாரபட் சத்தி னானும் வண்மைசேர் வரிசை யானும்
வீரதத் துவத்தி னானு மேன்மையின் சிறப்பி னானுஞ்
சீருடைக் கருணை யானுஞ் செஞ்சொலா மின்சொ லானுங்
காரமைத் தருள்கை யானுங் கனத்தகாம் பீலி நாடே.

(இ-ள்.) இயற்கையாகிய அன்பும், பாத்திர முறைமை தெரிந்து நல் கும் ஈகையும், வீரதன்மையும், மிக்க மேன்மையும், புகழைப்பயனாகக் கொண்ட காருண்யமும், பெருமைபெற்ற இனியசொல்லும், மேகத்தை கில்லெனவமைத்து அதனினுமேம்பட உபகரித்தலும் ஆகிய இவற்றால் (தனக்கிணையற்ற) சிறப்பினது அக்காம்பீலி நாடு. (எ-று.)

வாரம்-உரிமை, ஈண்டு அந்நாட்டினரின் இயற்கையைச் சுட்டிற்று. வரிசைசேர் வண்மை என மாற்றுக. மேன்மையின் சிறப்பாவது அது தன் முழுச்சிறப்போடும் விளங்கல். (அ)

சங்கரன் கிருபை யாலுஞ் சங்கரி கிருபை யாலும்
பங்கயன் கிருபை யாலும் பச்சைமால் கிருபை யாலு
மங்கைதன் கிருபை யாலும் வாக்கினி கிருபை யாலுங்
கங்கையெங் கணுஞ்சீர் செய்யக் கனத்தகாம் பீலி நாடே.

(இ-ள்.) ஸ்ரீசிவபெருமான், உமாதேவி, பிரமதேவன், ஸ்ரீமகா விஷ்ணு, இலக்குமி, சரசுவதி என்னும் இவர்கள் [illegible]

களிலும் கங்கை பாய்ந்து சிறப்புண்டாக்க மேம்பாடுற்றது அக்காம்பீலி நாடு. (எ-று.)

வாக்கினி-வாக்குத்தேவதையான நாமகள். மேலே சங்கரனையடுத்து சங்கரியைக்கூறியதாலும், வாக்கினியைப்பிற்படக்கூறலாலும் பச்சைமாலையடுத்து மங்கையெனப் பொதுவிற்குறித்தது மஹாஇலக்குமியை யென்பது விளங்கும். (௧)

கற்றவர் தமக்குங் கல்வி கலாதவர் தமக்குந் தாளி
னுற்றவர் தமக்கும் வந்தே யுறாதவர் தமக்கும் பாரிற்
கொற்றவர் தமக்குங் கொற்றங் கொளாதவர் தமக்கு மென்றும்
பெற்றவன் னையர்போ லான பெருத்தகாம் பீலி நாடே.

(இ-ள்) இப்பூமியின்கண் (சாஸ்திரங்களைக் கற்றவர், கல்லாதவர், முயற்சி மேற்கொண்டோர், அம்முயற்சி (வினைப்பயனின்மையால் தங்கள் மனத்து) வந்து பொருந்தப்பெறாதவர், வெற்றிபெறுவோர், அது பெறாதவர் ஆகிய யாவருக்கும் சதாகாலத்தும் பெற்றதாய்போற் பேதம்பாராமல் உபகரிக்கும் (குடிவளம்) பெருகியது அக்காம்பீலி நாடு. (எ-று.)

கற்றலும், கற்றவாறொழுக முயன்றுக் கீர்த்திக்குரிய காரியங்களில் வெற்றிபெறுதலுமே உடற்பயனென்பார் அவற்றை முறையிற் கூறினார். வந்து, எய் உறாதவர் எனக்கண்ணழிக்க. தாளிலுற்றவர், உறாதவர் என்பதற்குப் பாதத்தில் வந்து வணங்குநர்க்கும் வணங்காதோர்க்கும் ஒப்ப உதவுவது எனப்பொருள் கோடலுமேற்கும். "ஆகூழாற்றோன்றுமசைவின்மை கைப்பொருள்-போகூழாற்றோன்றுமடி" என்பதனால் முயற்சிக்கும் அஃதின்மைக்கும் ஊழே காரணமாதல் காண்க. (௧௦)

(இனிநகர் கூறுகின்றார்.)

அந்தணன் றொடு தன்னி லடைவுமேம் பாடும பண்புஞ்
சிந்தையிற் கிருபை செல்வச் சீருநற் சிறப்பும் பேறுந்
தந்தமில் நிறைந்த தென்னூர் தகைமையான் மிகவுஞ் செஞ்சொ
லூர்தவெங் கெங்கும் போற்று மோதன புரமா மூரே.

(இ-ள்.) அந்நாட்டிலே வர்ணாச்சிரமமுறைகளும், பெருமையும், நற்குணங்களும், மனதிற்பொருந்தும் காருண்யமும், செல்வப்பெருக்கும், கல்வியும், மற்ற சமஸ்தபாக்கியங்களும் தாமாகவே அழகுபெற வந்து நிறைந்தாற்போன்ற மேம்பாட்டைச் செவ்விய புகழ் மிகவும் எடுத்துக்காட்டலாலே எல்லாத்தேசத்தாரும் ஸ்தோத்தரிக்கத்தக்கதாய்ச் சிறந்த ஊர் ஓதனபுரமென்னும் பட்டினம். (எ-று.)

அடைவு வர்ணாசிரம ஒழுக்கத்தின்மேற்று. எல்லாப்புகழ்ச்சிக்கும் பேற்றுக்கும் அதுவே தலைமைத்தாதலின "ஆசலம்புரிஐயம்பொறிவாளி யும், காசலம்புமுலையவர்கண்ணெனும், பூசலம்புநெறியின்புறஞ்செலாக், கோசலம்" எனக்குறித்த கம்பரும், ஒழுக்கத்தைசசுட்டெ நெறி என்றார் எல்லாச்சிறப்புக்கும் ஏதுவாய் நிற்பதால் சிறப்பு என்பதற்கு கல்வியெனப் பொருள் கொண்டாம், இது காரியவாகுபெயர். (கக)

சோலைபுஞ் சோலை சூழத் துலங்குவா வியும்வா விக்குட்
கோலவெண் பூவும் பூவிற் குலவுபைந் தேனுந் தேனு
ளுலுவண் டினமும் வண்டு நயந்திசை தழுவகீ தம்போ
லோலமென் சுருதி யோது மோதன புரமா மூரே.

(இ-ள்.) பூஞ்சோலைகளும், அச்சோலைகள் சூழ விளங்குந் தடாகங் களும், அத்தடாகங்களில் மலர்கின்ற அழகிய வெண்டாமரைமலர்களும், அப்பூக்களில் நிரம்பியதேனும், அததேனை நுகரற்கு வருகின்ற சுரும்பு, தேன், ஞிமிறு, வண்டு என்னும் நால்வகை வண்டினங்களும், அவ்வண்டி னங்கள் விரும்பிப்பாடுகின்ற கீதங்களும், அக்கீதவொலிபோல வேதகோஷ டமும் எக்காலத்திலும் பொருந்தியது அவ்வோதன நகரம். (எ-று.)

பூவெனப்பொதுவிற் கூறினோனும் தாமரை மலரையே கோடன் மரபு என்னை? "உயர்ந்ததன்மேற்றேயுள்ளுங்காலை" என்னுந் தொல்காப் பிய விதிபற்றி. "பூவினுட்கமலமும்" என்பார் திருவானைக்காப்புராண முடையாரும். "மரங்களும் நிகர்க்கில" என்னும் சூர்ப்பநகைப்படலக் கவிக்கு கற்பகவிருக்ஷமெனவுரைகூறியதூஉங்காண்க. வண்டில் நால்வகைச சாதியே கூறுதலால் நாலும் என்பதினும்மைமுற்று. சுரும்பு-பொறிவண்டு, ஞிமிறு-பொன்வண்டு, தேன்-தேன்வண்டு, வண்டு-கருவண்டு. "மங்கை நல்லவர்கண்ணுமனமும்போன், றெங்குநாடியிடறுஞ்சுரும்புகாள், வுண்டு காண்மகிழ்தேனினங்காண்மது, வுண்டுதேக்கிடுமொண்ஞிமிறீட்டங்காள்" என்னும் சிந்தாமணி குணமாலையாரிலம்பகக்கவியாலும் நால்வகை வண் டின்பெயர் கூறப்படுகின்றன. (கஉ)

வண்மையான் மிகுத்த மூதூர் வரிசையா னிறைந்த மூதூர்
திண்மையா லுயர்ந்த மூதூர் சீர்மையா னயந்த மூதூர்
தண்மையாற் குளிர்ந்த மூதூர் சதுர்வேதஞ் சேரு மூதூ
ருண்மையால் விளங்கு மூதூ ரோதன புரமா மூரே.

(இ-ள்.) ஈகையான்மேம்பட்டதும், நல்லொழுக்கமிக்கதும், பராக்கிர மத்தால் விரும்பத்தக்கதும், செல்வமுதலிய சிறப்புகளால் மகிழத்தக்கதும்,

கங்காநதிபாயும் விசேடத்தால் சீர்வளமிக்கதும், நான்குவேதங்களும் பற்றுக்கோடாகச்சாரும் பழமையுடையதும், சத்தியவசனத்தால் விளக்கமுறுவதும் அவ்வோதனபுரமாம். (எ-று.)

தண்மை கருணையுமாம். "சான்றோர்க்குப், பொய்யாவிளக்கே விளக்கு" என்பதால் உண்மையால் விளங்கும் எனப்பட்டது. (௧௩)

மாதவஞ் செய்வோர் நாலு மறையையுந் தெரிவோர் வேள்வி
மேதக நடத்து வோர்முன் மிக்கவா கமங்கள் சொல்வோர்
தீதகல் சாத்தி ரங்கள் செப்புவோர் நற்பே ரோங்க
வோதன புரமெந் நாளு முகந்துவாழ் கின்ற நாளின்.

(இ-ள்.) மகத்வமுடைய தவஞ்செய்கின்றவர்களும், நான்கு வேதத்திலும் ஆராய்ச்சி மிக்கவர்களும், வேதவிதிப்படி யாகாதி கர்மங்களைச் சிறப்புடன் செய்விப்போரும், இவ்வகைக்கிரியைகளுக்கு ஆதியாகி மேன்மையுற்ற ஆகமாதிசாஸ்திரங்களையுரைக்கின்றவர்களும், குற்றமில்லாத வைசேடிக முதலிய ஷட்சாஸ்திரங்களை ஓதுகின்றவர்களுமாகிய இன்னோர்களின் கீர்த்தியோங்கும்படி ஓதனபுரமானது அநுதினமும் மகிழ்வுபெற வாழ்ந்துவருங்காலத்தில். (எ-று.)

ஷட்சாஸ்திரங்கள் :—வேதாந்தம், வைசேடிகம், பாட்டம், பிரபாகரம், பூர்வமீமாஞ்சை, உத்தரமீமாஞ்சை என்பன. (௧௪)

வேறு.

* வண்மைகொள் சித்திர குத்தர் வரத்தாற்
புண்ணிய மைந்த ருருக்கொடு புக்க
கண்ணிய சீர்க்கரு ணீக குலத்தோர்
நண்ணிய வாறு நவின்றிடு கின்றாம்.

(இ-ள்.) உதாரத்வமுடைய சித்திரகுப்தரது புண்யமே பலவுருவங்களுடன் தோன்றிப் பயன்படுவதொப்பவுதித்த புத்திரர்கள், வரத்தினாலே யாவரும் நினைக்கத்தக்க கீர்த்திமிக்க சீர்கருணீக வம்சத்தலைவர்களாகி அவ்வோதனபுரியை யடைந்தவிருத்தாந்தம் இனிக்கூறுகின்றோம். (எ-று.) (௧௫)

நாடு, நகர், நதிவளச்சருக்கம் முற்றும்.

பாயிரமுட்படக் கூடிய செய்யுட்கள் ௫௪.

———:o:———

நான்காவது

சித்திரகுப்தருற்பவச் சருக்கம்.

[இச்சருக்கத்தால் சூர்யபுத்திரராகச சித்திரகுப்தர் அவதரித்த கதை கூறப்படும்.]

(இதுமுதல் ஐந்துகவிகளிற் சூரியன் பெருமை கூறப்படுகிறது.)

வேறு.

திருமகள் கொழுந னுந்திச் செழுந்தடம் பூத்த வேதாத்
தருமுல கனைத்து முய்யத் தண்ணளி சுரந்து விண்ணிற்
பருமணி விளகக் மாகிப் பகன்முதற் காலந் தோற்றித்
தெரிதரு தெய்வ மன்னன் றிகழ்சுடர்ச் செம்ம லம்மா.

(இ-ள்.) ஸ்ரீலக்ஷ்மீ நாயகனாகிய திருமாலின் உந்தியாகிய செழிய தடாகத்தில் உதித்த பிரமதேவன் சிருஷ்டித்த உலகங்களனைத்தும் உஜ்ஜீவிக்கும் வண்ணம் குளிர்ந்த அருள் சுரந்து, ஆகாயத்தினிடத்திலேற்றிய பருத்த மாணிக்கத்தீபமாகிப் பகற்கால முதலிய காலவேறுபாடுகளைத் தோற்றுவித்துக் கண்ணிற்கண்ட தெய்வமாய் விளங்குகின்ற கடவுளாவான் சூரியபகவான (அவன்பெருமை எம்மாற் சொல்லலாந்தரத்ததோ). (எ-று.)

அவன்பெருமை ..தரத்ததோ என்பது குறிப்பெச்சம். பகல் முதலிய காலவேறுபாடுகள் மாலை, யாமம், வைகறை, விடியல், எற்பாடு, நண்பகல் என்னும் அறுவகைச்சிறுபொழுதும், கார், கூதிர், முன்பனி, பின்பனி, இளவேனில், முதிர்வேனில் என்னும் அறுவகைப்பெரும்பொழுதுமாம். கடவுள் நாமரூபமற்றவர் ஆதலின் அவரினின்றும் பிரிகக்த் தெரிதரு தெய்வம் என்றார். அன்றிக் கர்மசாக்ஷியாகத் தெரிகின்ற கடவுள் எனினுமாம்.()

மதிமுகிழ் முடித்த வேணி வானவன் வலக்க ணாகிப்
பதுமபா தவனென் றேத்தும் பழமறை யுணர்த்த மேலோ
ருதயமுன் மூன்று போது முபர்கர மலர்மொட் டித்துத்
துதிபுரி யிவன்றன் சீர்த்தி யாவரோ தொகுக்கற் பாலார்.

(இ-ள்.) உயர்ந்தோரால் ஸ்தோத்தரிக்கப்பெறும் பழமையாகிய வேதங்களையுணர்ந்த அறிஞர்கள் பிறைச்சந்திரனையணிந்த ஜடாதரனாகிய ஸ்ரீசிவபெருமானது வலக்கண்ணுவான் இத்தெய்வமென்று உதயமுதலிய முச்சந்தி காலங்களிலும் கைகளைக்குவித்துத் துதிக்கின்ற ஆதித்தபகவானது புகழை முற்றும் சுருங்கச்சொல்வோர்தாம் யாவர்? (எ-று.)

பதுமம்-தாமரை, பார்தவன்-உறவினன். சூரியனைக்கண்டு தாமரைவிரிதலின் இங்ஙனம் கூறினார். உதயம் முதலிய முசசந்தி காலமாவன-உதயம், உச்சி, அஸ்தமனம் என்பவை. கரமலர் மொட்டித்தல்-கைகூப்புதல். ()

பொன்வரை வலஞ்சூழ் போகிப் புதையிரு ளன்றி வானின்
மின்புரை யாக்கை செல்வ மித்தையென் றுணர்த்தி மாந்தர்
கன்மவல் லிருளும் பாற்றுங் கதிர்த்தொகைக் கடவு ளானே
மன்னுயி ரனைத்தும் வீறி வாழ்வதை யல்ல துண்டோ.

(இ-ள்.) மகமேருகிரியை வலமாகச்சுற்றிவந்து உலகவிருளை நீக்குவதல்லாமலும் ஆகாயத்துத்தோன்றி மறையும் மின்னல்போல் தேகமும் செல்வமும் நிலையற்றதென்று (தன்செய்கையாலுணரத்) தெரிவித்து ஜீவர்களைப்பற்றிய மாயையாகிய வலிய (மன) இருட்டையும் நீக்குகின்ற கிரணத்தொகுதியையுடைய சூரியபகவானாலேயல்லவா நிலைபெற்ற சர்வபிராணிகளும் பெருமையுற்றுப் பிழைக்கின்றன. இஃதல்லாமல் வேறு காரணமுண்டோ? இல்லை. (எ-று.)

சூரியன் செய்கையால் தேகாதிகள் நிலையாமையை உணர்வது "புறந்தந்திருளிரியப்பொன்னேமியுய்த்துச், சிறந்தவொளிவளர்க்குந்தேரோன் மறைந்தான், புறவாழிசூழ்ந்த புவனத்தேதோன்றி, யிறவாதுவாழ்கின்றார் யார்" என யூகித்தறிவது. வாழ்வதை என்பதின் ஐ சாரியை. (௯)

இன்றருளி லேதற் சீவ ரியல்புண ராவென் றன்றே
நின்றபெரு டுவமை கூற வியங்குவா னிவனே யன்றே
வென்றருள் ணர்த்தி வேத வியன்முறை நிறுவி பார்க்கு
மின்றருள் கதிர்த்தே வன்றி யென்னுளா துலகுக் கம்மா.

(இ-ள்.) பதி (கடவுளின்) அருளில்லாமையால் பசுக்(ஜீவர்)கள் தம்மியற்கைத்தத்துவத்தை அறியமாட்டாவென்று மேலோர்கள் பதியின் அருளுக்கு உவமானமாகச் சொல்லுதல் இச்சூரியனது ஒளியையேயல்லவா? ஆதலால் கடவுளின் இருப்பை நமக்குக்காட்டி வேதத்திற்கூறியவொழுக்கம் தவறாமல் ஸ்தாபித்து யாவர்க்கும் மேன்மைதருகின்ற சூரியனையல்லாமல் உலகிற்கு வேறு துணைமை யாதுளது? (எ-று.)

கண்ணொளியுங் கதிரொளியுங் கூடியுவிடத்தேயன்றிப் பொருளின் ஸ்வரூபம் உணரலாகாமைபோல் இறைவனருளும் ஜீவன்ஞானமுங் கலந்து தத்ஸ்வரூபம் வெளிப்படும் எனச் சைவசித்தாந்த நூலாகிய சிவஞானபோ தத்திற் கூறுவதால் கடவுளின் அருட்கு உவமானமாகுங் கதிர் என்றார். சூரியனால் வேதவொழுக்கம் ஸ்தாபிக்கப்பெறுவதெங்ஙனமெனின் வேத நூலுட்கூறும் சமஸ்தகிரியைகளும் உரியகாலத்துச் செய்யவேண்டுமென் னும் விதியுண்மையாலும் அக்காலங்கள் பிரதமதேவதையாகிய கதிரோனாற் காட்டப்பெறுதலாலுமென்க. இக்கருத்தையே தழுவி "கடிகையேமுதற் காலகின்கருணையாற்காட்டப், படுவதின்றெனின்யாவரொன்செய்குவர்பா ரின், நெடிவிசும்பினுமன்னதேமுத்தொழிலேனோரும், கடவுளர்தியர்செய்தி யென்னாய்விடுங்கருதின்" என்பர் மேல் உஷவது கவியிலும் (௬)

ஆதலா லுதயந் தன்னி லயனடுப் பகலி லீசன்
போதுமா லையின்மா யோனாய்ப் பொலிதிரி மூர்த்த மென்றுந்
தீதறு கோளின் மிக்கோன் சிவனுரு வென்றும் வேத
மோதுற வொற்றை யாழி யுருட்டிமீப் படர்கின் றானால்.

(இ-ள்.) ஆகையினாலே உதயத்தில் ப்ரஹ்மதேவனாகவும் நடுப்பகலில் ஸ்ரீசிவபிரானாகவும் மாலைக்காலத்தில் ஸ்ரீமஹாவிஷ்ணுவாகவும் விளங்கு கின்ற மும்மூர்த்தி ஸ்வரூபமென்றும், குற்றமற்ற சப்தக்ரஹங்களிலும் சிரேஷ்டனென்றும், ஸ்ரீசிவஸ்வரூபமென்றும் வேதம் புகழ்ந்துரைக்க ஆகா யத்தின்கண் தனது ஒற்றைசசக்கிரம் பூண்டதேரை நடத்திச்செல்லுகின் றான் அச்சூரியன். (எ-று.)

"ப்ரஹ்மஸ்வரூபமுதயே மத்யாந்ஹேதுமஹேஸ்வரம், சாயந்த்யாயேத் ஸதாவிஷ்ணும் த்ரிமூர்த்திஸ்ச திவாகரஃ" என்ற ஸ்லோகத்தை முன்னிரண் டடிகளுடன் ஒப்பிடுக. கிரகங்களில் இரவி பலிஷ்டனென்கை சூர்யனோடு கூடிய கிரகங்கட்கு அஸ்தமனதோஷம் சம்பவிப்பதாலும் சூர்யச்சாயை படாத ஆறு இராசிக்கு மேலிட்ட ராசியினிற்கும் கிரகங்கட்கு வக்ராதிபே தங்கள் சம்பவித்தலாலும் "செய்யும்புந்திதனக்கதிகம் செவ்வாய்வலிது செவ்வாயில், வெய்யசனியும்வலிததனை விடவேயரசன்மிகவலியன், துய்ய வரசன்றனிற்சுங்கன் வலியனவனிற்சோமன்மிகும், வெய்யச்சிக்குக்கதிர்வ லிது" என்னும் ஜாதகாலங்காரக்கவியிலும் ஜோதிட நூலின்ர் துணிபா லறிக. "இரவிசங்கரன்" என்னும் பிரமோச்சாரத்தினால் சூரியன் சிவாம்ச மென்பது பெறப்படும். (௭)

(சித்திரகுப்தர் உற்பவித்தல்.)

இன்னசெங் கதிரோன் காதற் கியைந்தபன் னியர்க டம்மிற்
பொன்னைவென் கண்ட காட்சிப் பொற்பின னீளா தேவி
மின்னிடை தோன்றக் கோவைக மீமுகங் கறுப்பத் தாங்கி
நன்னிலை யோரை வாய்ப்ப நம்பியை யுயிர்த்தாண் மன்றே.

(இ-ள்.) இத்தகைப்பெருமைவாய்ந்த சூர்யபகவானது ஆசைக்கிசைந்த பத்னிமாரகளில் ஸ்ரீமஹாலக்ஷ்மீதேவியை வென்றுவிட்ட தோற்றத்தை யும் அழகையுமுடைய நீளாதேவி என்பவள் தனது மின்னல்போன்ற இடை பார்ப்போருக்குப் புலனாகவும் முலைமுகங்கறுப்புறவும் கருப்பத்தில் தாங்கி நல்லநிலைமையைத்தரும் கிரகஸ்திதிபொருந்திய சுபலக்னததில் ஓர் ஆண் மகவைப்பெற்றாள். (எ-று.) (௬).

(நாமகரணம்.)

புத்திரன் பிறந்தா னென்னுப் புகலரு முவகைக் குள்ளந்
தத்தஞ்செய் தெழுந்த காத றலைக்கொளச் செய்வ முற்றிப்
பத்திர மனைய நாட்ட வரம்பையர் பலாண்டு பாடச்
சித்திர குப்த னென்னுந் திருப்பெயர் நல்கி னானால்.

(இ-ள்) புத்திரன் பிறந்தானென்று சொல்வதற்கரிய மகிழ்ச்சிக்குத் தன்னுள்ளத்தைத் தத்தஞ்செய்து மேம்பட்ட ஆசைமுதிரசசெய்யுங்கிரியை களைச செய்துமுடித்துத் தாமரைமலர்போன்ற கணகளையுடைய அரம்பா ஸ்திரீகள் பல்லாண்டுபாட சித்திரகுப்தனென்னும் அழகியபெயரை அம்மக வுக்குத் தரிததான். (எ-று.)

புத்திரோற்பத்தி கேட்டவுடனே தானதர்மங்களைச் செய்யவேண்டு மாதலினால் குழந்தை பிறந்ததற்கென்று தன்மனத்தைச் சந்தோஷத்தின் கையில் ஒப்புவித்தானெனக் கவிசாதுர்யம் செய்தார். செய்யுங்கிரியைகள்-ஜாதகர்மமுதலியன (எ).

(உபநயனம், வேதாப்பியாசஞ்செய்வித்தல்.)

சால்புயர் சுருதி வாய்மைச் சடங்கவ்வப் பருவத் தாற்றிப்
பால்புரி மும்மை நூலின் யாவகமை குறியீ டென்ன
நூல்புனை வித்து வேத நுட்பநூற் பொருட்கண் முற்றும்
வாவிஇற் பயிற்றித் தன்னின் வல்லுந னாகக் கண்டான்.

(இ-ள்.) மேன்மையுடைமையால் மிகுந்த வேதங்களால் நிரூபிக்கப்பெற்ற சடங் குகளை உரியகாலங்களில் செய்வித்து, முதனூல் வழிநூல் சார்புநூல்

என்னும் மூவகைச்சாஸ்திரங்களும் இம்மனதில் அடங்கியிருக்கிறதென்பதைக் காட்டும் அடையாளமாக நெஞ்சில் தரிக்கப்படும் பூணூல் (உபவீதம்) தரிப்பித்து, புத்திநுட்பத்தால் அறியத்தக்க வேதாகமபுராணசாஸ்திர கலைக் ஞானங்களைக் கிரமமாகக்கற்பித்து, நவவியாகரண பண்டிதனாகிய தன்னிலும் அதிசாமர்த்தியனாக்கினான். (எ-று)

. சடங்குகள்-அன்னப்பிராசனம், உபநிஷ்கிராமணம், டோலாரோஹணம், சௌளமுதலியவை. "முதல்வழிசார்பென நூன்மூன்றாகும்" நன்னூற்பாயிரம். (அ)

(பெற்றோர் களிகூர்தல்.)

தம்மிற்றம் மக்கள் காட்சித் தக்கவ ராக னோக்கிய
விம்மித மெவர்க்கு மெய்தன் மெய்ம்மையே தந்தைக் கல்லா
லம்மநின் சிறுவன் மாட்சி யளப்பரி தென்பார் முன்னம்
பொம்மல்வெம் முலைசெம் மாக்கு மவண்மகிழ் புகலற் பாற்றே.

(இ-ள்.) தமது புத்திரர்கள் தங்களினும் மேலான விற்பன்னர்களாக விருப்பதைப் பார்க்கப்பெற்றால் யாவருக்கும் சந்தோஷமுண்டாவது நிச்சயமே. ஆகையால் தந்தையின் மனமகிழ்ச்சி நிற்க, அம்ம! உன்புத்திரனது கல்வியறிவு குணவொழுக்கங்களின் பெருமை அளவிடமுடியாதென்று பிறர் சொல்லக்கேட்கும்போது பொலிவுற்ற விரும்பத்தக்க ஸ்தனங்கள் பால் பொங்கப்பூரிக்கும் தாயின் சந்தோஷத்தை இப்படிப்பட்டதென்று யாவர்சொல்லக்கூடும்? (எ-று.)

"தம்மிற்றம்மக்களறிவுடைமைமாநிலத்து-மன்னுயிர்க்கெல்லாமினிது" என்னுங்குறட்கு 'இதனால் தந்தையினும் அவையத்தாருவப்பார் என்பது கூறப்பட்டது' என வுரைகூறியிருத்தலால் பெற்றோன் மகிழ்ச்சியையுப்பார்க்கினும், "ஈன்றபொழுதிற்பெரிதுவக்குந்தன்மகனைச் சான்றோனெனக் கேட்டதாய்" என்பதற்கு 'கவானின்கட்கொண்ட பொது வுவகையினும் சால்புடையனெனக்கேட்ட சிறப்புவகை பெரிதாகலின் பெரிதுவக்குமெனவும் பெண்ணியல்பாற்றானாகவறியாமையாற் கேட்டதாயெனவுங்கூறினர். தாயுவகைக்களவின்மையின் இதனாற் பிரித்துக்கூறப்பட்டது' என்றெழுதிய பரிமேலழகர் கருத்தின்வண்ணம் தாய்மகிழ்ச்சி பெரிதென்றுணர்க.()

(பிதா சித்திரகுப்தனைத் தவநெறிக்குட் செலுத்தல்.)

பெறற்கரி யனவே யாகப் பெற்றபின் சிறுக மேலும்
பெறற்குரி யனபெட் டேக்க லியல்பரோ பெரியோர்க் கெல்லா
முறற்கரி யனவன் றன்னற் கரியவு மொருங்கு நல்கு
மறத்தொடர் தவத்தின் மிக்க வூதியம் யாது மின்றே.

(இ-ள்.) அருமையாகப்பெற்றவைகள் தாழ்ந்ததென்று நினைத்து இன்னும் அருமையாகவிருப்பவைகளைப் பெறவேண்டுமென்று விரும்பி முயற்சிப்பது பெரியவர்கள் இயற்கையேயாகையால் சூரியபகவான், தன் புதல்வரான் சித்திரகுப்தருக்குப் பின்வருமாறு சொல்லத் தொடங்கினர். நாம் அடைவதற்கு அசாத்தியமான வஸ்துக்களைமாத்திரமல்ல, நினைப்பதற்கே அருமையான காரியங்களையும் சேர்த்துத்தருகின்ற தர்மத்தோடு சம்பந்தப்பட்ட தவத்தைவிட மேலானலாபம் ஆத்மாக்களுக்கு வேறே என்னவுண்டு என்றார். (எ-று.)

"வேண்டியவேண்டியாங்கெய்தலாற் செய்தவ-மீண்டுமுயலப்படும்" (திருக்குறள்). "ஈட்டுவார்தவமலான்மற் றீட்டினுவிதியைவதின்மை, காட்டினர் விதியாரம்ந்து காண்கிற்போர்காண்மினம்மா," (இராமாயணம் சுந்தர காண்டம்) எனவரும் பிரமாணங்களால் எல்லாப்பேறும் தவமுடையார்க்கு எளிதிற் கிட்டுமென்பதுபற்றி இங்ஙனம் கூறினர். (௧௦)

(இதுவுமது.)

பூவிலோ னாதி யோரைப் புகறலென் பொலம்பூங் கொன்றை
மேழவுதாழ் சடைப்பெம் மானும் விரும்புத றவமே யென்னிற்
றேவிய லதனு னெய்துஞ் சிறப்பெலாங் காண்டி யென்னு
வாவது பணித்தான் றந்தை மதலையு மதுமேற் கொண்டான்.

(இ-ள்.) பொன்மயமான கொன்றைப்பூமாலைசூடிய நீண்ட ஜடாதராரிய பரமசிவமே தவத்தை விரும்புவாரென்றால், பிரமதேவன் முதலிய தேவர்களைச்சொல்வானேன்? அத்தவத்தாலுண்டாகும் இகபரசாதகங்களையும் தெய்வத்தன்மையையும் அநுபவத்தாலறிவாயாகவென்று மேற்செய்யத்தக்க கடமைகளையுத்தேசித்துப் பிதாவாகிய சூரியன் உத்திரவு செய்யச் சித்திரகுப்தர் தவம்புரியத்தீர்மானித்தார். (எ-று.)

பரமசிவம் தவத்தின் விருப்பமுடையவராதல் சடைமுடி, சர்மதாரணம், விபூதி ருத்திராக்ஷாலங்காரமுதலிய வேடத்தானும், ஸனகாதிகட்குபதேசிப்பான் வடவாலடிநீழற்கண்ணே சின்முத்திரைக்கரமுடையவராய்த் தக்ஷிணாமூர்த்தமாய் எழுந்த நிலைமையானும் காண்க. (௧௧)

(சித்திரகுப்தர் தவம்புரிதல்.)

புலம்புகு நெறியே புக்குப் புன்மையே விளைக்குந் தீய
மலம்புணர் மனமொ ருங்கி மதிவழி யேவல் கேட்டு
நலம்புரி யறிஞர்க் கென்பு நம்பிபாற் கண்டோ ரெய்தே
துலக்குறு [illegible] புன்மைத் தவமுனை [illegible] கண்டே

(இ-ள்.) பஞ்சேந்திரியங்கள் போகுமிடமெல்லாம் பின்றொடர்ந்து போய் அநுபவிக்கின்ற விஷய போகங்களை விலக்கின்ற செரிய மும்மலங் களுடன் கூடியமனமானது ஏகாக்கிரமாகி ஞானமார்க்கத்தில் நடப்பது ஐன்மாந்தர சுகிர்தர்களுக்கே யென்றுமுண்மை நமது சித்திரகுப்தர்பால் விளங்கக்கண்டோம், விளங்குகின்றதவமும் பூர்வதபோபலமுடைய மகான் களுக்கேயன்றோ மெய்யாய்ப்பலிப்பது. (எ-று.)

இது புராணிகர்கூற்று. "தவமும் தவமுடையார்க்காகும்" என்ற திருக்குறளை நோக்கி இங்ஙனங்கூறினர். மும்மலங்கள்-ஆணவம், மாயை, காமியம் என்பன. இவைகளே பிறவிக்காரணமாகையால் தீயமலம் எனப் பட்டது. "காமம்வெகுளிமயக்க மிவைமூன்ற-னாமங்கெடக்கெடுநோய்" என்றார் உத்தரவேதச்செல்வரும். (௬௨.)

(சிவபிரான்றரிசனந்தருதல்.)

மடங்கலே றனைய மீளி தவத்தினுன் மகிழ்ந்தா னுகப்
படங்கிளர் பகுவாய்த் துத்திப் பணிப்பணி யுவந்த செம்ம
லிடங்கொள்பூங் கொடியோ டாங்க வேறூர்ந்தின்வந் தரியநோன்பு
தொடங்கினை யுள்ள மென்னே சொல்கெனத் தொழுது கூறும்.

(இ-ள்.) ஆண்சிங்கம்போலும் பராக்கிரமமுடைய சித்திரகுப்தர் செய் யுந்தவத்திற்குச் சந்தோஷித்துப் பொறிகள் விளங்குகின்ற படத்தையும் பிளப்பாகிய வாயையுமுடைய சர்ப்பங்களை ஆபரணமாகக்கொண்ட ஸ்ரீசிவ பெருமான வாமபாகத்தில் புஷ்பக்கொடிபோல் வீற்றிருக்கும் உமாதேவியு டன் ரிஷபவாகனரூடராய்ப் பிரத்யக்ஷமாகி அரியதவத்தைச்செய்த சித்திர குப்தரே! உள்ளக்கருத்தை யுரைப்பீராகவென்று கேட்க, அவரைநமஸ்க ரித்துச் சித்திரகுப்தர் சொல்லுவார். (எ-று.)

சிவபிரான் வரந்தருளவெழும்போது, அருட்பெருஞ் சத்தியாகிய உமாதேவியுடனும் தாமஸ்வரூபியாகிய ரிஷபவாகனத்தின்பேரிலும் தோன் றுவது மரபு. (௬௩)

(இதுமுதல் எட்டுச்செய்யுட்களால்
சித்திரகுப்தர் சிவபிரானை ஸ்தோத்தரித்தமை கூறப்படுகின்றது.)

வேறு.

வேதியனே வேதப் பொருளாய வித்தகனே
சோதியனே யார்க்குந் தோன்றாப் பெருமையனே
பாதியனே பச்சைப் பசுங்கொடியா ளொருபங்கு
நீதியனே நெற்றிவிழி நீத்தனே [illegible]

(இ-ள்.) வேதங்களைத்தந்த முதல்வராயுள்ளவரோ! அவ்வேதத்திற் பிரதிபாதிக்கப்படும் கர்மஞானங்களையும் அவற்றிற் பயன்களையும் அளிப்பவரோ! ஜோதிஸ்வரூபரோ! தேவர்களும் அறிதற்கரிய பெருமையுடையவரோ! அர்த்தபாகத்தில் பசிய பூங்கொம்புபோன்ற உமாதேவியார் ஆளப்பெற்றவரோ! சமஸ்த நன்மைகட்கும் காரணரோ! உமது வருகை அடியேனுக்கு இவ்வளவு சுலபத்தில் கிடைக்கத்தக்கதோ! (யான் பெற்ற பெரும்பேறு யார்பெறுவார்.) (எ-று.)

வேதமும் உன்னில் உண்டாக்கப்பட்டது, அதன் பொருளும் நீயே, இஃதென்ன விசித்திரம் என்பார் வித்தகனே என்றார். வேதம் கடவுள் வாக்காதல் "மறைமுதற் கிளந்தவாயான" என்பதாலும் அறிக. 'ஆரணவாயாரணத்துட்பொருளே' என்பார் வில்லிபுத்தூராரும். (௧௪)

நீயே யிறைவ னினக்கடியேம் யாங்களெந்தர்
தாயே யனையாய்க்குத் தாள்வணங்க நெஞ்செழாப்
பேயே மெனினும் பிழைபொறுத்த பேருதவிக்
கேயேயா மாற்ற லெவனோ பரமேட்டி.

(இ-ள்.) மேலான கடவுள் நீர், புசுக்களாகிய யாங்கள் என்றும் உமது வழிவழியடியோம். அவ்வாறிருந்தும் எங்கள் பால் அத்யந்த கருணையுடைமையால் பெற்றதாயினுமிக்க உமது திருப்பாதங்களை வணங்க மனமில்லாத பேயர்களாகியிருக்கும் எங்களது சகித்தற்கரிய சர்வதப்பிதங்களையும் க்ஷமித்து எங்கட்கு வேண்டியவற்றை ஓயாது அளித்துக்காப்பாற்றிவரும் இந்தபேருபகாரத்துக்குப் பரமேட்டி! நாங்கள் செய்யும் பிரதியுபகாரம் என்னவிருக்கின்றது? (எ-று.)

இவ்வாறே "அந்தமொன்றில்லாவாநந்தம்பெற்றேன் யாதுநீபெற்றதொன்றென்பால்" என மாணிக்கவாசகர் திருவாசகத்திலும் கூறியிருத்தலறிக. (௧௫)

ஆட லனிலேட் டயர்வறிய ராய்ச்சிறுவர்
வீடெங்கு மாடோதற் கிறங்கு முனைத்தலகு
நாடியக்கா லாக்கி யளித்தழிக்கு நாயகனீ
கூடு மகவின் குணத்தினையேற் றுயெவரோ.

(இ-ள்.) விளையாடலையே பெரிதும் விரும்பி அதனாலுண்டாகும் தேகபரிசிரமத்தையும் இலக்ஷியம்செய்யாமல் அவ்விளையாட்டின் வித்தையே மேலாகக்கொண்டொழுகும் சிறுவர்போல, விளங்குகின்ற சர்வலோகங்களையும் இச்சாமாத்திரத்தாலேயே சிருஷ்டித்துக் காத்து சம்ஹரித்து விளையாடு

இன்ற சர்வநியந்தாவாகிய நீர் ஒருசிறுவரோ? அக்கன்மாயின் உமக்குள்ள படி வளர்க்குந் தாய்வேண்டுமே? அவர் யாவர்? (எ-று.)

இங்ஙனமே "உலகம்யாவையுந் தாமுளவாக்கலும், நிலைபெறுத்தலுநீக் கலுநீங்கலா, வலகிலா விளையாட்டுடையார்" என வைணவபரமாகக் கூறு வர் கவிச்சக்கிரவர்த்தியாகிய கம்பரும். (௧௮)

பெற்றவுயிர் மக்க ளயர்வுயிர்க்கப் பேணுமிராச்
சுற்றவுணர் வற்றுத் துயிலத் துயிலாமே
மற்றவற்றைக் காக்கு மலர்க்கண் ணருட்பிராஅ
னெற்றிவற்ரு லுவ துணக்கரிய தென்னேயோ.

(இ-ள்.) உம்மாற்பெறப்பட்ட சர்வ ஆன்மகோடிகளும் பகல்முழுவதும் தம் ஜீவனார்த்தமாக அலைந்து வேசாறும் களைப்பு நீங்கும்படிக்காக்கும் இருட்டாகிய இரைச்சிலே சூழ்தலால், அவைகள் உணர்வற்று நித்திரை செய்ய அவற்றிற்கோரிடையூறும் அணுகாதபடிச் சர்வஜாக்கிரதையாகக் காப்பாற்றும்பொருட்டுத் தூங்காது எங்களும் இருக்கண் பரப்பி நிற்கின்ற எங்கர்த்தாவே! இவ்வற்பவுயிர்களால் உமக்கு ஆகவேண்டியதென்ன? உம்மால் சாத்தியமில்லாத எக்காரியங்களை இவர்களால் செய்வித்துக் கொள்ளலாமென்று நினைத்து இவ்வாறு துன்புறுகின்றீர்? இஃதென்ன்மாயம்! (எ-று.) (௧௯)

அன்னங் கலுழ னணியேறு வாகனமாய்ப்
பின்னம் பெறுந்தெய்வப் பேர்கொண் டுலகமெலா
மன்னிய மாய வலிகாட்டின் மாண்பில்லே
மென்னறிவேம் யாங்கொனின தேற்றமறி தக்கோமே.

(இ-ள்) அன்னப்பக்ஷியும், கருடனும், அழகிய ரிஷபமும் வாகனமாகக்கொண்ட ப்ரஹ்மா, விஷ்ணு, ருத்திரனென்னும் பலவேறுவகைப்பட்ட திருப்பெயர்பூண்டு எல்லாவுலகங்களிலும் நிலைபெற்ற உமதுமாயாசாமர்த்தியத்தை அற்பர்களாகிய எங்களிடத்துங்காட்டுகின்றீர். யாங்கள் அச்சாமர்த்திய விசேடத்தை எவ்வாறறிவோம்? யாங்களோ உமது சர்வசக்தித்துவத்தை உள்ளவாறறியத்தக்கவர்கள்? (எ-று.)

இந்திரஜால வித்தைக்காரன் வித்தைசெய்யும்போது காணப்படும் பல விசித்திரக் காட்சிகள் பின்பு மறைந்து அச்சக்தியும் அவன் வசப்பட்டுநிற்றல்போலத் தோன்றிநின்றழியும் உலகங்கள் யாவும் உமது அகடிதகடனா சாமர்த்திய மாயாசக்தியிலடங்கியிருக்கின்றன என்பார் "[illegible] [illegible]" என்றார். (௨௦)

ஆதித் தனிமுதல்வ னாமியெனிற் பல்சமய
பேதத் தினியென்னும் பேசுவதும் பொய்கொலோ
வேதித் தனைமாய மேவ ரிதுகடப்போர்
சோதித்தல் காணுநார் ம்பட்டென்னித் தோற்றரவே.

(இ-ள்.) உலகங்கட்கெல்லாம் ஆதிகாரணனாகிய ஒப்பற்ற முதற்கடவுள் தேவரீரோயாயின் நீர் என்றால், பலவகைப்பட்ட மதங்கள் கூறும் நானு தெய்வமும் நீரேயென்பதில் அபத்தமென்ன? இத்தனைமாயம் எதற்கு? இம்மாயையைத்தாண்டி யுமது நிஜஸ்வரூபத்தை யறியவல்லார் யாவர்? உமது சர்வவல்லமையையறிந்து ஆநந்திக்க அசக்தராகிய அடியேங்களிடத்தில் இச்செயல்கள் என்னபயன்படும்? (எ-று.)

ஆச்சரியகரமான செயல்களை அறிந்து ஆநந்திக்கப்பெறாதவரிடத்திற் செய்தல் பயன்படாமைபோல, உமது மாயாவல்லபம் ஒரு சிறிதும் உணரா எங்களிடத்து அத்துணைசிறப்பிற்றாய் விளங்கவில்லையேயென் அவனது யோசற்றலைவியர்தபடி. (கக)

பொறியுண் டறுவகைய போருண்டு பேத
நெறியுண்டு மாதரொடு நீண்மண்பொன் னாதிக்
குறியுண் டிவைமயக்குங் கோளுடனா முண்டேன்
மறியுண்டு போகாமே வாழ்வாரெவ் வண்ணமே.

(இ-ள்.) ஜகதீசா! உமது திருவடிகளை ஸ்மரித்துப் பிறவிப்பெருங் கடலை நீந்தி நித்தியானந்தம்பெற்று வாழ்வோமென்று நினைத்தால், விஷயங்களிற் செலுத்துதற்கு ஐம்புலன்களும், ஆழ்நரகில் சேர்த்துவதற்குக் காமாதி அட்டபகைகளும், அவற்றிற்குத் தப்பிச்சேர்வோமென்றால் பலவகைப் பேதமதங்களும், அவற்றினமேலும் ஸ்திரீகள், பூமி, தனம் என்னும் இம் மூன்றினிடத்தாசையும், இவற்றான் மயக்கும் நாஸ்திகக்கோட்பாடும், ஜன்மாந்தர கர்ம பலன்களும் இருக்கின்றனவென்றால் இத்தனை ஆபத்துக்களுக்கும் மனமெலிந்து திரும்பிவிடுவதன்றி உண்மையுணர்ந்தெவ்வண்ண முய்வது? (எ-று.)

சப்த, ஸ்பரிச, ரூப, ரச, கந்தமென்னுந் தன்மாத்திரைகளாயறியும் சுரோத்திரம், துவக்கு, சக்ஷு, ஜிஹ்வை, ஆக்ராணமென்னுமிவை ஐம்புலன்களாம். இவற்றிற்குக்கருவிகளாகிய செவி முதலியன பொறிகளாம். ஐம்புலன்களும் ஞானேந்திரியமெனப்படும். காமம், குரோதம், லோபம், மோகம், மதம், மாற்சரியம் என்னுமிவையாறும் உட்பகை [illegible] அரி [illegible] ஸ்வையமெனப்படும் [illegible] எனையபிராணிகட்கும் [illegible] மாதாரவை [illegible] ப்பிரித்தார். [illegible]

என்பதற்கு ஆசையின் வலிமை என்றேனும், உலகக்கோட்பாடு என்றே னும் பொருள் கோடலுமேற்கும். வாழ்வான் தொழிற்பெயர். போகாமே எதிர்மறைத்தெரிநிலை வினையெச்சம். (௨௦)

கின்மொழியே நிற்சுட் டரியதெனி னீர்மையிலாப்
புன்மொழியே மெங்ஙன் புகன்று புகழ்முடித்தும்
பன்மொழியென் னெப்பொருளும் பற்றியும்பற் றில்லோய்க்கே
யென்மொழிகொண் டுன்னுணர்த்த லின்றியமை யாமையே.

(இ-ள்.) உமது திருவாக்காகிய வேதமே உம் நிஜஸ்வரூபத்தைச் சுட் டிக்காட்டமுடியாது திகைப்புறும்போது சிறிதும் குணமில்லாத அற்ப வார்த்தைகளையுடைய யாங்கள் எவ்வாறு நமது கீர்த்தியை முற்றச்சொல் லிமுடிப்போம்? அவாங்மனோகோசரமாகிய உமது அநந்தகல்யாண குணங் களைப்பற்றிப் பலவேறு பேசுவதனால் அதிலொரு சிறிதும் சொல்லிமுடிக் ததாகுமோ? அம்மொழிகளால் யாது பயன்? சர்வ வஸ்துக்களின் உள்ளும் புறமும் வியாபித்து நின்றும் அவற்றின் குண தோஷங்களில் யாதும் பற் றாத சின்மயஸ்வரூபியாகிய உமக்கு என் மனக்கோரிக்கையை என் வார்த் தையினாலேயே தெரிவிக்கவேண்டியது அவசியந்தானே! (ஏன் ஒன்றுமறி யாதவர்போலிங்ஙனம் வினவுகின்றீர்?) (எ-று.)

கடவுளே வேதகர்த்தா என்கை 'மூன்றும்பெருமன்றமறைத்தருள் வாக்கால்' எனவரும் கல்லாடமும் நன்குணர்த்தும். வேதங்களும் உம் மெய்ந்நிலையறிந்தில என்பதனை "பூதங்களல்லபொறியல்லவேறு புல னல்லவுள்ளவறிவின், பேதங்களல்லவிவையன்றிநின்ற பிறிதல்லவென் றுபெருநூல், வேதங்கிடந்துதடுமாறும்வஞ்ச வெளியென்ப..." என்னும் திருவிளையாடற்செய்யுள் காட்டும். உன்வாக்கே உன்னைப்புகழவறியாதென் றால் கேவலம் சிறுபுழுக்களினுங்கேடுற்ற யாங்களோ துதித்து முடித்தற் குரியவராவேம் என்பது கருத்து. 'புகழ்முடித்தும்' என்பதற்கு யாங் களோ உம்மைப்புகழ்ந்து முடித்து அதனால் உண்டாகும் கீர்த்தியைத் தரிப் போம் என வுரைகொள்ளினும் அமையும். சர்வவியாபியாகிய உமக்கு என் கருத்தை நானே சொல்வது அவசியந்தான் என்பது குறிப்புச்சொல். (௨௧)

(சகளீ வர்ணித்தல்.)

வேறு.

பொற்கு காதலன் புவனையு முனருடிய புருத்
தங்கு மெய்ம்மயிர் பொடிப்புற விழிப்புனல் சொர
வுறுகை மாமலர் கூம்புற முகமினி தலரக்
[illegible] வேணியற் [illegible] [illegible]

(இ-ள்.) ஆசைமிகுதியாலுளதாகிய அன்பும் சந்தோஷமும் மனதிற் குடிபுகவும், தேகத்திலுள்ள யாவுமுள்ள உரோமம் சிலிர்க்கவும், கண்களில் ஆனந்தபாஷ்பம் பெருகவும், அழகிய கைகளாகிய தாமரைமலர்கள் குவியவும், இன்பமாக முகமென்னும் தாமரை மலரவும் கங்காதரராகிய ஸ்ரீபரமசிவத்தை சித்திரகுப்தர் இவ்வகை ஸ்தோத்திரஞ்செய்த காலத்தில். (எ-று.)

.தான் கோரியவாறு கடவுள் காட்சி தந்ததனால் அன்பும், தன் எண்ணம் பலித்துவிட்டதென்று மகிழ்ச்சியும் ஆசையின் முதிர்ச்சியால் விளைந்ததென்க. (உஉ.)

(இதுவுமது.)

உள்ள நெக்கெழு மன்பினர்க் கவரினு முருகும்
பிள்ளை மாமதிக் கண்ணியன் பெரிதுள மகிழ்ந்து
விள்ளு வான்விதி யேமுத லோர்புகழ் விழுச்சீர்
கொள்ள மேன்மையுற் றோங்குக மூடிகநின் குறிப்பே.

(இ-ள்.) மனம் நெகிழ்ந்துண்டாகும் அன்பைத் தன்பால் வைக்கும் பக்தர்கட்கு அவரினும் அதிக அன்புகொண்டிரக்ஷிக்கின்றவரும் இளமையும் பெருமையுமுடைய சந்திரனைச் சூடும் பூவாகக்கொண்டவருமாகிய சிவபெருமான் மிகவும் மனமகிழ்ந்து சொல்வார், சித்திரகுப்தரே ! பிரமதேவன் முதலிய யாவரும் புகழற்குரிய மேன்மைக்கீர்த்தியைப்பெற்றுச் சிறந்தோங்குவீராக. உமது அபீஷ்டமும் இனிது சித்திக்க. (எ-று.)

"போற்றி யன்பாயவன்பர்க்கவரினுமன்பபோற்றி" என்றார் மணிவாசகப்பிரானும். 'பிள்ளைமாமதிக்கண்ணியன்' என்பதில் மதி என்பது புத்தியையுங்குறிக்குமாதலால் சிறுபிள்ளைப் புத்தியுடையவனுகியும், (கண்ணியன்=)பெருமையுடையவன் எனத் தொனிசிறத்தல்காண்க. கண்ணி-சூடும்பூ. 'கண்ணி கார்நறுங்கொன்றை' என்பது புறப்பாட்டு. (உ௩)

(சித்திரகுப்தர் வரம்பெற்று மீளல்.)

நன்று வாழ்கென விடையவன் விடைதர நம்பி
யென்று காண்குமென் றிருக்குமீன் றவர்கழ லிறைஞ்சிச்
சென்று பெற்றபே றுரைத்தகங் குளிர்ப்புறச் சேர்ந்த
பின்றை யோர்பகற் றன்றவப் பெருமைதேர் பெட்பான்.

(இ-ள்.) பெரிதும் வாழ்வீராகவென்று ரிஷபவாகனக்கடவுள் விடைகொடுக்கச் சித்திரகுப்தர் தம்மை எப்போது காண்போமோவென்றிருக்கும் மாதாபிதாக்களிடத்திற்குப் போய் அவரது பாதங்களைத்தொழுது

தாம் பெற்றவரங்களைக்கூறி அவர்கள் மனங்குளிரத் தங்கியிருந்தபின் ஒரு நாள் தம் தபோபலத்தைப் பரிசோதிக்கும் விருப்பமுடையவராகி. (எ-று)

பெட்பான் முற்றெச்சம்; இது அடுத்தகவியில் புக்கு என்னும் எச்ச முதல்வினை கொண்டுமுடியும். விடையவன் விடைதர என்பது சொல்லணி. ஈன்றவர், ஈன்+தவர் எனப்பிரித்து தன்னைப் பெறத்தவமுடையார் என வுரைப்பினுமாம். (௨௪)

(சித்திரகுப்தர் தவப்பெருமைபரிசோதிக்கச் சிருஷ்டித் தொழில் செய்யத்தொடங்கல்.)

தமிய ணங்கொரு சூழல்புக் கம்புயத் தளியோன்
கமைகொ ளப்புரி சிருட்டிகள் யாவையுங் கருதி
யிமையின் முன்னொரு தன்படைப் பிவையென விலக்க
வமையு மன்னது கண்டனர் விதிமுத லானோர்.

(இ-ள்.) தனியாக ஒருசோலைக்குட் பிரவேசித்து தாமரைக்கோவில் கொண்ட ப்ரஹ்மதேவன் நிறைவுபெறச்செய்யும் சிருஷ்டித்தொழில்யாவற்றையும் தாமும் செய்ய உத்தேசித்து இமைப்பொழுதில் தமது ஒப்பற்ற சிருஷ்டிகளிவை என்று படைக்கப்பொருந்திய அந்நிலைமையைப் ப்ரஹ்மதேவன் முதலியோர் தெரிந்துகொண்டார்கள். (எ-று.) (௨௫)

(தேவர்கள் சூரியபகவானிடம் வருதல்.)

திக்குற் றோர்பெருந் திக்குற வைம்பொறி செறித்த
மிக்க சீர்த்தவர் பயந்தவ ராய்மன மெலியத்
தொக்க வைவகைப் பிரமரும் பிரமராய்த் தொடரத்
தக்க வையருள் ளையுரு மாயினர் சார.

(இ-ள்.) அஷ்டதிக்குப்பாலர்கள் திகிலடையவும், பஞ்சேந்திரியங்களை ஒடுக்கித் தவத்தால் மிக்க சீர்த்திபொருந்திய இருடிகள் பயந்தவர்களாய் மனமெலியவும், விஸ்வன் மனு மயன் துவஷ்டா சிற்பன் என்னும் பஞ்சப்ரஹ்மாக்களும் ப்ரம்மையுடன் தொடரவும், தகுதிபெற்ற தேவர்கள் உளத்திற் சந்தேகமுடையவர்களாய்ச சேரவும் கூடிவந்து. (எ-று.)

திக்குற்றோர் திக்குற, தவர் பயந்தவராக, பிரமர் பிரமராக, ஐயர் ஐயராக என நான்கடியிலும் வைச்சியானுசந்தானமாகக் குறித்தனர். பிரமம்-கலக்கம், ஐயர்-தேவர்கள், சந்தேகமுடையவரென விருபொருட்டு. ஆர்யர் என்ற வடமொழி ஐயரெனச் சிதைந்து தமிழில் வழங்குமென்ப. (௨௬)

(தேவர்கள் சூரியனிடத்து முறையிடுதல்.)

பச்சை வாம்பரித் தேர்மிசைக் கொண்டிருள் பருகு
நச்சு வெங்கர மாயிரக் கடவுள்பா னண்ணிச்
செச்சை யம்புய வம்புயக் கேண்மையோய்ச் சிறிதுன்
னிச்சை யாரரு ளல்லதென் முடியுமா லெமர்க்கே.

(இ-ள்.) தாவுகின்ற எழுபச்சைக்குதிரைபூண்ட தேரின்மேற்கொண்டிருந்து இருட்டைவிலக்குகின்ற ஆயிரங்கதிர்களையுடைய சூரியபகவானிடத்திற்சேர்ந்து, வாசனைச்சாந்தணிந்த புயங்களையுடையாய்! தாமரைக்கு நண்பரே! உமது அன்போடு கலந்த அருள் சிறிதேனுமில்லாவிடில் எங்களைப்போன்றோரால் என்னமுடியுமென்று பின்னுஞ்சொல்வார்கள். (எ-று.)

எமர்க்கு-உருபினும் பொருளினுமெய்தமொழி ஒன்றனிலைகளத்தொன்றுசென்றுற்ற வேற்றுமை மயக்கம். 'பொற்சுண்ணத்தால் விளக்கவிப்ப' என்னுஞ் சிந்தாமணியிற்போல. (உஎ)

(இதுவுமது.)

கடிகை யேமுதற் காலநின் கருணையாற் காட்டப்
படுவ தின்றெனின் யாவரொன் செய்குவர் பாரின்
சேண்வி சும்பினு மன்னதே முத்தொழி னோருங்
கடவு ளாதியர் செய்தியென் னுய்விடுங் கருதின்.

(இ-ள்.) உமது கருணையால் நாழிகைமுதலாகிய காலவிகற்பங்கள் காட்டப்படாவிடின் பூலோகவாசிகளும் பெரிய ஆகாயவுலகத்தோரும் பிறரும் யாதுசெய்யக்கூடும்? பின்னும் ஆலோசிக்குமிடத்து சிருஷ்டி, ஸ்திதி, சம்ஹாரமென்னு முத்தொழிலைச்செய்யும் மும்மூர்த்திகளின் கதியும் யாதாகும்? உமது கருணையாலன்றோ முறைப்பட வுலகம் நடைபெறுகின்றது என்றார்கள். (எ-று.)

படைக்குங்காலத்துப் படைத்தலும், காக்குங்காலத்துக் காத்தலும், அழிக்குங்காலத்து அழித்தலும் முத்தேவர் காரியமாகலின் இவையும் காலம்பற்றியல்லது செய்யத்தகா. அக்காலமும் உம் கருணையாலே காட்டப்படும். ஆகவே இத்தனைக்கும் முதற்காரணம் உமது ஒப்புயர்வற்ற பெருங்கருணையேயென்றபடி. (உஅ)

(சூரியன் வினவுதலும் தேவர்கள்சம்பவ நிகழ்த்தலும்.)

மன்னு நின்னளி வாழ்கென நெடுமொழி வழங்கு
மன்ன விண்ணவர்க் கேற்பன முகமனு மறைந்தீங்
கென்னை நாடிய தென்னென வையநீ யீன்ற
துன்னு மாதவப் புத்திரன் செய்திகேள் சோறும்.

(இ-ள்.) இப்படிப்பட்ட உமது பெருங்கருணை நீடூழிவாழ்கவென்று பலவாறு ஸ்தோத்தரிக்கின்ற அந்தத்தேவர்களுக்கு தக்க உபசாரவார்த்தைகள் சொல்லி, நீங்கள் இவ்விடத்தில் என்னை நாடிவந்த காரியம் யாது என்று வினவ, ஐயனே! நீர் பெற்ற பெரிய தவசிரேஷ்டரான சித்திரகுப்தர் செய்தகாரியத்தைச் சொல்கின்றோம் கேட்பீராகவென்று தேவர்கள் சொல்வார்கள். (எ-று.) (௨௯)

(இதுவுமது.)

கோதி லாத்தவம் புரிந்தனன் புராரிபாற் கொண்ட
போத நல்வரங் காணிய சிருட்டிகள் புரிவான்
வேத நூனெறி முறைதிறம் பாமையே வேண்டிச்
சோதி யேயினை யடைந்தன மென்றனர் சொன்னார்.

(இ-ள்) அவர் குற்றமற்ற தவத்தைப்புரிந்து திரிபுராந்தகராகிய சிவபெருமானிடத்திற்பெற்ற நன்மைமிக்க வரத்தைப் பரீக்ஷிக்கும்நிமித்தம் சிருஷ்டித்தொழிலைச் செய்யலுற்றார். ஆகையால் வேதசாஸ்திர வரம்புகடவாமையை விரும்பி ஜோதிஸ்வரூபரே! உம்மையடைந்தோம் என்றார்கள் தேவர்கள். (எ-று.) (௩௦)

(இதுமுதல் நான்குகவிகளால் சூரியன் சித்திரகுப்தருக்குப் புத்தி கூறுதல்.)

அனைய தாகவென் றவிர்சுடர் மணிமுடி யசையாத்
தனையற் கூயிரு கண்களி னுவகைநீர் ததும்பப்
புனையு மங்கதப் புயாசல மிறுகுறப் புல்லி
யினிய புன்னகை யெழில்புரி முகமலர்ந் திசைக்கும்.

(இ-ள்.) இதைக்கேட்ட சூரியபகவான் அப்படியேயாகுகவென்று விளங்குகின்ற பிரகாசந்தங்கிய ரத்னகிரீடமணிந்த முடியையசைத்துச் சித்திரகுப்தனையழைத்து இருவிழிகளிலும் ஆனந்தக்கண்ணீர் ததும்ப வாகுவலயந்தரித்த மலைபோலும் புயங்களால் இறுகும்படி மார்போடு தழுவி இன்பமாகிய புன்சிரிப்பால் அழகுசெய்யப்பெற்ற முகமலர்ந்து கூறலுற்றார். (எ-று.) (௩௧)

ஐய கேண்மதி யீண்டுளோ ரயன்முத லானோர்
செய்யு நீரன படைக்குறுந் தொழிலினீ செயலாற்
கைய றப்பெரி துளமுறு மினமினிக் கடனாந்
தெய்ய வவ்வவர்க் குவந்தன புரிதலே யிசையால்.

(இ-ள்.) ஐயனே! கேட்பாயாக இங்குள்ள ப்ரஹ்மா முதலியோர் செய்யத்தக்க படைப்புத்தொழிலை நீசெய்த தகாச்செய்கையால் இவர்கள் செயலற்றுப் பெரிதும் மனங்கலங்குகின்றனர். இனி நீ அக்காரியத்திற் பிரவேசிக்காதே! அறிவுபெறும்படி அவ்வவர்க்கேற்ற தொழிலைச்செய்வதே கீர்த்திக்குக்காரணமாகும். (எ-று.)

மகனே ஐயவெனல் உவப்பால்வந்த மரபுவழுவமைதி. மதி முன்னிலையசைச்சொல். கை-செயல். 'எய்யாமையே அறியாமை' என்னுந்தொல்காப்பிய உரியியற் சூத்திரவிதிபற்றி எய்ய-அறியவெனப் பொருள் கொண்டாம். இசை காரணத்தைக் காரியமாக உபசரித்தல் 'தீவினையென்னுஞ் செருக்கு' என்றுந் திருக்குறளிற்போல். (௧௨)

இன்ன ரித்தொழிற் காமென வமைத்துளா னிறைவன்
பன்னு மக்கருத் தோம்பலே யறநெறிப் பால
பின்னு மோருளம் வருந்துறச் செய்வரோ பெரியோ
ருன்னு மேன்மையு மருளிகழ் நீட்டியோர்க் குறுமோ.

(இ-ள்.) சர்வநியந்தாவாகிய ஈசன் இவர் இத்தொழிற்கேற்றவரென முன்னரே அமைத்திருக்கின்றார். ஆகையால் சொல்லப்படுகின்ற அவரது கருத்தைப் பாதுகாத்தலே தர்மத்தின்பாற்படும். இன்னும் (கவனிப்பாயாக) பெருந்தன்மையுடையோர் மற்றொருவருடைய மனம் வருந்தத்தக்க காரியங்களைச் செய்வார்களோ? யாவராலும் நினைத்தற்குரிய பெருமையும் கிருபையின்றிச் சம்பாதிப்போர்க்குக் கிட்டுமோ? என்று பின்னுஞ்சொல்வார். (எ-று) (௧௩)

நிகரி லுண்மைத் தவமெய்த் தவவலி நுண்மதி நிலவும்
புகரில் செல்வமென் றரும்பெறற் பேறெலாம் புகினுந்
தகைவ ருந்தருக் கின்மைபோன் மெய்ப்புகழ் தருவ
பகரி னொன்றிலை யாண்டுமென் றுரைத்தனன் பகலோன்.

(இ-ள்.) ஒப்பில்லாத உண்மையான தபோபலமும், கூரிய புத்திநுட்பமும், விளங்குகின்ற குற்றமற்ற செல்வமும் என்ற இவைபோன்ற அடைத்தற்கரிய பலபாக்யங்களனைத்தும் தாமே வந்து சேர்ந்தாலும் தடுத்தற்கரிய அஹங்காரமின்மைபோல் நிஜமான கீர்த்தியைத்தரத்தக்க மற்றொன்று சொல்லுமிடத்து எக்காலத்துமில்லை என்றார் சூரியபகவான் (எ-று.)

பகல் என்பது நடுவுநிலைமையையுங்குறிக்குமாதலால், நீதி நெறி நிலைமை தவறாதவனென்பார் 'பகலோன்' என்றார். (௧௪)

(சித்திரகுப்தர் மன்னிப்புவேண்டல்.)

தந்தை கூறிய மாற்றமுங் கடவுளர் தயக்கச்
சிந்தை செப்பிய வதனமு நோக்கினன் றிகைக்குற்
றந்தண் மாமலர்ப் பூம்பதஞ் சென்னிசேர்த் தையை
மைந்த னேன்புரி யாடலைப் பொருளென வையேல்.

(இ-ள்.) பிதாவாகிய சூரியபகவான் சொல்லும் வார்த்தைகளையும் அங்கிருந்த தேவர்களது மனவாட்டத்தைக்காட்டும் முகத்தையும் நோக்கித் திடுக்கிட்டுத் தந்தையின் அழகிய குளிர்ந்த பெருமைதங்கிய தாமரைமலர் போல் பொலிவுபெற்ற திருவடிகளைச சிரசில்சூட்டி, ஐயனே! சிறுவனாகிய யான் விளையாட்டாகசசெய்ததை ஒருபொருளாகக் கொள்ளாதீர் என்று பின்னுஞ் சொல்வார் சித்திரகுப்தர். (எ-று.)

"அடுத்ததுகாட்டும்பளிங்குபோனெஞ்சங்கடுத்ததுகாட்டுமுகம்" என்றபடி தேவர்கள் மனவருத்தம் முகம்தெரிவித்தது எனறுர். வையேல் என்பதற்கு என்னை நிந்திக்காதீர் என வேறோர் பொருளுங்கூறலாம்.(௬௫)

(இதுவுமது.)

பிழைசெய் தோர்தமை யுணர்த்தலே பெரியர்தம் பெருமை
விழைவு ளோர்க்குளந் தவறுகாட் டாமையா ன் விளையுங்
குழவி யாயவென் மீதருள் கூர்கெனக் குவிகைக்
குழகன் மென்மொழிக் குவந்தன ராசிகூ றினரால்.

(இ-ள்.) பெரியோர்க்குள்ள பெருமையாவது தப்பிதஞ்செய்தோர்க்கு அத்தப்பிதத்தை யெடுத்துக்காட்டிப் புத்திபுகட்டலேயாம். ஒருகாரியத்தைச்செய்ய விருப்புமுண்டானல் அவர்கள் மனம் அது தப்பிதமென்று காட்டற்கியலாமல் அவ்வாசைக்குட்பட்டிருத்தலால் அவ்வாறு தப்பிதங்கள் நேரிடுகின்றன. மேலும் நான் சிறுவன. ஆதலால் என்மீது கருணைகூர்ந்து க்ஷமிக்கவேண்டுமென்று அஞ்சலியஸ்தராகி நிற்கின்ற முருகக்கடவுள்போலழகும் இளமையும் பலமும் வாய்ந்த சித்திரகுப்தரது தாழ்மையான இனியவசனங்களுக்கு மனமகிழ்ந்து தேவர்கள் ஆசீர்வதித்தார்கள் (எ-று.)

ஒருகாரியத்தில் ஆசைகொண்ட மனத்தைத் தெருட்ட மற்றொருமனமில்லாமையால் தப்பிதம் நேர்வது யாவர்க்கு மியல்பே என இங்குக்கூறினார்போல் "ஒன்றொழித்தொன்றையுன்ன மற்றொருமனமுமுண்டோ" என்பர் இராமாயணமுடையாரும்.

(தேவர்கள் மனமகிழ்ந்து சித்திரகுப்தர் விவாகத்தைக் குறித்துப்பேசுதல்.)

கரைபெ ருப்பெருங் கடலெனத் தண்ணளிக் காளைக்
கரசு நீர்மையர் மனுவெனும் பிரமன தருமை
மருவு புத்திரி யாம்பிர பாவதி மயனுர்
தரும ணங்குநீ லாவதி யெனும்பெயர்த் தையல்.

பேசு மந்தணர் நீர்மையான் விச்சுவப் பிரம
னாசை மாமகள் கன்னிகி மூவரு மலர்மேல்
வாச மாமகள் பேறுநீஇ நாண்கொளும் வனப்பார்
மாசி லாவருந் ததியுமே வணக்குறூஉ மாண்பார்.

கச்ச டுந்தனத் திவர்தமை யீந்துளங் கனியு
மிச்சை யான்மணங் காணிய காதலே மென்ன
மெய்ச்சு வானவர் மொழிவதுஞ் சேயுள விருப்பு
நிச்ச யித்ததிந் நியைந்தன னெடுந்தகைக் கதிரோன்.

(இவை மூன்றுமொருதொடர்.)

(இ-ள்.) இவ்வாறு ஆசீர்வதித்து தேவர்கள் பின்னுஞ் சொல்வார்கள், க்ஷத்திரிய தர்மத்தை வஹித்தவராகிய மனுப்ப்ரஹ்மாவின் அருந்தவப்புத்திரியாகிய பிரபாவதியும், மயப்ரஹ்மாபெற்ற அழகிய நீலாவதியும், புகழ்ந்து சொல்லப்படுகின்ற பிராஹ்மண தர்மத்தை வஹித்த விஸ்வப்ரஹ்மாவின் ஆசைக்குமாரத்தியாகிய கன்னிகியும் ஆகிய கச்சுடன்பொருதுகின்ற ஸ்தனங்களையுடைய இம்மூவரும் செந்தாமரைப்பூவில் வீற்றிருக்கும் லக்ஷ்மீதேவி நாணி அஞ்சத்தக்க அழகும், குற்றமற்ற அருந்ததியும் வெட்கித் தலைகுனியத்தக்க கற்புமாட்சியும் உடையவராதலால் அவர்களைக் கரையில்லாத பெரிய கடல்போலுந் தண்ணிய கிருபாமூர்த்தியாகிய இச்சித்திரகுப்தருக்குத் திருமணஞ்செய்யவெங்கள் மனதில் மிக்க விருப்பமிருக்கின்றதாகையால் இவ்வொரு வரம் நீர் தரவேண்டுமென்று புகழ்ச்சிக்குரிய தேவர்கள் வேண்டுவதையும், தனது புத்திரனது மனவிருப்பத்தையும் தீர்க்காலோசித்துப் பெருந்தகைமைவாய்ந்த சூரியபகவான் சம்மதித்தார். (எ-று.)

உலகை ஒருகணத்தே அழிக்கத்தக்க வன்மைபெற்றுங் கடவுள் ஆணையின்படி தன்னிலைநிற்குங்கடல், சர்வமும் சிருஷ்டிக்கத்தக்க வரம்பெற்றும் தந்தைகட்டளைக்கடங்கிநிற்குஞ்சித்திரகுப்தருக்குவமையாயினது. அருமை-யீண்டுத் தவத்தின்மேற்று, குணகுணியொற்றுமைபற்றி. மூவரும் என்பதி

னும்மையைப்பிரித்துத் தனித்தனிகூட்டி யெண்ணும்மையாக்குக. முற்றும்மையும், வாசமாமகள் என்பதிலும் அருந்ததி என்பதிலுமுள்ள சிறப்பும்மையும் தொக்கன. பண்டைநூற்பயில்வுநோக்கி இங்ஙனம் மாற்றினும். ()

(இதுமுதல் மூன்று கவிகளால் திருமணத்தொழில்செய்யத் தேவர்கள் ஆரம்பித்தல்.)

மதனன் செவ்வியு முருகவே ளிளமையும் விளங்கும்
பதுமை நாயகன் கருணையுந் திரண்டுருப் படைத்த
மதலை நம்முள வேட்கைதீர்த் தியைந்தனன் மறுதென்
றெதிருங் காதலாற் கடிமணத் தொழில்செய வெழுந்தார்.

(இ-ள்.) (சூரியபகவானுடைய சம்மதத்தைத்தெரிந்த தேவர்கள்)மன்மதனது அழகும், முருகக்கடவுளின் இளமையும், விளங்குகின்ற ஸ்ரீலக்ஷ்மீநாதனுகிய மஹாவிஷ்ணுவின் கருணையும் ஒன்றுசேர்ந்து உருவங்கொண்டாற்போன்ற சித்திரகுப்தர் நம் அபீஷ்டத்தை நிறைவேற்ற மறுக்காமல் உடன்பட்டாரென்றுண்டாகிய ஆசையால் திருக்கல்யாண காரியங்களைச் செய்ய ஆரம்பித்தார்கள். (எ று.) (சo)

மணவி னைக்கமை மண்டப மமைக்குநர் வாசத்
துணர்செய் பொன்னரி மாலைக ளேக்குநர் துலங்குங்
கணம ணிக்குலக் கோவைமேல் விதானத்துக் கஞல
வணிசெய் வார்தமை யறிகலா வுவகையா னமரர்.

(இ-ள்.) ஆனந்தபரவசத்தால் மெய்ம்மறந்த தேவர்கள் கல்யாணமண்டப நிர்மாணஞ்செய்பவரும், வாசனைபெற்ற கொத்தாகிய கற்பகமாலைகளைக் கட்டித்தொங்கவிடுகின்றவரும், பிரகாசிக்கின்ற நவரத்னக்கோவைகளை விதானப்பந்தலில் நெருங்க அலங்கரிப்பவரும் ஆயினார்கள். (எ-று.)()

கமழ்பன் னீர்நறுங் கலவையான் மெழுகுவர் கனகத்
தமையும் பாலிகைக் கரகமு மிருத்துவ ரசையா
வுமிழ்சு டர்ப்பரு மணிவிளக் களவில வுய்ப்பா
ரமுதி னின்சுவை தருந்துவர் வாயரம் பையரே.

(இ-ள்.) அமுதம்போலுமினியசுவையையுடைய வார்த்தைகட்குப் பிறப்பிடமாகிய பவளம்போலும் வாயையுடைய அரம்பாஸ்திரீகள் பரிமளம்பொருந்திய பன்னீர்கலந்த நல்ல சந்தனக்கலவையால் தரையைமெழுகுவாரும் சுவர்ணத்தால்செய்த பாலிகைக்கலசங்களை அமைப்பவரும் கெடாத காந்திவீசுகின்ற அநேக பெரிய மாணிக்கதீபங்களை வைப்பாரும் ஆயினார்கள். (எ-று.)

துவர்வாய் இன்சுவை தந்தது என்புழி வியப்புத்தொனி சிறத்தல் அறிக. (சஉ)

(திருமண முகூர்த்தநிர்ணயம்.)

மங்க லத்திரு மணம்புகல் கிரவுஞ்ச வருடந்
துங்க மேவிய சுரருது வேமபிங் களமாந்
திங்க ளிற்றிதி பருவமே சித்திரா வசுமீன்
றங்கு மைந்திர யோகநல் லோரையுந் தழுவ.

(இ-ள்.) மங்களகரமாகிய திருக்கல்யாண முகூர்த்தம் கிரவுஞ்சவருடத்தில், உயர்ச்சிபெற்ற சுரருதுவில், ஹேமபிங்களமாதமும் பர்வதிதியும் சித்திராவசு நட்சத்திரமும் ஐந்திரயோகமுங் கூடிய சுபகாலத்தேயாம். (எ-றி.)

இவ்வகை வருடமாதமுதலியவைகள் தேவமானம் போலும். (சங)

(இதுமுதல் ஐந்துகவிகளால் மணப்பெண்களை அலங்கரித்தல்.)

குறித்த நன்பக னண்ணுவ தெனமலர்க் குழலார்
பொறிச்சு ருப்பின மணியணி கலனுநூ புரமு
மெறிக்கு நன்சுடர் மேகலை யொடுந்தழங் கிடப்புக்
கிறுத்த மாணெழிற் கன்னியர்க் கணிசெய வியைந்தார்.

(இ-ள்.) இவ்வாறு குறிக்கப்பெற்ற நன்முகூர்த்தம் சமீபிக்கிறதென்று பூச்சூடிய கூந்தலையுடைய அரம்பாஸ்திரீகள் புள்ளிபொருந்திய சிறகையுடைய வண்டுக்கூட்டங்களும், ரத்நாபரணங்களும், காற்சிலம்பும் விசேடகாந்திவீசுகின்ற மேகலாபரணங்களுடன் ஒலிக்கும்படிச்சென்று நற்குணமும் பேரழகும் குடியிருக்கப்பெற்ற கன்னிகாமணிகளை அலங்கரிக்கலுற்றார்கள். (எ-று.) (சச)

ஆட்டு மஞ்சன நீர்க்குழற் ககிற்புகை யார்த்தித்
தீட்டு வாள்கிடந் தனவிழிக் கஞ்சனஞ் சேர்த்திக்
கோட்டி ளம்பிறை யன்றென நுதன்மிசைக் குறிப்புக்
காட்டு வானெழிற் றிலதமிட் டணிகலங் கவின.

(இ-ள்.) திருமஞ்சனமாட்டிய நீர்புலரக் கூந்தலுக்கு அகிற்புகைநிரம்பவூட்டித் தீட்டப்பட்ட இரண்டு கத்திகளிருந்தாலொத்த கண்களுக்கு மையெழுதி அழகின் நலம் விளங்கக் கோணிய பிறைச்சந்திரன் இதுவல்ல நெற்றிதானென்று அறிவிக்கும்படி நெற்றியிற்பொட்டுமிட்டு. (எ-று.) (சரு)

உழைக்க ணோடிரு மருங்கினும் பயின்றுநோக் குளத்தைக்
குழைக்கு மேதுவாற் குழைவலி பொறித்தனர் கொடுத்தாங்
கிழைக்கு மாமணிப் பொலம்புனை யோலையு மிருத்தித்
தழைக்கும் வாமமே கலையொலி தரவணி தந்தே.

(இ-ள்.) பக்கத்திலுள்ளதாகிய கண்களோடு இருபுறத்திலுமிருந்து பழகிய பழக்கத்தினால் பார்க்கின்றோர் மனதைக் குழையச்செய்கின்ற காரணம்பற்றிக் குழையெனப் பெயர்பெற்ற காதுகளின் வல்லமையை மெச்சி மன்மதன் எழுதிக்கொடுத்த யோக்யதாபத்திரம்போல் பெருமைமிக்க மாணிக்கம் பதித்துப் பொன்னாலிழைத்த காதோலையிட்டு ஒளிவீசுகின்றமேகலாபரணங்கள் சப்திக்கும்படி இடையிற்பூட்டி. (எ-று.)

உழைக்கண்-மானின் நோக்கமுடைய கண்ணுமாம். யார்க்கும் பழக்கம்போற் குணம்பிடிபடுமியற்கையால் கண்டோர் மனதைக் கவற்றும் விழிகளோடு பழக்கமுடைமையாலே செவிகள் அத்தொழிலில் வல்லமைபெற்ற மன்மதனாலே யோக்கியதாபத்திரம் பெறுவதேதகுமாதலாற் "குறிப்பினோன் கூற்றந்தெரித்துமொழி கிளவி" என்னுந்தொல்காப்பிய விதிபற்றி அவனை ஈண்டுவருவித்தனம். (சகூ)

இங்கி டைக்குறு வாட்டமொன் றெண்ணிலா தெழுந்த
வடவ ரைக்குயர் கொஙகைமீ தணிபல வயக்கி
நடையொன் றேமற்றுங் குரலினு மோதிம நாண
வடர்சி லம்பிரு பதமெனுந் தாமரைக் கணிந்தார்.

(இ-ள்) இயற்கையே சுருங்கியிருக்கின்ற இடையின் வருத்தத்தைச் சிறிதும் பாராமல் எழுந்துள்ள மேருமலையினும் உயர்ந்த ஸ்தனங்களின் மேல் பல ஆபரணங்கள் விளங்கத்தரித்து நடையினாலன்றிக் குரலினாலும் அன்னப்பட்சிகளை வெட்கச்செய்கின்ற சிலம்புகளை அப்பாத தாமரைகளில் அணிந்தார்கள். (எ-று)

அன்னத்தின் குரலுக்குச் சிலம்பொலி உவமையாதலை, "வள்ளை வாய்த்தாமரை வதிந்துபோதரு - புள்ளெலாந்தனித்தனி புலம்பல்வாவியினுள்ளுறுவறுமைகொண் டொதுங்குபூமக-டெள்ளரிச்சிலம்புகள் சிலம்பல் போன்றவே" என்னும் நைடதத்தாலுமறிக. பாதங்கள் சிலம்பையொலிப்பித்து நடையினாலன்றிக் குரலினாலும் அன்னங்களை வருத்துமென்பது கருத்து. 'வடவரைக்குயர்' உருபுமயக்கம். (சஎ)

நவவும் பெண்மதி பேதமை நீர்த்தெனப் னூலோ
ரவிரும் பொன்மணிப் பூண்மினு ருருமறைத் தன்றே
சவிசெய் கின்றன மதிபுயன் மறைபடச் சாரி
னவனி மீதுபுல் லொளியுடுக் களும்விரி யாவோ.

(இ-ள்.) சந்திரன் மேகத்தால் மறைக்கப்பெற்றசமயத்தில் பூமியின் மீது அற்பப்பிரகாசத்தை நக்ஷத்திரங்களும் வீசுகின்றனவல்லவா? அது போலப் பிரகாசிக்கின்ற சுவர்ண இரத்தினுபரணங்கள் மின்னற்கொடி போன்ற அம்மங்கையரின் தேககாந்தியை மறைத்துக் கொண்டதனுலன் றோ விளங்குவனவாயின. இக்கருத்தை அறியாமல் ஆபரணங்களைச் சுமப் பித்து விசேடமான இயற்கையழகை மறைத்துவிட்ட பெண்களின் மதி யை என்சொல்வது? இதனுலேதானே சாஸ்திரக்ஞர்கள் பெண்ணறிவு பேதமைத்து என்கின்றனர். (எ-று.)

"பேதமையென்பது மாதர்க்கணிகலம்," "நுண்ணறிவுடையராய் நூ லொடுபழகினும் பெண்ணறிவென்பது பெரும்பேதமைத்தே" என்பவற் றால் மாதரின் இயற்கைப் பேதைமதிக்கோர் காரணங்கற்பித்தது கவி சாதுர்யம். (சஅ)

(கன்னிகைகள் விவாகமண்டபப் பிரவேசம்.)

கோங்க ரும்பிணை வாரிச மாம்பன்மைக் குவளை
பாங்கர் வள்ளைவெண் டளவெனு மிவையெலாம் படைத்த
பூங்கொம் பொல்கின குறுநடை கொள்வன போலப்
பாங்கி மார்கரம் பற்றிவந் திருந்தனர் பணிந்தே.

(இ-ள்.) இரண்டாயிணைந்த கோங்கரும்புக்களும், தாமரைமலரும், அல் லிப்புஷ்பமும், கரிய நீலோத்பலப்பூக்களும், பக்கத்தில் வள்ளைக்கொடியும், வெண்மையாகிய முல்லையரும்பும் ஆகிய இவற்றையுடைய ஒரு புஷ்பக் கொம்பு அசைந்து பைய நடந்தாற்போலப் பாங்கிமார்களின் அஸ்தத்தைப் பற்றிக்கொண்டு கன்னிகைகள் மண்டபத்திற்கு வந்து அங்குள்ளோரை வணங்கிப் பீடத்தில் அமர்ந்தார்கள். (எ-று.)

கோங்கரும்பு முலைகளையும், தாமரை முகத்தையும், அல்லி வாயையும, குவளை கண்களையும், வள்ளை காதுகளையும், முல்லை பற்களையும் உவமையாற் சுட்டும். 'இவையெலாம்' என்றார் ஏனை அங்கங்கட்கும் உவமானமலர்களுள வேற்றமழீஇக்கோடற்கு. (சகூ)

(சித்திரகுப்தர் உலாக்காட்சி.)

அலங்கு ளைப்பரி யேழ்நுகம் பூண்டதே ரவன்சேய்
வலங்கொ ளப்புரம் வருமெழி னோக்குவான் மலர்ந்த
விலங்கு மேனிலை மாடத்து மெதிர்ந்தசா ளரத்து
நலங்கொ டெற்றிமா மறுகினுங் குவளைசேர் நளினம்.

(இ-ள்.) அசைகின்ற புறமயிருள்ள ஏழு குதிரைகளாலும் இழுக்கப்படுகின்ற தேர்மேல்வரும் சூரியனது புத்திரராகிய சித்திரகுப்தர் நகர்வலம் வரும் காட்சியைப் பார்க்கும்நிமித்தம் விளங்குகின்ற மேல்மாடங்களிலும் எதிரெதிரமைக்கப்பட்ட சன்னல்களிலும் அழகிய திண்ணைகளிலும் பெரிய வீதிகளிலும் நீலோற்பல மலர்களுடன் கூடிய தாமரைகள் புட்பித்தன. (எ-று.)

மாதர்களின் முகங்கள் நெருங்கிப்பார்க்கப்பட்டனவென்பது கருத்து. "வாவிவிரிதாமரைமென் மாமலரின்வாசக்-காவிவிரிநாண்மலர் குவிந்தனை யகண்ணார்..." என்னும் கம்பர் வாக்கினாலும் முகத்துக்கண்கள் தாமரைமீ தலர்ந்த நீலோற்பலமென வர்ணிக்கப்படுதலறிக. (௩௦)

(இதுவுமது.)

பம்பு நீளொளிப் பருமணிக் கலன்பல பரித்த
நம்பி யம்புயத் தலையினி திவர்வன நறுந்தார்க்
கம்பு மாமலர் நின்றிரு சிறைகுவி யாவாய்த்
தும்பி யோரிரு திறத்தவொன் றிசைசெயாத் தொகுதி.

(இ-ள்.) நாலுபக்கங்களிலும் விரிகின்ற மிக்க பிரகாசமுடைய பெரிய ரத்னாபரணங்களைத்தரித்த நமது சித்திரகுப்தரது அழகிய புயங்களின்மேல் வாசனைபொருந்திய பூமாலைகளின் தேனை இச்சித்துத் தாமரைப்புட்பத்தினின்றும் தங்கள் இரண்டு சிறைகளையும் விரித்துக்கொண்டு இன்பமுடன் ஏறுகின்ற வண்டுகள் இருவகைப்படும். அவற்றுள் ஒன்று கீதம்பாடத் தெரியாதவை. (எ-று.)

பரித்தல்-சுமத்தல். ஆபரணங்களை அணிந்த என்னாது சுமந்த என்ற குறிப்பால் சித்திரகுப்தரது இயற்கையழகை ஆபரணங்கள் மறைத்து அற்பப் பிரகாசத்தைத் தருதல்பெற்றாம். அம்புயத்தலை என்பதனை அம்புயம்+தலைஎனப்பிரித்து தாமரையினிடத்து என்றும், தார்-பூ என்னும் பொருள்கொண்டு வண்டுகள் தாமரையினின்றும் நீங்கி வேறோர் தாமரைப்புட்பத்தில் ஏறுகின்றனவென்றும் பொருள்படும்படி 'அம்புமாமலர்' என்றார். அம்புமாமலர்-தண்ணீரிற்புட்பிக்கும் நீர்ப்பூவகைகள். மாதர்கண்களாகிய

வண்டுகள் தாமரைமலரினின்று எழுவது முகத்தினின்று என உவமை வகையாற்கொள்க. தேனுண்ணப் பறந்துபோம் வண்டுகள் சிறைவிரித்தல் போல மாதர்கண்களாகிய வண்டுகளும் தம் சிறைகளாகிய இரண்டிமைகளையும் கொட்டாமல் சித்திரகுப்தர் தோளின்மாலைகளைப்பெற விரும்பிநோக்கினவென்க. இவ்வண்டுகளையே 'இசைசெயாத்தகுதி' எனக் குறித்தார்.

அம்புயத்தில் தார்க்கு இருசிறையும் விரித்து மற்றோர் தாமரையினின்றும் ஏறுகின்ற இருவகை வண்டுகளுள் ஒரு ஜாதி ஒலி செய்யத்தெரியாதவை எனக்கூறிய இக்கவி பாராட்டத்தக்கதோர் கற்பனையுடைத்து. இன்னும் இக்கவியின் ஆழ்ந்த கருத்தை விரிப்பிற்பெருகுமாதலால் வல்லோர் வாய்க் கேட்டுணர்க. (ருக)

(இதுமுதல் ஐந்துகவிகளால் உலாக்கண்ட மாதர்களின் விரகச்செய்தி.)

மங்கை நல்லவர் காளைதன் பேரொழில் வாரி
நுங்க வேவிய விழியிணை நுகர்தரு விருந்துக்
கங்கைச் சூடக நாளுெடு மாறுநந் தயர்வார்
நங்கை மாரிவர் தவப்பயன் பெரிதென நவில்வார்.

(இ-ள்.) பவனிக்காட்சியை நோக்கிய மாதர்கள் சித்திரகுப்தரது மிகுந்த அழகைவாரியுண்ணும்படிச் செலுத்திய தங்கள் கண்கள் சாப்பிடும் விருந்துக்குப் பிரதிபலனாக அழகிய கைவளையல்களை வெட்கத்தோடு இனமாகக் கொடுத்துச் சோர்வுள்ளவர்களாய் பிரபாவதிமுதலாகிய மூன்று கன்னிகைகளின் தவப்பயனே சிரேஷ்டமானது என்று சொல்வார்கள்.(எ-று.)

அயலாரிடத்துப் பொறாமையுண்டாகும்போது அதைப்போக்க அவர்கள் அதிர்ஷ்டசாலிகள் நாம் நிர்ப்பாக்கியரென மதித்தல் வேண்டுமாதலால் மாதர்கள் இவ்வாறு கூறினார்கள். (ருஉ)

தருக்கு கன்னலாந் தனுவினன் றனுவிலா தவனென்
றுரைக்கை வெள்ளறி வுடைமைகாட் டுவதலா லுளதோ
நெருக்கு தன்படை தானவே மிறையிறை நேசி
னரக்கர் தேவரோ யாக்குமச் செயலென வறைவார்.

(இ-ள்.) சமயம்பார்த்துச் செருக்கடைகின்ற கரும்புவில்லைக்கொண்ட மன்மதனை உடம்பில்லாதவனென்று சொல்வது சொல்வோருடைய அவிவேகத்தைக்காட்டுமேயன்றி வேறுபயன்தராது. சத்துருக்களை வருத்துவதற்காக வைத்திருக்கும் தனது சேனைகளைத்தானே வருத்தஞ்செய்யுமிகுற்

றம் அரசனிடத்திலிருந்தால் அவனுக்குமுன் கொடிய இராக்ஷதர்களும் தேவர்களாகவல்லவோ காணப்படுவார்கள் என்றார்கள். (எ-று.)

தனு-வில்லையும் உடம்பையுங்குறிக்கும் பலபொருளொருசொல். தனுவுடையவனைத் தனுவில்லாதவனென்பது பிரத்யக்ஷ விரோதமாகையால் அது அவிவேகமாயிற்று. வெள்ளறிவு-விவேகமின்மை, "விலங்கன்னவெள்ளறிவினோர்" என்பது நாலடி. ஒருவன் ஒன்றுசொல்வதொருபயன் கருதியன்றோ. இச்சொல் அவனது அவிவேகத்தைப்புலப்படுத்துமாதலின் இதுவும் பயன்பட்டதேயாமெனப் பரிகசித்தார். மன்மதனுக்குப் பெண்களே சேனையாதலாலும், இம்மாதர்களையே அவன் வருத்தஞ் செய்தலாலும் 'தன்படைதானடுதல்' என்றனர். தங்கள் படைகளை வருத்துங்கொடுஞ்செயல் அரக்கரிடத்துமில்லையாதலானும், ஒரு துஷ்டன் அவனிலுங் கொடியோனை உத்தேசிக்கும்போது நல்லவனாகத் தோன்றுதல் பற்றியும் இச்செய்கை அரக்கரையுந் தேவராக்குமெனப்பட்டது. மிறை-குற்றம். நேரின் அச்செயல் எனக்கூட்டுக. (ருகூ)

இரதி காதலன் றனைவெறுத் தாவதென் னிவன்முன்
வருத லோம்பினித் துயர்கொளே மவனிலும் வனப்பான்
பொருது வெஞ்சமத் திவன்வலி புரைபடூஉம் போலு
மொருதன் முன்னெமை வாட்டல்கண் டிருப்பனொன் றுரைப்பார்.

(இ-ள்.) இரதிநாயகனாகிய மன்மதனை வெறுப்பதால் என்ன நன்மையுண்டு? இச்சித்திரகுப்தர்முன் நாம் வராவிடின் இவ்விரகதாபம் உண்டாகமாட்டாதாகையால் நம்மை நாமே வெறுப்பதேசரி. அம்மன்மதனைவிட இச்சித்திரகுப்தர் அதிக அழகுடையவரோ. ஆனாலும் சண்டைசெய்கின்ற யுத்தகளத்தில் இவருடைய பராக்கிரமம் குறையும்போலும். இஃது எவ்வாறு தெரிகின்றதென்றால் இவர் தமதுகண்முன்னே நம்மை மன்மதன் வருத்துவதைக் கண்டுங்காணாதவர்போலிருக்கின்றாரல்லவா? என்று சொல்வார்கள். (எ-று.)

புரை-குற்றம், உயர்ச்சி, "செற்றாரைச்செறுத்தலிற் றற்செய்கைசிறந்தன்று" என்னும் ஆன்றோர் வாக்கியப்படித் தம்மைத்தாமே வெறுக்கலுற்றார். சித்திரகுப்தர் மன்மதனைவிட பராக்ரமமுள்ளவராயின் தம்கண்முன் அபலைகளான நம்மை அவன் வருத்துவதைக்கண்டும் சும்மாவிருக்கமாட்டார். ஆதலால் அழகிலேயன்றிப் பலத்தால் இவர் குறைவுற்றார் போலுமென மாதர்கள் நிந்தாஸ்துதி செய்தனர். இனி 'வலிபுரைபடூஉம்போலும்' என்பதற்கு இவரது சாமர்த்தியம் உயர்ச்சியுடைத்தாகும் போலுமெனக்கொண்டு தன்விற்பலஹீனர்களுடன் போர்புரிதல் அவமா

ன்மாமெனை வெண்ணித்தான் இவர் நம்மைக்காப்பாற்ருமல் ஆலோசிக்கின்ருரோ! அழகில் மன்மதனிலுமிக்க இவர் பலத்திலும் அவ்வாறிருந்திருக்கவேண்டுமல்லவா? என்று நினைத்தார்களெனக் கூறுதலுமொன்று. இருபொருளும்பொருந்தக் குற்றம் உயர்ச்சியென்னும் இருபொருட்பட 'புரை' என்னுஞ் சொல்லை அமைத்தது கவியின் சாகஸம். (௫௪)

பெரிது வாழ்கெனத் தம்பதி களைநனி பெரியோர்
முருகு லாமலர் மாரிபெய் தார்ப்பது முறையா
லருகு நண்ணிமா மணமகன் கோலநோக் காசைத்
தெரிவை மார்க்குவேண் மலர்மழை சொரிவது தேற்ரும்.

(இ-ள்.) பெரியோராயுள்ளவர்கள் தம்பதிகளை நீடூழி வாழ்கவென்று மிகவும் வாசனையுற்ற புஷ்பமாரி பொழிந்து ஆசீர்வதிப்பது கிரமம் (அதை நாம் அறிவோம்). அப்படியின்றி மணக்கோலங்கொண்ட ஒரு புருஷனுடைய அழகைச் சமீபித்து நோக்குகின்ற ஆசையையுடைய பெண்களின் மேலெல்லாம் புஷ்பமாரி பொழிவது எதற்கோ நமக்கு விளங்கவில்லை. (எ-று.)

பூமாரி பொழிவது கல்யாண சமயத்தேயாயினும் தம்பதிகளின்மேல் பெரியோர்கள்ஆசீர்வதித்துப்பொழியவேண்டும். அரூபியாகிய இம்மன்மதன் என்னபெரியவன்? அலங்காரக்காட்சிக்காக வந்துள்ள மாதர்களின்மேல் யாதுகாரணம் பூமாரி பொழிகின்ருன்? என்னும்நயம்படவுரைத்தாராயினும் ஸ்திரீகள் சித்திரகுப்தர் பேரழகால் விரகங்கொண்டு திகைக்க மதனபாணங்கள் எய்யப்பட்டன என்பது கருத்து. (௫௫)

நோயு நோய்க்குறு மருந்துமா நோக்கினர் நோக்கித்
தேயு நுண்ணிடைச் சிங்கமே சுமந்திடுஞ் செருக்கான்
மீயு யர்ந்தவா ரணம்புனை கட்படாம் வீழ்ப்பப்
பாயும் பள்ளந்தாழ் புனலென வரவந்தான் பவனி.

(இ-ள்.) துன்பத்தையுண்டாக்கவும் அதனைப்பரிகரிக்கவும்வல்ல கண்களையுடைய மாதர்கள் இவ்வாறு அழகை நோக்கிக்கொண்டு குறைந்து நுட்பமாகிய இடை என்கிற சிங்கம் தங்களைச் சுமக்கின்றதென்னுங் கர்வத்தினாலே மேலே உயர்ந்த முலைகளாகிய யானைகள் முகபடாமாகிய இரவிக்கைகளைத் தள்ளிக்கொண்டு வெளிப்பட ஆழ்ந்த பள்ளத்தில் பாய்கின்ற ஜலத்தைப்போல அதிகவேகமாகத் தம்மைத் தொடர்ந்துவரச் சித்திரகுப்தர் நகர்வலம் வந்தார். (எ-று.)

ஸ்திரீகளின் ஒருவகைப்பார்வையால் விரகமும் மற்றோர் பார்வையால் அது நீங்குதலுமுண்டாகுமாதலால் 'நோயும் நோய்க்குறுமருந்துமாம் நோக்கு' என்றார். "இருநோக்கிவளுண்கணுள்ளதொருநோக்கு-நோய்நோக்கொன் றந்நோய்மருந்து" என்பது திருக்குறள். சிங்கத்தை இடைக்கும் தனங்களை யானைக்கும் உவமிக்கும் வழக்கால் 'சிங்கஞ்சுமந்த வாரணம்' என்றும், யானையைக் கொல்லத்தக்க வலிகொண்ட சிங்கமாகிய இடை முலைகளாம் யானைகளைச்சுமப்பதனால் அவை சத்துருஜயத்தால் பெருங்களிகொண்டு தம் முகபடாமாகிய இரவிக்கைகளைத்தள்ளி நிமிர்ந்தன வென்றும் கூறினர். முகபடாம் இரவிக்கைக்குவமையாதலை "கடாஅக்களிற்றின்மேற்கட்படாமாதர்-படாஅமுலைமேற்றுகில்" என்பதனாலறிக. ()

(விவாகத்திற்குத் தேவகணங்கள் வருகை.)

சசிம ணாளனே முதற்றிசைப் பாலர்கந் தருவர்
நிசியின் மன்னவன் முனிவர்விஞ் சையர்குழா நிகரி
லிசைசெய் தும்புரு நாரத ராதியெண் ணிகந்தோர்
திசையெ லாநிறைந் திருந்தனர் வானகஞ் சிறிதோ.

(இ-ள்.) இந்திரன் முதலாகிய அஷ்டதிக்குப்பாலகரும், கந்தர்வர்களும், இராக்கால அதிபதியாகிய சந்திரனும், சப்தரிஷிகளும், வித்யாதரர்களும், ஒப்பற்ற யாழிசைவல்ல தும்புருநாரதராதியோரும், கணக்கில்லாத பிறகணங்களும் எல்லாத்திக்குகளிலும் நிறைந்தார்கள். ஆகாயம் சிறிதல்லவே? (எ-று.)

அத்தனை கணங்கட்கும் தங்க இடங்கொடுத்த ஏற்றமும் அளவற்ற கணங்களின் கும்பலும் ஆகாயம் சிறிதல்ல என்றமையால் விளங்கும். (௬௭)

(மும்மூர்த்திகள் வருகை.)

அளவி லாதன தத்தம கணம்புடை யடுப்பப்
பளகி னன்மறைப் பண்ணவ னுயர்பரந் தாம
னளிகொ டண்புனற் செஞ்சடைக் கடவுளு நயந்து
களிசெ யன்பினால் வதுவைமண் டபத்திடைக் கலந்தார்.

(இ-ள்.) அளவற்ற தத்தம்கணங்கள் பக்கத்தில் நெருங்கக் குற்றமற்ற சதுர்வேதங்களையுணர்ந்த பிரமதேவரும், உயர்ந்த வைகுண்டவாசரும், பெருமையும் குளிர்ச்சியுமுடைய கங்கைசூடிய சிவந்த ஜடாதரராகிய சிவபிரானும் விருப்புற்றுச் சந்தோஷந்தரும் அன்பினால் விவாகமண்டபத்து வந்தார்கள். (எ-று.) பளகு-குற்றம். (௬அ)

(விவாகச்சிறப்பு.)

ஆர்த்த துந்துமி யார்த்தன மங்கலச் சங்க
மார்த்த வானவர் கணமெலா மரம்பைய ராட
லார்த்த கின்னரர் பண்ணொடு கிளைபயில் யாழு
மார்த்த மாதவர் நான்மறை வாழ்த்தொலி யார்ப்ப.

(இ-ள்.) தேவதுந்துமியும், மங்கலச்சங்குகளும், தேவர்கூட்டங்களும், அரம்பாஸ்திரீகளின் ஆடலோசையும், கின்னரர்களது கிளையென்னும் யாழ்நரம்பினுண்டாகும் பண்களும், மஹரிஷிகளின் வேதோக்தமான ஆசீர்வாதகோஷ்டத்துடன் கலந்து மிகவும் ஒலித்தன. (எ-று.)

'பண்ணொடு கிளைபயில்யாழ்' என்பதற்குப் பண்ணுதலுடனே நட்பாகிய நரம்புதேர்ந்திசைக்கின்ற யாழ் எனப் பொருள்கோடலுமேற்கும். எல்லாவோசையிலும் வேத ஆசீர்வாதவொலி மிக்கதென்பார் 'ஆர்ப்ப' வென்றார். (௫௯)

(மாங்கல்யதாரணக்கிரியை.)

செப்பு மாமறைத் துறைவழி யோமச்செந் தழன்முன்
னொப்பு வேறிலா மாதரை யீன்றவ ருதவு
மப்பொ டேற்றுமங் கலத்திரு நாண்களத் தணிந்தான்
மெய்ப்பெ ரும்புகழ்ச் சித்திர குப்தனா மேலோன்.

(இ-ள்.) அழியாப் பெரும்புகழ்பெற்ற சித்திரகுப்தர் விதிக்கப்பட்ட வேதசாஸ்திரநெறியே ஹோமாக்னி சாக்ஷியாகத் தங்கட்குத் தாங்களே சமானமாகிய அம்மூன்று கன்னிகைகளையும் அவர்கள் பெற்றோர்வழங்கிய தத்தநீருடன் அங்கீகரித்துத் திருமாங்கல்யசூத்திரமுங் கழுத்தில் தரித்தார். (எ-று.) (௬0)

(மும்மூர்த்திகள் யதாஸ்தானஞ்சேர்தல்.)

பொன்னி லங்குகற் பகநறு மலர்மழை பொழிந்து
மின்ன னோடொடும் வாழ்கபல் லாண்டென விளம்பு
மன்ன வாகன னாதிமுத் தேவர்த மடிக்குச்
சென்னி தாழ்ந்தனன் வரம்பல வழங்கினர் சென்றார்.

(இ-ள்.) பொன்னாகவிளங்கும் கற்பகமலர்மாரி பொழிந்து இம்மாதருடன் நீடூழிவாழ்கவென்று ஆசீர்வதிக்கும் பிரமாமுதலிய மும்மூர்த்திகளின் பாதங்களில் சிரம்பட நமஸ்கரித்த சித்திரகுப்தருக்கு அளவற்ற வரங்கள் கடாக்ஷித்து அவர்கள் தத்தம் யதாஸ்தானத்தையடைந்தனர். (எ-று.) (௬௧)

(சூரியபகவான் தேவர்களையுபசரித்தனுப்பல்.)

வகுத்த நூல்விதிச் சடங்கெலாம் வழுவுறா தியற்றி
மிகுத்த வானவ ரோமுதற் கணத்தவர் வியப்பத்
தகைக்கி யன்றன புரிந்துப சரித்தவர் தானத்
துகைத்துச் செங்கதிர்க் கடவுள் வீற்றிருந்தன னுவந்தே.

(இ-ள்.) சாஸ்திரங்களால் வகுத்துச்சொல்லப்பெற்ற விதிவத்தான சடங்குகளைத் தவறாமல் நிறைவேற்றி மிகுதியுங்கூடிய தேவர் முதலிய கணங்கள் யாவரும் அதிசயிக்கும்படி அவரவர்க்கேற்ற உபசாரங்களைக்கிரமமாய்ச்செய்து யதாஸ்தானத்திற்கனுப்பிச் சூரியபகவான் சந்துஷ்டியாயிருந்தார். (எ-று.)

நூல்விதிச்சடங்கு-ராஜஹோமம் முதலியவை. (௬உ)

(இதுமுதல் ஐந்துகவிகளால் சித்திரகுப்தர் கிருஹஸ்தாஸ்ரம நடக்கையைக்கூறுதல்.)

இமிழுந் தெண்டிரை வரப்பொடு நாகர்வா ழிடமே
யமரர் நாடெனு மூவுல கத்தணங் கனையார்
தமைவ னப்பினாற் றனித்தனி சயங்கொளத் தக்க
வமிழ்தின் சாயலார் மூன்றுள மொன்றுபட் டமைந்தார்.

(இ-ள்.) ஒலிக்கின்ற தெள்ளிய அலைபொருந்திய கடல்சூழ்ந்த பூவுலகத்திலும் பாதாள லோகத்திலும் தேவலோகத்திலும் வாசஞ்செய்கின்ற மூவகைமாதர்களையும் அழகினால் தனித்தனி வெல்லத்தக்க அதிக சௌந்தர்யவதிகளான தேவாமிர்தம்போன்ற சாயலையுடைய பிரபாவதி, நீலாவதி, கர்ணிகியென்னும் மூன்றுமாதர்களும் மனோநிலைமையில் வித்யாசமில்லாத ஒற்றுமையுடையவர்கள். (எ-று.)

கடல்சூழ்ந்தது பூவுலகமொன்றுமேயாதலால் ஒதுக்கொடுத்துப் பிரித்தார். "நெடிலோடாய்தம்" என்புழிப்போல். மூன்றுலகமாதரையும் இம்மூவரும் தனித்தனிவெல்வர் எனத் தொகைபொருந்தக் கூறினார். தேவாமிர்தத்தைச் சாயலுக்குவமித்தல் "சாயற்குமின்னமுதந்தானமயிலாம்" என்னும் உவமானசங்கிரகத்தாலும், "என்றொத்தலர்ந்தமுலையின்னமுதன்னசாயல்" என்னுஞ் சிந்தாமணிப்பதிகத்தில் ஆசிரியர் நச்சினார்க்கினியர் 'அமிர்தம் கட்கினிதாகிய மென்மையும், தன்னைநுகர்ந்தார்பிறிதுநுகராமல் தடுக்குமென்மையுமுடைமையால்' என எழுதிய வுரையாலும் பண்பும் பயனும் விளங்கும். சபத்னிகளுக்குள் போராட்டம் உலகப்பிரசித்தமாதலின் இவர்கள்பால் அப்பேதமில்லை யென்பார் 'மூன்றுளமொன்றுபட்டமைந்

ார்' என வேண்டினர், இத்தொடருக்கு இம்மூவருளமும் தலைவன் மனத்துடன் ஒன்றுபட்டு நால்வகையகக்கரணம்போற் றம்முளொத்தனவென நுணுகியபொருளுங் கொள்ளலாம். (கூகூ)

கற்பொ டுந்தொடர் மாட்சியுங் காதல னுயிர்க்கோ
ரொற்பு டம்பென வன்புகூர்ந் துளமறிந் தியல்வு
நற்ப யத்தநல் லிசையெனுந் தேற்றமு நவைதீர்
விற்ப னக்கலை நூற்பயில் கேள்வியின் விளைவும்.

(இ-ள்.) கற்போடு கலந்த நற்குணங்கள்பலவும், நாயகனுயிருக்குறுதியாகிய வுடம்புபோல் அன்புமிகுந்து அவன் இஷ்டத்தைக் குறிப்பாலறிந்து நடத்தலும், நன்மையாகிய கீர்த்தியைப்போல் பயன்படும் பொருள் வேறில்லையென்னுந் தெளிவும், குற்றமற்ற விவேக மிகுதிக்கேதுவாகிய கலைக்ஞானநூற்களிற்பழகிய கேள்வியின் முதிர்ச்சியும். (எ-று.)

இஃது குளகம். குளகம் பலபாட்டொருவினை கொள்ளுமாகலின் இக்கவி வரும் செய்யுளில் மேவியென்னும் எச்சவினை முதனிலையுடன் முடியும். பெண்களுக்கு முதற்கண் வேண்டப்படுஞ் சிறப்புத்தோன்றக் கற்பொடும் என விதந்தார். உடம்புக்குறுதியெலும்பாதல்போல் நாயகனுக்குடலமாகிய இவர்கட்குக் கற்புகலந்த நற்குணமும் அன்பும் என்பாயின. "ஈதலிசைபட வாழ்தலி துவல்ல - தூதியமில்லையுயிர்க்கு" என்பதனால் புகழ்போற் பயன்றருவது வேறில்லையென்று தெளிந்தனர். நூற்களைக்கற்றலினும் அறிந்தோர்சொல்லக்கேட்டலும் பல்காற்கேட்டுமுதிர்ந்த நடத்தையும் ஒன்றற்கொண்டுயர்ச்சியாவதால் முறையே 'கலைநூற்பயில் கேள்வியின் விளைவும்' என்றார். (கூச)

ஐவ கைப்பெரு வேள்வியு மிருமையி னுக்கஞ்
செய்வ கைக்குய ரின்சொலுஞ் சீலமுந் திறனு
மெய்வ கைப்பெறு நற்குண வேலியு மேவி
யுய்வ கைக்கெழி லன்பனுக் குறுதுணை யுகந்தார்.

(இ-ள்.) நிகரற்ற இன்சொலும் ஆசாரமும் இவற்றோடு சம்பந்தப்பட்ட மற்ற எல்லாவிதப்பெருமைகளும் பெண்பிறந்தார்க்குரிய நாணம் மடம் அச்சம் பயிர்ப்பு என்னும் நான்கு குணங்களாகிய காவலும் பொருந்திப் பஞ்சமகாயக்ஞங்களால் இம்மை மறுமைகளிற் சுகம்பெறுவதற்கும் ஆத்மலாபமார்க்கத்திற்கும் தமது அழகிய நாயகனுக்கு உற்ற சகாயஸ்தர்களாக அமைந்தார்கள் அம்மாது சிரோன்மணிகள் (எ-று.)

ஐவகை வேள்வி-பஞ்சமஹாயக்ஞம்; (1) பிரமயக்ஞம்-வேதமோதல், (2) தேவயக்ஞம்-ஓமம்வளர்த்தல், (3) பூதயக்ஞம்-பலியீடு, (4) பிதுர்யக்ஞம்-தர்ப்பணமுடித்தல், (5) மானிடயக்ஞம் - இரப்போர்க்குண்டிமுதலிய உதவல். பிதாவுக்கு சிஸ்ருஷைசெய்தலும் பிதுர்யக்ஞமாகுமாதலால் ஈண்டு அதனையே கொள்க. முன்செய்யுளோடிதனை ஐவகைப்பெருவேள்வியுமிருமையினுக்கஞ்செய்வகைக்கும் உய்வகைக்கும் அன்பனுக்குறுதுணையுகந்தார் எனக்கூட்டி வினைமுடிபுசெய்க. "ஒழுக்கம் விழுப்பந்தரலான்" எனவும் "இன்சொலினிதீன்றல்" எனவும் கூறிய பெரியோர் வாக்கினுண்மை பெற 'உயரின்சொல் சீலம்' எனப்பட்டது. மனோவாக்குக்காயங்களின் தூய்மையைக் 'கற்பொடுந்தொடர்' என்னுமேற்கவியிற்றொடங்கி முறையேகூறி ஏனைச்சிறப்புக்குணங்களிவற்றுளடங்கும் அவற்றையுந்தழுவுக என்பார் 'திறனு'மெனச்சுருக்கக் கூறினர். அன்பனுக்குத்துணையுகந்தாரென்பதனை "தனையாள்பதிக்குக்கதிக்குந்தனிச்சார்புபோல்வாள்" என்ற திருவிளையாடல் உலவாக்கோட்டையருளிய படலக்கவியோடொப்புநோக்குக. மாதர்களின் நாற்குணமும் அவர்க்குக்காவலாமாறு "நாற்குணமுநாற்படையா" என்னும் புகழேந்தி வாக்கானுமுணர்க. (கூரு)

திருவின் மேதகு செவ்வியோர் மூலநலங் கிளைத்துப்
பொருளு மின்பமும் வழிப்பட முற்படூஉம் பொருவி
லருள்பு ணர்ந்தன வறமிரண் டினிற்றலை யாய
தெருள்பு ரிந்தவில் லறநெறி யொழுகுவான் செம்மல்.

(இ-ள்.) மஹாலக்ஷ்மியினுமேம்பட்ட அழகும் பருவமும் வாய்ந்த இம்மாதர்களின் ஸ்தனாலிங்கன சுகத்தை அனுபவித்துப் புருஷார்த்தம் நான்கினுள் பொருளும் இன்பமும் தம்பின்றொடர முன்னேவரும் சிறப்புப்பொருந்திய நிகரற்ற அருளுடன் கலந்த அறத்தின்வகை யிரண்டிற் சிரேஷ்டமாகியதும் முற்றத்தேர்ந்த மூதறிஞர்க்குடன்பாடானதுமாகிய இல்லறமார்க்கத்தில் சித்திரகுப்தர் நடக்கின்றார். (எ-று.)

'செவ்வி' அழகும் பருவமுமுணர்த்துந் தகுதியால் அவ்விரண்டுங்கொண்டோம். புருடார்த்தமாவன அறம், பொருள், இன்பம், வீடென்னும் இந்நான்குமாம். இவற்றுள் பலஜன்ம நிஷ்காம்யகர்மாநுஷ்டானப்பயனாக வுண்டாகும் சித்தசுத்தியால் ஞானப்பேறெய்தி வீடுண்டாகும் அருமையும் பெருமையும்பற்றி யஃதொழித்து யாவர்க்கும் பொதுவிற்பயன்படும் மற்ற மூன்றினுள் இன்பம் பொருளாற் சிறத்தலானும், பொருளும் ஆன்மாக்களது ஜன்மாந்தர புண்யவசத்தாற்கிடைத்தலானும் அறமே சிறப்புடைத்தெனச் சித்தாந்திக்கப்பெறும். இனி உண்மை தேறினோர்க்கு வீடும் நிட்காமிய கர்மத்தாலுண்டாதலாலும் ஞானிகளும் சுகிர்தகருமங்களைத் தம்

பொருட்டன்றி உலகமுய்யுங்கருணையாற் கடைப்பிடிக்கவேண்டுமென்று இறைவனுக்கிருத்தலாலும் வீட்டினும் சிறந்தது அறமெனக் காரணவகையாற் கூறினுமிழுக்காது. என்னை? "சிறப்பீனு" மென்ற குறட்குப் பரிமேலழகர் மோட்சமுந்தருமென் றுணாகூறிப்போந்தாராதலின். பொருளுமின்பமும் பின்வர அறம் முன்வரும் சிறப்பிற்று என்பதனை "சிறப்புடைமரபிற் பொருளுமின்பமு, மறத்துவழிப்படூஉந் தோற்றம்போல" என்னும் புறப்பாட்டானுமறிக. அறமிரண்டு-இல்லறம் துறவறம் என்னுமிவை. இவற்றுள் இல்லறமே சிறந்ததென்கை, உத்தரவேதத்தில் "ஆற்றினொழுக்கியறனிழுக்காவில்வாழ்க்கை -நோற்பாரினோன்மையுடைத்து" என்றமையானும் "அறனெனப்பட்டதே இல்வாழ்க்கை..." என்னும் பாசுரத்துக்கு 'துறவறம் மனத்தையும் பொறிகளையும் ஒறுத்தடக்கவல்ல அருமையுடைத்தாயவழியே அவற்றை யொறுக்கவேண்டாது ஐம்புலவின்பங்களாரத்துய்க்கும் மேன்மையுடைய இல்வாழ்க்கையோடு அறமென ஒருங்கெண்ணப்படுவதென்றவாறாயிற்று' என உரையாசிரியர் எழுதிய குறிப்பானு முணர்க. 'தெருள்' தொழிலாகு பெயராய் உடையானை உணர்த்திற்று. (௬௬)

உப்ப மைந்தன காமத்துப் புணர்த்திய செவ்வித்
துப்ப மைந்தசெவ் வாயமு தம்பெறுத் துனியு
மொப்ப மைந்தன புலவியுங் கலவியி னுயர்வுஞ்
செப்ப மைந்தமா நாகரிற் றுய்த்திடு தினத்தின்.

(இ-ள்.) இனிமைதங்கிய காமமிகுதியைத் தெரிவிக்கின்ற குறிப்பை அறிந்தகாலத்தில் பவளத்தையடக்கி அழகால் மேம்பட்டுச் சிவந்த அதரபானம் பெறாமல் இடையேதடுக்கும் நீண்டபிணக்கும், சமானமில்லாத பரமசுகத்தைத்தரும் ஊடலும், சம்போகத்தாலுண்டாகும் வெற்றியும் ஆகிய இவற்றால் அடையத்தக்க இன்பங்கள் வாயாற்சொல்லியடங்குவதன்று. அநுபவித்தோர் மனமே நன்குணரும். அத்தன்மைய போகசுகத்தைப் பெருமைதங்கிய நாகலோகத்தார்போல அநுபவிக்கின்ற காலத்தில். (எ-று.)-

உப்பமைந்த காமம் என்பதற்கு ஆசிரியர் நச்சினார்க்கினியர் கூறிய 'உவப்பில்லாத இனிமைபொருந்திய' என்னுஞ் சிந்தாமணி உரை ஈண்டு நோக்கத்தக்கது. ஸ்திரீகளின் நீண்டபிணக்கம் துனியெனப்படும். ஊடலும் இன்பந்தருமென்கை "துனியும்புலவியுமில்லாயிற்காமங்-கனியுங்கருக்காயுமற்று" என்னுங் குறளாலுணர்க. சம்போகத்தாலுண்டாகும்வெற்றி ஆடவர்கண்ணது. "ஊடலிற்றோற்றவர் வென்றாரதுமன்னுங்-கூடலிற்காணப்படும்" என்றார் செந்நாப்போதாரும். வாயாற்சொல்லற்கரிதாய் அநுபவித்தோர் மனத்திற்கே புலப்படும் இன்பமுடைமையானன்றே தமிழ்

நூற்கள் அகப்பொருளெனக் காமப்பகுதிக்குப் பெயரிட்டதூம். ஆதலாற் 'செப்பமைந்த' என்றார்; இதுவினைப்பெயர். நாகர் போகசுகத்தில் மிக்கவர் என்பதனைச் சிந்தாமணிப்பதிகச்செய்யுளில் "நஞ்சுற்றகாமநனிநாஞ் சிற்றுய்த்தவாறும்" என்பதற்கு 'நாகரோடொமை ஒருடம்பாதலும் நீங்கல் வன்மையும்பற்றி' என்றவுரையாற்றெளிக. அமைதல்-அடக்கல், 'நிகர மைந்த முழந்தாள்' சிந்தாமணி. (௬எ)

(சித்திரகுப்தர் யமதர்மராஜனிடஞ்சென்று நல்வினை தீவினைக் கணக்கராய் அமைதல்.)

விஞ்சு மூவுல குயிரிரு வினையெலாம் வெவ்வே
றெஞ்சி டாதிய மனுக்குறைத் தருகினி விருந்தே
மஞ்ச நீகணக் குறுதொழின் மேவிவாழ் கென்னக்
கஞ்சன் மாலரன் மொழிவழி நின்றனன் காளை.

(இ-ள்.) ப்ரஹ்மா, விஷ்ணு, ருத்திரரென்னும் மூவரும் சித்திரகுப்தர் முன்வந்து மிகுந்தவிசாலமான ஸ்வர்க்க மத்திய பாதளமென்னும் மூவுலகத்துமுள்ள ஆன்மகோடிகளின் நல்வினை தீவினைகளை வேறுவேறாக குறைவின்றி யமதர்மராஜாவின் சமீபத்திலிருந்து தெரிவித்து சித்திரகுப்தரே! நீர் கணக்கெழுதுந் தொழிலைக் கைக்கொண்டுவாழ்வீரென்று சொன்னபடியே அத்தொழிலைக் கைக்கொண்டார். (எ-று.)

மைந்தன் என்பதின்போலியாய மஞ்சன் என்பது அண்மைவிளிக்கண் ஈறுகுறைந்துநின்றது. (௬அ)

(சித்திரகுப்தரின் தொழிற்பெருமை.)

அளந்த போகமவ் வவ்வுயிர்க் கிருவினை யன்றோ
கிளந்த வவ்வினை கண்டனன் றொகுப்பவன் கீர்த்தி
யளந்தி யாவரோ கணிக்குநர் விரிஞ்சன தமைப்பும்
வளந்த வாவிவன் வாய்வழி நிற்பது மன்றே.

(இ-ள்.) பூர்வ ஜன்ம நல்வினைகளும் தீவினைகளுமாகிய கர்மங்களல்லவா அவ்வவ்வுயிர்கட்கு அளந்துவைத்தாலொத்த போககாரணமாயின? சொல்லப்படுகின்ற அவ்வினைப்பகுதிகளைக்கண்டு திரட்டிச்சொல்கின்ற இச்சித்திரகுப்தருடைய கீர்த்திப்பிரதாபத்தை அளவிட்டுக் கணிப்போர் யாவர்? சுருங்கச்சொல்லுமிடத்துப் பிரமதேவனுடைய சிருஷ்டித்தொழிலும் வன்மை நீங்காத இவரது வாய் வார்த்தையைக்கொண்டே நடைபெறுகின்றது. (எ-று.)

“ அளந்தனபோகமவரவராற்ருன் ” என்பதுபற்றிக் கர்மத்திற்கேற்ற சுகபோகமுண்டாவது நிச்சயம். அமைப்பும் என்பதினும்மை சிறப்பு. படைப்புத்தொழிலில்லாவழி விஷ்ணுவின் காப்புத்தொழிலும் ருத்திரனது சம்ஹாரத்தொழிலும் நிகழாமையானும் அப்பிரம சிருஷ்டியும் நம் சித்திர குப்தர் வாக்காற் சொல்லப்படும் நல்வினை தீவினைத்தொகை தெரியாதவிட்த்து நடவாமையானும் முத்தேவர் முத்தொழிலும் இவர் வாய்வழி நிற்பதெனக் குறிப்பாலுணர்த்தினர். “ மற்றினியுன்-வாயுடையதென்னுடைய வாழ்வென்ருன்...” என்னும் நளவெண்பாவிற்போல். (சுக)

சித்திரகுப்தருற்பவச்சருக்கம் முற்றும்.

பாயிரமுட்படக் கூடிய செய்யுட்கள் கஉ௦.

ஐந்தாவது

*புத்திரப்பேற்றுச் சருக்கம்.

[இச்சருக்கத்தால் சித்திரகுப்தருக்குப் புத்திரர்கள் பிறந்தமை கூறப்படும்.]

(சித்திரகுப்தரின் பத்னிகள் கருக்கொள்ளல்.)

அறுசீர்க்கழிநெடிலடியாசிரியவிருத்தம்.

தெளித்த திதலைத் துணைக்கொங்கை
 தலைக்கட் கறுப்பத் திருமுகத்துக்
களிக்குங் கயல்க ளுட்குழிய
 வைய மருங்குன் மெய்காட்டப்
புளிக்குஞ் சுவைமேன் மனநடப்பப்
 பொதிந்த பொருளான் மேன்மைபிற
ருளத்துக் கேற்று மணிவயிற்றுக்
 கருப்புற் றனரா லொண்டொடியார்.

(இ-ள்.) பொன்பொடியை அள்ளித்தெளித்தாற்போலப் படர்ந்துள்ள தேமலால் விளங்கும் இரண்டு ஸ்தனங்களும் முகங் கறுக்கவும், அழகிய முகத்தில் செருக்குடன் உலாவுகின்ற மீன்போலுங் கண்கள் குழியவும், உண்டோ இல்லையோவென்று கண்டோர் சந்தேகிக்கநின்ற இடையானது தன் உண்மையைக்காட்டவும், புளிப்புள்ள வஸ்துக்களையுண்ண மனம் விரும்பவும், உள்ளடங்கிய கருவினால் தனது மேன்மையைப் பார்ப்போர் மனதிற்படவைக்கின்ற அழகிய வயிற்றில் கருப்பமடைந்தார்கள் பிரபாவதி முதலிய மூன்றுமாதர்களும். (எ-று.)

கர்ப்பச்சின்னங்களை இவ்வாறே "வரிகொடமைதர்த்த கட்குழியாது-பொற்குடமுகட்டுக் கருமணியமைத்தெனக்-குங்குமக்கொங்கையுந் தலைக் கட்கறுது-வளைகாய்விட்ட புளியருந்தாது-துணம்பயந்த மாணமர்குழவி..." என்பர் கல்லாடரும். 'மருங்குன்மெய்காட்ட' என்பதற்கு இதுகாறும் சந்தேக ஆஸ்பதமான தன் உருவத்தை வெளிப்படுத்த என வுரை கோடலுமாம். 'பொதிந்தபொருள்' என்ற சொல்லாற்றலால் நாட்குநாள் மேன்மைபெற்றுவரும் ஒருவனை இவர் பொன்னுடையவர் என மதித்தல்போல் தினேதினே உயர்ந்துவரும் வயிற்றை நோக்கி இவர் கருப்பமுடையா

ரான மதிக்கச்செய்வது அவ்வயிறென்க. இனி வெளிக்காட்டாத பொருளையுடையார் அடக்கத்தை நோக்கி ஜனங்கள் அவரை மதித்தல்போல இவ்வயிற்றை நோக்கி நன்கு மதிக்கவெனவுரைத்தலுமேற்கும். (௬)

(இதுமுதல் ஏழுசெய்யுட்களால் புத்திரோற்பவ வர்ணனையைக் கூறுதல்.).

பருவக் கிரியை முறைமுற்றிப்
பத்து மீதியும் புகக்கோட்கண்
மருவுச் சங்கேந் திரகோணம்
வதியப் புனித சுபவோரை
விரவத் திசையெங் கணுமுழக்க
மிகமங் கலது ரியமொலிப்பச்
சுரர்பூ மாரி பொழிந்தார்ப்ப
வணிநெய் விழாவுந் தொடங்குறவே.

(இ-ள்.) அவ்வப்பருவத்திற் செய்யத்தக்க சடங்குகளைக் கிரமமாக நிறைவேற்றிப் பத்துமாதமுஞ்செல்ல, சுபக்கிரகங்கள் பொருந்திய உச்சம், கேந்திரம், திரிகோணம் என்னும் நற்பலஸ்தானத்தில் தங்க, அக்காலத்தில் பரிசுத்தமாகிய சுபலக்னமுதிக்க, எட்டுத் திசைகளிலும் ஒலி மிகும்படி மங்களவாத்யங்கள் முழங்கவும், தேவர்கள் புஷ்பமாரி பொழிந்து ஆசீர்வதிக்கவும், அழகிய நெய்யாட்டுத் திருவிழா ஆரம்பிக்கவும். (எ-று.)

பருவக்கிரியையாவன-கருப்பமுற்ற மூன்றுமாதத்தில் நாசியிற்பிழியும் நசியச்சடங்காகிய பும்சவனமும், ஆறுமாதத்தில் முட்பன்றிமுள்ளால் உச்சிவகிர்ந்து செய்வதாகிய சீமந்தமும், பூச்சூட்டல் முதலியவுமாம். நெய்விழா-நெய்யிட்டு முழுகும் உற்சவம். இது பிள்ளைப் பேற்றிற் செய்யத்தக்கதோர் விளையாட்டு.

வழிதேம் பிழியின் மிகுசுவைநா
ஆறச் செவியே வாய்மடுப்ப
விழியாற் கண்டோ ருளம்பருகும்
மென்பூங் கொடியா ரிசைபாடப்
பொழியுங் கடாத்த திசைக்களிற்றின்
புழைக்கை தூர்க்கு நறுஞ்சுண்ணம்
விழைவான் வீசி யரம்பையினர்
விகற்பக் கூத்தின் றிறன்றெரிப்ப.

(இ-ள்.) கண்டவருடைய மனதைக் கண்களாற்குடிக்கின்ற மெல்லிய பூங்கொம்புபோன்ற அரம்பாஸ்திரீகள் இனனிசைப் பாடலாலுண்டாகு இருலினின்றும் பிழியப்பட்ட வழிகின்ற தேனினுமிக்க ருசியை நாவில் ஜலமூறக் காதுகளே குடித்து ஆநந்திக்கும்படிப் பாடவும், பொழிகின்ற மும்மதத்தையுடைய திக்குயானைகளின் தும்பிக்கைத் துவாரத்தையும் தூர்க்கும்படி வாசனைப்பொடிகளைத் தூவிச் சில அரம்பாஸ்திரீகள் நடன அபிநய வேறுபாடுகளை விளக்கிக்காட்டவும். (எ-று.)

சங்கீத அபிருசியை அநுபவிக்கும் பாக்யம் தனக்கில்லையேயென்று நா ஊறிற்று. 'செவியே' என்பதினேகாரம் பிரிநிலையும் தேற்றமுமாம். பார்ப்போர் மனதைக் கண்களும் பாடற்சுவையைச் செவிகளும் பருகினவென்பது இலக்கணநெறி. 'விகற்பக்கூத்து, கூத்தின் விகற்பம் என முன்பின்னாகத் தொக்க தொகை. (௬)

ஈன்ற மெலியும் வயாநோயு
மறப்பக் கவான்மீ தின்பமுறத்
தோன்றி யன்னைக் காங்கேதங்
கைம்மா றீயத் தொடங்குமகார்
போன்ற வரிய பெரும்பொருளொன்
றின்று லதூஉமுற் புரிந்ததவத்
தான்ற மாட்சி யவர்க்கேயென்
றுரைப்பார் களிபூத் தயல்விரவ.

(இ-ள்.) பிரசவித்தவிளைப்பும் பிரசவக்கஷ்டமும் பறந்துபோகத் தாயினுடைய தொடையின்மேல் இன்பமிகுவண்ணம் தோன்றிய அப்பொழுதே மாதாவுக்குத் தம் செய்நன்றிக்கடன் கொடுக்க ஆரம்பிக்கிற புத்திரர்களைப்போன்ற அரிய பெரிய பொருள் வேறொன்றுமில்லை. அப்புத்திரப்பேறும் பூர்வஜன்ம தபோபலமுடைய நிறைந்த நற்குணவான்களுக்கே கிடைக்குமென்று தங்களுக்குள் பேசிக்கொள்கின்ற மகளிர்கள் சந்தோஷமுடன் பக்கங்களில் நெருங்கவும். (எ-று.)

பிரசவவருத்தமனைத்தும் குழந்தையைக்கண்டவுடனே மாறுமென்கை "வயாவும்வருத்தமுமீன்றக்காலேவுங் - கவாஅன்மகற்கண்டோய்மறந்தாங்கு" என்னும் நாலடியாலும், புத்திரர்களைப் பொருளென்னும் வழக்கு "பொருளும்யாழும்விளரிபும்பூவையு-மருளுநாளும்மழலைவழங்குவாய்..." என்னும் இராமாயண சுந்தரகாண்டத்தாலும், புத்திரப்பேற்றுக்கு ஜன்மாந்தர புண்ணியமே காரணமாதல் "தம்பொருளென்பதம்மக்களவரவர்-தம்

தம்வினையான்வரும்" என்னும் திராவிடவேதத்தாலும் அறிக. பத்துமா தஞ்சுமந்து வயிறுநொந்துபெற்ற மாதாவுக்குச் செய்யத்தக்க பிரதியுபகாரம் அதிகமாயிருத்தலால் குழவி பிறந்தநாள்தொட்டே கைம்மாறு செலுத்தத்தொடங்கி முதலில் தன்னையீன்ற கஷ்டமனைத்தும் மறக்கும்படிக்குத் தாய்க்குப் பெருங்களிப்பூட்டுமெனக. (ச)

வேறு.

புள்ளறு மலங்கொடுநீ புரிந்தசெயல் பிறிதென்ன
வுள்ளினே மரும்பெறனி னுருக்குமைத்தே மிதுபெறுதி
யெள்ளலெமை வேள்பண்டை யெழிலினுமிக் குயருருவங்
கொள்ளுதியென் றரனளிப்பப் பலகொண்ட கோலம்போல்.

(இ-ள்.) ஸ்ரீசிவபெருமான் மன்மதனைநோக்கி ஏ! மன்மதா! நீ வண்டுகள் நீங்காத புஷ்பக்கணையைக்கொண்டும் மேல் வீசிய விளையாட்டை வேறாக நினைத்துப் பெறுதற்கரிய அழகிய உன் தேகத்தைச் சாம்பலாக்கிவிட்டோம். எம்மைப் பழிக்காதே! இவ்வரத்தைப்பெற்று முன்னைய அழகினுமிக்க சுந்தரதேகத்தைக் கொள்வாயாகவென்று கிருபைசெய்ய அம்மன்மதன் அவ்வரத்தால் பலவுருவங்கொண்டு தோன்றினாற்போல். (எ-று.)

நிஷ்டைகூடிய சமயம் மெல்லிய மலர்கொண்டெறிந்ததைப் பெருங்குற்றமாக்கிற்று என்பார் 'பிறிதென்னவுள்ளினே' மென்றும், கோபந்தீர்ந்தபோது குணந்தோன்றிற்று என்பார் 'எமையெள்ளல் இதுபெறுதி' யென்றும், குற்றமாகாததைக் குற்றமாகக்கொண்டு தண்டித்ததற்கு அநுதபித்து 'பண்டையெழிலினுமிக்குயருருவங்கொள்ளுதி' யென்றுங்கூறினார். எனவே புத்திரர்கள் பலர் பிறந்தது மன்மதன் பலவுருவங்களோடு மிக்க அழகுற்றுத் தோன்றினாற்போலிருந்தது என்பது கருத்து. (ரு)

அன்னநடை மான்பிரபா வதிக்குதித்தா ரரிக்குருளை
யென்னவடற் சூரியவர் மர்மதிவர் மாவிருவர்
துன்னுவீ ரியன்பலவா னரியமான் சுபாகுவெனப்
பன்னுமொரு நால்வரையும் பயந்தனணீ லாவதியே.

(இ-ள்.) அன்னம்போலும் நடையையும் மான்போன்ற விழியையுமுடைய பிரபாவதி என்பவளுக்குச் சிங்கக்குட்டிபோன்ற பலந்தங்கிய சூரியவர்மா, சந்திரவர்மா என்ற இரண்டு புத்திரர்கள் பிறந்தார்கள். நெருங்கிய வீரியன், பலவான், அரியமான், சுபாஹு-வென்னும் நால்வர் குமாரரையும் நீலாவதியென்னும் இரண்டாமனைவி பெற்றாள். (எ-று.) (சு)

இளையாளே யெனினுமவ ளெழின்மாட்சிக் கிளையாளாங்
கிளிமொழிக்கன் னிகிவயிற்றிற் கிளர்புகழாற் றோன்றினு
ரளியாண்மை வண்மைவனப் பறிவூக்கம் வாய்மைமுதல்
வளர்பெருமைப் புணரிளமை பதினெண்மர் மைந்தரோ.

(இ-ள்.) இவ்விருமாதர்க்கும் வயதில் இளையாளேயாயினும் அழகி லும் நற்குண நற்செய்கைகளிலும் இளையாத (குறையாத) வளாகிய கிளியின் வார்த்தைபோல் இனிய சொற்களையுடைய கர்னிகியென்பவள் வயிற்றி னின்றும் கருணை, ஆண்மை, ஈகை, அழகு, அறிவு, ஊக்கம், சத்தியமுத லிய பெருமைக்கேதுவாகிய குணங்கள் வளர்கின்ற இளமையோடு பொருந் திய பதினெட்டுப்புத்திரர்கள் விளங்குகின்ற கீர்த்தியோடு பிறந்தார்கள். (எ-று.)

இளையாள் - சிறியவள், இளைக்காதவள். 'புகழாற்றோன்றினர்' என்ப தில் ஆனுருபு உடனிகழ்ச்சிப்பொருளில் வந்தது. "தூங்குகையானோங்கு நடைய" என்புழிப்போல். "தோன்றிற்புகழொடுதோன்றுகவஃதிலார், தோன்றலிற்றோன்றாமை நன்று" என்பவாகலின் புகழொடு தோன்றினர் எனப்பட்டது. எல்லாக்குணங்களினுமேம்பட்ட காருண்யத்தை முதற்கண் 'அளி' யெனவிதந்து அதனை நிலைநாட்டற்கின்றியமையாத ஆண்மையை யும், அதன்பயனாகிய வண்மையையும், அவ்வண்மைபோல் கண்டோர் காமு றுங்கட்டழகும், அப்புறவழகேபோற் சிறந்த வுள்ளழகாம் அறிவும், அவ்வ றிவாற்கண்ட செய்கைகளைச் செய்தற்கண் வேண்டப்படும் ஊக்கமும், அவ் வூக்கத்தைப் பிறர் நம்பி மனமகிழ்தற்கேற்ற மெய்வாக்கும் முறைபடத் தோன்றுந் தகுதிபற்றி நிரல்படவைத்தோதினர். 'வளர்பெருமைப்புணரி ளமை' யென்றது இந்நற்குணங்கள் ஜன்மவாசனையாய் இயற்கையே பிறவிக்குணமாக அமைவதன்றி இடையில் வாராமையால் இவையும் உடன் றோன்றி உடல்வளர்தோறும் உள்ளிருந்து வளர்ந்தனவெனச் சுருங்கவு ரைத்தபடி. (எ)

வேறு.

வள்ளலாஞ் சௌரசூ ரன்யாக சூகன்
மாவிகாத் திரன்விழுச்சீர் மாபாகு கலேனு
ளுள்ளுணர்கேத் திரபாலன் பீமனருச் சுனன்மாண்
புறுகர்தன் பாவிமகா காயன்றர்ப் பகனே
தெள்ளுமதிக் காமதே வன்றகைசூர் திராக்கி
திருந்திசையம் பிகாயனொடு வரவாணி செவ்விக்
கள்ளவிழ்தா ரிலங்குபுய நிகாமனுயர் பலசி
காண்வருமிந் நாமமுள்ள கான்முளைக ளாமால்.

(இ-ள்.) வல்லாற்றன்மையையுடைய சௌரசூரன், சௌரஜாகரூகன், சௌரமாலி, சௌரகாத்திரன், மேன்மைச்சிறப்புற்ற சௌரமஹாபாஹு, கலைக்ஞான சாஸ்திரங்களின் அந்தரங்கமுணர்ந்த சௌரக்ஷேத்ரபாலன், சௌரபீமன், சௌரார்ஜுனன். பெருமைபெற்ற சௌரஸ்கந்தன், சௌரபாலி, சௌரமஹாகாயன், சௌரதர்ப்பகன், தெளிந்தபுத்தியுள்ள சௌரகாமதேவன், குணமிக்க சௌரத்ராக்ஷி, திருத்தமான புகழ்ச்சிபெற்ற சௌராம்பிகாயன், சௌரவரவாணி, அழகிய தோளைவிரிகின்ற மாலை விளங்கும் புயங்களையுடைய சௌரநிகாமன், உயர்ச்சிபெற்ற சௌரபலஜ்ஞி அலங்காரமுள்ள இப்பதினெண்மரோ கர்னிகியின் புத்திரர்களாவார். (எ-று.) (அ)

(இதுமுதற்பத்துக்கவிகள் புத்திரப்பேற்றின் மகிழ்ச்சியையும் பால்ய லீலாவிநோதத்தையும் கூறும்.)

வேறு.

நோக்கிற் றந்தையி னூறுகு ணம்மகன்
வாய்க்கு மென்ப வடித்தநுண் ணூலெலாந்
தேக்கு கீர்த்தித் தினகரன் சேய்ச்சுதர்
யாக்கைத் தேசினை யாதெடுத் தோதலே.

(இ-ள்.) அறிவுடையோரால் வடித்தெடுக்கப்பட்ட நூற்களெல்லாம் ஆராயுமிடத்துப் பிதாவைவிட நூறுமடங்கு குணமுதலிய அமைப்புகள புத்திரனுக்குண்டாகுமென்கின்றன. சேர்த்துவைக்கின்ற கீர்த்தியையுடைய சூரிய புத்திரராகிய சித்ரகுப்தர்பெற்ற குமாரர்களின் தேக தேஜஸுக்கு உவமையாக எதை எடுத்துக்கூறுவது? (எ-று.)

“பிதுः சதகுணம் புத்ரः” என்பவாகலின், “தந்தையினூறுகுணம் மகன் வாய்க்கும்” என்றும், அவை ஆராய்ச்சி மிக்கார் சொற்ற மெய்வாக்கென்பார் ‘நோக்கின் வடித்த நுண்ணூல்’ என்றும், இஃதுசாமான்ய வாசகமன்று என்பார் ‘நூலெலாம்’ என்றும் வலியுறுத்தார். ‘தினகரன் சேய்ச்சுதர் - யாக்கைத்தேசு’ என்றது மேற்குறித்த நீதிவாக்யப் பிரகாரம் சூரியனைவிட அவனது புத்திரராகிய சித்திரகுப்தர் நூறு மடங்கு தேககாந்திபெற அவருடைய புத்திரர் இம்மக்களாதலின் சித்திரகுப்தரினும் நூறத்தனை ஜாஜ்வல்யமாய் ஜ்வலிக்கும் தேகம் இவர்களுக்குள்ளது. சூரியனுக்கு நிகர் ஒளியுள்ள வேறொருபொருள் காலத்திரயத்தும் லோகத்திரயத்துமில்லையாகக் கணக்குப்படி சூரியனைப்பார்க்கினும் பத்தாயிரமடங்கு பிரகாசமுள்ள இப்புத்திரர்களின் தேககாந்திக்கு உவமானமாகும் பொருள்

என்னவிருக்கும்? என்று குழந்தைகளின் தேகதேஜஸை வியந்தவாறு. நிற மும் பண்பு (குணம்) ஆதலால் இதுவும் நிறமடங்குவாய்க்குமென்பதில் இழுக்கின்று. (௯)

மனையெ னும்பெரு மங்கல நன்கலன்
னெனவு ரைக்கு மரும்பொரு ளெய்திய
மனம கிழ்ச்சி வரம்பி னிரம்புமோ
தனைய ரென்று செவிக்குரை சார்வுழி.

(இ-ள்.) பெருமைபெற்ற மனைமாட்சியென்னும் மங்கலத்திற்கு நல்ல ஆபரணமென ஆன்றோர் கூறுகின்ற அருமையான மகப்பேற்றை யடைந்த மனமகிழ்ச்சியானது (அதிலும்) ஆண்குழந்தைகள் என்றசொல்லைக் காதில் கேட்கும்போது ஒருவரம்புக்குட்பட்டு அளவுகாணத்தக்கதாகுமோ? (எ-று.)

அளவு கடந்த சந்தோஷம் விளைந்ததென்பது கருத்து. "மங்கல மென்பமனைமாட்சிமற்றத-னன்கலனன்மக்கட்பேறு" என்னும் திருக்குற ளாம் ஆராவமுதைத்தழுவித் தொன்னூற்களின் மேலுள்ள தம் பேரபிமா னம் புலப்படுத்தார் பௌராணிகர். "தெய்வந்தொழாஅள் கணவற்றொழு தெழுவாள்" என்னுந் திருக்குறளை இவ்வாறே மணிமேகலை நூலாசிரியர் எடுத்தாண்டமையையும் நோக்குக. புத்திரர்களைப் பொருளென்றற்குக் காரணம் மேல் ௬-வது கவியுரைக்கட்காட்டினோம். (௧௦)

தாதுண் கோதையர் தாங்கரு முற்கொளும்
போது தானும் புணர்கருப் புற்றதோ
மாத ரார்தம் வயிறு மகப்பெற
வோது நம்பி யுளமகிழ் பெற்றதே.

(இ-ள்.) இந்த ஸ்திரீகளின் வயிறு புத்திரனைப்பெற்றவுடனே புகழ் பெற்ற சித்திரகுப்தர் மனமும் சந்தோஷத்தைப்பெற்றது. ஆகையால் மகரந்தப்பொடியுண்ட பூமாலைசூடிய கூந்தலையுடைய இம்மங்கையர் முன் கருப்பங்கொண்டபோதே சித்திரகுப்தர் மனந்தானும் சேர்ந்த கருப்பங் கொண்டிருந்ததோ நாமறியோம். (எ-று.)

கருத்தரித்த நாண்முதல் பத்துமாதங்கள் சென்றே புத்திரர் பிறத்தல் பிரத்யக்ஷாநுபவம். இம்மாதர் புதல்வனைப்பெற்றக்ஷணமே சித்திரகுப்தர் மனமும் சந்தோஷத்தைப் பெற்றுவிட்டபடியால் அம்மங்கையர் வயிறு கருக்கொண்டபோதே இவர் (சித்திரகுப்தர்) மனமும் சூல்கொண்டிருத்தல் வேண்டும். இல்லையாயின் திடீரென்று சந்தோஷத்தை எப்படிப் பிரசவிக் கும்? பெண்களின் வயிறு நாட்குநாள் உயர்ந்து கருப்பக்குறி காட்டினாற்

போல இம்மனம் காட்டவில்லையாதலால் இது சந்தேகம் என்பார் 'கருப்புற்றதோ' என ஐயவோகாரந் தந்தார். புணர்கருப்பு-புணர்தலால் உண்டாகும் கருப்பம். இம்மனம், இம்மாதர் கருப்புற்றாளென்னும் சிந்தையோடு புணர்ந்துபோலும் கருக்கொண்டது என்பார் 'மூற்கொளும்போது' என்றார். இது காலமுன் 'மாதரார்' விகுதிமேல்விகுதி. (கக)

கனகக் குப்பையுங் காசுநல் லோர்க்கெலா
மினிது நல்குங கரங்களுக் கெஞ்சுமோ
புனையு மங்கதம் போகட்டு வீசியே
நனியுயர்ந்த நகைவிரி தோட்களே.

(இ-ள்.) பொன்குவியலும், ரத்னங்களும் (புத்திரர் பிறந்ததற்காக) சற்பாத்திரத்தில் இன்பமாக வழங்குகின்ற சித்திரகுப்தருடைய கைகளுக்குப் புயங்கள் குறைந்திருக்குமோ? பூவரும்புகள் சூடப்பெற்று மலர்வினைநீ அத்தோட்கள் தாம் அணிந்த வாகுவலயத்தை நிமிர்த்து வீசியிட்டு மிகவும் உயர்ந்தன. (எ-று.)

கைகள் தானஞ்செய்ப அவற்றின் மூலமாகிய தோட்கள் நாம் சும்மா இருப்பது இகழ்ச்சியென்றெண்ணித் தங்கள் மேற்றரித்த வாகுவலயங்களைத் தானங்கொடுப்பதுபோல நிமிர்த்து வீசியிட்டுக் கைகளைவென்ற தங்களுயர்வுதோன்றச் சிரித்தனபோல் சூடிமலர்ந்த புட்பங்கள் வெண்மையாக விளங்கப்பூரித்தனவென்க. நகைவிரிதோட்கள் "ஊருணிநீர்நிறைந்தற்று" என்றாற்போல் இடத்து நிகழ்பொருளின்றொழில் இடத்துமேனின்றது. மனக்களிப்புண்டானால் தோட்கள் பூரிக்குமென்பது ஆன்றோர் வழக்கு. 'போகட்டு' என்னுஞ்சொல் அருமைப் பிரயோகமெனவிதப்பர் சிந்தாமணிக்குறிப்புரையில் மஹாமஹோபாத்யாயர் ப்ரஹ்மஸ்ரீ உ. வே. சாமிநாதையரும். (கஉ)

ஆத வன்றிரு மைந்தன்மு னுற்றிய
மாத வத்தின் வரும்புதல் வர்க்குநாற்
சாத கன்மச் சடங்கு தொடங்கியே
போத முற்றிப் பொலிவும்பெற் றனரோ.

(இ-ள்.) சூர்யபுத்திரராகிய சித்திரகுப்தர் பூர்வதபோபலத்தாலுதித்த புத்திரர்கள் இருபத்து நால்வருக்கும், சாஸ்திரோக்தமான ஜாதகன்மக்கிரியையை ஆரம்பித்து நன்கு நிறைவேற்றிச் சிறப்பையும் பெற்றார். (எ-று.)

ஜாதகன்மம் - பிறந்தபோது செய்யுஞ்சடங்கு. 'பொலிவும்' என்பதிலும்மை முன் சந்தோஷத்தைப் பெற்றதல்லாமலும் எனக்குறித்தலால் இறந்ததழீஇயிற்று. (கங)

பருவம் பத்தும் படிப்படி யாயெதிர்
தொருவி லாத வுவகை விளைப்புறப்
புரியு மாடற் புதுவிருந் தாண்டொறூஉ
முருவ நீள்விழி யோலக்க மெய்துமால்.

(இ-ள்.) பத்துவிதப்பருவங்களும் முறையே வந்து நீங்காத மனமகிழ்ச்சி அதிகரிக்கும்படிச் செய்விக்கின்ற ஆடல்வகைகளாகிய புதியவிருந்து நகரும்போதெல்லாம் பெற்றோருடைய அழகிய நீண்ட நேத்திரங்கள் கொலுவீற்றிருக்கும் (எ-று.)

பருவம் பத்தாவன :—காப்பு, செங்கீரை, தால், சப்பாணி, முத்தம், வருகை, அம்புலி, சிற்றிலழித்தல், சிறுதேருருட்டல் என்னும் ஆண்பாற் பிள்ளைக்கவி யுறுப்புக்களாம். தங்கள் மக்கள் இவ்வாறு விளையாடக்காண்பது இப்போதேயாகலிற் 'புதுவிருந்து' எனவும், விழிகள் இமையாது கம்பீரமாய்க்குதுகலித்திருத்தலால் 'உருவநீள்விழியோலக்குமெய்து' மெனவும் கூறினர்.

அப்பு முச்சியி னையவிக் காப்பிடேக்
கைப்பு றத்தினி தேந்திக் கனதனச்
செப்ப ருத்திய செய்திக்கன் ஞர்செவிக்
கொப்பி வாயு மழலைகொண் டேட்டுமால்.

(இ-ள்.) உச்சியில் அப்புகின்றவெண்கடுகுக்காப்பிட்டு இருகரங்களினுமின்பமாக ஏந்திக்கொண்டு பாரித்தகிண்ணம்போலும் ஸ்தனப்பாலூட்டிய தாய்மார்களுக்குப் பிரதியுபகாரமாக அவர்களின் செவியில் சம்மதித்து இக்குழந்தைகளின்வாயும் குதலைச்சொல்லாகிய தேனையூட்டும். (எ-று.)

எப்பெரும்பாதகங்கட்கும் பிராயச்சித்தமிருப்பச் செய்ந்நன்றிகொன்ற பழிக்கு யாதும் பிராயச்சித்தமில்லாமையால் பாலுண்டவாய் தன் பிரதியுபகாரத்தைச் செவிக்குச் செய்ததென்பார் 'ஒப்பிவாயு மழலைகொண்டேட்டும்' என்றார். "ஆன்முலையறுத்த வறனிலோர்க்கும், பார்ப்பார்த்தப்பிய கொடுந்தொழிலோர்க்கும், மாணிழைமகளிர் கருச்சிதைத்தோர்க்கும், வழுவாய்மருங்கிற்கழுவாயுமுள, ஒருவன் செய்திகொன்றோர்க்குய்தியில்லென, அறம்பாடின்றே..." என்றார் புறப்பாட்டிலும். முச்சி-உச்சி. "ஐயவியப்பிய நெய்யணிமுச்சி" என்பது மணிமேகலை இந்திரவிழவூரெடுத்தகாதை. சிறுவர்கட்கு உச்சியில் வெண்கடுகேணாத்தப்புதல் பேய் முதலியவற்றால் இடையூறுண்டாகாமைக்காம். (கரு)

குழலின் யாழி னமுதிற் குழைத்தசொன்
மழலை தங்கண் மகார்வயிற் கேட்டலாற்
றழையு முள்ளமெய் தன்னைத் தொடிற்புறங்
குழவி யின்பங் குறித்ததொர் தோற்றமே.

(இ-ள்.) புள்ளாங்குழலோசையினும், வீணையிசையினும், தேவாமுதத்தினுங்கலந்து செய்தாலொத்த மழலைச்சொல்லைத் தங்கள் புத்திரர்வாய்க் கேட்பதினால் மனமும், அவர்களைத் தொடுவதினால் தேகமும் (சந்தோஷத்தால்) பூரிக்கின்றன. ஆதலால் குழந்தைகள் பிறத்தலென்பது இன்பம் முளைத்தெழுந்தாற்போன்ற தூர் காட்சியேயன்றி வேறல்ல. (எ-று)

" மக்கண்மெய்தீண்டலுடற்கின்பமற்றவர்-சொற்கேட்டலின்பஞ்செவிக்கு", " குழலினிதியாழினிதென்பதம்மக்கண் - மழலைச்சொற்கேளாதவர் " என்னும் குறள்களை நோக்குக. மக்கள்போன்று உள்ளும் புறமும் இன்பஞ்செய்யும் பிறிதுபொருளில்லையாதலின் அவ்வின்பமே யிங்ஙனங் குழவிகளாயவதரிக்கின்றனவென்றார். 'தழையும்' என்பது முதனிலைத் தீவகமாய் 'உள்ளம்', 'புறம்' என்பவற்றோடு தனித்தனி சென்றியைந்தது.

சிறுகை நீட்டிக் குறுகுறு சென்றுமீண்
டுறும காரநல முண்பொரு ளாமென
வறிகை நல்லிமை யாமர ணீள்விழிப்
பெறுகை செய்த பிரமன் குறிப்பரோ.

(இ-ள்.) நமது நீண்ட கண்களுக்குக் கவசமாக விசேடித்த இமையையுண்டாக்கிக் கௌரவப்படுத்திய பிரமதேவனுடைய உட்கருத்தாவது :— தமது சின்னஞ்சிறுகைகளை நீட்டிக்கொண்டு குறுகுறுவென்று நடந்தோடித்திரும்பும் சிறுவர்களின் அவ்வின்பநடக்கையைக்கண்டு அநுபவிக்கும் பாக்கியம்பெற்ற வஸ்து இக்கண்கள் தாம் என்று அறிந்ததனாலுண்டாகியதேயாம். (எ-று.)

'சிறுகைநீட்டிக்குறுகுறுசென்றுமீண்டு' என்பதனைக் "குறுகுறுநடந்து சிறுகைநீட்டி" என்னும் புறப்பாட்டோடொப்பிடுக. மற்ற அங்கங்களிருப்ப விழிக்குமாத்திரம் இமைகளாம் கவசம் படைத்து அதனுயர்வைப் புலப்படுத்திய பிரமன், மக்களின் இன்பகரமான ஆடலாதிகளை நோக்கத் தவம்பெற்ற பெருமை கண்களுக்கேயுண்டு என்பதனை அறிந்துதான் அவ்வாறு செய்தருள்ளான் என ஊகிக்கின்றார். (௧௭)

பக்க மூர்ந்து மதியைப் பகர்வதென்
னிக்கெ னுஞ்சொலன் காட்சிக் கெளியவன்
மக்க ளுள்ள மகிழ்புரி மன்னொளி
யொக்க நாளும் வளரு முயர்சசியார்.

(இ-ள்.) பூர்வபக்ஷ சந்திரனைப்போல் நாட்குநாள் இச்சிறுவர்கள் வளர்கின்றார்களென்று உவமித்தலால் என்னபொருத்தமுண்டு? கரும்புரசம் போல் இனியசொற்களைப் பேசுகின்றவனும், சுலபமாகப் பார்க்கத்தக்கவனும், குடிகளின் மனமகிழ்ச்சிக்கேற்ற காரியங்களை விரும்பிச்செய்கின்றவனுமாகிய ஓர் அரசனுடைய கீர்த்தியைப்போலத் தினேதினே விருத்தியடையும் வளர்ச்சியையுடையார் இம்மக்கள். (எ-று.)

"முற்பெருகலிற்பிற்சிறுகாமைசிறந்தன்று" என்பதனுல் பூர்வபக்ஷ மதி முன்பெருகுமேனும் பின் குறையுங்குற்றநோக்கி 'மதியைப்பகர்வதென்' என்றெழித்து, "காட்சிக்கெளியன் கடுஞ்சொல்லனல்லனேல்- மீக்கூருமன்னனிலம்" என்னும் தமிழ்த்தெய்வவேதத்தைத்தழுவிப் பிரஜா க்ஷேமத்துக்குற்ற காரியம்புரியும் அரசன கீர்த்திபோல் அபிவிருத்தியாகின்றனர் என்றார். ஒளி-புகழ். "ஒளியுமாற்றலும் ஓம்பாவீகையும்" என்னும் புறப்பாட்டில் ஒளி இப்பொருட்டாயதுஉமறிக. (கஅ)

(வித்யாப்பியாசஞ்செய்வித்தல்.)

அங்கண் வானத் தவிர்மதிக் காய்கலை
தங்கு மொண்மை தருபவன் றந்தசேய்
துங்க மெய்தச் சுதர்மதிக் காய்கலை
பொங்கு மொண்மை புகட்டின னென்பவே.

(இ-ள்.) அழகிய இடத்தையுடைய ஆகாயத்தின்கண் விளங்குகின்ற சந்திரனுக்கு ஆய்ந்தெடுத்தற்குரிய கலைகளிற் பொருந்தும் பிரகாசத்தைத் தருகின்ற சூரியன்பெற்ற மைந்தராகிய சித்திரகுப்தரும் தமது புத்திரர்களின் இயற்கையறிவு உயர்ச்சிபெறும்படி கலைக்ஞான சாஸ்திரங்களைக்கற்றலான் மிகுகின்ற கல்வியறிவையூட்டினர். (எ-று.)

சூரியன் மதி(சந்திரனு)க்குக் கலைதங்கும் ஒண்மை தருதலால் சூரிய புத்திரராகிய சித்திரகுப்தரும் பிதாவின் செய்கையைப் பின்பற்றுவார் போன்று தம்மக்களுடைய மதி(புத்தி)க்குக் கலைதங்குமொண்மைதந்தார் என சமத்காரமாய்க் கூறினர். மதி - சந்திரன், புத்தி. கலை - சந்திரிகை, சாஸ்திரம். ஒண்மை - பிரகாசம், அறிவின் விளக்கம். சந்திரனுக்குப்பிரகா

சம் சூரியனுதித்துண்டாகிறதென்கை "இரவிவர்திறப்பத்தன்கதிர்தானடைகுதல்போல்..." என்ற பிரபுலிங்கலீலைச் செய்யுளாலுணர்க. மேனாட்டுக் ககோள சாஸ்திரிகளுக்குமிஃதுடன்பாடு. சிறுவர்மதிக்குக் கலையொண்மைதருதல் :—அவர்களியற்கையறிவோடு பலவகை நூற்களின் ஆராய்ச்சியால்வரும் கல்வியறிவுங்கலக்கச்செய்தல். இவ்வாறு செய்வது சிறுவர்களின் புத்தி விசாலித்துத் தண்ணளியுடையராய்ப் பெருமைபெறற்கே என்பார் 'துங்கமெய்த' என்றார். (கக)

(உபநயனஞ்செய்வித்தல், யௌவனப் பிரவேசம்.)

கலைச்சு ருக்குமுந் நூலணி காண்வர
நிலைச்சி றந்தொளிர் நெஞ்சினை நேர்மனம்
புலப்பெ ருக்கம் புகப்புதுப் பொற்பினன்
னலத்த காளைப் பருவமு நண்ணினர்.

(இ-ள்.) மான்தோல் (அஜினம்) கட்டப்பட்ட பூணூல் அழகுடன் நிலையெற்றுப் பிரகாசிக்கின்றமார்பைப்போலவே கலைக்ஞானங்களின் இரகசிய சுருக்கக்கருத்துகளும் முதல், வழி, சார்பு என்னும் மூவகை நூற்பொருள்களும் அழகுடன் நிலைத்துப் பிரகாசிக்கின்ற மனதில் பெருகிய லௌகிக வைதிக அறிவு பிரவேசிக்கப் புதிய அழகினுல் அலங்கரிக்கப்பெறும் யௌவனபருவத்தை இப்புத்திரர்கள் அடைந்தார்கள். (எ-று.)

'கலைச்சுருக்குமுந்நூலணிகாண்வர' எனச்சிலேடையுவமம் கூறி மார்பையும் மனத்தையும் விசேடித்தது உள்ளும் புறமும் ஒருபடித்தாய தூய்மை விளங்கற்கென்க. புதிய அழகென்றார் ஆடவர்க்கு மகளிர்க்குமுள்ள பேரழகு பொலிவுபெறுங்காலமதுவேயாகலான். 'கலைச்சுருக்குமுந்நூலணிகாண்வர' என்னுந்தொடர் நெஞ்சிற்கு அடையாகும்போது 'மான்தோல்கட்டிச் சுருங்கவிட்டபூணூல் அழகிதாக' எனவும், மனத்திற்காம்போழ்து 'கலைக்ஞானங்களின் சுருக்கக்கருத்துகளை மூவகை நூற்களின் விழுப்பொருளுடன் அலங்காரவிலக்கண வரம்புகாணக்கற்று விளங்குகின்ற' எனவும் பொருள்படும். இனிப் 'புலப்பெருக்கம்' என்பதற்கு மார்பின் அழகை மங்கையர் கட்புலன் விரும்பிநோக்கும் நோக்கின்மிகுதி எனவிரித்து மார்புக்குமாக்கலாம். "தன்னிகரில்லாத் தமிழ்மொழிந்திறன்-வல்லோர்வாக்கின்வயங்கும்" என்பது புலப்படுத்துமிச்செய்யுளென்க. இக்கவியின் ஆழ்ந்தகருத்துக்கள் விரிப்பிற் பெருகுமாதலின் கற்றோர்பாற் கேட்டறிக. (கஉ)

(பிரபாவதி, நீலாவதியென்பவர்களின் புதல்வர்கள் அரசுபெறுதல்.)

வேறு.

தகரவார் குழற்பிரபா வதிமைந்தர் தமையேமப்
பிரத்த மென்னு
நகரினுக்குந் தண்ணமுத மொழிநீலா வதியென்னு
நங்கை யீன்ற
துகளறுசீர் மைந்தர்தமை யிரசிதமா புரிக்குமுடி
துலங்கச் சூட்டி
நிகரில்குல குருகால ஞேயமுனி யரசாக
நிறுவி னுைல்.

(இ-ள்.) மயிர்ச்சாந்து பூசிய நீண்ட கூந்தலையுடைய பிரபாவதியின் புத்திரர்களாகிய சூரியவர்மா, சந்திரவர்மாவென்னுமிருவரையும் ஹேமப்பிரஸ்தமென்னும் பட்டினத்துக்கும், குளிர்ந்த அமிர்தம்போலும் சொல்லையுடைய நீலாவதியென்பவள் பெற்ற குற்றமற்ற கீர்த்தியையுடைய வீர்யவான், பலவான, அர்யமான், சுபாஹுவென்னும் நால்வரையும் இரஜதபுரிக்கும் அரசர்களாக்கி விளங்கும்படிக்கிரீடந்தரித்து சமானமற்ற குலகுருவாகிய காலக்ஞேய மஹாரிஷி நிறுத்தினுர். (எ-று.) (உக)

(கர்ணிகி புத்திரர்களின் செய்தி.)

தன்னிகரில் வெண்கொற்றக் குடைநிழற்கீ ழுலகளிக்குந்
தகையோ ராகி
மன்னர்முடி தாழ்த்திறைஞ்ச மனுநெறிசெய் தனரிப்பால்
வண்டார் கோதை
மின்னிடைக்கன் னிகிபயந்த காளையரு ளெண்மர்தவ
மேன்மை யாலே
துன்னியசீர் படைத்துயர்ந்த குலவிளக்கச் சரிதமினிச்
சொல்லு வாமால்.

(இ-ள்.) (இவ்விருதிறவரும்) ஒப்பற்ற வெற்றிபொருந்திய சந்திரவட்டக்குடையின் கீழ் உலகையிரக்ஷிக்கின்றவர்களாய் அரசர்கள் கிரீடம்தாழ்த்துவணங்க மனுநீதிதவருமல் செங்கோல் செலுத்தினுர்கள். இதுநிற்க, வண்டுகள் ஒலிக்கின்ற கூந்தலையும், மின்னலையொக்கும் இடையையுமுடைய கன்னிகியம்மன்பெற்ற பதினெண்மருக்குள் எட்டுப்பேர் தவவலியால் மிகுந்த கீர்த்திபடைத்தோங்கிய வம்சவிளக்கச் சரித்திரத்தை இனிக் கூறுகின்றோம். (எ-று.) இது புராணிகர் கூற்று. (உஉ)

அரும்புமல ராக்கணைமன் மதனுமெழிற் பெண்மையவா
மழகு வாய்ந்த
பெரும்புகழ்சீ ரொன்பதின்மர் தமின்மாலி காத்திரனோர்
பிறங்க வென்ன
வரும்புயமா பாகுவெனு மிவர்மூவர் தாதைதரும்
வரம்பெற் றியாரும்
விரும்புகுலத் தொழிற்கணித நெறிபுகுந்து புவியின்மிகு
மேன்மை கொண்டார்.

(இ-ள்.) அரும்புகள் விரிகின்ற ஐந்து புஷ்பக் கணையையுடைய மன்மதனும் இளமைபொருந்திய பெண்மையை விரும்பத்தக்க அழகுவாய்ந்த பெரிய கீர்த்தியையுடைய பதினெட்டுப்புத்திரரில் சௌரமாலி, சௌரகாத்திரன், மலைக்குச்சமானமாகும் புயங்களையுடைய சௌரமஹாபாஹு வென்கிற மூவரும் தம் பிதாவாகிய சித்திரகுப்தனை நோக்கித் தவம்புரிந்து வரம்பெற்று யாவரும் அபேக்ஷிக்கின்ற குலத்தொழிலாகிய கணிதவழியில் பிரவர்த்தித்து உலகில் மிக்க மேன்மையையடைந்தார்கள். (எ-று.)

இப்புத்திரர்களின் அதிரூபலாவண்யத்திற்குத் தன்னழகு தாழ்ந்து அவமானமடைவதாகையால் இவ்வாண்ஜன்மத்தினும் இளம்பெண்ணாக ஜனிப்பது அவர்களுடைய ஆலிங்கனத்தை ஓர்காற்பெறற்கும் அநுகூலமாகும் என்று மன்மதன் பெண்மையை விரும்பினன் என்க. "ஆடவர் பெண்மையையவாவுந்தோளினாய்" என இராமாயணம் தாடகைப்படலத்தும் வருவதறிக. (உகூ)

உத்தமமாங் குலத்தொழிலென் றுரைக்குநெறி கடைப்பிடித்தே
யும்பர் நாட்டின்
வைத்தகணி தத்தொழில்கொண் டுயிர்களிரு வினைப்பகுதி
வரைந்து காட்டுஞ்
சித்திரகுத் தப்பெயர்த்தந் தாதைபோற் குவலயத்தே
திருந்து செங்கோன்
முத்தணிவேற் குடைநிருபர் செவிகாணக் கணக்கெழுதி
மொழியு நீரார்.

(இ-ள்) பலதொழில்களினும், சுஜாதித்தொழில் சிரேஷ்டமென்னும் நீதிமொழியை உறுதியாகக்கொண்டு தெய்வலோகத்தில் நிர்மிக்கப்பட்ட கணிதத்தொழிலுடையோராகி ஆன்மகோடிகளின் நல்வினை தீவினைப் பகுதிகளை எழுதிக் காட்டுகின்ற சித்திரகுப்தராகிய தமது தந்தையைப்போலவே பூலோகத்தில் திருந்திய செங்கோன்மையையும், முத்துக்களால்

அலங்க்ருதமான வெண்குடையையுமுடைய அரசர்களின் செவிகாணும்படி கணக்கெழுதிக் காட்டுந்தன்மையையுடையவரானார்கள் இப்புத்திரர்கள். (எ-று.)

'செவிகாண' என்றது "செவிகைப்பச்சொற்பொறுக்கும்" என்றாற்போல் ஒரு புலத்தின்றன்மை மற்றொருபுலத்தினதாக மாறிவந்த இலக்கணை. "கண்ணாற்சொல்லிச் செவியாலேகேட்குமிறை" எனவருதலுங் காண்க. தனநாட்டின் குடிவளங்களும், இலாபநஷ்டங்களும் கருணீகரெழுதுங்கணக்காலேயே அறிந்து பிரத்யக்ஷத்திற் பார்த்ததுபோல அரசர் திருப்திசெய்துகொள்வராகையால் இவ்வாறு கூறினர். சுஜாதித்தொழிலே சிறந்ததென்கை "உத்தமம் குலவித்யாயாம் .." என்ற ஸ்லோகத்தால் அறிக. (உச)

ஏனையரிற் பதின்மர்கடம் முன்னோர்பா லிருந்துதவி
யியற்ற மந்நைத்
தேனகுதார்த் திராக்ஷியம்பி காயன்வர வாணியருந்
திறனி காமன்
வானமருங் கொடைப்பலசி யெனுமைவர் மாற்றாந்தாய்
மக்க ளேபோற்
கோனெறிசெய் யரசுரிமை காதலித்துத் தவநெறிமேற்
கொண்டார் மாதோ.

(இ-ள்.) மற்றவர்களிற் பதின்மர், தங்கள் பிராதாக்களாய் அரசுபுரியும் சூரியவர்மா முதலியோரிடத்திருந்து அவர்களுக்கு உதவிசெய்யத் தேன் பொருந்தி விளங்குகின்ற மாலையணிந்த சௌரத்ராக்ஷி, சௌராம்பிகாயன், சௌரவரவாணி, அரியபலந்தங்கிய சௌரநிகாமன், மேகம்விரும்பும் கொடையையுடைய சௌரபலஜி என்னும் ஐவரும், தங்கள் பெரிய தாய்ப் புத்திரர்கள்போலத் தாங்களும் இராஜரீகம் செய்ய விரும்பித் தவ வழியிற்சென்றார்கள். (எ-று.) (உரு)

புத்திரப்பேற்றுச்சருக்கம் முற்றிற்று.

ஆகப் பாயிரமுட்படக் கூடிய சருக்கம் ௩-க்கு விருத்தம் கசுடு.

ஆருவது

பஞ்சசௌரர் தவநிவஸச்சருக்கம்.

[இச்சருக்கம் கர்ணிகியின் புத்திரர்களில் ஐவர் தவம்புரிந்து
வரம்பெற்றுமீண்டமை கூறிச்செல்லும்.]

(இதுமுதல் ௬-செய்யுட்கள் மகமேருகிரியின்
வர்ணனை கூறும்.)

வேறு.

உம்பர்விஞ் சையரிசை யுயர்புட் காலினர்
தும்புரு கருடகாந் தருவர் சித்தர்சூழ்
வம்பலர்க் கின்னர ருரகர் மாதவர்
பம்புறு பெருமையோர் படிவ மாயது.

(இ-ள்.) தேவர்கள், வித்யாதரர்கள், சங்கீதத்தால்மேம்பட்ட பக்ஷிகளின்கால்போலும் பாதங்களையுடைய தும்புரு, கருடகாந்தர்வர்கள், சித்தர், வாசந்தங்கிய பூமாலைசூடிய கின்னரர், நாகர், முனிவர் ஆகிய கணங்கள் சூழ்தலால் பரவி மிகுந்த பெருமையே ஓர் வடிவுகொண்டாற்போன்றது (மகமேரு என்னும் பர்வதம்). (எ-று.)

தும்புரு.- புட்காலினர் என்கை "புட்காற்றும்புரு மணக்கந்தருவர்" என்னும் கல்லாடத்தாலறிக. (௧)

மேக்குயர்ந் தொலிகெழு விண்ண ளப்பதோ
ரோர்க்குறட் கவ்வகை யியற்றிக் காட்டிய
சீர்த்திய துலகெலாந் தெண்க டற்புக
வார்க்குநாட் கூம்பென வலங்கு மாண்பது.

(இ-ள்.) மேலே எழும்பி சத்தகுணம் பொருந்திய ஆகாயத்தை அளக்கின்ற ஒப்பற்ற அழகிய வாமனவதாரங்கொண்ட மஹாவிஷ்ணுவுக்கு அவ்வாறு வளருஞ்செய்கையைக் கற்பிக்கத் தான் செய்து காட்டினாற்போலும் கீர்த்தியையுடையது. உலகம் யாவும் தெள்ளிய கடல் நீரால் ஆவரிக்கப்படுகின்ற பிரளயகாலத்தில் கப்பலிற்பாய்மரம்போல தான் அழியாமல்நின்று விளங்கும் பெருமையையுடையது (அம்மேருகிரி). (எ-று.)

'ஒலிகெழுவிண்' என்றார் 'பஞ்சபூதங்களிலொன்றாகிய ஆகாயம் சத்தகுணமுடைதது' என்னும் தர்க்கநூல் நெறிபற்றி. (உ)

மற்றினிப் பகர்வதென் வானந் தொட்டெழு
பொற்றைகட் காதியாம் பொருப்பி தொன்றுமே
செற்றவா சவன்சிறை சேதித் திட்டதோர்
குற்றமன் னவன்றொழக் கொண்டு தீர்ப்பது.

(இ-ள்.) ஆகாயத்தை அளாவ வளர்ந்துள்ள மலைகளில் முதன்மைபெற்றது இம்மலை ஒன்றே. முற்காலத்தில் பகைபூண்ட தேவேந்திரன் எல்லாப்பர்வதங்களின் சிறைகளையும் அறுத்த பெருங்குறையை அவன் வந்து தன்னைப்பணிந்ததனால் தீர்த்து அவனை மன்னிப்பது இம்மகமேருகிரியேயானால் அதன் பெருமையைப் பின்னும் விஸ்தரிப்பானேன்? (எ-று.)

பூர்வம் மலைகளுக்கிருந்த சிறகுகளை இந்திரன்வெட்டினான் என்பது புராணகதை. ஆகையால் தங்கள் ஜாதிக்குண்டாண அவமானததை அவ்விந்திரன் தன்னைவந்து வணங்கலால் தீர்த்துப் பெருமை தருவது இம்மலை என்றார். (௩)

தேனிவர் கடுக்கையஞ் சென்னி யாற்கொரு
மானெடுங் கணைபுணர் வல்வி லாயதா
லீனமென் பணியுமாம் பெருமை யென்றுமென்
பானொரு நாவலன் பகர்ச்சி நிற்கவே.

(இ-ள்.) வண்டுகள் (தேனுக்காக) ஏறுகின்ற கொன்றைமாலை தரித்த ஜடையையுடைய ஸ்ரீசிவபெருமானுக்கு, நெடிய மஹா விஷ்ணுவாகிய அம்புசேர்ந்த ஒரு வலிய வில்லாக இம்மலை வளைந்து போயிற்றென்பார்கள். பெருமையுடையவர்கள் என்றும் பணிவுடையவராகவேண்டும் எனத் தெய்வப்புலவர் கூறிய திருவாக்கு நிலைபெற்றிருக்கும்போது அவ்வாறு பணிந்ததனால் என்னகுறை நேரும்? பின்னும் பெருமையே யுண்டாகும். (எ-று.)

"பணியுமாமென்றும்பெருமைசிறுமை - யணியுமாந்தன்னைவியந்து" என்னுந் திருக்குறளை எடுத்துக்காட்டி இந்நீதியால், அம்மலை வணங்கினதனால் பெருமையன்றிச் சிறுமையொன்றுமில்லையென்றார். அவ்வில்லில் சேர்த்திய கணையோ மஹாவிஷ்ணு, கைப்பற்றியவரோ சிவபிரான், ஆகவே அம்மலையின் ஏற்றம் நன்கு புலப்படும் என்பார், 'மானெடுங்கணைபுணர் வல்வில்' என்றார். (௪)

வாளுலாங் கதிர்முதன் மருவத் துன்னிய
கோளெலாம் வலமுறக் கொட்கு முச்சியி
னீளுறு தனக்கிணை நீக்கி மேன்மைதந்
தாளுறப் பிறபொருட் குவம மாவது.

(இ-ள்.) பிரகாசந்தங்கிய சூரியன்முதல் சேர்ந்து நெருங்கிய கிரகங்களெல்லாம் பிரதக்ஷிணமாகச் சுழலுகின்ற சிகரத்தையுடையதாகி நீண்ட அம்மலை தனக்குவமானமாக எந்த வஸ்துவையும் அங்கீகரியாமல் மற்ற உயர்ந்த பொருட்களுக்குத்தான் உவமானப்பொருளாய் நிற்றலால் மேன்மைதீர்ந்து ஆளுவது. (எ-று.)

தனக்குவமையின்றித் தான் பிறபொருட்குவமானமாவதொன்றே அதன்பெருமைக்குச் சாக்ஷியாயிற்றெண்க. (௫)

இன்னமா மேருவி னிருந்தண் சாரலிற்
பன்னெடு மணிகொழித் திழியும் பாங்குறத்
துன்னிய கலிபுனற் சோம சாகர
மென்னுமோர் பேரியா றிலங்கு மென்பவே.

(இ-ள்.) இப்படிப்பட்ட மகத்வந்தங்கிய மகமேருவின் மிக்க குளிர்ந்த சாரற்பக்கத்தில் பலபெரிய ரத்னங்களை வாரிக்கொண்டு இறங்கிவருகின்ற மிக்க ஓசையையுடைய சோமசாகரமென்னும் ஓர் பெரிய ஜீவநதி விளங்கும். (எ-று.)

சாரலின் பாங்குற மணிகொழித்திழியும் கலிதுன்னியபுனல் சோமசாகரமென்னும் பேரியாறிலங்குமென்றியைக்க. கலி+புனல் உரிச்சொல்லாதலின் இயல்பாயிற்று. (௬)

(சோமசாகரநதிக்கரையிலுள்ள தவம்புரிசூழற்சிறப்பை இதுமுதல், ஐந்துகவிகளால் கூறுகின்றார்.)

அத்தடங் கரைப்புறத் தமைந்த சூழருஞ்
சித்தமொன் றுப்புல மைந்துஞ் சேவிப்பத்
தத்தமக் கேன்றவா தவந்தொ டங்குறு
முத்தமர் பற்பலர்க் குறையுள் காட்மோல்.

(இ-ள்.) அந்நதியின் விசாலமான கரைப்பக்கத்தில் பொருந்திய இடங்கள் ஒன்றுபட்ட மனத்துடன் ஐம்புலன்களும் சொன்னவாறு ஏவல்கேட்பத் தங்கள் தங்கள் பக்குவத்திற்குத்தக்க ஜபதபாதிகளைச் செய்கின்ற உத்தமர்கள் அநேகர்க்கு வாசஸ்தானமாயிருக்கின்றன. (எ-று.) (எ)

ஏர்பெறு துறக்கமென் றிசைக்கு நன்னகர்க்
கார்வமுற் றின்பமா யமைந்த போகமே
சேர்தர மாயைமேற் சென்று வெங்கிடப்
போர்புரி குநர்க்கது போலும் பாசறை.

(இ-ள்.) நன்மைமிக்க மோக்ஷமென்னும் பெரிய நகரத்திலேயுள்ள நித்யாநந்தமாகிய போகபோக்கியங்களை விரும்பி அதை அடைவதற்கு இடையூறு விளைக்கின்ற மாயையாகிய சத்துருவின்மேற் படையெடுத்துச் சென்று முதுகுகாட்டியோடும்படிச் சண்டைதொடங்குகின்ற முமுக்ஷுக்களாகிய அரசர்களுக்கு அந்நதியின் கரைப்பக்கங்கள் பாடிவீடுபோலும். (எ-று.)

பாசறை-பகைமேற்சென்றோருறைவிடம். மாயையைச் சத்துருவெனக் கூறுமையால் இஃது ஏகதேச உருவக அணி. (அ)

கற்பனை யுலகெலாங் கான னீரொனு
முற்பன மறிந்துய ருள்ளச் செம்மையாற்
சொற்பன நீங்கிய சுழுத்திச் சாக்கிரத்
தற்புதந் தூங்குவோ ருறையு ளாங்கொர்சார்.

(இ-ள்.) மித்யாஸ்வரூபமாகிய உலகங்களெல்லாம் கானலின் நீர்போன்ற பிராந்தித்தோற்றமேயாம் என்ற உற்பத்தி மூலத்தையறிந்து உயர்ந்து திருந்திய மனதினாலே சொற்பனாவஸ்தைநீங்கிய சுழுப்திச் சாக்கிராவஸ்தையைப் பொருந்தி அற்புதத்துடன் தங்கிய சுக்ஞானிகள் வசிக்குமிடம் அவ்விடத்திலொருபக்கத்திலுண்டு. (எ-று.)

அத்யாரோபவுணர்ச்சியால் தோற்றிய ஜகமென்பார் ‘ கற்பனையுலகு ’ என்றும், கனவோடுகூடிய நித்திரையாகிய சொற்பனம்போலாது தன்னை மறந்த உறக்கத்துச் சுழுப்தியுமின்றி உலகம் தோன்றச்செயும் அதை மதியாது சொரூபதரிசனஞ்செய்வோர் என்பார் ‘ சொற்பனநீங்கிய சுழுத்திச் சாக்கிரத்தற்புதந்தூங்குவோர் ’ என்றும் கூறினர். (கூ)

சரியையுங் கிரியையுந் தவிர மேற்செலற்
குரியவெட் டுறுப்புள யோக சாதன
மருவிய பயிற்சியால் வலிகெட் டோய்மனத்
திருவினர் வாழ்வெலாஞ் சிறக்கு மோர்சிறை.

(இ-ள்.) சரியையும் கிரியையுஞ் செய்துமுடிந்ததால் நீங்க, சோபானக்கிரமமாக மேலே செய்வதற்குரிய எண்வகை அங்கங்கள் பொருந்திய

யோகமென்னும் மூன்றும் சாதனத்தை அப்பியசித்த பழக்கத்தினாலே விஷயாதிகளில் தாவிப்பாய்கின்ற தனது பலங்குன்றி ஏகாக்கிரமான மனச் சிறப்பினையுடையவர்கள் வாழும் பன்னசாலை ஒருபுறம். (எ-று.)

யோகத்தின் எண்வகை உறுப்புக்களாவன:—இயமம், நியமம், ஆசனம், பிராணாயாமம், பிரத்யாகாரம், தாரணை, தியானம், சமாதி எனுமிவை. மனம் அடங்குதலே எல்லாமேன்மைக்கும் மூலமாகையால் 'ஓய்மனத்திருவினர்' என்றார். "கெடுமூலமீதுண்டெனினுண் டிலதாயினிலதிதனைக் கெடுத்தல்வேண்டும்" என்பார் வாசிட்டமுடையாரும். யோகம் ஞானசாதனமேயன்றி அதுவேபொருளன்று என்பார் 'யோகசாதனம்' என்றார். "சரியைகிரி யாயோக மிம்மூன்றும் மெய்ஞ்ஞானஞ் சார்தற் கேது" என்பதூஉமறிக. (௧௦)

மனமெனுங் கால்விசைப் பரிவை ராகமாங்
கனமிகு கலினம்வாய்க் கௌவ வேறியே
துனியறு தேசிகன் சொன்ன வாறுகைத்
தினிதுறு வயவர்தம் மிருக்கை யாங்கொர்பால்.

(இ-ள்.) மனமென்கின்ற காற்றினும் கடிய விசையையுடைய குதிரையானது பெருமைமிக்க வைராக்கியமாகிய கடிவாளத்தை வாயிற்கௌவிக்கொள்ள அதன்மேல் ஏறிக் குற்றமற்ற குரு உபதேசித்த வழியிலே செலுத்திக்கொண்டு இன்பமுடனிருக்கின்ற வீரர்கள் வாழுமிடம் அங்கொரு பக்கத்தில். (எ-று.)

'வயவர்' வீரர், குதிரைப்பாகர் என்னுமிருபொருள் பயத்தலால் அதனை உருவத்துக்கேற்பக்கூறினார். (௧௧)

(சௌனகர் தவம்புரிதல்.)

வேறு.

இவ்விடமே தவம்புரிதற் கேற்றவிட மெனக்கருதி
யிருந்து வேட்கை
கௌவிடப்பல் விடயமிசைப் பொறிகாட்டு நெறிதாவிக்
கடிது வீழ்ந்து
தெவ்வெனநின் றொருகணமு மிசையாத மனக்குரங்கு
திகைத்து நாணச்
செவ்வியதா பதப்படிவர் தாங்கெனி தவமோற்றார்
திதலை ரம்பா.

(இ-ள்.) இப்படிப்பட்ட தபோவனத்தையடைந்த ஸௌரர்கள் இவ்விடமே தவஞ்செய்தற்கேற்ற இடமென்று நினைத்து, ஆசைப்பட்டுப் பலவிஷயாதி போகங்களின்மேலும் ஐம்புலன்களும் காட்டுகின்ற வழியேசென்று பாய்ந்து பகைவனைப்போல் நின்று க்ஷணநேரமாவது ஒரு நிலையில் நில்லாத மனமாகிய குரங்கானது திகைப்புற்று வெட்கமடைய திருத்தமாகிய தவவேடம்பூண்டு மிகவும் தவம்புரிந்தார்கள். (எ-று.) (கஉ)

(இதுவுமது.)

நாசிமுனை வளிநாடி யூசிமிசைக் காலூன்றி
நடுங்கா மெய்யிற்
றேசுதிசை தடவவழற் கதிரவன் பகைப்பனியைச்
சிறிது மெண்ணா
தாசிலுளங் குறித்தபொரு ளன்றியொரு சிந்தையுள
மடைத லோம்பி
மாசௌர ரெனும்பெருமை செய்கைவழிப் புலப்படவே
மன்னுங் காலை.

(இ-ள்.) நாசிகாக்கிரத்தில் சுஷும்நா நாடியைப்பின்பற்றி ஊசியின் மேல் கால்விரலை ஊன்றிச் சிறிதும் அசையாத தேகத்தின் பிரகாசமானது திக்குகளிற்பொருந்தச் சுடுகின்ற கிரணங்களையுடைய சூரியனது உஷ்ணத்துக்கும் அவனது பகையாகிய பனியின் குளிர்ச்சிக்கும் சற்றும் அஞ்சாமல் குற்றமில்லாத தங்கள் மனதில் விரும்பியபொருளொன்றைத்தவிர இதரவஸ்து விருப்பம் இல்லாமல் காத்து மஹாசூரர் என்னும் பெருமைப் பேர் தங்கள் செய்கையால் விளங்கும்படி இவர்கள் தவம்புரிந்தகாலத்தில். (எ-று.)

(சிவபெருமான் மாயையையனுப்புதல்.)

எவ்வுலகு மினிதீன்ற பொன்வயிற்றெம் மன்னையவ
ணெய்தி நோற்கு
மிவ்விறலோர் திறனுணாப்பத் தமிழ்மறையின் பாண்மணந்த
வீணைக்கா தார
நவ்வியணி கரன்வினவி யாங்கவர்தம் மனவலியி
னலங்காண் கென்னத்
தெவ்வினினுங் கொடுமாயை தனைவிடுத்தா னவனுட
றெளிவோர் யாரே.

(இ-ள்.) எல்லா வுலகங்களையும் இன்பமாகப்பெற்ற மாதாவாகிய உமாதேவியார் இவர்கள் தவம்புரியுமிடத்திற்குச்சென்று இவர்களது உத்கிருஷ்

டதவத்தைப்பார்த்து மகிழ்ந்து ஸ்ரீசிவபிரானுக்குச் சொல்லத் தேவாரதிரு வாசகமாகிய தமிழ்வேதப்பண்கள் பரிமளிக்கின்ற காதாரக்கேட்டு மானைத் தரித்த கையையுடைய அப்பரமசிவம் அவர்களின் வைராக்கியத் திறமை யைப் பரீட்சித்து வருகவென்று பகைவரினுங்கொடிய மாயாசக்தியைச் செலுத்தினர். எம்மானுடைய திருவிளையாடலை அறிவோர் யாவர்! (எ-று.)

சத்துருக்களாற்கெடுவது இம்மைச்சுகமொன்றுமே. மாயை மறுமைச் சுகத்தையும் கெடுத்து நரகத்துச் செலுத்தவல்லதாதலின் 'தெவ்வினி னுங்கொடுமாயை' என்றார். (கச)

(மாயாசக்தியின் செய்கை.)

விடுத்ததிறற் கொடுமாயை பேரசனி யொடுகன்மழை
வீசி யாலங்
கடுத்தநிறத் தவுணரிராக் கதர்பலபே யுருவாகிக்
கவிந்து சூழ்ந்து
தொடுத்தமர்செய் துரப்பிவெருட் டவுஞ்சிறிதுந் துளங்காது
தோற்றத் தோரா
யெடுத்ததொழி லூறுபடா தியற்றுமவர் மனவலியி
னேற்ற நோக்கி.

(இ-ள்.) பரமேஸ்வரரால் அனுப்பப்பட்ட பலமுள்ள கொடியமாயாசக் தியானது பேரிடியோடு கன்மாரிபெய்து விஷம்போற் கரியநிறத்தையுடைய அசுர ராட்சத பல பேய்க்கூட்ட உருவங்களைக்கொண்டு நாற்புறத்திலும் சூழ்ந்து பெருஞ்சண்டை ஆரம்பித்துச்செய்து கூச்சலிட்டு மிரட்டவும் சற் றும் அசையாதவர்களாய்த் தாம் எடுத்தகாரியத்தை விடாமல் செய்துகொண் டுவரும் இவ்வீரர்களின் மனோதிடப்பெருமையைப் பார்த்து. (எ-று.) (கரு)

(இதுவுமது.)

மட்டவிழ்தார்க் கரியகுழல் வெண்ணகைச்செவ் வாய்ப்பசிய
மயின்மென் சாயற்
பட்டுடைநு ணுழைநுசுப்பிற் பாரமுலைத் துணைசுமந்த
பாவை மாரா
யிட்டவடிச் சிலம்புமணி மேகலைபூண் வளையொலிப்ப
வெய்திப் பாங்கர்
கிட்டினன்மா டகந்திரித்தியாழ் முறைபண்ணிக் குயிலொடுங்கக்
கீதம் பாடி.

(இ-ள்.) தேனெழுகின்ற மாலையுடைய கரியகூந்தலும், வெண்மையான பற்களும், சிவந்தவாயும், பச்சைமயில்போல் மிருதுவான சாயலும், பட்டாடைபுனைந்த நூல்போல் அற்பமாகிய இடையும், பருத்த இரண்டாகிய ஸ்தனங்களுமுடைய ஸ்திரீகளைப்போலுருவெடுத்துப் பாதத்திலணிந்த சிலம்பும் இரத்தினமேகலாபரணங்களும் கைவளையலும் ஒலிக்கச் சமீபத்திற்சென்று நெருங்கி வீணை முறுக்காணிகளைத்திருப்பி ' பண்ணல்முதலிய எண்வகைத் தொழிலுஞ்செய்து குயிலும் அடங்கும்படி இனிய கீதங்களைப் பாடிக்கொண்டு. (எ-று.)

' பாடநினைத்த பண்ணுக்கு இணை, கிளை, பகை, நட்பான நரம்புகள் பெயருந் தன்மாத்திரையறிந்து வீக்குதலாகிய பண்ணலும், ஆரோகண அவரோகண வகையால் இசையைத் தெரிதலாகிய ஆராய்தலும், குடச்செலவுந் துள்ளற்செலவும் பாடுதலாகிய குறும்போக்கும், வண்ணத்திற்செய்த பாடலெல்லாம் இன்பமாகப்பாடுதலாகிய கையூழும், ஆளத்தியிலே நிரம்பப்பாடுதலாகிய செலவும், அநுசுருதியேற்றலாகிய தைவரலும், வீக்கினநரம்பை அகவிரலாலும் புறவிரலாலும் கரணஞ்செய்து தடவிப்பார்த்தலாகிய பரிவட்டணையும், தானங்கடோறும் விரல்சென்று ஊசலாடிவருவதாகிய விளையாட்டும் ஆகிய இவ்வெட்டுத் தொழிலும் வீணை வல்லோர் கிரியை. ()

(மாயாஸ்திரீகள் கூறுதல்.)

அனங்கவே ளாகமமு மையரிதோய் மழைமதர்க்க
 ணரிவை மார்தந்
தனங்களுமேந் தியவல்குற் றடமுமவற் றுறுசுகமுந்
 தவிர்த்து வீணே
மனங்கவல மெய்வருந்திப் பெறுவதொரு சுகமுளதோ
 மதியி லீர்கா
ணினைந்திடினு மினியவின்ப மியாந்தருதுங் காண்மினென
 நிகழ்த்திச் சூழ்வார்.

(இ-ள்.) ஓ! புத்தியில்லாத மனிதர்களே! மன்மதன் ஆகமமாகிய சுரதசாஸ்திரங்களும், மையும் செவ்வரியும் பொருந்திய குளிர்ச்சியும் செருக்குமுடைய நேத்திரங்களையுடைய ஸ்திரீகளின் கொங்கைகளும், ஏந்திய அல்குலாகிய தடாகமும் ஆகிய இவற்றால் மிகுகின்ற சுகங்களையெல்லாம் நீக்கி விர்தாவிலே மனம் விசாரமடையத் தேகம் வருந்தத் தவஞ்செய்து பெறும் சுகந்தான் வேறு என்னவுண்டு? நினைத்தாலும் இன்பந்தரத்தக்க சம்போக சுகத்தை நாங்களே வலியக்கொடுக்கின்றோம். அதனை அநுபவித்துப் பின்பாவது எங்கள் வார்த்தையினுண்மையைக் கண்டுகொள்ளுங்கள் என்று சொல்லிக்கொண்டு சூழ்ந்துகொள்வார்கள். (எ-று.)

"உள்ளக்களித்தலுங்காணமகிழ்தலுங் - கள்ளுக்கில்காமத்திற்குண்டு" என்பதனால் 'நினைந்திடினுமினியவின்பம்' எனப்பட்டது. (௰௭)

(இதுவுமது.)

தவமுண்டைமை யருளுடைமைச் செயல்விளக்கு மாரன்விடுஞ்
சரங்கட் கஞ்சி
யிவணடைந்து தஞ்சமெனு மெமக்கருளா திருந்தலினீ
ரியற்று நோன்பு
நுவலினொரு புதன்மறைந்து வேட்டுவன்புட் சிமிழ்த்தனைய
நோன்மைத் தேயாந்
தவவலியீ ரீங்கெமக்கு தவவலியீ ரிருமையற்றீர்
சார்வ தென்னே.

(இ-ள்.) உண்மையில் நீங்கள் தவமுடையீர்களானால் அதனை உங்களிடத்திலுள்ள ஜீவகாருண்யகுணமே விளக்கிக்காட்டும். மன்மதனால் எய்யப்படும் அஸ்திரங்கட்குப்பயந்து இவ்விடத்திற்குவந்து அடைக்கலமென்ற எங்களுக்குக் கிருபைசெய்யாததினாலே நீங்கள் செய்யுந்தவம் எப்படியிருக்கிறதென்றால், புதருக்குள் ஒருவேடன் மறைந்துகொண்டு பக்ஷிகளைப்பிடிப்பது போன்ற பெருமையையுடைத்தாயிருக்கிறது. ஓ! பலசாலிகளே! எங்களை இவ்வாபத்துக் காலத்தில் இரக்ஷிக்க மனதில் நினைக்கவும் மாட்டீர்கள். ஐயையோ! இம்மைமறுமைகளை இழந்து உபயப்பிரஷ்டர்களாகிய நீங்கள் அடையப்போகின்ற லாபம் என்ன? சொல்லுங்கள் என்றார்கள். (எ-று.)

அருளுடைமையே தவமுடைமைக்கறிகுறியாதலின் நும்மிடத்து அருளின்மையாற்றவம் போலியாயிற்று என்றனர். "தவமறைந்தல்லவை செய்தல்புதன்மறைந்து - வேட்டுவன் புட்சிமிழ்த்தற்று" என்னுங்குறளின்படியே நுமது பொய்த்தவம் தீங்குசெய்வதை மறைத்துக்கொள்ள அநுகூலமாயிருந்தது எனப் பரிகசித்தவாறு. இல்லறத்தில் மகளிரொடுமுயங்கும் காமவின்பமும் துறவறத்தில் மெய்த்தவம் புரிந்து பெரும்பேறெய்தலும் ஆகிய இவ்விரண்டுமின்றிப் பயன்படாதபொய்வேடந்தாங்கி உபயப்பிரஷ்டரானீர்கள் என்றவாறு. (௧௮)

(இதுவுமது.)

ஊடலுமூ டலையுணர்த்திக் குயமிரண்டும் புயமிரண்டி
னுருவப் புல்லிக்
கூடலுங்கூ டியவின்ப நினைந்துபர மாநந்தங்
கொளலு மல்லாற்

பீடையை தவத்தாலே பெறுவதெவ னெனவமிழ்திற்
பிரசந் தன்னி
னீடியவின் மழலைமொழி யிழற்றிவிர கங்காட்டு
நீர்மை யோராய்.

(இ-ள்.) மாதர்கள் நுட்பமாகிய ஓர் காரணத்தைக் கற்பித்துப் பிணங்கிக்கொள்வதும் புருடர்கள் அப்பிணக்கை இனிய வார்த்தைகளால் நிவர்த்தித்து ஸ்தனங்கள் புதிய புயங்களாற்றழுவிச்சேர்வதும் கலந்த சுகத்தை நினைந்து ஆநந்தமுறுவதும் ஆகிய இவற்றைத்தவிர பெருமைமிகக தவத்தினாலே நீங்கள் அடையவேண்டுமென்றிருக்கிற பிரயோஜனந்தான் யாது? என்று அமிர்தத்தினும் தேனினுமிகுந்த சுவைபொருந்தக் கொஞ்சிப்பேசும் வார்த்தைகளாற்கூறித் தங்கள் விரகதாபத்தைக் குறிப்பாலுணர்த்தும் தொழில்களையுடையவர்களுமாகி. (எ-று.)

விரகதாபத்தைக்காட்டும்செயல் :—கடைக்கண்ணாற்பார்த்துப் புன்னகைசெய்தல், கச்சு கைவளைகளை அடிக்கடி திருத்தல், பக்கத்தில் நிற்போரைத்தழுவிக்கொள்ளல், உடைநெகிழத்தாங்குதல் முதலியன. (௧௯)

சௌரர் மாயையை ஜயித்தது.

பரவசமுற் றணையவரு மெல்லியர்தங் கருத்தெல்லாம்
பலியா தாக்கிப்
பொருவிறவத் துறுதிகொண்ட மனம்பசிய மரத்தாணி
பொருந்து மாபோற்
பரிதிமர பினர்நின்றார் நிறையொளியை யிருளொழிர்ந்து
பற்று மேயோ
திருவனையார் மிகநாணி யிவர்தவத்தை வியந்துவந்து
செப்ப லுற்றார்.

இ-ள்.) இவ்வாறு மெய்ம்மறந்து தங்களைச்சேரவருகின்ற மாயாஸ்திரீகளின் நோக்கம் பலிக்காமற்செய்து ஒப்பற்ற தவநிலைமையை மேற்கொண்ட மனம் பச்சைமரத்திற் கடவிய வயிரவூசிபோற் சூரியவம்சத்திலுதித்த புத்திரர்கள் நின்றார்கள். நிறைந்த பிரகாசத்தை இருள்வந்து மறைக்குமோ? உடனே மகாலக்ஷ்மீபோன்ற அம்மாயாஸ்திரீகள் மிகவும் வெட்கமுற்று இவர்கள் தவத்திற்கு ஆச்சரியமடைந்து சந்தோஷத்துடன் சொல்வார்கள். (எ-று.) (௨0)

மாயாஸ்திரீகள் தோல்வியுற்றுமீளல்.

வார்க்கடங்காக் கொம்மைமுலை மகளிரொனின் மூவுலகு
மயங்கு மன்றே
பார்க்கினெவர் தேவர்களின் முனிவர்களின் மதனைவெல்லப்
படித்தோ ரம்ம
தார்க்கடம்பு துயல்வருதோட் சேயனையீர் சீர்பெறவே
தவஞ்செய் கின்றீர்
சீர்க்கணக்க ராகுகென வாசிசொலிச் சங்கரன்பாற்
சேர்ந்தா ரன்றே.

(இ-ள்.) கச்சுக்கடங்காமல் பெருத்த வட்டமாகிய முலைகளையுடைய ஸ்திரீகளென்ற பெயரைச்சொன்னமாத்திரத்தில் மூன்றுலகத்தாரும் மயங்குவார்கள். தேவர்கள் முனிவர்கள் சரித்திரத்தைப்பார்க்குமிடத்து மன்மதனை வெல்லப் படித்த வித்தையை அநுஷ்டானத்தில் பயன்படுத்திக் கொண்டவர்கள் யாவர்? கடப்பமாலை அசைகின்ற புயங்களையுடைய முருகக்கடவுள்போல் இளமையும் அழகும் பலமும் ஒருங்குபெற்றவர்களே! சீராகவே தவத்தைச் செய்கின்றமையால் நீங்கள் சீர்க்கணக்கராகுக என்று, சீர்வதித்து அம்மாயாஸ்திரீகள் சிவபிரானிடம் சென்றனர். (எ-று.) (உக)

(சிவபிரானேவலால் அத்திரிமுனிவர் வரந்தரவருதல்.)

மாயைவலிக் கசையாத பேராண்மைக் ககமகிழ்ந்த
மாதோர் பாகன்
தூயவிரு டிகளெழுவர் தமிற்சிறந்த வத்திரியைத்
துனைவிற் கூவிப்
போயுமைநா டித்தவஞ்செய் சௌரர்கட்கு வரமளித்துப்
புகுவா யென்ன
வாயிடைவந் தத்திரிமா தவனுமது மனங்குறித்த
தறைமி னென்றான்.

(இ-ள்.) மாயாசக்தியின் வல்லமைக்குச் சிறிதுங்கலங்காத இப்புத்திரர்களின் பெரிய சாமர்த்தியத்தைக்குறித்துச் சந்தோஷித்த சிவபெருமான் பரிசுத்தராகிய சப்தரிஷிகளிற் சிறந்த அத்திரிமஹாரிஷியை விரைவில் அழைத்து நீர்போய் உம்மைக்குறித்துத் தவம்புரியும் சௌரர்களுக்கு வரங்கொடுத்து வருவீராகவென்றாக்ஞாபிக்க, அம்மஹாரிஷியும் அவ்விடத்திற்கு வந்து சௌரரை நோக்கி உமது அபீஷ்டத்தைச் சொல்லுங்களென்று கேட்டார். (எ-று.)

சப்தரிஷிகள் - அத்திரி, ஆங்கீரசர், கௌதமர், ஜமதக்னி, பரத்துவாசர், வசிஷ்டர், விஸ்வாமித்திரர் என்பவர்கள். இவ்வாறன்றி வேறாகவும் கூறுவர் ஒருசாரார். (உஉ)

(இதுமுதல் மூன்றுகவிகளால் சௌரர் வரம்வினவல்.)

வேறு.

என்ற வாசகங் கேட்டலு மனமகிழ்ந் தெதிர
மன்ற லுறிய பங்கயப் பதமிசை வணங்கி
நின்று கூப்பிய கையினர் துதிபல நிகழ்த்திக்
குன்ற மன்னதோட் குமரர்மற் றின்னகூ றுவரால்.

(இ-ள்.) இவ்வார்த்தையைக்கேட்டவுடனே சந்தோஷத்துடன் எதிர்வந்து வாசம்வீசும் தாமரைமலர்போலும் பாதங்களில் வணங்கிநின்று அஞ்சலியஸ்தர்களாய்ப் பலவாறு ஸ்தோத்தரித்து மலைபோலும் தோட்களையுடைய புத்திரர்கள் சொல்வார்கள். (எ-று.) (உரு)

மூவர் தேவரை மகவெனப் பெறுந்திறன் முனிவ
நாவ லம்பெருந் தீவிடை யரசராய் நண்ணிக்
காவல் செய்யுமெம் பெரியதா யீன்றகா தலர்போ
லாவல் கொண்டனம் யாங்களும் பூவல காள.

(இ-ள்.) மும்மூர்த்திகளையுஞ் சிசுக்களாகப்பெற்ற வலிமைமிக்க முனிவர்யா! ஜம்புத்வீபத்தில் அரசர்களாயிருக்கின்ற எங்கள் பெரிய தாயார்களின் புத்திரர்களைப்போலவே நாங்களும் அரசர்களாக அபேக்ஷிக்கின்றோம். (எ-று.) (உ௬)

பூத லத்திடைப் பொன்றிடா ததுநெடும் புகழே
யீத லன்றியஃ தில்லையா மிருநிதி யிவற்றிற்
கேது வாயருள் வளர்க்குறுஞ் செவிலியா மென்ப
நீதி லொண்பொரு ளுள்ளவர்க் கரியதெச் செயலே.

(இ-ள்.) பூமியின்மேல் என்றும் அழியாது விளங்குமொருபொருள் புகழேயாம், அப்புகழும் ஈகையினாலே உண்டாவது, இவைகட்கு மூலகாரணமாயிருந்து கருணைக்குணத்தை வளர்ப்பதற்குத் திரவியமே செவிலித்தாயாமென்றதென்று அறிந்தோர் சொல்வார்கள். குற்றமற்ற நல்வழியில்வரும் பொருளுடையோர்க்கு எந்த காரியம் அருமை? எல்லாம் எளிதிலே கைகூடும். (எ-று.)

" ஒன்றாவுலகத்துயர்ந்தபுகழல்லாற் - பொன்றாதுநிற்பதொன்றில்", " ஈதலிசைபடவாழ்தலிதுவல்ல - தூதியமில்லையுயிர்க்கு", " அருளென்னு மன்பீன்குழவிபொருளென்னுஞ் - செல்வச்செவிலியாலுண்டு ", " அறனீனுமின்பமுமீனுந்திறனறிந்து - தீதின்றிவந்தபொருள் " என்னுந்தமிழ்வேதத்தைத்தழுவி இங்ஙனங்கூறினர். (௨௫)

(அந்திரிமுனிவர் கூறுதல்.)

நின்னை வேண்டிய வரமிதே யருள்கென நேய
மன்னு சீர்முனி வரனகங் கனிந்துரை வகுப்பான்
மின்னி லங்குவேல் வீரசே கரனென விளம்பு
மன்னர் மன்னவ னுளன்மனு நெறிமுறை வல்லான்.

(இ-ள்.) ஆதலால் உம்மை யாங்கள் வேண்டிக்கொள்ளும் வரமிதுவே கிருபைசெய்கவென்று தங்கள் கருத்தைச்சொல்ல, நிலைத்த அன்பையுடைய கீர்த்திபெற்ற முனிசிரோஷ்டராகிய அத்திரிமாதவர் மனமகிழ்ந்து சொல்வார், கேளுங்கள் புத்திரர்களே! மின்னல்போற் பிரகாசிக்கின்ற வேலைத் தாங்கிய வீரசேகரயாஜனென்று சொல்லப்படுகின்ற மநுதர்மநீதியுணர்ந்த இராஜாதிராஜன் ஒருவனிருக்கின்றான். (எ-று.) (௨௬)

(இவையுமது.)

விண்ணந் தாங்கிய வியனெடும் புரிசைக்காம் பீரந்
தண்ணந் தாமரைப் பழனநீள் வளங்கொள்கே தார
நண்ணுஞ் சீரள காபுரி நளபுரி நாடுங்
கண்ணு மீட்கரு மெழில்பெறு மஞ்சந கரமே.

ஆகு மைந்துமா நகரினை யாளுமவ் வரச
னோகை கூர்தவப் பேற்றினாற் றோன்றிய வுருவத்
தோகை மாமயி லியலின ளொண்மர்செந் துவர்வாய்ப்
பாகின் மென்மொழி யிலக்குமி யெண்மணைப் பழிப்பார்.

(இவ்விரண்டும் ஒருதொடர்.)

(இ-ள்.) அவ்வரசன் ஆகாயமளாவிய விசாலித்த பெரிய மதில்சூழ்ந்த காம்பீரபுரி, குளிர்ந்ததாமரைமலரும் வயல்களால் பெரிதும் வளங்கொண்ட கேதாரநகரம், இலக்குமி வாசஞ்செய்யும் அளகாபுரி, நளபுரி, பார்க்கின்ற கண்களை மனதுடன் சிறைசெய்து வேறொன்றில் செலுத்த மீட்பதற்கரிய வாக்குகின்ற அழகினால் மிக்க அம்சபுரியென்னும் இவ்வைந்து நகரங்களையும் ஆளுகின்றான்; அவனது சந்தோஷமிகுதற்சேதுவாகிய தவத்தினாலே

உற்பவித்த அழகிய மயில்போலும் சாயலையுடைய புத்திரிகள் எட்டுப்பேர் சிவந்த பவளம்போலும் வாயையும் சர்க்கரைப்பாகினுமினிய வார்த்தையை யுமுடைய அஷ்ட இலக்குமிகளையும் அழகினாற்பழிக்கத்தக்கவர்கள்.(எ-று.)

(இதுவுமது.)

துங்க மேவுகற் பருந்ததி நிகர்சுடர்த் தொடிக்கை
மங்கை மார்தமி லைவரை யின்புற மணந்து
தங்கு மும்மைநூ றாண்டுசெல் காறுமித் தரணி
நங்கை யைப்புயங் கொண்டுசெங் கோனடாத் துதிரால்.

(இ-ள்.) உயர்ச்சிபெற்ற கற்பினால் அருந்ததியையொத்த பிரகாசமான வளையலையணிந்த கையையுடைய அம்மங்கையர்களில் ஐவரை நீங்களெல ரும் விவாகஞ்செய்துகொண்டு பொருந்திய முந்நூறுவருடபரியந்தம் இப் பூமிமாதைத் தோளின்மேற்கொண்டு செங்கோல் செலுத்துக. (எ-று.)

பூமியைப் புயத்திற்சுமத்தலாவது - தோள்வலியால் உலகை இடரி னின்றும் நீக்கிக் காப்பாற்றல். (௨௧)

(செனார் வரம்பெற்று மீண்டமை.)

இனிது சென்மினென் றாசிசொற் றருந்தவ னேகப்
புனிதர் தந்தவ முற்றிய களிப்பினாற் பொலிந்து
பனித ருங்கணாற் பாலர்தம் வரவுபார்த் திருக்கு
மனைதன் மாமல ரடிமுடிக் கிலங்குதா ராக்கி.

(இ-ள்.) நீங்கள் இன்பமுடன் செல்லுங்களென்று ஆசீர்வதித்து அம் முனிவர் செல்ல, பரிசுத்தர்களாகிய இவ்வைவரும் தங்கள் தவம் நிறைவே றிய சந்தோஷத்தாற் களிப்புற்றுப்போய் நீர்துளிக்கின்ற கண்களினாலே தன் புத்திரர்கள் வருகையை எதிர்பார்த்திருக்கும் மாதாவாகிய சர்னியின் பெருமைதங்கிய மலர்போலும் பாதங்கள் தங்கள் சிரசுக்கு மாலையாகும் படி நமஸ்கரித்து. (எ-று.) (௩௦)

(மாதாவுக்குத் தங்கள் செய்தியுரைத்தல்.)

மேரு வின்புறத் திருந்தூற் றவஞ்செய விழைவாற்
சாரு மத்திரி பால்வரம் பெற்றதுஞ் சாற்றி
வீர சேகர யாசனு மணிமுடி வேந்த
ரோ வீரனைத் தரும்விடை யீதியென் றுரைத்தார்.

(இ-ள்.) மகமேருசாரலிலிருந்து தவஞ்செய்ய அன்புடன் தரிசனந் தந்த அத்திரிமுனிவரிடத்தில் வரம்பெற்றதையும் வியக்தமாய்ச்சொல்லி, வீரசேகரயாஜனென்கின்ற இரத்னகிரீடந்தரித்த அரசன் அறியும்படி இச் சங்கதியைச் சொல்கின்றோம் எங்களுக்கு விடைகொடுப்பாயாகவென்று மாதாவைநோக்கிச் சொன்னார்கள். (எ-று.) (கூக)

(இதுமுதல் நான்கு கவிகளால் மாதா மகிழ்ந்து புத்தி கூறல்.)

பிரிந்த வின்னலா லயர்வொடு பேதுறும் புனிற்று
வருந்த னீங்குமாத் துள்ளிவாய்த் திறந்தொலி வழங்கிப்
பொருந்து கன்றுகண் டன்னதோர் பொம்மலாற் பொருமி
யிருந்து தன்னையு மறந்தவ ளுணர்வுவந் திசைப்பாள்.

(இ-ள்.) கன்றைப்பிரிந்த சோகத்தால் தளர்ச்சியுடன் கலங்கியிருக்கும் ஈன்றணிமையுடைய தாய்ப்பசு தனது வருத்தம்நீங்க துள்ளிக்குதித்து வாய்திறந்து கதறிக்கொண்டு வருகின்ற கன்றைப்பார்த்தாலொத்த ஆனந் தப் பூரிப்பால் மனநிறைந்து தன்னையுமறந்து விஸ்மிருதி கொண்டிருந்த மாதாவானவள் உணர்ச்சிபிறந்து சொல்லுவாள். (எ-று.) (கூஉ)

கண்ணுங் கண்ணுறை மணியுமென் னுயியுங் கடந்த
வெண்ணில் காதலுக் குரியவன் போருரு வெடுத்துப்
புண்ணி யத்தவம் பூத்தென வந்தனிர் புதல்வீர்
நண்ணி வாழ்கபல் லாண்டுநீர் நவையற நன்கே.

(இ-ள்.) எனது கண்களும், அக்கண்களிற் கருமணியும், உயிருமாகிய இவற்றின் மேம்பட்ட அளவற்ற ஆசைக்குரிய அன்புமுழுதும் ஒப்பற்ற பல வுருவங்களைக்கொண்டு புண்ணிய முதிர்ச்சியாலுண்டாகும் தவத்தினால் அலங்கரிக்கப்பட்டாற்போல் வந்த புத்திரர்களே! நீங்கள் எல்லாநன்மை யும் பொருந்திப் பல்லாண்டு பல்லாண்டாய் வாழ்வீர்களாக. (எ-று.)

'சர்வேந்திரியாணாம் நயனம்பிரதானம்' ஆகலால் கண்களின்மேலும் கண்களினும் ஒளிப்புலனாகிய கருமணியின்மீதும் இவற்றிலும் சிரேஷ்ட மாகிய உயிரின்மேலும் யாவர்க்கும் அதிகப் பிரீதியுண்டாகுமியல்புமற்றி முறையிற் கூறினர். "என்மகனென்கண்ணென்னுயிர் எல்லாவுலகுக்கும், நன்மகன்...." எனத்தசரதர் தம்புத்திரனாகிய இராமரின்மீது வைத்த அபி மானத்தை வெளியிட்டார் என அயோத்தியா காண்டத்தும் வருதலுமிக. ()

பெற்ற நாண்முத லாவியாய் நுந்தமைப் பேணி
யுற்ற பற்றெலா மும்முழை யிருத்திநன் குதவி
மற்று நன்மையென் றுள்ளவை யடைகெனி மனக்கொண்
டிற்றை நாள்வரை யாற்றினேன் றவப்பய னீந்தீர்.

(இ-ள்.) பெற்ற நாண்முதல் உங்களையே எனதுயிராகக்கருதிக் காப்பாற்றி எனதாசையெல்லாம் உம்மிடத்திலேயேவைத்துப் பெரிதும் உதவி செய்து பின்னும் நன்மையென்பவையாவும் உங்களைச் சார்கவென்று ஓயாது சிந்தித்து இதுவரையிலும் யான் செய்துவந்த தவத்திற் பிரயோஜனத்தை எனக்குத்தந்தீர்கள். (எ-று.)

நீங்கள் செய்தது வெளிப்படைத்தவம், நீங்கள் க்ஷேமமடையவேண்டுமென்று யான்செய்தது மானசீகதவம் என்பாள் 'மனக்கொண்டு' என்றாள். நீங்கள் அத்திரிமஹாரிஷியால் வரம்பெற்றாலும் யான் உங்களால் ஜன்மசாபல்யமடைந்தேன் எனத் தன் ஆநந்தத்தை வெளியிட்டாள். (௬௪)

ஆங்கம் மன்னவற் கெண்மர்புத் திரிகளென் றறைந்தீ
ரோங்கு நற்குணத் துந்தைபால் வரம்பெறீஇ யுயர்ந்த
தேங்கொ டார்ப்புயத் துணைவரம் மூவர்க்குஞ் செய்ய
பூங்கொம் பன்னவம் மூவர்தம் மையுமணம் புரிவீர்.

(இ-ள்.) நீங்கள் கூறிய அந்த அரசனுக்குப் புத்திரிகள் எட்டுப்பேர் என்றீர்களே. உங்கள் ஐவருக்கும் ஐந்துபேராக, அழகிய புஷ்பக்கொம்பையொத்த மற்ற மூன்றுகன்னிகைகளையும் நற்குணங்களால் உயர்ந்த உங்கள் பிதாவினிடம் வரம்பெற்றுச் சிறந்த தேன்பொருந்திய மலர்மாலை சூடிய புயங்களையுடைய நும் சகோதரர்கள் மூவருக்கும் விவாகம் செய்விப்பீராக. (எ-று.) (௬௫)

ஒக்கத் தோன்றிய துணைவர்தம் முட்கலந் தொன்றித்
தக்க செய்துவா ழுறுதிநேர் தருவதொன் றிலதான்
மிக்க சோதரர் தம்மொடுஞ் சேர்கென விடுத்தாண்
மக்கட் பேற்றினல் வருபய னெய்திய மங்கை.

(இ-ள்.) உடன் பிறந்த சகோதரர்கள் தம்மில் பேதமற்ற மனத்தோடு சித்து ஒற்றுமையுடன் தகுந்தகாரியங்களைச் செய்து வாழ்வதற்கிணை ன வேறோருறுதியுண்டோ? பெருமைமிகுந்த உங்கள் பிராதாக்களுடன் ல்வீராகவென்று விடைகொடுத்தனுப்பினாள் புத்திரப்பேற்றால் உண்டா பயனை அடைந்த கர்னிகியம்மன். (எ-று.) (௬௬)

(வீரசேகரனிடம் செல்லுதல்.)

எருத்த மேந்திய திசைச்சுமை யெறுழ்வலிப் பணைக்கை
யொருத்த லெட்டுமோர் நெறிக்கொடு படர்ந்தன வொப்பத்
தரித்த வார்கழற் காளைய ரெண்மருஞ் சார்ந்தார்
மருத்த யங்குதார் வீரசே கரன்வள நகரே.

(இ-ள்.) பிடரியிற் சுமந்த திக்குகளின் பாரத்தையுடைய மிக்க வலிமைபெற்ற பருத்த துதிக்கையுள்ள திக்குயானைகளெட்டும் ஓர்வழிக்கூடிச் சென்றாற்போல நீண்ட வீரக்கழலையணிந்த வாலிபர்களெண்மரும் பரிமள மாலைசூடிய வீரசேகரயாஜன் அரசுபுரியும் வளப்பமுள்ள காம்பீரபுரிக்குச் சென்றார்கள். (எ-று.) (கூஎ)

பஞ்சசௌரர் தவநிலைச்சருக்கம் முற்றும்.

பாயிரமுட்படக்கூடிய சருக்கம் கூ-க்கு திருவிருத்தம் கஅஉ.

ஏழாவது

*முடிசூடு சருக்கம்.

[இச்சருக்கத்தால் சௌரர் திருமணம்புரிந்து முடிபுனைந்தரசுசெய்த கதை கூறப்படும்.]

(காம்பீரபுரியின் மதில்வர்ணனை.)

அறுசீர்க்கழி நெடிலடியாசிரிய விருத்தம்.

எல்லைவான் முகடு காறு மெழுந்துமேற் செலும்வா யின்றி
வில்லுமிழ் கலன்க ளேங்கும் வியனிலைக் கதவிற் றாகி
மல்லலம் புவனஞ் சூழ்ந்த திகிரிமால் வரைநேர் காட்டுஞ்
சொல்லுறு பகைப்பேர் மாய்க்குந் தொழிற்பொறி யமைந்த நொச்சி.

(இ-ள்.) அண்டகடாக உச்சிவரையிலுமுயர்ந்து ஒளிவீசுகின்ற சூரிய சந்திரர்கள் மேலே செல்வதற்கு வழியில்லாமையால் தங்கிச் சமயம்பார்க்கும் ஓங்கிய நிலையமைந்த கதவுகளையுடையதாகி வளப்பமான பூமியைச் சூழ்ந்த சக்கிரவாளகிரிக்குச் சமானமாகத் தன்னைக்காட்டுகின்றதும் பகையென்னும் பெயரையும் கொல்லுகின்ற வேலைப்பாடமைந்த பொறிகளையுடையதுமாம் அக்காம்பீரபுரியைச் சூழ்ந்த மதில். (எ-று.) (க)

(அகழி.)

எழுகட லொருங்க ளாவி யிருந்தன வகழி நீர்வேட்
டிழிமுகிற் குலத்தி னோடு மிடிக்குரல் வயிரக் கோட்டுப்
பொழிகடாக் களிறு தங்க ளினமெனப் புழைக்கை நீட்டி
விழைவொடுங் குழுமி யாடும் வியத்தகு பொலிவிற் றம்மா.

(இ-ள்.) சப்த சமுத்திரங்களும் ஒன்றுகூடியிருந்தாலொத்த பெரிய அகழியானது, ஜலமுண்ணவிரும்பி விண்ணினின்றும் இறங்குகின்ற முகிற் கூட்டத்துடனே இடிபோன்ற குரலையும் வயிரப்பூண்தரித்த கொம்பையுமுடைய மதம்பொழிகின்ற யானைகள் துவாரமுள்ள துதிக்கையை நீட்டித் தங்களினமென்று நினைத்து ஆசையுடன் கூடி விளையாடுகின்ற ஆச்சரிய மிகுந்த விளக்கத்தையுடையது. (எ-று.) (உ)

(இதுவுமது.)

பாயொளிக் கலன்க ளேங்கும் படாமுலைப் பாவை யன்னார்
தூயவாண் முகக்குத் தோற்ற துயரொலா மறுகாற் றும்பி
வாயொலி விளரி கேளா மறந்தன மதிகண் டுள்ளி
மேய்தாண் முளரி சாம்பும் விரிபுனற் கிடங்க தன்றே.

(இ-ள்.) பரவுகின்ற காந்தியுள்ள இரத்தினாபரணங்கள் அசைந்தாடு கின்ற சாயாத ஸ்தனங்களையுடைய அந்நகர மாதர்களது பரிசுத்தமான ஒளிபொருந்திய முகத்திற்குத் தோற்றுப்போனதாலுண்டான துன்பங்களை யெல்லாம் பகற்காலத்தில் ஆறுகால்களையுடைய வண்டுகள் ஒலிக்கும் விளரிப்பாடலைக் கேட்டு மறந்திருந்தாலும் இரவில் சந்திரனைக்கண்டு அதை ஒத்த முகத்தின் ஸ்மிருதி (ஞாபகம்) உண்டாவதால் தாள்பொருந்திய தாமரைமலர்கள் வாடுகின்ற விரிந்த நீரையுடையது அவ்வகழி. (எ-று.)

இரவில் இயற்கையாய்வாடும் தாமரைகளை மாதர்முகத்துக்குத்தோற்ற அவமானம் நெஞ்சுசுடச் சந்திரனைக்கண்டு ஞாபகித்து வாடுகின்றனவென்றும் பகற்காலத்தில் வாடாமை வண்டுகளின் இன்னிசைப் பாடலைக்கேட்டு அந்நினைப்புண்டாகாமையாலேயாம் என்றும் தற்குறிப்பேற்றினர். ஒரு பொருளைக்கண்டு அதை ஒத்ததும் முன்னறிந்து மறந்ததுமாகிய மற்றோர் பொருளின்மீது ஞாபகமுண்டாவதை 'ஸ்மிருதி' என்பர் வடநூலார். ()

(கொடிகள்.)

பூக்கமழ் நறுஞ்சில் லோதிப் பூவையர் சுமக்க லாற்றா
நீக்கிய கலன்க டம்மி னிவந்தொளிர் மணியு முத்தும்
போக்குவ திருளை வேண்டா மிகையெனப் புந்தி கொண்டோ
வீக்கிய கொடிகள் வானின் மிளிர்சுடர் தேம்பச் சாடும்.

(இ-ள்.) புட்பங்களின் நறுமணம் வீசுகின்ற பொன்வட்டத்தகட்டணி தரித்த கூந்தலையுடைய அந்நகரமாதர்கள் சுமக்கமாட்டாமல் களைந்தெறிந்த ஆபரணங்களினின்றும் பிதுங்கிப் பிரகாசிக்கும் இரத்தினங்களும் முத்துக் களும் பகலிலும் இரவிலும் இருளை நீக்கிச் சூரியசந்திரர்களைப்போல் பிரகாசிக்கின்றன. ஆகையால் இச்சூரியசந்திரர்கள் வேண்டாம் அதிகம் எதற்கு? என்று நினைத்துத்தானோ கட்டப்பட்ட கொடிச்சீலைகள் ஆகாயத் தில் விளங்கும் சூரியசந்திரர்களை நையப்புடைக்கின்றன. (எ-று.) (௪)

(மாடங்கள்.)

பொன்னில மெனவிண் ணுடு புகலுறு மெய்ம்மை தேர்ந்தாங்
கன்னவிற் கனிந்த தீஞ்சொற் கவிரிதழ்த் திருமான் வாழ்க்கை
யின்னகர்க் கனக மாட மெறிசுடர் தழுவி யன்றே
பன்னரும் பெருமை மேலோர் பாங்குறி லரிது கொல்லோ.

(இ-ள்.) சுவர்க்கலோகத்தைப் பொன்னுலகமென்று சொல்வதின் உண்மைக்காரணத்தை நன்றாய் அறிந்துகொண்டோம். அஃதென்னவெனில் :—கரும்பினிலுமினிய சொல்லையும் முருக்கம்பூப்போற் சிவந்த இதழ்களையுமுடைய இலக்குமிபோன்ற மாதர்களின் வாசஸ்தானமாகிய இப் பட்டினத்தில் பொன்னாற்சமைத்த வீடுகளின் பிரகாசம் அங்கே தாக்குவதேயாம். சொல்வதற்கரியபெருமை மேன்மக்களையடுத்தவர்கட்கு எளிதில் கிட்டுமல்லவா ? (எ-று.) (கூ)

(கடைவீதி.)

காலத்தா னிலத்தான் வேறு காண்பொரு ளொருங்கு காட்டிச்
சாலத்தாங் கொள்வோர் கொள்ளுந் தரமறிந் தினிது நல்கி
ஞாலத்தார் மாந்தர் யாரு நவிலிசைத் தொகுதிக் கூல
நூலுற்ற கேள்வி யாய்ந்த நுண்மதிப் புலவர் மானும்.

(இ-ள்.) கடைவீதிகள் வெவ்வேறு காலங்களில் நானாதேசங்களிலும் தீவுகளிலும் உற்பத்தியாகின்ற வஸ்துக்களை ஒருசேரத் தன்கட்காண்பித்து மிகுதியும் வாங்குகிறவர்கள் வாங்கும் வஸ்து விசேடங்களையறிந்து நயமான விலைக்குத்தந்து உலகத்திற்பொருந்திய மனிதர்கள் யாவரும் பேசுகின்ற பலவகைப்பாஷைகளின் ஓசைத்தொகுதியையுடையனவாகையால் அவ்வாறே சிறுபொழுது பெரும்பொழுதென்னும் காலவிகற்பங்களாலும் குறிஞ்சி முதலிய ஐவகை நிலங்களாலும் வெவ்வேறாக வகுத்தோதப்பெற்ற அகப் பொருள்களையும் அதனின் வேறாகிய புறப்பொருட்களையும் ஒருசேரக்கற்ற சமர்த்தைக்காட்டித் தாம் கூறுவதைச் செவியிற் கொள்வோர் கொள்ளும் வகையறிந்து முகமலர்ந்து வழங்கி, உலகத்து மனிதர் யாவரும் சிலாகித்துச் சொல்லும் கீர்த்தி மிக்கவர்களாகிய சாஸ்திரார்த்தங்களைக் கேள்வியால் ஆராய்ந்து பெற்ற நுட்பமான புத்தியையுடைய வித்துவான்களை ஒத்திருக்கின்றன. (எ-று.)

குறிப்பு :—கடைவீதி புலவர்களைப் போலுமெனச் சிலேடையுவமம் கூறப்பட்டது. 'இனிது நல்கி' என்பது இடத்து நிகழ்பொருளின்றொழில் இடத்தின்மேனின்றது. 'ஊருணிநீர்நிறைந்தற்று' என்றாற்போல.

'மாந்தர்யாரும் நவிலிசைத்தொகுதி' யென்றார், பேசுகின்ற பலவேறுபா ஷைகள் எழுத்து வடிவந்தோன்றாமல் பேரொலிச்சல் மயமாகியிருந்தமை விளங்கற்கு. இவ்வாறே சிந்தாமணியில் "புட்பயில்பழுமரப்பொலிவிற்று கிய" எனவும், திருவிளையாடலில் "மாயகாரியவொலியன்றிதான்முதற் கருவி, ஞயகாரியவோசையேயாய்க்கிடந்தன்றே" எனவும் வருதலறிக. மற்றோர் பொருளில் 'இசை' கீர்த்தியைச் சுட்டிற்று. இன்னபொழுது இன்னதிணைக்கும், இன்னபகுதி இன்னதிணை இன்னகாலத்திற்கும் உரிய தென இலக்கணங்கூறப்படும் அகப்பொருட்களையே 'காலத்தானிலத்தான் வேறுகாண்பொருள்' எனச் சுருங்க விளங்கவுரைத்தார். 'வேறு' என் பதனை மத்திமதீபமாக்கி வேண்டுமிடந்தோறும் ஓட்டுக. (எ)

(வீதி.)

கரத்துவில் லிணைநா ணேற்றுங் காளையர் பயிலும் வீதி
பரிக்குழாந் தடந்தேர் நீண்ட பணைக்கைவெற் பொலியி னாலே
யரற்றுதெண் கடலைத் திண்பே ரசனிசா லங்கண் வானை
யுரத்தினு ணேற்று மென்னி னதனெழி லுரைக்க லாமே.

(இ-ள்.) கைவில்லை நாணேறிட்டு வருகின்ற வீரர்கள் உலாவுகின்ற வீதிகள் குதிரைக்கூட்டங்களும், பெரியதேர்களும், நீண்ட பருத்த தும்பிக் கையுடைய மலைபோன்ற யானைகளுமிடும் ஒலியினாலே சப்திக்கின்ற தெள் ளிய கடலையும், வலிய பேரிடிமிக்க அழகிய இடத்தையுடைய ஆகாயத் தையும் மனதிலே வெட்கமுறும்படி செய்விக்குமென்றால் அவ்வீதிகளின் சிறப்பு நம்மாற் சொல்லத்தக்கதாகுமோ? (எ-று.)

வீரர்கள் தங்கள் கைவில்லை நாணேற்றுவார்கள்; அதுபோலவே இரத கஜதுரக சப்தத்தினாலே வீதி ஆகாயத்தையும் கடலையும் நாணேற்றுகின் றது என்றார். நாணேற்றல் - நாரிபூட்டல், வெட்கப்படுதல். (அ)

(சௌரர் நகரப்பிரவேசம்.)

கதிர்விடு குலிசப் புத்தேள் காவல்செய் நகரம் விண்ணிடை
றதிர்திரை யவனிக் காட்சி யருத்தியா லிழிந்த தேய்க்கு
மதர்மழை யரிக்கட் போகை மயிலுலாங் குன்ற மாடப்
பதியினன் னிமித்தம் வாய்ப்பப் புக்கனர் பரிதி வேலார்.

(இ-ள்.) சுடர் வீசுகின்ற வச்சிராயுதந்தரித்த தேவேந்திரன் அரசபுரி யும் அமராவதி நகரமானது ஒலிக்கின்ற கடல்சூழ்ந்த பூமியிலுள்ள விசேஷ காட்சிகளைப்பார்க்கும் ஆசையால் ஆகாயத்தினின்றுமிறங்கி இங்கு தங்கி

றூற்போலிருக்கின்றதும் செருக்கையும் குளிர்ச்சியையும் செவ்வரியையுமுடைய கண்களைப்படைத்த கலாபமயில்போலும் மாதர்கள் உலாவுகின்ற மலைபோலுயர்ந்த வீடுகளையுடையதுமாகிய அக்காம்பீரபுரியில் நற்சகுனம் எதிர்வர ஒளிதங்கிய வேலைத்தரித்த இப்புத்திரர்கள் புகுந்தார்கள்.(எ-று) ()

(அரசன் எதிர்கொள்ளல்.)

வாட்டிறல் வேந்தற் றொற்றர் வருகைமுன் றுணர்த்த லாலே
யீட்டநாற் படையுஞ்சூழ வெழுந்துபல் லியமு மார்ப்பக்
கோட்டிய சிலைநு தற்பூங் கொடியனார் நிருத்த கீதப்
பாட்டொடு மெதிர்கொண் டான்மேற் பயனறிக் துவக்கு நீரான்.

(இ-ள்.) வாள்யுத்தத்தில் வல்லவனாகிய வீரசேகரயாஜமகாராஜனுக்கு இவர்கள் வருகையைத் தூதர்கள் முன்னமே தெரிவித்ததால் கூட்டமாகிய இரதகஜதுரகபதாதிகளென்னும் நால்வகைச் சேனைகளும் புடைசூழவும் பலவகை வாத்தியங்களும் முழங்கவும் வளைக்கப்பட்ட வில்லையொத்த நெற்றியையுடைய பூங்கொம்பை ஒத்த ஸ்த்ரீகளின் ஆடல்பாடல்களுடனும் எழுந்து எதிர்கொண்டான். பின் வருங்கால சம்பவத்தை அத்திரிமுனிவர் சொல்லத்தெரிந்து சந்தோஷிக்கின்ற அம்மன்னவன். (எ-று.) (௧௦)

(இதுமுதல் நான்குகவிகள் அரசனோடு அளவளாவிப் பேசுதல் கூறும்.)

காதலு மகிழ்வு மன்புங் கலந்துகைம் மிகலால் வென்றி
மாதுறை வலயத் தோட்கள் விம்மின வலந்து டிப்பப்
பூதல மங்கை நல்லள் புண்ணிய முடைய ளென்னாத்
தாதலர்த் தொடித்தோ ளாரத் தழுவினன் முகமன் கூறி.

(இ-ள்.) ஆசையும், சந்தோஷமும், அன்பும் ஒன்றாய்ச் சேர்ந்து அதிகரித்தலால் ஜயலக்ஷ்மீ குடியிருக்கின்ற வாகுவலயமணிந்த புயங்கள் விம்மி வலப்புறந்துடிக்க இப்பூமியாகிய மங்கை நல்ல புண்ணியமுடையவளென்று கூறி மகரந்தம் நிறைந்த மலர்மாலைசூடிய புயங்களால் மகிழும்படி அப்புத்திரர்களைத் தழுவி நன்மையான உபசரணைகளும் சொல்லி. (எ-று.)

ஆண்களுக்கு வலமும் பெண்களுக்கு இடமும் துடித்தல் சுபக்குறியாம். தனக்குப்பின் இப்பூமியை யாவர் கொடுங்கோன் மன்னராள்வாரோவென்றெண்ணியிருந்த குறை நீங்கிற்றென்பான் 'பூதலமங்கை நல்லள் புண்ணியமுடையள்' என்று அதன்மேல் வைத்துக்கூறினன். (௧௧)

ஒன்றமை யாது வைய முழுபொறை யாற்ற வென்ன
நின்றமா மேரு வெற்பின் றுணையென நிவந்த காட்சிப்
பொன்றிணி சிகரப் பத்தி மண்டபம் போந்து வெவ்வே
றொன்றுமா தனத்தி ருத்தி யுற்றமை விளம்பக் கேட்டு.

(இ-ள்.) பூமியின் மிக்க பளுவைச் சுமப்பதற்கு மகமேருகிரி ஒன்றால் முடியாதென்று அதற்குத் துணையாக நின்றாலொத்த தோற்றத்தையுடைய பொன்னைத்திணித்துச் செய்த சிகரவரிசைபொருந்திய கொலுமண்டபத்திற்கு அழைத்துக்கொண்டுசென்று வெவ்வேறான சம ஆதனங்களிலிருக்கச்செய்து வந்தவிவரத்தைச் சொல்லக்கேட்டறிந்து. (எ-று.) (௧௨)

பைந்தொடி யானை யீன்றே னெற்பினிப் பாளை யாளு
மைந்தரின் றென்ன மாழ்கி மறுகினேற் குறுதி யீந்தீர்
நுந்தவ நிற்ப வின்னே நும்மைநன் மருக ராக்கு
மெந்தவ மெளிய தேயோ விருமையு மளித்த தம்மா.

(இ-ள்.) பசிய பொன்வளையவணிந்த பெண்குழந்தைகளைப் பெற்றதனால் எனக்குப்பின் இந்நகரையாள்வதற்குத் தக்க புத்திரரில்லையேயென்று மயங்கித் துக்கமுற்றிருக்குமெனக்கு நிச்சயமான இன்பத்தையளித்தீர்கள். நீங்கள்செய்த தவமிருக்கட்டும். இத்தகைய உங்களை நன்மைபொருந்திய மருகர்களாக்கிய எங்கள் தவமென்ன இலேசானதோ? இகபரசுகங்களை ஒருங்கே தந்தது என்றான் வீரசேகரயாஜராஜன். (எ-று.)

இவர்களை மருகராகப் பெறுதற்குத் தானொருவன்செய்த தவம்போதாது, தன்குலத்தோர்செய்த தவப்பயனானேமுடிந்தது என்பான் 'எந்தவம்' எனப் பன்மையாய்க் கூறினான். "...வலஞ்செய்துவணங்க வெளிவந்தவிது மூர்தென் - குலஞ்செய்தவம்..." என்று தசரதன் விசுவாமித்திரர் வந்தபோது கூறியதாகக் கம்பர் கூறுவதுங்காண்க. (௧௩)

கழிநெடும் பகல்கண் மானங் கதுவலா விரவை யஞ்சி
யழிபசி சுடத்தேம் புற்றோர்க் கமுதம்வாய் நிறைவ தாயி
னொழிகென வுரைப்பர் கொல்லோ வுதவிமற் றிதன்மே லுண்டோ
தெழுவுகைம் மாறொவ் வாத வருளெனக் கிளக்கற் பாற்றே.

(இ-ள்.) மிகுந்த பலதினங்களாய் மானம் சூழ்ந்த மனதினாலே யாரைக் குறையிரப்பதென்றஞ்சி ஒருவரையுங் கேளாமல் எல்லாப்பெருமையையும் முற்றக்கெடுக்கவல்ல பசித்தீசுட வாடியிருந்தவர்களுக்கு தேவாமிர்தம் தானாகவே வாயில்வந்துபுகுமாயின் வேண்டாமென்பார்களோ? நல்லவுத்

கள் ஒருவர்க்குச்செய்யும் நன்றி இதனின் மேலானது யாது? பிரதியுபகாரத்தை மிஞ்சத்தக்க வுபகாரங்களைக் கருணையென்றே சொல்லவேண்டும் என்றான் அரசன். (எ-று.)

தன்பெண்களுக்கேற்ற நாயகன்மார்களை யாரிடத்துச்சென்று கேட்பதென்னுமானத்தாலஞ்சித் துக்கமுற்றிருந்த தன்குறையை வலியவந்து தீர்த்த வுபகாரத்தை முன்னிட்டு இவ்வாறுவமை கூறினன். இதனிற் சிறந்த வுபகாரம் வேறில்லையாதலாலும் இதற்கேற்ற கைம்மாறாக என்ன செய்தாலும் சமானமாகாதாதலாலும் இதனை உங்கள் பெருங்கருணையெனக் கொண்டு ஸ்தோத்தரிப்பேன் என்பான் 'கைம்மாறொவ்வாத அருளெனக் கிளக்கற்பாற்று' என்றான். 'ஒவ்வாத' வினைப்பெயர். (கச)

(விவாகயத்தனம்.)

எனப்பல மகிழ்ச்சி கூறி யெழில்கொண்மா நகர மெங்கும்
நினைக்குமுன் னணிக தேய நிருபருக் கோலை நீட்டி
யனுப்புக வதுவைக் கேற்ற வமைக்குக வென்ற னேவும்
வினைக்குறு வயவர் வெள்ளம் விரைந்தன படர்ந்த மாதோ.

(இ-ள்.) என்றிவ்வாறு அநேக சந்தோஷவார்த்தைகளைச் சொல்லி அப்பெரிய பட்டினமெங்கும் கால்மாத்திரைக்கு முன்பாகவே அழகு மிகும்படி அலங்கரிக்க; அவ்வத்தேசமன்னர்களுக்கு முகூர்த்தவோலை எழுதியனுப்புக; கல்யாணத்துக்கு வேண்டுபவற்றை அமைத்துத்திட்டஞ்செய்க; என்றாக்ஞாபித்தான். அரசனேவிய காரியங்களைச் செய்கின்ற வீரர்கள் கூட்டம் அதிவிரைவில் வியாபித்தன. (எ-று.)

"உன்னல்காலே..." என்றமாத்திரைச் சூத்திரத்தால் நினைக்குமுன் என்பதற்குக் கால்மாத்திரைக்குள்ளாகவே எனப் பொருள்கொண்டாம். கொள் என்னும் வினைப்பகுதி கொளவென வினையெச்சப்பொருடந்தது "அறுவேறுவகையின்..." என்னும் திருமுருகாற்றுப்படையிற்போல. ()

(நகரையலங்கரித்தல்.)

தன்னிகர் தானே யாய தனிநக ரணியும் பெற்றாற்
பொன்னக ரதனை வென்ற தென்பது பொருட்சொல் லாமோ
விந்நக ரெழிலை நோக்கி யிமைப்பையு மறந்த நாட்டத்
தன்னவர் சுரரோ டொத்தா ரரம்பையர் மகளி ரொத்தார்.

(இ-ள்) (அலங்கரிக்காமலிருக்கும்போதே) தனக்குத்தானே சமானமாகிய அந்நகரம் (புதிதாக) அலங்கரிக்கப்பெற்ற இச்சமயத்தில் (இந்திரன்

வசிக்கும்) அமராவதி நகரத்தை ஜயித்துவிட்டதென்று சொன்னாலும் அச்சொல் பயன்படுசொல்லாகுமோ? இப்பட்டினத்தின் அழகைப்பார்த்து நிற்றலால் இமைப்பதை அறவே மறந்துபோன கண்களையுடைய மனிதர்கள் தேவர்களைப்போலவும் ஸ்திரீகளெல்லாம் அரம்பா ஸ்திரீகளைப்போலவும் காணப்பட்டார்கள். (எ-று.) (கசு)

(இதுமுதல் நான்குகவிகள் விவாகத்திற்கு அரசர்களும், தேவர்களும் வரல் கூறும்.)

எங்கணுங் களிற்றி னீட்ட மெங்கணும் பரிமா வீட்ட
மெங்கணுந் தடந்தே ரீட்ட மெங்கணும் பதாதி யீட்ட
மெங்கணுங் கவிகை யீட்ட மெங்கணும் பதாகை யீட்ட
மெங்கணும் பல்லி யத்தி னெழுமொலி யீட்ட மம்மா.

(இ-ள்.) எல்லாவிடத்திலும் யானைக்கூட்டங்களும், குதிரைக்கூட்டங்களும், பெரிய தேர்க்கூட்டங்களும், காலாட்கூட்டங்களும், குடைகளின் கூட்டங்களும், கொடிகளின் கூட்டங்களும், பலவகை வாத்தியங்களினின்றெழும் சப்தங்களும் (செறிந்திருந்தன).

செறிந்திருந்தன என்பது அவாய் நிலையான் முடிந்தது ஏனைய கூட்டங்களையுந் தழுவி முடித்தற்பொருட்டு. (கஎ)

அங்கர்கன் னடர்க லிங்க ரவந்தியர் சீனர் சோழர்
கொங்கர்பாண் டியர்ம ராடர் குடகர்சா ளவர்சவ் வீரர்
வங்கர்பப் பரர்பாஞ் சாலர் விதர்ப்பர் யவனர் கொல்லர்
கொங்கண ரேனைத் தேயக் கொற்றவர் துவன்றிச் சூழ்வார்.

(இ-ள்.) அங்கம், கன்னடம், கலிங்கம், அவந்தி, சீனம், சோழம், கொங்கு, பாண்டி, மராடம், குடகம், சாளவம், சவ்வீரம், வங்கம், பப்பரம், பாஞ்சாலம், விதர்ப்பம், யவனம், கொல்லம், கொங்கணமுதலிய தேசத்தரசர்களும் மற்ற எல்லாத் தேசாதிபர்களும், படைஞரும் நெருங்கிச் சூழ்ந்தார்கள். (கஅ)

மனந்தொடர் நாட்டங் கையின் வழிச்செலப் பரத நன்னு
லினந்தெரி பொலம்பூங் கொம்ப ரியற்றுறு நடனக் காட்சி
கனிந்தவே ழிசையாம் வாரி கடைந்தெடுத் தளிக்குங் கீத
மெனுஞ்சுவை யமுத வேட்கைக் கிமையவர் குழாங்கண் மொய்ப்ப.

(இ-ள்.) மனத்தாற் பின்றொடரப்பெற்ற கண்கள் கையின் வழியே நடக்கப் பரத சாஸ்திர வகைகளை நன்குணர்ந்த பொன்மயமான பூங்கொம்

புபோலும் ஆடற்கணிகையர்புரியும் நடனக்காட்சிக்காகவும், சுவைமுதிர்ந்த எழிசையாகிய சமுத்திரத்தைக் கடைந்துண்டாகிய அமுதத்தை வாரிக்கொடுத்தாலொத்த சுவையையுடைய கீதப்பண்களைக்கேட்கும் விருப்பத்தினலும் தேவர் கூட்டங்கள் நெருங்குவன. (எ-று.)

ஆடற்கண் அபிநயக் கைகளின்வழிக் கண்ணோக்கமும் அந்நோக்கின் வழி மனமும் செல்லுமென்கை "...கைவழிநயனஞ்செல்லக் கண்வழிமனமுஞ்செல்ல-வையநுண்ணிடையாராடு மாடல்..." என்ற இராமாவதார மிதிலைக்காட்சிப் படலத்துங்காண்க. (கக)

இரவியின் வழிவந் தோங்கு மெழிற்றடந் தோளி னார்தந்
திருமலி வதுவை காண்பா னீண்டினர் திசையிற் காவன்
மருவுபா லகரு மட்ட வசுக்களுஞ் சுடரு மேனைப்
பொருவில்பல் கணத்தி னோரும் புரிந்துவா னிடமின் றென்ன.

(இ-ள்.) சூரியன் மரபிலுதித்து உயர்வுபெற்ற அழகிய பெரிய புயங்களையுடைய இப்புத்திரர்களின் திருமணக்காட்சியைக் காணவிரும்பி அஷ்டதிக்குப்பாலகர்களும், அஷ்டவசுக்களும், சூரியசந்திரர்களும், மற்ற நிகரில்லாத பலகணத்தலைவர்களும் ஆகாயம் இடமில்லையாக வந்து நெருங்கினார்கள். (எ-று.)

அஷ்டவசுக்களாவன :—அனலன், அனிலன், ஆபச்சைவன், சோமன், தரன், துருவன், பிரத்தியூசன், பிரபாசன் என்னுமிவர். திக்குப்பாலருள் அக்கினிசேர்ந்ததனால் 'சுடரும்' என்பதற்குச் சூரிய சந்திரர்களை மாத்திரம் கொண்டோம். (உ0)

(சித்திரகுப்தர் வருகை.)

பாங்ககலாத காதற் பன்னியர் குமரர் சூழத்
தேங்கம ழலங்கன் மார்பிற் சித்திர குப்த ரெய்தித்
தாங்கரு முவகை கூரத் தனையனா யுவந்து புல்லி
யாங்கண்மண் டபத்தில் வேந்த னுடனளா யமர்ந்தார் மாதோ.

(இ-ள்.) தேன் பரிமளிக்கும் மாலையுலாவும் மார்பினையுடைய சித்திரகுப்தர், பக்கத்திலே நீங்காத ஆசைக்குரிய மனைவியரும் புத்திரரும் சூழும்படித் திருமணமண்டபத்தைச் சேர்ந்து பொறுத்தற்கரிய சந்தோஷம் மிகத் தன் தவகுமாரர்களை ஆநந்தத்துடன் தழுவிக்கொண்டு வீரசேகரயாஜமஹாராஜனுடன் அளவளாவி வீற்றிருந்தார். (எ-று.) (உக)

(விவாகமாதர் மண்டபப்பிரவேசம்.)

விஞ்சுமா தரத்தாற் றூய விரைத்துவர் நறிய நீரான்
மஞ்சன மாட்டி வாம மணிக்கலன் றிருத்திச் செய்ய
பஞ்சடி சேப்பக் கொங்கைப் பரம்பொறு மருங்கு நேம்ப
வஞ்சியர் தம்மைச் சேடி மார்கண்மண் டபத்துச் சேர்த்தார்.

(இ-ள்.) அதிகரிக்கின்ற காதலினாலே பரிசுத்தார்த்தமாக இருவகை வாசனைத் திரவியங்களாலும் பத்துவகைத் துவர்களாலும் கலப்புற்ற வாசனைநீரால் திருமஞ்சனஞ்செய்வித்து ஒளிபொருந்திய இரத்னாபரணங்களைத் திருத்தமாய்ப் புனைந்து ஸ்தனபாரங்களைச் சுமக்கமுடியாமல் இடைவருந்துவதைக்கண்டு செம்பஞ்சூட்டிய பாதங்கள் கோபித்தாற்போற்சிவக்க மணப்பெண்களெண்மரையும் தாதிமார்கள் விவாகமண்டபத்திற்குக் கொண்டுவந்தார்கள். (எ-று.)

நடத்தலாற் சிவந்தபாதங்கள் இடையைவருத்துங் கொங்கைகளின் அநீதிபொறாமல் கோபித்துச் சிவந்தன எனத் தற்குறிப்பேற்றினார். "கறுப்புஞ் சிவப்பும் வெகுளிப்பொருள்" என்னும் விதியால் 'சேப்ப' என்பதற்குக் 'கோபிக்க' எனப் பொருள் கூறினும். இருவகை வினா . ஓமாலிகை, பஞ்சவாசம்; என்பன. இவற்றுள் ஓமாலிகை முப்பத்திரண்டு வாசனைப் பொருள் (புழுகுசட்டம் முதல் குக்கில் ஈறாகவுள்ளன) சேர்ந்தது. பஞ்ச வாசமாவன :—கஸ்தூரி, குங்குமப்பூ, கர்ப்பூரம், அகில், சந்தனம் என்னுமைந்துமாம். துவர் பத்தாவன :—ஆல், அரசு, அத்தி, இத்தி, கடுக்காய், நெல்லி, தான்றி, மா, நாவல், கருங்காலி என்னுமிவை. இத்திரவியங்களை வெவ்வேறு சேர்த்தரைத்துப் பூசி முழுக்காட்டல் விவாகநூல் விதி. சீவகசிந்தாமணி காந்தருவதத்தையாரிலம்பகம் கஉக-வது கவியாகிய "கங்கையின்களிற்றினுச்சிக் கதிர்மணிக்குடத்திற்றந்த - மங்கலவாசநன்னீர் மணிநிறங்கழீஇயதொப்ப, நங்கையைநயப்பவெல்லா விரையொடுதுவருஞ்சேர்த்தி - யங்கரவல்குலாளை யாட்டினாரம்பையன்னார்" என்பதிலும் இருவகை வாசமும் பத்துத்துவரும் கூறப்படுதலறிக. (உஉ)

(விவாககன்னிகைகளின் பெயர்.)

வேறு.

வாருலாங் கொங்கைச் சாம்பவி நல்லூ
　　மாவதி யேமுத்தி காந்தைம பூர
கேரிழை யெழின்மீ னாவதி திங்க
　　ளிகர்முகப் பான்மொழித் தேனுகை கெடிய

காருறு சுரிமென் பூங்குழற் காமி
காந்தையிந் திரவர வாணியென் றெண்மர்
பாரினின் மங்கை மாரொழிற் கெல்லை
படைத்தனர் காட்டிய பண்பினர் மாதோ.

(இ-ள்.) கச்சணிந்த ஸ்தனங்களையுடைய சாம்பவி, நன்மைமிக்க உமாவதி, முக்திகாந்தா, மயூரகன்னிகா, அழகிய மீனாவதி, சந்திரன்போல் முகமும் பாலினினிய மொழியுமுடைய தேனுகா மஹேஸ்வரி, மேகம்போற் கறுத்து சுழித்த மெல்லிய மலர்சூடிய கூந்தலையுடைய காமிகாந்தா, இந்திரவர்வாணி என்னும் எண்மரும் இப்பூமியின்கண் மாதர்களின் பேரழகுக்கு வரம்பு இதுவாகுமென்று பெற்றுக்காட்டினாற்போன்ற சுந்தரிகள். (எ-று.)

'படைத்தனர்' முற்றெச்சம். (உரு)

(விவாகஞ் செய்தல்.)

வேறு.

திருமணங் குறித்த வோரை சேர்வதென் றங்கி முன்னர்
வருமறைச் செல்வ ரீண்டி மந்திரக் கிரியை செய்யத்
தருமலர் பொழிந்து தெய்வ துந்துமி தழங்கச் சார்ந்த
சுரருமா தவரு மாசி யுரைத்தனர் துன்னி யார்ப்ப.

(இ-ள்.) முகூர்த்த நிச்சயலக்னம் வருவதாக அக்கினிமுன் வேதவேதியர்கள் நெருங்கி மந்திரச் சடங்குகள் செய்யவும், தெய்வதுந்துமி முழங்கவும், கற்பக மலர்மாரிபொழிந்து தேவர்களும் முனிவர்களும் நிறைந்து ஆசீர்வதிக்கும் ஒலி மிகவும். (எ-று.) (உசா)

(இதுவுமது.)

துங்கமங் கலநாண் பூட்டித் தோகையர் தொடிக்கை பற்றிச்
சங்கரன் முதன்முத் தேவர் தாண்மலர் பணிந்து தாழ்ந்து
தங்கணன் மரபுக் கேற்ற சடங்கெலா முறையின் முற்றி
நங்கைய ரிளமென் கொங்கை நலனுகர்ந் திருக்கு நாளில்.

(இ-ள்.) மேன்மை தங்கிய மாங்கல்யதாரணஞ்செய்து அம்மாதர்களின் வளையலணிந்த கைகளைப்பற்றி மணமண்டபப் பிரதக்ஷிணஞ்செய்து சிவபிரான் முதலிய மும்மூர்த்திகளின் பாததாமரைகளை வணங்கி நமஸ்கரித்து தங்கள் சம்பிரதாயத்துக்கேற்ற லாஜஹோமம் (பொரிகோர்வை) முதலியவற்றைக் கிரமமாக நிறைவேற்றி அப்பெண்மணிகளின் இளமையும் மிரு

துத்தன்மையும் பொருந்திய ஸ்தனாலிங்கன சுகத்தை அநுபவித்து வாழுங் காலத்தில். (எ-று.) (உரு)

(இதுமுதல் எட்டுச்செய்யுட்கள் வீரசேகரயாஜன் துறவுபூணக்கருதி மந்திரிகளுடன் கூறுவதை மொழியும்.)

வேறு.

மாயிரு ஞாலம் பொறைசுமந் தாற்று
மணியெழு வினையதோண் மன்னன்
றூயதன் னுளத்துப் பன்னெடும் பகலாய்த்
தோற்றிய வேட்கைமீத் தூரப்பப்
பாயநூற் கேள்வி மந்திரத் தலைவர்
பலருட னலங்குளை யரிமான்
றூயபொற் பீடத் தின்புற மருவித்
தக்கவை கேண்மினென் றுரைக்கும்.

(இ-ள்.) மகத்தாகிய பெரிய பூமிபாரத்தைச்சுமந்து நிர்வகிக்கின்ற அழகிய உருக்குத் தூண்போலும் புயங்களையுடைய வீரசேகரயாஜன் தனது பரிசுத்தமாகிய மனதில் அநேக நாட்களாய் இருக்கின்ற எண்ணமொன்று இப்போது தன்னை மேல் நிலைமைக்குச் செலுத்தலால் அசைகின்ற புறமயிரையுடைய சிங்கவுருவினால் தாங்கப்பெற்ற பொன்னாசனத்தில் வீற்றிருந்து சாஸ்திரங்களில் விரிந்த கேள்வியையுடைய முதன்மைபெற்ற மந்திரிமார்களை நோக்கித் தகுந்த ஒரு செய்தி கேளுங்களென்று சொல்லத்தொடங்கினான். (எ-று.) (உசு)

என்னுயிர்க் குறுதி யெற்புடம் பென்ன
வெண்ணில்பல் லுதவியும் புரிந்து
மன்னிய நிழல்போற் பாங்ககலாத
மாட்சியீர் நுமதருள் வலத்தா
னென்னலர் வணங்க வையக மொருகோ
லோச்சினே னிசையினு முயர்ந்தேன்
பின்னுமாண் மகவின் றெனுநவை நீங்க
வெண்மர்மா மருகனைப் பெற்றேன்.

(இ-ள்.) என் உயிருக்கு உறுதிபூண்ட எலும்பையுடையவுடல்போல அமைந்து அளவில்லாத வுபகாரங்களைப் பலவகையாலும் செய்து நிலைபெற்ற தேகநிழல்போல் என்னை ஒருகணமும் விட்டு நீங்காது காத்த பெருமைக்குணமுள்ளவர்களே! உங்கள் கருணையாகிய பலத்தினாலே பகையர

சர்களும் வணங்கும்படிச் செங்கோல் செலுத்திக் கீர்த்தியிலும் உயர்வுடையவனானேன். அன்றியும் ஆண்புத்திரர்கள் இல்லையென்கிற குறைதீர வெட்டு மருகர்களையும் படைத்தேன். (இனி இவ்வுலகத்தில் யான் அபேக்ஷிக்கத் தக்கது ஒன்றுமில்லை.) (எ-று.)

"...பெற்றயாக்கைக் -கென்பிற்சிறந்தாயதொளுற்றமுண்டென்னலாமே" எனக் கம்பர் (சுந்தரகாண்டம் கடலுவுபடலத்துக்) கூறுவதனால் உடலுக்குறுதியாவது என்பே எனல்காண்க. (உஎ)

கண்டவே கண்டு கேட்டவே கேட்டுக்
கனிவொடு நுகர்ந்தவே நுகர்ந்து
கொண்டறு தினமு முதுமையுந் துனியுங்
கூற்றமுங் குறுகுதல் குறியா
தெண்டரு கேள்விக் காட்சியு முலக
வியற்கையு முணர்ந்துண ரார்போற்
சண்டவெங் நரகஞ் சார்வதோ கலைநூற்
சான்றவர் செயற்கடுத் ததுவே.

(இ-ள்.) பார்த்தவைகளையே திரும்பப் பார்த்தும், கேட்டவைகளையே கேட்டும், ஆசையுடன் அநுபவித்தவைகளையே அநுபவித்துக்கொண்டும், தினேதினே விருத்தாப்பியமும் துன்பவியாதிகளும் மரணமும் சமீபிப்பதை ஆழ்ந்துயோசியாமல் முன்னோர்களின் நல்லநுபவங்களை ஞாபகத்துக்குத் தருகின்ற சாஸ்திர புராணாதிகளால் பெற்ற அறிவும் பிரத்யக்ஷப்படும் உலக அநித்யவியற்கையும் தெரிந்திருந்தும் தெரியாத மூடர்களைப்போல் (வீணாள்கழித்து) கோரமாகிய கொடிய நரகத்தில் சேர்வதோ கலைஞான நூற்களை நன்குணர்ந்தபெரியோர்கள் செய்யத்தக்க காரியம்? (எ-று.)

"பழகப்பழகப் பாலும்புளிக்கும்" என்னும் உலக வசனத்தால் கண்டவற்றையே காணுதல் முதலியவற்றால் மனம்வெறுப்படைந்து நித்யாநந்த சுகத்தை அபேக்ஷிக்கின்றதென்றான். (உஅ)

சீர்த்ததீங் குதலைக் குழவியாய்ச் சின்னாட்
சிறுவரா யெழினலந் திரண்ட
வார்க்குவி முலையார் மயல்கொடு தொடரு
மாரனே யனையகு மரராய்ப்
போர்த்ததோற் றிரங்கி நரம்பெழுந் தியங்கப்
பொறியழி விருத்தராம் புதுமை
பார்க்குநர்ப் பெறினோ ரிந்திர சாலப்
பரிசதாம் வாழ்வுசொற் பனமே.

(இ-ள்.) சிலநாள் சிறப்பாகிய மதுரந்தங்கிய மழலைச்சொற்கூறும் சைசவப்பருவமடைந்தும், பால்யமாகியும், அழகின் நன்மை ஒன்று சேர்கின்ற கச்சுப்புனைந்த குவிந்த ஸ்தனங்களையுடைய மாதர்கள் விரகங்கொண்டு பின்றொடரத்தக்க யௌவனமாகியும், பின்பு மேலே போர்த்துள்ள தோல் திரைய நரம்புகள் எழுந்துகாணும்படித் தேகமெலிந்து ஐம்பொறிகளுந் தத்தம் புலன்களை இழக்கின்ற கிழவராகின்ற ஆச்சரியம் உற்றுநோக்குவாரைப்பெற்றால் ஓரிந்த்ரஜாலவித்தைபோலாகும். (தேகநிலைமை இங்ஙனமாகச்) செல்வமோ சொற்பனம்போல் அஸ்திரமானதாயிருக்கின்றதே! (இவற்றாலென்ன சுகம்.) (எ-று.)

சிசுமுதல் வயோதிகம்வரையிலும் உண்டாகும் காலக்கோலங்கள் பிரத்யக்ஷத்தில் வெகு விசித்திரமாயிருந்தும் அவற்றை ஊன்றி விசாரிப்பார் ஒருவருமில்லை என்பார் 'பார்க்குநர்ப்பெறின்' என அருமை தோன்றக் கூறினார். (உக)

மாண்புறு வாய்மை நூலுள நுட்ப
மதிநலத் தாய்வுறு மையினாற்
காண்பவே பிதற்றும் பேதையர் கரைவ
கரைகுக விடயமே லுள்ளம்
பூண்புறக் காதற் றூண்டிடுங் காறும்
புன்கணே யல்லதின் புறுமோ
சேண்பெறு மின்பந் துய்க்குந மென்பார்
தேர்ந்துழித் துன்பமே திளைத்தார்.

(இ-ள்.) பெருமை மிக்க சத்தியமாகிய சாஸ்திரங்களிலுள்ள நுட்பக்கருத்துக்களை அறிதற்குத் தக்க விசேஷ புத்தியும் ஆராய்ச்சியும் பெருமையால் கண்டதேகாட்சியென்று உறுதித்திரியும் அவிவேகிகள் சொல்வதெல்லாம் சொல்லட்டும். விஷயபோகங்களின்மேல் மனம் அழுந்[illegible] ஆசை தூண்டிவிடும்வரையிலும் துன்பமே கிடைக்குமன்றி நிர்ச்சலன சித்தமுடைமையாலுண்டாகும் பேராநந்தம் கிடைக்கவேமாட்டாது. சுவர்க்காதி போகங்களை அநுபவிக்கின்றோமென்பவர்களும் உண்மையை ஆலோசித்தால் துக்கத்தை அநுபவித்தவர்களாகவே முடிகின்றார்கள். (எ-று.)

ஆராய்ச்சிபெறாதபேதையர் யாதுசொல்லினும் அதனால் நமக்கொரு தீங்குமில்லை என்பார் 'கரைவ கரைகுக' என்றார். புண்யமுடிந்தவுடனே சுவர்க்கத்தினின்றும் தள்ளப்படுதலால் நல்வினை செய்தோரும் துக்கத்தையே அநுபவித்தவராகின்றனர் எனப்பட்டது. இவ்விரு கவிகளாலும் அர

சனுக்குச் சாதன சதுஷ்டய நான்கினுள் நித்யாநித்ய வஸ்துவிவேகமும், இகமுத்திரார்த்த பலபோகவிராகமுமுண்மை கூறப்பட்டன. (௬௦)

உய்த்துணர்ந் துலக வியற்கையை நாடி
    னுடலெலாங் கருமத்தா னுதிக்கு
மெய்த்தநற் கடமை காலமொத் தியற்றி
    விருப்பொடு வெறுப்பறச் சான்றாய்
வைத்தசன் மார்க்க நெறிவழி நீங்கா
    மனத்தொடு கடவுளை வழுத்தித்
தத்துவ முணர்ந்து மெய்ப்பொருள் காணிற்
    சனனநோ யுலப்பது சரதம்.

(இ-ள்.) உலக இயற்கையை அநுபவக்கண்ணால் உய்த்துணர்வோமானால் சமஸ்த பிராணிகளும் கருமவசத்தால் தோன்றுமுண்மை பெறப்படும். (இக்கர்மத்தை நீக்குவதற்கு வேண்டுமுபாயம் யாதெனில்) விருப்பும் வெறுப்புமின்றிச் சமப்பட்டவுள்ளத்தோடு தேகமெடுத்ததற்குரிய நற்கடமைகளைக் காலத்திற்கேற்பச்செய்து அக்கிரியைகளுக்கெல்லாம் (தான்) சாக்ஷியாக விருந்து (எவ்வகை ஞானிகளாயினும் உலக உஜ்ஜீவனார்த்தங் கர்மங்களைச் செய்தேவரவேண்டும் என்று பகவற்கீதையில் கடவுளிட்ட ஆக்ஞையால்) சன்மார்க்கநெறியிலே நின்று தனது ஞானாசிரியராகிய கடவுளை ஸ்தோத்தரித்து தத்துவ ஆராய்ச்சிசெய்து உண்மைப்பொருளை (அபரோக்ஷமாகக்) கண்டால் பிறவியென்னும் பெரியவியாதி நீங்கி மோக்ஷானந்தம் லபிக்கும். இது சத்தியம். (எ-று.)

விருப்பும் வெறுப்புமின்றிச் செய்யுங்கருமங்கள் பிறவிக்காரணமாகாது என்பதற்குப் பிரமாணம். மணிமேகலை "சிந்தையின்றியுஞ் செய்வினையுறுமெனும் - வெந்திறனோன்பிகள் விழுமங்கொள்ளவும்" எனக்கூறுதலறிக. "நல்லவனேகேளுலகுபகாரம் ஞானிகள்விவகாரம்... அதனாற்பிணியுமிலை..." என்ற ஞானவாசிட்டவசனத்தாலும் ஜீவகாருண்யம்பற்றி ஞானிகள் கர்மஞ்செய்துவரவேண்டுமென்பது துடம்பாடாதலும் அக்கர்மங்கள் பந்திக்கத்தக்கனவல்லவென்பதூஉம் நன்கு விளங்கும். முதற்கண் வேண்டப்படும் சித்தசுத்தி நிஷ்காம்யகர்மப்பலனாகவுண்டாதலாலும், அந்நிஷ்காம்யம்பெறற்குத் தான் தேகமன்று தேகியே என்னுமுண்மை யறியவேண்டுதலாலும், அவ்வுண்மையும் தத்துவங்களையதிகளைந்த பின்னரே கிடைப்படுமாதலாலும், அத்தத்துவ பரிசோதனையும் உபாசனாமூர்த்தியின் இன்னருளாலடையற்பாற்றாகலானும், கர்மம் பக்தி ஞானமென்னும் மூன்றும் ஒன்றற்கொன் றுபகாரிகளாயமைந்து கிடக்குமுண்மையைச் சுருங்க விளக்கினார். இக்கவியால் அரசனது சமாதிஷட்கசம்பத்தி 'உய்த்துணரவைத்தல்' என்னுமுத்தியாற் கூறப்பட்டது.()

பற்றறுத் தகமைம் புலனொடு மொடுங்கப்
    பார்முதற் ககனமுந் தானாய்
நிற்றலுங் கண்டு தேக்குமா னந்த
    நெடுங்கடற் றிளைத்தது நினையாப்
பெற்றியின் முத்தி பெறுபவ ரன்றே
    பெறலரு முடற்பயன் பெற்றார்
மற்றவ ரென்பு கறித்தெயிற் றிரத்த
    மகிழ்ந்துமாந் திழிவிலங் கனையார்.

(இ-ள்.) பற்றுக்களை வேரறச் சேதித்து (அதனால்) மனம் பஞ்சேந்திரியங்களோடுமடங்கிப்போக, பூமிமுதல் ஆகாயங்காறும் ததாகாரமாகி நிற்கும் நிலைமையைக்கண்டு, சேர்கின்ற ஆநந்தப்பெருங்கடலில்மூழ்கி, பின் அவ்வாநந்தத்திற்குத் தான் புறம்பாகாவண்ணம் அவ்வுணர்வும் மறந்த தன்மையில் முத்திபெறுமவரோ மானிடதேகமெடுத்ததனாற் பெறும்பயன் பெற்றவர்களாவார்கள். மற்றவர்களோவெனில், எலும்பைக்கடித்ததால்வரும் தனது பல்லிரத்தத்தை அவ்வென்பினின்று வருவதாக நினைத்துச் சந்தோஷித்துப்பருகுகின்ற தாழ்ந்த மிருகத்தோடொப்பாவார். (எ-று.)

"ஆசையெனும்பெருங்காற்றூடிலவம்பஞ்செனவுமனமலையுங்காலம்—மோசம்வரும் .." என்ற பெரியோரருளிச்செயலின்படி ஆசைப்பற்றுக்களற இந்திரியங்களுமடங்கின் மனந்தன்னிலையினிற்கும். அம்மூலத்தாற்சொரூபம் விளங்குமென்பார் 'அகமைம்புலனொடுமொடுங்க' என்றும், கர்‌மஸ்வரூபம் தன்னிலையுணர்ந்தால் மறைந்துபோமென்பார் 'பார்முதற்ககனமுந்தானாய்நிற்றல்' என்றும், ஆநந்தம் வேறு அடைவோன் வேறு என்பதும் துவைதபக்ஷமாகலின் அதை நீக்குவார் 'அதுநினையாப்பெற்றி' என்றும் கூறினார். மிருகங்கள் தமது பல்லிரத்தத்தை என்பினிரத்தமெனக்கொண்டுகளிப்பது சுகஸ்வரூபியான தன்னையுணராது வஸ்துக்களைச் சுகரூபமென்று மயங்குதற்குவமையாகும். (௬௨)

எதிர்ந்தமாற் றலர்கள் வெந்நிடத் துரந்தே
    யிருநிலம் பொன்னொடு கவர்ந்து
வதிந்தவின் பனைத்துங் கான்றசோ றொப்ப
    வருவருப் பெய்தலான் மண்மேற்
புதிந்தவுட் பகையோ டைம்புலக் குறும்பும்
    பாறநல் வீட்டுறு மின்ப
நிதந்திளைக் குறுமா நினைந்தனன் மறுது
    நேர்குவீ ரென்றறைந் தனனால்.

(இ-ள்.) என்னோடெதிர்த்துச் சண்டைசெய்த சத்துருக்கள் புறங்கொடுத்தோடத்துரத்தி அவர்களது பெரியதேசங்களைப் பொன்னுடனே கிரகித்துத் தங்கிய இன்பமெல்லாம் வாந்தியசனம்போல் அருவருத்தலாலே மனதினிடத்து அழுத்தமாய்ப்பற்றிய காமாதி உட்பகைகளுடன் பஞ்சப் புலன்களாகிய குறும்புகளும் தோற்றோடத்துரத்தி விசேஷித்த மோக்ஷவின் பத்தைச் சதா (வெறுப்பின்றி) அநுபவிக்கக்கருதினேன். ஆகையால் (நீங்கள்) தடுக்காமல் இதற்குச் சம்மதிப்பீராகவென்று சொன்னான் அரசன். (ஏ-று.)

புறச்சத்துருக்களைவென்று பெற்ற அநித்யப்பொருட்சுகம் வெறுப்பானதால் இனி உட்பகைவர்களை ஜெயித்துப் பெறும் நித்யானந்த சுகத்தை யடைய அபேக்ஷையுண்டாயிற்று என்றான் என்க. (௯௯)

(மந்திரிகள் கூறுதல்.)

வேந்தனுட் குறிப்பு மேல்விளை வோர்ந்து
மிக்கவ ரியல்பென வமைச்சர்
நாந்தகத் தடக்கை நிருபதக் கவையே
நவின்றனை மருகரு ளளிநீர்ப்
பாந்தண்மேற் கிடந்த பாரெலா நின்னிற்
பதின்மடங் களிக்கவல் லுநரோ
யேந்தனிற் பிரிவொன் றுளஞ்சுடு கின்ற
தீதலாற் குறையிலை யென்றார்.

(இ-ள்.) இவ்வாறு கூறிய அரசனுட்குறிப்பை மேல் நிகழும் சம்பவங்களுடன் அறிந்துகொண்டு இதுவே மேலோருடைய இயற்கையாம் என்று மந்திரிமார்கள் சொல்வார்கள். வாளாயுதந்தரித்த பெருமையாகிய கைகளையுடைய அரசரோ! தகுதியாகிய வார்த்தைகளையே உரைத்தீர். உமது மருகர்களும் குளிர்ந்த கடல்சூழ்ந்த ஆதிசேடன் முடியிற்றங்கிய இவ்வுலகமனைத்தையும் உம்மிலும் பத்துமடங்கு கருணையுடன் காக்கவல்லவர்களே. ஆயினும், பெருமையிற் சிறந்தவரே! உம்மைப் பிரிவோமென்ற துன்பம் ஒன்று எங்கள் மனதைத் தகிக்கின்றது. இஃதொன்றைத்தவிர வேறுவித ஆக்ஷேபம் எங்கட்கில்லையென்று சொன்னார்கள். (எ-று.) (௱)

(அரசன் சமாதானம்.)

புணர்ச்சியாற் பழகல் வேண்டுவ தேயோ
வுணர்வதே பொருத்துநட் பெனுநூற்
றணப்பில்கேள் வியினீ ரொன்றுரைத் தனிரொன்
றவரகங் குளிர்ப்புறச் சாற்றிக்

கணிப்பருந் தூய்மைக் கங்கையே முதல
கடவுண்மா நதிப்புன லாட்டிக்
குணப்பெருங் குன்ற மனையவந் தணருங்
கொற்றவே னிருபருங் குழும.

(இ-ள்.) சிநேகம் பெருமையுறுவதற்கு (அடிக்கடி)சேர்ந்து பழகவேண்டுமென்பதில்லை. அச்சிநேகமுடையாரது நல்லுணர்ச்சியே அப்பெருமையையுண்டாக்கும் என்கின்ற சாஸ்திரங்களையாராய்ந்த நீங்காத கேள்வியையுடையவர்களாகிய நீங்கள் ஏன் இவ்வாறு சொல்கின்றீர்களென்று அம்மந்திரிகளின் மனம் சந்தோஷிக்கும்படிப் பிரியவார்த்தைகளாடி (மருகனை) அளவிடற்கரிய பரிசுத்தந்தங்கிய கங்கா தீர்த்தமுதலாகிய தெய்வத்தன்மையும் மகத்துவமுமுடைய புண்ய தீர்த்தஸ்நானஞ்செய்வித்து குணங்களாற் பெரிய மலைபோன்ற விப்பிரசிரோஷ்டர்களும் ஜயம்பொருந்திய வேலைத் தரித்த அரசர்களும் கூடிநெருங்க. (எ-று.)

சேர்க்கை, பழக்கம், உணர்ச்சியொத்தல் என்னும் மூன்றும் சிநேகப் பெருமைக் காரணங்களாயினும் உணர்ச்சியொத்தலொன்றே இவற்றுட் பிரதானம் என்னும் கருத்துடைய "புணர்ச்சிபழகுதல்வேண்டா வுணர்ச்சிதான் - நட்பாங்கிழமைதரும்" என்ற திருக்குறளைத் தழுவி இங்ஙனங் கூறினார். குணங்களை மலைக்குவமித்தல் 'சலியாமையும் பெருமையும் பற்றி' யென்பார் பரிமேலழகர். (௩௫)

(பட்டாபிஷேகஞ் செய்தல்.)

நால்வகைத் தானைக் கடல்புடை சூழ
வைவகை யியங்களு நரல
நூல்வகை நீதி யமைச்சரு மீண்ட
நுவலரும் பெருமைசான் மருகர்க்
கேல்வையின் மகுடம் புனைந்துநீ டூழி
யிலங்குவாழ் வொடுநனி பொலிக
வால்வளைத் தளிர்க்கை மின்னனா ருடனென்
றாசிசொற் றின்புற மகிழ்ந்தான்.

(இ-ள்.) இரதகஜதுரகபதாதிகள் என்னும் நால்வகைச் சேனைசமுத்திரமும் பக்கத்திலே சூழவும், தோற்கருவி துளைக்கருவி கஞ்சக்கருவி நரம்புக்கருவி மிடற்றுக்கருவி என்னும் பஞ்சவாத்தியங்களும் மிகவும் ஒலிக்கவும், மநுதர்ம சாஸ்திர நீதிகளையுணர்ந்த மந்திரிகள் நிறையவும், மற்ற பட்டவர்த்தனர் முதலிய யாவரும் நெருங்கவும், தனது சொலற்கரிய பெருமைமிக்க மருகர்களுக்குச் சுபமுகூர்த்தத்தில் பட்டாபிஷேகஞ்செய்து

முடிசூட்டி வெள்ளியவளையலையணிந்த தளிர்போல் மிருதுவாகிய கைகளை யுடைய தன் குமாரத்திகளுடன் விளங்குகின்ற செல்வங்களோடு பல்லூழி காலம் சிறப்புற்று வாழ்கவென்றுசீரவதித்து இன்பம் அதிகரிக்கச் சந்தோஷமுற்றான் வீரசேகரயாஜன். (எ-று.) (௫௬)

(இதுமுதல் ஏழுகவிகள் அரசநீதி கூறும்.)

அத்திரி முனிவ னருள்வழி மகுட
மணிந்துயர் தவப்பய னடைந்த
புத்திர ரைவர் தமக்கர சியற்கை
புலனுறத் தனிக்கொடு போந்து
வித்தகர் கேண்மின் பலகலை பயின்றும்
மெய்யுண ரநுபவ மின்றே
லெத்துணை யெனினும் பயனுறா துடையா
ரிசைத்தவே நூற்களா யினவால்.

(இ-ள்.) ஏற்கனவே அத்திரிமஹாரிஷி வழங்கிய வரப்பிரசாதப்படி கிரீடஞ்சூடி மேம்பட்ட தவப்பயன் பெற்ற சௌரர் ஐவருக்கும் அரசநீதித் தன்மை அறிவுறுத்தும்படி அவர்களைத் தனித்த இடத்திற்கு அழைத்து விற்பன்னர்களே! என் வார்த்தைகளை அங்கீகரிப்பீர்களாக. அநந்த சாஸ்திரங்களை அப்பியசித்தும் அவற்றின் உண்மைகளை உலக நடவடிக்கைகளோடு சம்பந்தப்படுத்தி அறிந்துகொள்ளும் அநுபவம் பெறாவிடில் அப்புத்தகக் கல்வி எவ்வளவும் பயன்கொடாது. இவ்வநுபவமுடையோர் தம் அநுபவத்தைக்கூறிய தொகைகளே சாஸ்திரங்களாயினவன்றி வேறல்ல. (எ-று.)

சௌரர் எண்மருக்கும் எட்டுக் குமாரத்திகளை மணம் புரிவித்தனனாயினும், அத்திரிமஹாரிஷிபால் வரம்பெற்ற ஐவரே பட்டாபிஷேகபரரானார். ஆதலின் அவர்க்கே அரசநீதி கூறத்தொடங்கித் தான் புத்திபுகட்டவேண்டிய அளவு அவர்கள் சாமான்ய விவேகமுடையரல்லராயினும் தன்பால் அநுபவம் விசேஷித்திருப்பதாலும் வயதிற் பெரியோனாதலாலும் பக்ஷத்தால் கூறுவனவற்றை அவை எவ்வளவு இழிந்தனவாயினும் நன்குமதிக்கவே வேண்டும் எனகேட்டுக்கொள்கின்றான் என்னுங்குறிப்புத்தோன்ற ‘வித்தகர்’ ‘கேண்மின்’ என நைச்சியமாகக் கூறினார். ஏகாந்தஸ்தானமே மனம் ஒருப்படுதற்கேற்றமையின் தனிக்கொடுபோந்தான். வித்தகர் என்ற அண்மைவிளியால் ஐவரும் அரசனுக்கு அதிசமீபத்திலிருந்தனரென்று விளங்கும். நும்மினும் யான் பேரறிவுடையேனல்லேன், அநுபவம் சிறிதுடைமையால் இஃது கூறவந்தேன், அநுபவமே எவற்றினுஞ் சிறந்ததாம் என்பான் அதனை விசேடிக்கின்றான். இதனால் அநுபவமுடையார் கூறியவற்றை அநுபவவாயிலாக வுணர்தலே சரியான மார்க்கம் எனக் கூறப்பட்டது.

ஊணுறச் சிலமெய் தீண்டிடி னுள்ள
　　முணர்வறப் புரிபொரு ளுளபோற்
காணுறிற் புந்தி மயக்குறும் வலியக்
　　காஞ்சன முடைத்தொரு நிலையின்
மாணுற நில்லா வியற்கையை யறிந்தோர்
　　மற்றது பெறுங்கணந் தொடங்கிச்
சேணுறு கீர்த்திக் குரியன சிறப்பச்
　　செய்துபல் லுயிர்க்குத வுவரால்.

(இ-ள்.) உண்பதாலும், தேகத்தால் ஸ்பரிசிப்பதாலும் அறிவு நீங்க மனத்தை மயக்கும் சில வஸ்துக்கள் இப்பூமியிலிருக்கின்றனவல்லவா? அவைபோலப் பார்த்தமாத்திரத்திலேயே புத்தியை மயக்கும் வல்லமை திரவியத்துக்குண்டாயிருக்கிறது. (ஆயினும்) அத்திரவியம் பெருமைபொருந்த ஓரிடத்தில் ஸ்திரமாயிராத தன்மையை நன்குணர்ந்த பெரியோர்கள் அப்பொருள்பெற்ற நிமிஷம் முதல் ஆகாயம் அளாவும் கீர்த்திக்குரிய செய்கைகளைச் சிறப்பாகச்செய்து எல்லாவுயிர்கட்கும் உபகரித்து பயனடைவார்கள். (எ-று.)

உண்ணப்புத்திமயக்குவது கஞ்சா, அபின், மது முதலியன. ஸ்பரிசித்தால் புத்திமயக்குவது திகைப்பூடுபோல்வன. இவைபோல் பார்த்தால் புத்தியைத் தூர்வழியிற் செலுத்துவது பணம் என்றார். "அகடுறயார்மாட்டும் நில்லாதுசெல்வஞ்-சகடக்காற்போலவரும்" என்றவுண்மையையறிந்தோர் அப்பொருளின் மயக்கிற்குக் கட்டுப்படாராகி "அற்காவியல்பிற்றுச் செல்வமதுபெற்றா - லற்குபவாங்கே செயல்" என்பதனால் அப்பொருள் பெற்ற நிமிஷமே கீர்த்திக்குரிய அரும்பெருங்காரியங்களை நிறைவேற்றிப் பயனடைந்துகொண்டு விடுவார்கள். அந்நிமிஷமே செய்யாவிடின் மறுநிமிஷத்தில் அது தங்களை விட்டு விலகின் மறுபடி கிட்டுமென்பது நிச்சயமற்றதாகலாற் 'காற்றுள்ளபோதே தூற்றிக்கொள்' என்னும்பழமொழியின்படி முன்னெச்சரிக்கையுடையவர் ஆவார்கள் என்பார் 'அதுபெறுங்கணந்தொடங்கி...செய்து' என்றார். "ஊருணிநீர்நிறைந் தற்றேயுலகவாம் - பேரறிவாளன்றிரு" என்பதனாற் செல்வம்பெற்ற அறிவுடையார் செய்கை முற்றும் பரோபகாரமேயாதலின் 'பல்லுயிர்க்குதவுவர்' எனப்பட்டது. (கஅ)

இளமையும் வனப்பு மிரும்புவி யரசுந்
　　தனித்தனி யொருவர்பா லிருந்து
மூளமலி செருக்காற் பலப்பல தீங்குற்
　　றலர்தன ரென்னினம் மூன்றும்

வளமுற வொருவர் வயினுள வாயின்
வருவன வளர்ந்துகோ டிதொற்
கிளைகளும் பொருளுங் கனிநிறை தோறுங்
கிழக்குறத் தலைவணக் குவவே

(இ-ள்.) யௌவனமும், அழகும், பெரியபூமியின் அரசாக்ஷியும் ஆகிய இம்மூன்றும் ஒருவரிடத்துத் தனித்தனியிருக்கவேயும் மனசில் மிகுந்த கர்வத்தினால் அநந்தந்தீமைகளையடைந்து மாய்ந்தனர் என்றால் இவை மூன்றும் விசேஷமாக ஒரு சாமான்ய விவேகியினிடத்திலிருக்குமானால் எவ்வளவைத் தீங்குகள் உண்டாகுமென்பதை (நீங்களே) கணித்துக்கொள்ளுங்கள். மரக்கிளைகளுமன்றோ நெருங்கிப் பழம் நிறையும்போதெல்லாம் கீழாகத் தலைசாய்கின்றன. (எ-று.)

'கிளைகளும் ..தலைவணக்குவ' என்றது பிறிதுமொழிதல் என்னும் அலங்காரம். ஓரறிவுள்ளவைகளே தாம் பெருமைபெறுங்காலத்து வணங்குவவாயின் ஆறறிவுமுடைய மனிதர் செல்வத்தில் வணங்கவேண்டுமென்பது சொல்லாமலேயமையும் என்க. (ருகூ)

நன்மதி யமைசச ராயவச் சாணி
பெற்றர செனனுந்தேர் நடக்கும்
புன்மதி யோர்சொல் லின்பமே யெனினும்
புறத்துநீக் குகவிடன் காலந்
தன்மதி யொப்பு வினைவலி கூட்டித்
தரியலர் வினைவலி நாடிப்
பின்மதிப் பதுநிச் சயஞ்சயம் பயக்கும்
பெருந்திறற் சிங்கவே றனையீர்.

(இ-ள்.) மிக்க வலிமைபெற்ற ஆண்சிங்கம்போன்றவர்களே! அரசாட்சி என்னும் தேரானது விசேஷித்த புத்திமான்களாகிய மந்திரிகளென்னும் அச்சாணிகளைப் பெறுவதனாலே இனிது நடக்கும். (ஆகையால் மதியூகிகளை உருவத்தால்மதியாமலும் அவர்களைக்கைவிடாமலும் துணைக்கொள்ளுங்கள்.) அற்பமதியுடையார் சொல்லும் வார்த்தைகள் (முன்னே) இன்பந்தருமாயினும் (பின் அதனினுமிக்க பெருந்துன்பம் தருமாகையால்) அவர்களையும் அவர் வார்த்தைகளையும் புறத்தே நீக்கிவிடக்கடவீர்கள் (அறிஞர் கூறுவன முன்னே செவி கைப்பிப்பனவேனும் பின் பேரின்பந்தருமாகையால் அவர்களையும் அவர் வார்த்தைகளையும் விருப்போடு தழுவிக்கொள்ளுங்கள்.) ஸ்தானபலம், காலபலம், தன் சுய ஆலோசனை, இராஜதந்திர முணர்ந்த மந்திரிகளின் யுக்தி, தான் மேற்கொண்ட காரியத்தின் லாபலோ

பம் ஆகிய இவற்றைப் பன்முறைதேர்ந்து பின்னர் தன் பகைவர்கட்குள்ள இவ்வகை பலங்களை ஒப்புநோக்கிப் பிறகு காரியத்தில் முயற்சித்தால் நிச்சயம் ஜயம் கிடைக்கும். (எ-று.)

தனதுவலி துணைவலிகளுடன் பகைவர்வலிகளை ஒப்பிட்டு அவர் வலி தாழ்ந்ததாயிற் சமர்புரிக என இராஜதந்திரங்கூறினன். * காவற்சாகாடு கைத்தற்கண அவ்வரசற்கிணையுந் துணையுமாவார் அமைச்சராதலின் அரசென்னுந்தேர்க்கு அவரை அச்சாணி என்றுருவகித்தார். (௬௦)

ஐம்பெருங் குழுவோ டெண்வகை யாய
மரசுறுப் பாமவை பேணிப்
பம்புவார் கடலிற் படைவளம் பெருக்கல்
பார்த்திபர் வீரமா மென்ப
வெம்புறக் குடிகொன் றிறைகொளு மரசன்
மேருவிற் றிண்ணிய னெனினு
மம்புவியிழத்த றிண்ணம்வெந் நரகத்
தழுந்துவ னடுவறம் பிழைப்பின்.

(இ-ள்.) அரசாட்சிக்கு ஐந்துபெருங்குழுவும் எட்டுவகை ஆயமும் அங்கமாம். ஆகலால் அவர்களை மனக்குறையின்றிப் போஷித்து பரந்து நீண்ட சமுத்திரம்போலச் சைனியவளத்தை அதிகரிக்கச்செய்வது அரசர்களுடைய பெரும்பலத்துக்கு ஏதுவாகுமென்று (அரசியல்வல்லவர்) கூறுவார்கள். குடிகள் மனம் புழுங்கக் கஷ்டப்படுத்தி வரிவாங்குகின்ற கொடுங்கோலரசன் மகாமேருவினிலும் மிக்க பலமுள்ளவனானாலும் தன் அரசாட்சியை இழந்துபோவது சத்தியம். நியாயவழியிற்றவறிச் சிறிது பாரபக்ஷமுடையவனுவானேல் மஹாகோரமான ரௌரவாதிநரகத்தில் மூழ்குவான். (எ-று.)

"ஐம்பெருங்குழுவு மெண்பேராயமும்" மணிமேகலை. மந்திரியர், புரோகிதர், சேனைபதியர், தூதர், சாரணர் இவரை ஐங்குழுவென்றும், மந்திரியர், கருமாதிகாரர், சுற்றம், கடைகாப்பாளர், நகரமாக்கள், படைத்தலைவர், குதிரைவீரர், யானைவீரர் இவரை எண்வகை ஆயமென்றுங்கூறுப. 'அரசுறுப்பாமவை' என்பதற்கு குழுவும் ஆயமுமுட்பட்ட படை, குடி, கூழ், அமைச்சு, நட்பு, அரண் என்னும் ஆறங்கங்களையும் என்றும் பொருள்கொள்ளலாம். படைவளம் பெருக்குவதே அரசர் வீரத்துக்கு மூலம் என்பதனை "பொன்னிறைகும் பெருபடையப்படை - தன்னிறைகுந் தரணிதரணியிற் - பின்னையாகும்பெரும்பொருளப்பொரு - ளென்னுங்காலத்துன்னுதனவில்லையே" என்னுஞ் சீவகசிந்தாமணி விமலையாரிலம்பகக் கவியானறிக.

---

* காவற்சாகாடு... என்பது திருக்குறள் அங்கவியல் பரிமேலழகருரை.

'மேருவிற்றிண்ணியன்' என்பதனை மேரு+வில்+திண்ணியன் எனக் கண்ணழித்து 'மகமேருவைவில்லாகவுடைய தாணுவாகிய பரமசிவனே யானாலும்' எனவும்; அம்புவியிழத்தலென்பதற்குப் 'பூமியைவிட்டுயிர் நீங்குதல், அதாவது இறத்தல்' எனவும் வேறுபொருள்கூறினும் அமையும்.()

வடிசுடர் நெடுவேன் மன்னவ னென்பான்
மாநிலத் துயர்ந்தபல் குடிகட்
கடிமைசெய் தீயுங் கூலிகொண் டுயிர்வாழ்ந்
தமையுமோர் தொண்டனே யவன்செய் ,
கடமையா னன்றிப் பெருமைமற் றிலையாற்
கழறுநால் வகையவு பாய
நடையறிந் தொருதன் னுயிரின்மன் னுயிரு
நாடுவார் நற்குடிப் பிறந்தார்.

(இ-ள்.) கூரிய காந்தியுள்ள வேலைத்தரித்த அரசன் என்று சொல்லப் படுகின்றவன் இப்பெரிய பூமியிலே உயர்ச்சிபெற்ற சமஸ்த பிரஜைகளுக்கும் யாதோரிடையூறு நேராவண்ணம் காக்கும் அடிமைத்தொழில் புரிந்து (அதற்காக) அவர்கள் தரும் இறைப்பொருளால் ஜீவிக்கின்ற ஓர் கூலியாளனே. ஆயினும், அவன் செய்கின்ற பெருங்கடமைகளாலேயே இராஜாவென்னும் நன்குமதிப்பை அடைகின்றான். அதைத்தவிர அவனுக்குளதாம் பெருமை வேறில்லை. (ஆகையால்) உயர்ந்த குடியிற் பிறந்த பெரியோர்கள் சாம பேத தான தண்டமென்னும் சதுர்விதோபாயங்களினால் தமது கடமைகளை நிறைவேற்றும் மார்க்கமறிந்து தன்னுயிர்போல் மன்னுயிரையும் பாவித்து இரக்ஷிப்பார்கள். (எ-று.)

"வியவற்கவெஞ்ஞான்றுந்தன்னை..." என்னுங் குறளின்படி அரசனுக்குக் கருவமுண்டாகும்போது தன்னைப் பிரஜைகளின் சேவகன் என்று மதிக்கவேண்டுமென்பரீர் இவ்வாறு கூறினார். 'தொண்டனே' என்பதின் ஏகாரம் தேற்றம். (சஉ)

நானிலங் காவல் பெறுவதென் னெளிதோ
நாட்பல வுழந்தமெய்த் தவத்தாற்
றானரும் பெறலோர் மகவுபெற் றார்போற்
றாங்குக படைப்பெருக் கினிலுங்
கோனெறிக் கமைந்த குடிகளுண் மகிழ்வே
கொற்றமீங் கிதுமெனக் கூறி
மானவ னுயர்மெய்த் தவநெறிப் படர்ந்தான்
மைந்தரம் மாநிலம் புரப்பார்.

(இ-ள்.) வளம்பெற்ற பூமியைக் காக்கும் கடமைபூண்ட அரசனுவது வெகு துர்லபம். ஆகையால் உலகத்தை, அநேககாலம் வருந்திச்செய்த பெருந்தவத்தினலே அருமையாகப் பெறற்குரிய ஓர் ஆண்குழந்தையைப் பெற்றவர்களைப்போல், காப்பாற்றல்வேண்டும். மிகுந்த சைன்னியபலத்தைப்பார்க்கிலும் தனது காருண்யச் செங்கோலுக்கு மனப்பூர்வமாக விசுவாசம் பாராட்டி அமைந்து நடக்கின்ற குடிகளின் திருப்தியே பெரிதும் வெற்றியை விளைவிக்குமென்று போதித்துப் பெருமைமிக்க வீரசேகரயாஜ மஹாராஜன் மேன்மைபெற்ற மெய்ம்மையான தவவழியிற்சென்றான். சௌரர்கள் அப்பூமியை அரசாள்கின்றார்கள். (எ-று.)

அரசனுவது மஹா அருமையென்றும் அருந்தவத்துதித்ததோர் குழவியைப்போல் உலகைக்கண்ணுள்வைத்துக் காப்பாற்றவேண்டுமென்றும் இங்குக்கூறியவாறு "அருளுமன்புநீக்கிநீங்கா - நிரயம்புகுபவரொடொன்றாதுகாவல் - குழவிகொள்பவரினோம்புமதி - யளிதோதானே யதுபெறலருங்குரைத்தே" எனப்புறநானூற்றிலும் வருதலறிக. வெறும்பாழ்நிலமாகிய பாலை ஏனை நாற்றிணைச்சிதைவானுண்டாகியதோர் போலி எனத் தொல்காப்பியப் பொருளதிகாரத்தால் விளங்கலின் 'நானிலம்' என்றது அதனையொழித்தொழிந்தவற்றை. ஆகலின் 'வளம்பெற்றபூமி' என்றுணைகூறினும். "வேலன்றுவென்றிதருவதுமன்னவன் - கோலதூஉங்கோடாதெனின்" என்ற திருக்குறளினுட்கோளைநோக்கிப் 'படைப்பெருக்கினிலும் குடிகண்மகிழ்ச்சி கொற்றமீந்திடும்' என்றார். (சஙு)

(சௌரர்க்குப் புத்திரோற்பவம்.)

தளவவா ணகையி னிளநிலா மதிநேர்
 தருமுகத் தமுதன சாயற்
கிளிநகு மொழியார் கொழுநர்தம் மிசைமேற்
 கிளர்தர நாட்டுகொம் பாகி
யுளமுட னென்று நடையினு லுயர்ந்தில்
 லறநெறி யூக்குறு துணையாய்
மிளிருநாட் கருப்பந் தாங்கிநற் சிறுனை
 யீன்றனர் தவப்பயன் மிகவே.

(இ-ள்.) (வட்டமும் குளிர்ச்சியும் அழகுமுடைமையானன்றியும்) முல்லையரும்புபோன்றொளிபொருந்திய பற்களின் பிரகாசமிகிய இளஞ்

சந்திரிகையுடைமையாலும் சந்திரனுக்குச் சமமாகின்ற முகத்தையும், அமுதம்போன்ற சாயலையும், கிளிகளைப் பழிக்கும் சொல்லையுமுடைய பெண்மணிகள் எண்மரும் தத்தம் நாயகருடைய கீர்த்தி மேன்மேலும் படர்ந்து விளங்கற்கு ஊன்றப்பட்டகொம்பாகி, மனமுடன் வித்தியாசப்படாத செய்கையினுற் சிறந்து, இல்லறமார்க்கத்தைச் சிரேஷ்டமாக்குகின்ற பெருந்துணைவிகளாக அமைந்து விளங்குகின்ற காலத்தில் தபோபலமிகுதியால் கருப்பமடைந்து சலக்ஷணசுகுணசம்பன்னரான புத்திரர்களைப்பெற்ருர்கள். (எ-று.) (௬௪)

முடிசூடுசேநக்கம் முற்றும்.

ஆகப்பாயிரமுட்படக் கூடிய செய்யுட்கள் ௨௨௬.

எட்டாவது

குலநெறிநிறுவியசருக்கம்.

(புத்திரர் வித்யாப்யாசம்.)

வேறு.

ஒவ்வொருத்திக் கெண்மரொன வுதித்தபே ரெழிற்குமர
ரவ்வறுபத் தொருநால்வர்க் கருமறையின் வரம்புதெரி
செவ்வியசீர் ஞானமுனி செழுங்கலைநூற் பொருளெல்லாங்
கௌவியவங் கையினெல்லிக் கனியாகக் காட்டினன்.

(இ-ள்.) சாம்பவி முதலாகிய எட்டுமங்கையருள் ஒவ்வொருத்திக்கும் எட்டுப்பேராகப்பிறந்த மன்மதனைக் குற்சிதப்படுத்தும் பேரழகுவாய்ந்த புத்திரர்களாகிய அந்த அறுபத்துநால்வருக்கும் அரியவேதங்களின் கரைகண்டுணர்ந்த திருந்திய கீர்த்திபெற்ற ஞானமுனியென்னும் மஹரிஷியானவர் அர்த்தவளமுள்ள கலைக்ஞானநூற்களின் நுண்பொருள்கள் முழுதும் பற்றப்பட்ட உள்ளங்கை நெல்லிக்கனிபோல் விளங்க ஓதுவித்தார். (எ-று.)

குமரர் - மன்மதனைக்குற்சிதப்படுத்தும் வடிவினர். (இஃதுநறுப்புப் பொருள்.) (க)

(கோத்திரம் வகுத்தல்.)

பள்ளநீர்க் கடலுண்டா னகத்தியனென் பார்பரந்த
தெள்ளியநூற் கலைக்கடலிச் சிறுவருண்டற் கென்செப்பார்
வள்ளலிவர் மதிநலத்தின் மாட்சியுணர்ந் தொழுக்கநெறி
கொள்ளவிரித் தறுபானற் கோத்திரமு மெடுத்தோதி.

(இ-ள்.) ஆழமாகிய சமுத்திரஜலத்தை அகத்திய மஹாமுனிவர் குடித்துவிட்டனரொன்று பெருமை பேசுவோர் இச்சிறுவர்கள் தெளிவுற்ற கலைக்கடலைப் பருகிவிட்டதற்கு என்சொல்லமாட்டார்கள்! வள்ளற்றன்மை பொருந்திய இவர்களின் சிரேஷ்ட குணத்தைத் தெரிந்து வம்சத்துக்கேற்ற ஆசாரமார்க்கத்தைக் கைக்கொள்ளும்படி வழங்குகின்ற அறுபத்து நான்கு கோத்திரங்களையும் விரித்துச்சொல்லி. (எ-று.)

தவசிரேஷ்டனாகிய அகத்தியன் ஒரு கடலைப் பருகினதைப் பெருமையாகக்கூறுவதினும் இச்சிறுவர் அளவற்ற கலைக்ஞான நூற்கடலைப் பருகியதைப் பாராட்டலே தகும் என்க. (உ)

(சூத்திரம் வகுத்தல்.)

மேலாகா லாம்வேதம் விளம்பியசூ ரியசாகைப்
பாலான சீர்ச்சௌர மானவிதிப் பண்பதுவே
காலாகச் சூத்திரமு மஃதென்னக் கனிவினொடு
நூலாறு நெறிப்பெரியோ னுவன்றவா றெழுகுவரால்.

(இ-ள்.) மேன்மையுற்ற நான்காம்வேதமாகிய அதர்வணத்திற் சொல்லப்படுகின்ற சூரியசாகைக்குரிய சிறப்பையுடைய சௌரமான விதித்தன்மைகளை அடியாகக்கொள்ளவும், சூத்திரமும் அச்சௌரமான சூத்திரமேயாமென்றும் அன்புடனே சாஸ்த்ரீய நெறி நீங்காத அம்முனிவரனிட்ட கட்டளைப்படி இவர்கள் நடக்கின்றனர். (எ-று.) (கூ)

(பின்பு ஷட்சூத்திரம்பெற்ற காரணம் ஐந்துகவிகளால் உரைக்கின்றார்.)

செப்பிசையா பத்தம்பர் திறலாச்சு வலாயனரோ
தப்பிறிராக் யாயனர்காத் தியாயனர்போ தாயனரோ
டொப்பரும்வை கானசரொன் றுளமுனிவ ரறுவர்களு
மப்பெரிய ஞானமுனி வரனையடுத் தறைகின்றார்.

(இ-ள்.) இவ்வாறு நிகழுங்காலத்தில் பிரசித்தமாகச் சொல்லப்படுகின்ற கியாதிவாய்ந்த ஆபஸ்தம்பர், சாஸ்திரீய ஆராய்ச்சிவலிமிக்க ஆஸ்வலாயனர், குற்றமற்ற திராக்யாயனர், காதயாயனர், போதாயனர், சமானமற்ற வைகானசர் என்னும் ஆறு முனிவர்களும் பெருமையிருந்த அந்த ஞானமுனிவரையடைந்து சொல்வார்கள். (எ-று.) (ச)

தெளிநுன்னூல் வடிக்தெடுத்துச் செய்தவெங்கள் சூத்திரத்தை
யளியினொடு கடற்புவியி லனைவருமொத் துறுதிபெற
வுளநசையே மின்னோர்க்கு முரிமைகொள வளிக்கின்றேம்
பளகறுநற் றவவென்ன வவனுமிது பண்ணுவனே.

(இ-ள்.) குற்றமற்ற விசேஷித்த தவத்தையுடைய ஞானமஹரிஷியே! கர்மகாண்ட நுட்பங்களைத் தெளிவாக வடித்துத் திரட்டிச்செய்யப்பெற்ற எங்கள் சூத்திரங்களைக் கிருபையினாலே கடல்சூழ்ந்த பூமியிலுள்ள(மேலோர்) யாவரும் அங்கீகரித்து இகபரசாதகம் பெறும்பொருட்டு அபேக்ஷிக்கின்றோமாகையால் இவ்வறுபத்து நால்வருக்கும் எங்கள் சூத்திரம் உரியதாகும்படிக் கொடுக்கின்றோம் என்று சொல்லக்கேட்ட ஞானமுனிவர் சொல்வார். (எ-று.) (ரு)

பெருக்கியசி ரௌதமொடு பேசுறுசா காபாகத்
திருக்குமுதன் மூவ்வேதத் தியன்றவேற் றுமையுளபோற்
றிருக்கிலதர் வணத்துமுள திலங்கிரவி செழும்பெயராற்
றரித்தவீ ரொன்பதென்னும் பகுதியதச் சாகையே.

(இ-ள்.) இருக்கு முதலாகிய மூன்றுவேதங்களிலும் அதிகரித்த ஸ்ரௌதபாகங்களிலும் சாகாபாகங்களிலும் அமைந்த வேற்றுமையிருப்பதுபோல் குற்றமற்ற அதர்வணவேதத்தும் பிரகாசிக்கின்ற சூரியனுடைய பெயரினாலே சூட்டப்பட்ட பதினெட்டுக் கண்டங்களையுடைய சாகையிருக்கின்றது. (எ-று.)

'ஸூர்யஸாகா' எனச் சூரியனாலுணர்க்கப்பட்டது பதினெட்டுக்கண்டங்கள் என்க. (சு)

திசைவிளக்கும் பரிதியெழிற் சித்திரகுத் தத்தனையற்
கிசைபெறவவ் வேதமொடு சூத்திரமீந் திருத்தலினா
னசைகொளவன் வழிவருமிவ் வறுபத்து நால்வருக்கும்
வசையிலநுட் டானமது குலத்துரிமை வழக்கத்தால்.

(இ-ள்.) திக்குகளைத் தன் பிரகாசத்தினால் விளக்குகின்ற சூரியபகவான் அழகிய தன் புத்திரராகிய சித்திரகுப்தருக்குக் கீர்த்தியுண்டாகும்படி அவ்வதர்வண வேதத்தையும் சௌரமான சூத்திரத்தையும் கொடுத்திருப்பதால் விரும்புகின்ற அச்சித்திரகுப்தர் வம்சத்திலுதித்த இவ்வறுபத்துநான்கு சீர்க்கணக்கருக்கும் வம்சத்துக்குரிய வழக்கத்தினால் அவ்வேதமும் சூத்திரமுமே அநுஷ்டானத்திலிருக்கவேண்டியதாகும். (எ-று.) (எ)

ஆயினுமீங் குங்கணெறி யாமோதித் திவ்வழியே
மேயிடுக நற்சௌர மானவிதி விள்ளாமற்
றூயகிரி யைகளாற்றிச் சொலற்கரிய பேறெய்தித்
தீயவெலா மொருவியிவர் சிறக்கவென விதித்திட்டான்.

(இ-ள்.) ஆனாலும் உங்கள் சூத்திரத்தை அநுசரித்து விசேஷித்த சௌரமான விதி நீங்காமல் இவ்வழியே நடக்கக்கடவார்கள். மேலும் பரிசுத்தமான சௌரமான சூத்திரப்பிரகாரமான கர்மாநுஷ்டானங்களைச்செய்துகொண்டு குற்றமெல்லாம் நீங்க இவர்கள் சிறந்துவாழ்க என்று அந்த ஞானமஹாரிஷி திட்டஞ்செய்தார். (எ-று.) (அ)

குலநெறிநிறுவிய சருக்கம் முற்றும்.

ஆகப்பாயிரமுட்படக் கூடிய செய்யுட்கள் உகூசு.

ஒன்பதாவது

*அவ்யகவ்யக்கிரியைகூறியசருக்கம்

(புராணிகர் கூற்று.)

தேனுகரச் சிறைவண்டர் செழுங்கமல முகமலர்த்தும்
வானவன்ருல் குலம்விளக்க வருமைந்தர் முகநோக்கி
யானகுல நெறிக்கமைந்த வவ்வியகவ் வியவிதிகண்
ஞானமுனி வரன்பண்டை நவின்றமுறை புகன்றிடுவாம்.

(இ-ள்.) சிறைகளையுடைய வண்டுகள் தேனுண்ணும்படிச் செழித்த தாமரைமலரை விரிக்கின்ற சூரியபகவானது பழமைபெற்ற வம்சம் விளக்க உற்பவித்த புத்திரர்களை நோக்கி அக்குலதர்மரீதியாகப் பொருந்திய சுபாசுபச் சடங்குகளைப் பழைய முறைப்படி ஞானமஹாரிஷி சொல்லியவண்ணம் கூறுவோம். (எ-று)

பண்டைமுறைநவின்ற கூறிடுவோம் என இயைக்க. பழையமுறை - சூரியன் தன் மரபினர்க்கென்று வகுத்த விதிகள். நவின்ற - விணைப்பெயர். 'வண்டுகள் தேனுண்ண ஏற்கனவே கொண்டுள்ள தாமரையைச் சூரியன் அலர்த்திவிட்டுபகரித்தாற்போல் ஞானமுனிவரன் அவ்வம்சப் புத்திரர்க்கென்றேற்பட்டுள்ள தர்மங்களை விளக்கியுபகரித்தான்' என வுள்ளுறைப் பொருள்கொள்க. (க)

(ஹவ்ய கிரியைத் தொகுப்பு.)

வேறு.

சன்மகா லத்துச் சடங்கபி தானஞ்
சாற்றுதல் தொட்டிலேற் றிடுகை
நன்மையன் னப்பி ராசனஞ் சௌளம்
நவிலுப நயனமே வதுவை
தன்மைசால் கருப்பா தானம்பூச் சூட்டு
றகைகொள்சீ மந்தபுஞ் சவனம்
புன்மைதீர் தினச ரியையநுட் டானம்
புரியுபா கருமமோம் புதலே.

(இ-ள்.) ஜாதகர்மம், நாமகரணம், டோலாரோகணம், அன்னப்பிராசனம்சௌளம், உபநயனம், விவாஹம், கர்ப்பாதானம், பூச்சூட்டல், சீமந்

தம், பும்சவனம், நித்யாநுஷ்டானம், உபாகர்மம் ஆகிய இக்கர்மங்களைப் பாதுகாக்க. (எ-று.)

ஜாதகர்மம் என்றது 'ஜன்மகாலத்துச் சடங்கு' என்றதனல் உபநிஷ்கிராமண முதலிய சடங்குகளுந் தழுவப்படும். 'நன்மை' என்று சிறப்பித்தவதனல் அன்னப்ராசன சௌளங்களும், 'நவில்' என்றதனல் உபநயனமும், 'தன்மைசால்' 'தகைகொள்' என்ற அடைமொழிகளால் கர்ப்பாதானசீமந்தாதிகளும், 'புரி' என்ற மிகையால் உபாகர்மமும் குறித்த காலவரையறைக்குட் செய்தல்விதி என்பதூஉம், 'புன்மைதீர்' என்ற விசேடணத்தால் போஜன விதி முதலியனவும் நித்யாநுஷ்டானக்கிரியை எனவே யடங்குமென்பதூஉம் பெற்றும். (உ)

இச்சருக்கத்துக் கவிகட்கெல்லாம் அடைமொழிகளிற் பயனுள்ளவற்றை மாத்திரம் தழுவி ஏனையவற்றை நீக்கியே உரை கூறுவாம். ஏனெனில் சடங்குகளைக் கிரமமாகக் கூறுங்கால் இடைக்கிடை அடைமொழிகளுக்கு முரைகூறுதல் சிறப்பன்மையின்.

(க-வது ஜாதகர்மம்.)

மகவுதோன் றியவீ ரைந்தின நீங்க
மறுதினம் பெற்றவர் புனரோய்ந்
தகமகி ழனுக்ஞை கொண்டியெ ராச
மன்னிய மங்கநி யாசம்
மிருபவித் திரந்தந் நெறிப்பிரா ணுயா
மத்தொடு சங்கற்ப மேவிப்
பகவனைங் கரனைப் பராய்ப்புண்ணி யாக
வசனமா னைந்துமுட் பருகி.

(இ-ள்.) சிசுபிறந்த பதினோராநாள் மாதாபிதாக்கள் செய்பவை :— மங்களஸ்நாநம், அநுக்ஞை, அங்கீகரித்தல், ஆசமன்யம், அங்கந்யாசம், பவித்திரம், பிராணுயாமம், சங்கற்பம், விக்நேஸ்வரபூஜை, புண்யாகவசனம், பஞ்சகவ்யம். (எ-று.)

அநுக்ஞை மந்திரம் தான்சொல்லப் புரோஹிதர் அங்கீகரித்தல் மரபு என்றற்கு 'அகமகிழ்' என்றும், ஆசமன்ய அங்கந்யாச ப்ராணுயாமங்கள் சைவ வைணவ மதங்கட்கு வெவ்வேறுதலின் அவ்வம்மதஸ்தர் அவ்வவற்றைச்செய்க எனற்கு 'தந்நெறி' என்றும், சைவர்கள் விக்நேஸ்வரபூஜை

செய்வதற்குப் பதிலாக வைஷ்ணவர்கள் விஸ்வக்சேனர் பூஜைசெய்க எனக் குறித்தற்குப் பொதுப்படக் 'கடவுள்' எனப் பொருள்தரும் 'பகவன்' என்றும் அடைமொழிகள் வேண்டப்பட்டன. 'பகவனேங்கரன்' என்பது 'பகவானுகிய ஐங்கரன்' என மற்றோர்பொருளில் இருபெயரொட்டுப்பண் புத்தொகையாம். பகவன் - ஆறுகுணங்களையுடையவன். அக்குணங்கள் ஐஸ வரியம், வீரியம், புகழ், திரு, ஞானம், வைராக்யம் என்பன. (௬)

(இதுவுமது.)

நாந்திசெய் தோங்கு மங்கிசந் தான
நலந்தரு மாயுளி ஹோம
மேந்துகூ விளமி ராறினு குதிதந்
திலங்கெரிப் பூசையு மியற்றி
ஆய்ந்தன சம்பா வனைமறை யோரை
யடிபணிந் தாரதி பெற்று
வாய்ந்தசீர்ப் பிரகற் பதிதனைப் பூசித்
தரும்பிரா யசசித்த மகிழ்வார்.

(இ-ள்.) நாந்திபூஜை, அக்கினிசந்தானம், ஆயுஸ்ஹோமம், அக்னியின் பேரில் புனர்பரிசேஷனம், வில்வசமித்துப் பனிரண்டு நெய்யில் தோய்த்துப் பனிரண்டு ஆகுதி, அக்னிபூஜை, உபசாரபூஜை, அபிவாதனம், ரக்ஷை, சம்பாவனை, பிராம்ஹணபூஜை, தக்ஷிணை, ஆசீர்வாதம், சுமங்கலி ஹாரதி, பிரகஸ்பதிபூஜை, பிராயசசித்தம் ஆகிய இவைசெய்வது. (எ-று.)

பிராயச்சித்தம், கர்மதோஷபரிகாரார்த்தம்.

ஒவ்வொரு சடங்குகட்கும் பிரதமத்தில் அநுக்ஞை, அங்கீகரித்தல், ஆசமன்யம், அங்கந்யாசம், பிராணுயாமம், பவித்திரம், சங்கற்பம், விக்நேஸ்வரபூஜை இவைகளும், இறுதியில் அபிவாதனம், ரக்ஷை, சம்பாவனை, பிராம்ஹணபூஜை, ஹாரதி, பிரகஸ்பதிபூஜை இவைகளும் பொதுவிதியாகுமாதவின் செய்யுட்களில் ஒவ்வொன்றுக்கும் அடிக்கடி கூறல் மிகையென்று விடப்படுமாயினும் கூறியதாகவே கொள்க. (எ)

(உ-வது நாமகரணம்.)

சிசுவினைச் சிரத்து நெய்யிடைத் தோய்த்த
செவ்விமுத் தருப்பையா னீரா
விலைசபெறத் தீண்டி யிரவியை யன்னை
யெழில்பெறக் காட்டிவர் திருப்ப

நசைமிக வரிசித் தட்டின்முக் கோடு
நாட்டியாண் டொடுமெதி நவில்பேர்
வசையறக் கனகாங் குலியினுற் றந்தை
வரைந்துபூ சித்திடல் வழக்கால்.

(இ-ள்.) அப்பதினோராம்நாளிலேயே நாமகரணமும் செய்தல்; அதன் கிரியை :—அநுக்ஞை...புண்யாகவசனம், நாந்தி பூஜை, மூன்றுதருப்பையை ஆஜ்யத்தில் (நெய்) தோய்த்துச் சிசுவின் சிரசில் ஸ்பரிசித்து (தடவி)ப் பின் நீரில்தோய்த்து ஸ்பரிசித்தல், சிசுவைத் தாயார் வெளியிற்கொண்டு வந்து சூர்யதரிசனஞ்செய்வித்தல், தாம்பாளத்தில் அரிசிபரப்பி பிதா பொன் மோதிரத்தினுல் மூன்றுகோடிழுத்து முதல் கோட்டில் வருஷநாமஞ், இரண்டாவதில் மாசநாமஞ், மூன்ருவதில் வியவஹாரநாமஞ் என்று எழுதி உபசாரபூஜை செய்து பேரிடல், அபிவாதனம்...பிரகஸ்பதி பூஜைசெய்தல். (எ-று.) (ரு)

(ங-வது டோலாரோகணம், சு-வது அன்னப்ராசனம்.)

நற்சுமங் கலிகட் கரிசனம் பாகு
நல்கிலை குங்கும நல்கிப்
பொற்சமைத் தொளிகொ டொட்டிலேற் றிடுக
புகுமதி யாறினி னந்தி
யெற்செறி யெரிசந் தானநூற் றெட்டா
மெழில்பெறு கூவிளஞ் சமித்தான்
முற்செயா குதியி னவிசன மகவாய்
மும்முறை யருத்துதன் முறையே.

(இ-ள்.) அநுக்ஞை முதல் புண்யாகவசனம் வரையில் செய்தபின் மஞ்சள், குங்குமம், தாம்பூலம் நாரிகேள சகிதம் சுமங்கலிகட்குக் கொடுத்துத் தொட்டிலேற்றிச் சம்பாவனை முதலியசெய்தல். சிசுப்பிறந்த ஆறுமாதம் அநுக்ஞை...புண்யாகவசனம், நாந்தி, அக்னிசந்தானம், ஷை புனர்பரிசேஷனம், ஆஹுதி கoஅ வில்வமிசத்து ஆஜ்யத்தில் தோய்த்து, ஆஹுதி அவிசு அன்னத்தைப் பரமான்னத்தோடு கலந்து மூன்றுதரம் பிதா மாதாகரத்திற் கொடுக்க அவள் சிசுவுக்கு விநியோகித்தல், அக்னிபூஜை முதலியன செய்தல். (எ-று.)

நாரிகேளம்-தேங்காய், அரிசனம்-மஞ்சள். (சு)

(ரு-வது சௌளம்.)

நாணலாஞ் சமித்தை யைநதிறை குதியு
நல்கியைந் தருப்பைகள் சிரம்வைத்
தாணமொ டுரோமஞ் சகிதமாய்க் கண்டித்
தட்சதை சொரிந்துகோ மயத்தோ
டேணுறச் சேர்த்தான் முதுகினி லிடுத
லேன்றவா சிகைகொள லென்பார்
பூணுநூன் மன்றற் கலசபா லிகைகள்
பூட்டுமொ விளங்குறப் புகல்வாம்.

(இ-ள்.) அநுக்ஞை...புண்யாகவசனம், நாந்தி, அக்னிசந்தானம், புனர்பரிசேஷனம், பின் நாணல்சமித்து இருபத்தைந்து ஆஜ்யத்தில் தோய்த்து ஆஹுதி, இரண்டு தர்ப்பத்தைச் சிரசில் வைத்து ரோமசஹிதம் கண்டித்துச் சிரசில் அக்ஷதை சமர்ப்பித்தும் கண்டனமான ரோமதர்ப்பங்களைச் சாணத்துடன் தொன்னையிலேற்றுப் பசுவின் முதுகிற்சேர்த்துவிடுதல், சாம்பிரதாயப்படி சிகைவைத்து வபனஞ் செய்துகொள்ளல், அக்னிபூஜை முதலியன. இனி உபநயனம், விவாகம் முதலியவற்றுக்குரிய கலசபாலிகா ஸ்தாபனக்கிரமத்தை முறைற்கட் கூறுவோம். (எ-று.)

* 'என்றவா' எனச் சிறப்பித்தவதனால், புத்திரன் பிறந்த மூன்றும் வருஷத்தில் அஸ்வனி நட்சத்திரத்தில் துலாலக்னத்தில் சௌளகர்மம் செய்தல் விதி என்றறிக. (எ)

(உபநயன விவாஹாதிகட்குக் கலசபாலிகா ஸ்தாபனம்.)

மண்டபந் தனிற்பொற் பீடமீப் பெய்த
வல்சிநாற் சதுரமா யமைந்துக்
கொண்டநீர்க் கரகத் தரதன மிட்டுக்
குளிர்நறுஞ் சூதபத் திரமே
லெண்டக நாரி கேளமு மதன்மீ
தெள்வமி தருப்பைகூர்ச் சமும்வைத்
தொண்டளச் சாந்தட் சதைபுனைந் தாடை
யுடுத்துயர் பிரதிமை யிலக்கி.

(இ-ள்.) மந்திரசஹிதம் மண்டபத்தில் ஆசனத்தின்மேல் தண்டுலம் (அரிசி) சதுரமாகப்பரப்பிக் கந்தாக்ஷதையணிந்து கடம் (கலசம்) ஸ்தாபித்து அதில் கங்கை நிரப்பி உள்ளே இரத்தினம் (ஸ்வர்ண புஷ்பம்). இட்டு

மாங்கொத்தைச்சேர்த்து மேல் நாரிகேளம் வைத்து அதன்மேல் தர்ப்பை கூர்ஜம் சேர்த்துக் கடத்திற்கு வஸ்திரம்சாத்திக் கலச ஆவாஹன தேவதை பிரதிமை செய்து. (எ-று.)

வல்சி - அரிசி. சூதபத்ரம் - மாந்தழை. (அ)

(இதுவுமது.)

இனிதுறக் கீழ்வைத் தைம்பெருங் கலச
மிந்திரன் றிக்கினி லிரண்டு
புனிதனுஞ் சித்ர குத்தருக் கொன்று
பொருந்துகே தாரிக்கொன் றுமக்
கனிவுட னிரவி குலகுரு வோடு
கந்தர்வர் தமக்குமுக் கலசந்
தனியுற நிரலே நிறுவியல் விரவி
தன்கல சத்தினைச் சூழ.

(இ-ள்.) அந்தந்தக்கலசத்தினடியில் வைத்து, கிழக்குத் திக்கிலே முதல் வரிசையாக இரண்டுகலசம், அதாவது சித்ரகுப்தர் பத்னிசகிதம் ஒன்று, கேதாரியம்மன் கலசம் ஒன்று; இரண்டாவது வரிசையாக மூன்று கலசம், அதாவது ஆதித்தன் பத்னி சகிதமாக ஒன்று, குலகுரு ஒன்று, கெந்தர்வ கலசம் ஒன்று; இங்ஙனம் அமைத்துச் சூரிய கலசத்தைச் சுற்றிலும். (எ-று.) (கூ)

(இதுவுமது.)

அமைத்தபா லிகைகண் மணலிடு மேடை
யட்சதை சந்தன மணிந்து
கமைகொள்வன் மீக மிருத்திகை நிரப்பிக்
காணுமா விலைகளுன் மூலைக்
கமுதமே விராயொன் பான்வகைத் தான்ய
மடைவினிற் சேர்த்துத லகவை
சமமிரு மைந்து முதனவங் காறுஞ்
சாருப நயனமுத் தமமே.

(இ-ள்.) பாலிகைகள் பனிரண்டு; மந்திரசகிதம் மணலை நான்கு திக்கிலும் ஸ்தாபித்துப் பாலிகைகட்கு சந்தன குங்குமத்தை சமர்ப்பித்து மணல் மேல் அமைத்து உள்ளே புற்றுமண் சேர்த்து பாலிகை ஒவ்வொன்றிலும் நான்கு மூலைக்கும் நான்குமாவிலை சேர்த்துப் பாலிகையில் நவதான்யத்தைக் கலந்து அதனுள் சேர்ப்பிக்க. உபநயன காலவரைமுறையாவது புத்திரனது ரு-வயசு முதல் கூ-வயசு வரையில் உத்தமம், மேல் அதமம். (எ-று)

'அடைவுற' என்றார் மாங்கல்ய ஸ்திரீகள் நவதான்யமிடல் வழக்க மென்பதறிவித்தற்கு. (௬௦)

(கூ-வது உபநயனம், இதுமுதல் ஐந்துகவிகளாற் கூறுகின்றார்.)

இருந்துபொற் றம்ப மங்கலக் கொடியா
 ரோகண மியல்புளி யியற்றித்
திருந்திய கலசத் தவ்வவர் பூசை
 செய்யபா லிகையொடு செய்தே
பொரிக்கட வுளின்சந் தானமற் றுதக
 சாந்திநீ ரின்புட னாட்டல்
கருத்தினு லாவா கனப்பெருந் தெய்வங்
 களுக்குநற் பூசைசெய் வதுவும்.

(இ-ள்.) ('இயல்புளி' என்றமையால்) மாதாபிதாக்கள் மங்களஸ்நானஞ்செய்தல், அநுக்ஞை...புண்யாஹவசனம் செய்தபின், ஸ்தம்பப் பிரதிஷ்டை, சுபத்வஜாரோகணம், கலசம், பாலிகை பூஜை, அக்னிசந்தானம், பிள்ளைக்கு உதகசாந்தி நீரால் ஸ்நாநஞ்செய்வித்தல், இரண்டாம்நாட்காலை ஆவாஹன தேவதைபூஜை செய்வித்தல். (எ-று.)

'மற்றுதக சாந்தி' என்றதனால் முதல்நாள் மாலை உதகசாந்தி செய்த நீரால் இரண்டாம் நாள் காலை பிள்ளையை ஸ்நாநமாட்டுதல் விதியாம். (௧௧)

மற்றைநாட் காலை வபனமேற் றூய்மை
 மாலிகை புனைந்துகங் கணங்கை
பெற்றிடத் தரித்துப் பாலரோ டுண்டி
 பேணியே சங்கற்ப முரைத்துப்
பற்றிய முந்நூ லணிதலின் றோரைப்
 பரவுத னாந்தியுத் தரியஞ்
சுற்றியே காயத் திரியுப தேசஞ்
 சொன்முறை தந்துநல் குவதே.

(இ-ள்.) பிள்ளைக்கு வபனம், ஆசமன்யம்...பிராணயாமஞ்செய்வித்தல், மாலை (அம்மான்) தரித்தல், சுபத்வஜாரோகணத்துக்கும் பிள்ளைக்குங்கங்கணந் தரித்தல், குமாரபோஜனம், சங்கற்பஞ்சொல்லி யக்ஞோபவீததாரணம், பிதுர் மாதுர்பூஜை, நாந்தி, உத்தரீயம் கொடுத்தல், ஆசமன்யம்...பிராணயாமஞ்செய்து சங்கற்பஞ்சொல்லி மாதாபிதாக்கள் நடுவில் புத்திரனிருந்துப் பட்டுவஸ்திரத்தால் மூடிப் புத்திரன்செவியில் பிதா காயத்திரிமந்திரம் மூன்றுதரம் அநுக்ரஹித்தல். (எ-று.)

ஆசமன்யாதி சடங்குகளை 'தூய்மை' என்றவளவிலடக்கினார். மேல் 'சுத்தி' என்பதூஉமது. 'பற்றியமுந்நூல்' என்ற சிறப்பினால், யக்ஞோபவீததாரணமானவுடன் பொன்வெள்ளி பூணூல் மரியாதை செய்பவர்கள் செய்யுந் தாந்த்ரீகவிதி கொள்க. 'சொன்முறை' என்றமையின் வலது செவியிற் காயத்ரீமந்திரமுபதேசிக்கும் வழக்கமும் அதுமுதல் சந்தியாவந்தனம் செய்யவேண்டுதலுங்கொள்க. (கஉ)

முஞ்சிதா ரணம்பின் னசினமுந் தண்ட
    பலாசமுமுறைவழி யேற்று
விஞ்சிய சமிதா தானமேற் பலியேற்
    றிவேது வெந்தழற் பூசை
தஞ்சுற வபிவா தனமிரட் சையுஞ்சம்
    பாவனை வேதியர் பூஜை
வஞ்சிய ரொடுக்கு மாரதி பெறுதன்
    மாலையிற் செய்வகை வகுப்பாம்.

(இ-ள்.) முஞ்சிதாரணம், அஜினம் (மான்தோல்) பூணூலிற்கட்டுதல், தண்டபலாசங் கொடுத்தல் ('முறைவழி' என்றமையால், ஷை தண்டபலாசம் புரோஹிதர்தரப் பிள்ளை வலக்கையால் வாங்கி இடது புயத்தில் வைக்க வேண்டும்), சமிதாதானம், பிக்ஷையேற்றல் (பிள்ளை, தாயார் அம்மாமி முதலியோரிடத்தில் அரிசி பிக்ஷை வாங்குதல்), அக்னிபூஜை, அபிவாதனம் ('தஞ்சுற' என்றது இருகாமும் இருசெவியில்வைத்து நமஸ்கரிக்கும் கிரமம் விளங்கற்கு), ரக்ஷை, சம்பாவனை, பிராம்ஹணபூஜை, கோஷ்டிகளும் புரோகிதரும் ஆசீர்வாதம், அபிவாதனம், ஹாரதி. இனி யிரண்டாநாள் மாலையிற் செய்யும் சடங்குகளாவன (எ-று.)

கடங்கொளு மாவா கனர்பெரும் பூசை
    காட்டுறு சமிதையிற் றானந்
தொடங்குமா மறையோர் பூஜைசெய் தாசி
    யேற்றலா ரதியிவை தொடர்பாஞ்
சடங்குநா லாநாள் வரைக்குமாங் குண்டத்
    தழறனை யெஞ்சிய வோமந்
திடங்கொள்கர் தருவ னிரவிக்கும் புரிந்து
    செந்தழற் பூசைமுற் றுவதே.

(இ-ள்.) கலச ஆவாஹன தேவபூஜை, சமிதாதானம், பிராம்ஹண பூஜை, ஆசீர்வாதம்பெறல், ஹாரதி; இவைகளே நான்காந்தினம் வரையிலும் ஒவ்வொரு நாளிலும் காலை மாலை செய்யத்தக்கவைகளாம். (இனி

ஐந்தாநாட்காலையில்) ஆவாஹன தேவதைபூஜை, சமிதாதானம், சேஷ ஹோமம் (குண்டத்திலிருக்கும் அக்னியைத் தரையிற் கொட்டிச் செய்தல்), கர்தர்வஹோமம் சூர்யஹோமம் (ஒவ்வொன்றும் பனிரண்டு ஆகுதி), அக்னி பூஜை (மிச்ச ஆஜ்யத்தில் பெல்லம்சேர்த்துப் பூர்ணாகுதி), அபிவாதனம், ரக்ஷை. (எ-று.) (கசு)

வேதியர்ப் பூசித் துடன்புனர் பூசை
மேவுமா வாகனர்க் கியற்றிப்
போதுறழ் கரகங் கணவிசர்ச் சனையாம்
புரோகிதர் பூஜைசெய் தனுப்ப
லோதுபா லிகைகங் கையினிடை விடுத்த
லுத்தம மைந்தின முரைப்ப
மாதுநிச் சயித்து மன்றமா மணஞ்செய்
வரன்முறை கூறுதுங் கேண்மின்.

(இ ள்.) பிராம்மண பூஜை, ஆசீர்வாதம், ஆவாஹனதேவதைகளுக்குப் புனர்பூஜை, கங்கண விசர்ஜனம் ('போதுறழ்கரம்' என்றதனால் முன்பு சுபத்வஜாரோகணத்திற்கும் பின் பிள்ளைக்கும் விசர்ஜித்தல் முறையெனக் கொள்க), ஹாரதி, பிரகஸ்பதிபூஜை செய்தனுப்புதல், பாலிகைகளைச் சம்பி ரதாயப்படி கங்கையில் விடுத்தல். உபநயனம் ரு-நாள் உத்தமம். (ந-நாள் மத்திமம், க-நாள் அதமம்). இனிக் கன்னிகையை நிச்சயித்து விவாகஞ் செய்யுங் கிரமம் கூறுவோம். (எ-று.)

'மாதுநிச்சயித்து' என்று தோற்றுவாய் செய்தடுத்தாற்போல் 'மன்ற' (நிரம்ப) எனக் கூறிய சொல்லாற்றலால், 'நிச்சயதார்த்தம்' மந்திரநெறி யன்று, வாக்குத்தத்தமேயாம் என்றும், அவை வழக்கம்போற் கொள்க வென்றும் கூறினராயிற்று. (உரையிற்கோடலென்னுமுத்தியால்). நிச்சய தார்த்த விதியாவன :—வதுவரவார்சுகள் விக்னேஸ்வரபூஜை முடித்து இரண்டு தாம்பாளத்தில் வெவ்வேறாக சந்தன புஷ்ப தாம்பூல குங்கும மஞ் சள் சகிதம் நாரிகேளம் ஸ்தாபித்து அதன்மேல் கேதாரியம்மனைப் பூஜித்து வரனுடையவும் கன்னிகையினுடையவும் வர்க்கப்ரவரங்களையுச்சரித்துக் கன்னிகை வார்சுகள் 'கன்னிகையை நிச்சயதார்த்தம் செய்து கொடுத் தேன்' என்று கூறி வரனது தாம்பாள திரவியங்களைக் கன்னிகைமடியில் கட்டுவது. கன்னிகைவார்சுகளிடமிருந்து முகூர்த்த பத்திரிகை சஹிதம் மற்றொரு தாம்பாள திரவியங்களை வரனுடைய வார்சுகள் பெற்றுக்கொள் வது. (கரு)

(எ-வது விவாஹவிதி, இதுமுதல் கஎ-கவிகளால் கூறுகின்றார்.)

பூமலி நறுநீ ராடிய பெற்றோர்
புதல்வனோ டநுக்ஞைமுற் புரிந்து
வாமமார் தம்ப நாட்டிமேற் றுவசம்
வயக்கியைங் கலசம்பா லிகைக
ளேமுறப் பூசித் தங்கிசந் தான
மியல்சமி தைபிற்புரி தான
நேமமார் தெய்வ மிருடிகள் பிதிர்க
டர்ப்பண நெறிமுறை சேர்ந்தே.

(இ-ள்.) விவாஹபிள்ளையின் மாதாபிதாக்கள் புத்திரசகிதம் மங்கள ஸ்நானஞ்செய்து அநுக்ஞை...புண்யாஹவசனம், ஸ்தம்பப்பிரதிஷ்டை, சுப த்வஜாரோகணம், ஐந்துகலசத்திற்கும் சூரியகலசத்தைச் சுற்றியுள்ள பாலிகை பனிரண்டுக்கும் பூஜை, பிள்ளையின் பெற்றோர் அக்னிசந்தானம், பிள்ளை சமிதாதானம், தேவ, ரிஷி, தேவபிதுர் தர்ப்பணங்களுஞ்செய்தல்.(கசு)

மைந்தனை வபனஞ் செலுத்தியே கன்னி
மாதரு பிதுரிவர் விரதச்
செந்தழற் சந்தா னம்புரிந் தவட்குச்
செனனகா லம்முதற் சடங்கு
தந்துமா மகற்கு மணவுடை முந்நூ
றரித்தெழிற் கங்கண முடனே
சுந்தரன் றேச யாத்திரை வடபா
லேகலுந் தொடர்ந்தினி தழைத்தே.

(இ-ள்.) பிள்ளைக்கு வபனம், கன்னிகை மாதாபிதாக்கள் அக்னிசந்தானம், கன்னிகைக்கு ஜாதகர்மம், நாமகரணம், அன்னப்ராசனஞ் செய்தல், பிள்ளைக்கு முகூர்த்தவேஷ்டி கொடுத்து உபவீதம் தரித்தல் (பொன் வெள்ளி பூணூல் மரியாதை செய்பவர் செய்தல்), கங்கணம் ('எழில்' என்றதனால் முந்தி சுபத்வஜாரோகணத்திற்கும் பின் பிள்ளைக்கும் தரித்தல் கொள்க), பிள்ளை தேசயாத்திரை வடக்குமுகமாகச் (சம்பிரதாயப்படி மூட்டைகட்டிக்கொண்டு) செல்வது, கன்னிகையின் மாதுர் பிதுர்கள் வரனை அழைத்து வந்து. (எ-று.) (கஎ)

அணங்கனை யீன்றோர் தாம்வர பூசை
யாற்றிமா மனையிடைக் கொடுபோய்
வணங்குறு கங்கை பூசையக் கன்னி
வடபுலம் புக்கன ளியற்றி

யிணங்குபொன் னூஞ்சலேறிமா மாலை
யிவனெனக் கன்பனென் றிடலூ
மணம்புரி வரற்கு விரலணி கன்னி
மாதையீன் றவன்றரித் திட்டலே.

(இ-ள்.) விவாஹ பிள்ளைக்குக் கன்னிகையின் பெற்றோர் வரபாத பூஜை செய்தல், கன்யை உத்தரதிசையிற்சென்று கங்கைபூஜை கலசத்திற் செய்தல் ('வணங்குறு' என்ற விசேடணத்தால் காதோலை, கரியமணி, வளையல், மஞ்சள், சீப்பு வைத்துப்பூஜிக்கும் சம்பிரதாயம்கொள்க), கன்னி யூஞ்சலேறி பிள்ளைக்கு மாலைதரித்தல், பிள்ளைக்குக் கன்னியின்பிதா மெட் டெத்தரித்தல். (எ-று.) (கசு)

மெல்லியா டாளி லுப்பிடே மணிப்பூண்
மேவுறு வரன்பிதா வணிய
நல்லெழி லாட்குக் கடிமணச் சேலை
நல்கியே கங்கண மிடக்கைப்
புல்லுற விவர்க டங்கள்பெற் றோரைப்
பூசைசெய் தகங்குளிர்ப் பூற
வெல்லையின் மகிழ்ச்சி யெய்திய பின்ன
ரிலங்கெரிக் கடவுளைத் துதித்தே.

(இ-ள்.) பிள்ளையின் பிதா கன்னிகையின் பாதத்தில் உப்புச்சொரிந்து ஆபரணம் பூட்டுதல், கன்னிகைக்கு முகூர்த்தவஸ்திரம் கொடுத்தல், பெண் ணுக்குக் கங்கணம் இடதுகையில் மாப்பிள்ளை தரித்தல், பிள்ளையும் பெண் ணும் தங்கள் மாதூர் பிதூர் பூஜையும் அக்னிபூஜையுஞ்செய்வது. (எ-று.) ()

அங்கிசந் தானம் புரிந்தபின் னிவர்த
மன்புடைத் தாதையர் தமக்குத்
தங்குமா சமன்ய மாதியாம் புனிதச்
சடங்குசெய் தவ்வரன் றந்தை
செங்கரக் கனகாங் குள்யம்பெண் டந்தைக்
கீதலுஞ் சிந்தையுண் மகிழ்ந்து
துங்கமா சங்கற் பம்முறை கூறிச்
சூத்திர கோத்திரஞ் சொலலே.

(இ-ள்.) பெண்ணும் பிள்ளையும் அக்னிசந்தானஞ்செய்தல், கன்னிகை பிள்ளை இவர்கள் பிதாக்கள் ஆசமன்யம் ..பிராணுயாமஞ்செய்து வரன்பிதா கன்னிகைபிதாவுக்கு கனகாங்குள்யம் கொடுப்பது, கன்னிகை பிதா மஹா சங்கற்பஞ்சொல்லிக் கோத்திர சூத்திரம் உச்சரிப்பது. (எ-று.) (உ0)

பிள்ளையி னருகிற் பெற்றவ ரெய்திப்
பெண்பிதா நெற்பொலி குவையுற்
றுள்ளுறை தட்டி னரிகே ளத்தை
யோரிரு கரங்களாற் பற்றுங்
கள்ளவிழ் குழற்பூங் கோதையை மனைவி
கலந்தபா னீர்பெயக் கொடுப்ப
வள்ளலின் கரம்பின் பற்றியே மகிழ்ந்து
வாங்குதல் பண்டைநூல் வழக்கால்.

(இ-ள்.) கன்னிகைபிதா விளக்கோட்டையின் மேலிருந்து தட்டில் தண்டுல தாம்பூல நாரிகேளம் தக்ஷிணைசகிதம் வைத்துத் தன் துடையின்மே லிருக்கும் பெண் நாரிகேளத்தை இருகைகளாலும் பற்றிக்கொள்ள, மாதா தாரைநீர் பாலுடன் ஊற்ற, பிள்ளையின் மாதா பிதாக்கள் சமீபத்திலிருந்து புத்திரன் கையைப்பற்றிக் கன்னிகையை பெற்றுக்கொள்ளுதல். (எ-று.) ()

பதிமனை யாட்கு மவண்மகிழ் நனுக்கும்
பண்புட னேர்பிர மாணந்
துதிகொண்மாங் கல்ய பூசைசெய் தாசி
சொல்லியே பெரியவர் தொடவு
மதிபெற நுகத்தின் புழைவழி முக்கான்
மாற்றியே மாதவள் கழுத்தி
லதிரவாத் தியங்க டீபமுன் னிலையா
யணிபெறப் பூட்டுத லழகால்.

(இ-ள்.) கன்னிகைக்குப் பர்த்தாவும் பர்த்தாவுக்குக்கன்னிகையும் பிரமாணம், மாங்கல்யபூஜை, கோஷ்டிகள் ஆசீர்வதித்து மாங்கல்யத்தை ஸ்பர்சித்தல், நுகத்தடி துவாரத்தில் மாங்கல்யசூத்திரத்தை மூன்றுதரம் மாற்றிப் புரோஹிதர் கையில்வைத்துக்கொண்டு மந்திரம் மூன்றுதரம் பிள்ளையாற் சொல்வித்து அக்னிக்குக்காட்டித் தான் ஒருதரம் பிள்ளை ஒருதரம் ஷை மந்திரத்தை உச்சரித்துத் தீபசகிதம் மாங்கல்யந்தரித்தல். (எ-று.)

'அழகால்' என்றமையின் சேஷையிட்டு ஆசீர்வதித்தலும் புஷ்பமாரி பொழிதலுங் கொள்க. (௨௨)

பட்டமே தரித்தற் குரியவர் தரிப்பப்
பைம்பொனே தண்டுலந் தருப்பை
தொட்டிர வியையும் புவியையு நோக்கித்
தூயவா குதிகளீந் தன்பா

விட்டநெற் பொரிபெண் ணுடன்பிறந் தோனே
யீவதைக் கணவன்கைக் கொடுக்கும்
வட்டமா மதிநேர் முகத்தவ ளோடு
மண்டபம் வலம்வரு காலே.

(இ-ள்.) தம்பதிகளுக்குப் பட்டந்தரிப்போர் தரித்தல், ஹிரண்யம் (ஸ்வர்ணபுஷ்பம்) தண்டுலம் தருப்பை இவற்றைக் கையால் தொட்டுக் கொண்டு சூரியனையும் பூமியையும் பார்த்து அக்னி ஆஹுதி, மண்டபப் பிரதக்ஷிணம் ஒவ்வொன்றுக்கும் ஒவ்வோராஹுதியாகப் பெண்ணின் ப்ராதா (சகோதரன்) பெண்ணின் கையில் நெற்பொரிகொடுக்க அவள் பர்த்தா கையில் கொடுத்து மூன்று ஆஹுதி. (எ-று.) (உ௩)

ஆகுதி மூன்று தரமளித் தேதன்
னருயிர்த் துணைவிசோ தரற்கு
மாகன கஞ்செய் மோதிர முதவி
வலம்பெறு தழறனைப் பூசித்
தோகைகொள் ளபிவா தனமுட னிரட்சை
யுற்றசம் பாவனை மறையோர்க்
காகிய பூசை வணக்கமும் புரிந்தே
யாசிபெற் றூரதி கொளலே.

(இ-ள்.) பெண்ணின் ப்ராதாவுக்குப் பொன்மோதிரம் மரியாதைசெய்து அக்னிபூஜை, அபிவாதனம், ரக்ஷை, சம்பாவனை, ப்ராம்ஹணபூஜை, தம்பதிகள் நமஸ்காரம், ஆசீர்வாதம், புரோஹிதர் மஹாஆசீர்வாதம், ஹாரதி இவை நடத்துக. (எ-று.) (உ௪)

செய்யமண் டபத்தை வலனுறு காலை
சேர்தரு கவுரிபூ சித்துத்
தையலின் வலத்தா ளம்மிவைத் தேயுத்
தரத்தருந் ததிதனைக் காட்டித்
துய்யமாங் கலியஞ் சுபக்கொடி தனக்குந்
தோன்றுகே தாரியம் மனுக்கு
மெய்யுற மங்கை காட்டலுங் கனிபா
லுண்பது சோபன மிகவே.

(இ-ள்.) மண்டபப் பிரதக்ஷிணஞ்செய்யும்போது அம்மியின்மேலுள்ள கௌரிதேங்காய்க்கு உபசாரபூஜை, பெண்ணின் வலதுபாதம் அம்மியில் பர்த்தா தூக்கிவைத்தல், அருந்ததிகாட்டல், மாங்கல்யத்தைப் பெண் சுப

த்வஜாரோஹணத்துக்கும் கேதாரியம்மனுக்குங் காண்பித்தல், வீதிக்குச் சென்று பால் பழம் அமிசை, சுமங்கலிகள் சோபனம்பாடுதல். (எ-று.) (உரு):

பிரதம தினத்து மாலையா வாக
 னப்பெருங் கடவுளர்ப் பேணி
யெரிபின்சந் தான மியற்றிநல் லபிவா
 தனமுட னிரட்சைவே தியரைக்
கருதலா ரதிமண் டபம்வலங் கொண்டு
 கவுரிபூ சித்தமு தருந்த
லுரியதிச் சடங்கு நாடொறும் வருமே
 லுரைக்குதுஞ் சிறப்பமைந் தவையே.

(இ-ள்.) ஆவாஹன தேவதாபூஜை, அக்னிசந்தானம், அபிவாதனம், ரக்ஷை, பிராம்ஹண பூஜை, ஆசீர்வாதம், ஆரதி, மண்டபப்பிரதக்ஷிணகாலம் கௌரி பூஜை, பால் பழம் அமிசை. இக்கவியிற்கூறிய சடங்குகள் விவாஹ பூர்த்திவரையிலுந் தினேதினே வருமாகையால் அவற்றை நீக்கி விசேஷ விதிகளை மாத்திரம் இனிச் சொல்வோம். (எ-று.) (உகூ)

இரண்டெனுந் தினத்துக் காலையில் வாச
 மினியகந் தப்பொடி முதலாய்த்
திரண்டவி ளையாட் டக்கினி வலமாஞ்
 செப்புமம் மாலைபொன் னூஞ்சல்
மருண்டமா னேக்கின் மாதர்தாம் பசைத்த
 னகர்வலம் வரலென வழுத்து
மரண்டா மூன்றாங் காலைவான் புவிநட்
 டாகுதி தருப்பையா லளித்தல்.

(இ-ள்.) இரண்டாநாட்காலை கெந்தப்பொடி உற்சவம், பூச்செண்டாடுதல் முதலானவை, ஆவாஹனதேவதா பூஜை, அக்னிசந்தானம், அக்னி பிரதக்ஷிணம், அக்னிபூஜை, அபிவாதனம்...பால்பழம் அமிசை, ஊர்கோலம், ஊஞ்சல்; மூன்றாம்நாள் ஆவாஹன பூஜை, அக்னிசந்தானம், தம்பதிகள் தர்ப்பத்தையெடுத்து நுனியை ஆகாயத்திற்குக் காட்டி அடியைப்பூமியில் நாட்டி அக்னியில் ஆஹுதி. (எ-று.) (உஎ)

சருவதே வதைகள் பூசைவே திகைக்குத்
 தக்கிணங் கலசமொன் றமைத்து
மருவிய சுயதா னத்திடை விடுத்தல்
 வடக்கினிற் கூர்ச்சமிட் டினிதாய்ப்

பருவமார் திதிகட் கன்னவா முடித்தல்
பண்பறிந் தாங்குநா லாநாட்
பெருமைகூர் நாக வல்லிசீ ராடிப்
பிறங்குபூ தேவியைத் தொழலே.

(இ-ள்.) அக்னிகுண்டத்துக்குத் தென்புறம் ஒருகலசம்வைத்து சர்வ தேவதாபூஜைசெய்து யதாஸ்தானம் விடுவது, உத்தர திக்கில் கூர்ஜம் யோட்டு திதிபூஜை, யதாஸ்தானம் விடுவது; அக்னிபூஜை முதலியன; மூன்றாம்நாள் மாலையில் ஆவாஹனதேவதா பூஜை ..பால்பழம் அமிசை; நாலாம்நாள் நாகவல்லி, தம்பதிகள் மங்களஸ்நாநம், ஆவாஹன பூஜை, அக்னிசந்தானம், பூமியைச் சேவிக்க. (எ-று.) (உஅ)

ஒப்பரு மருகன் றனக்கொர் துப் பட்டா
வுதவுத லீன்றவர் பூசை
செப்புமம் மாலை யருந்ததி யறுமீன்
றிகழுரோ கணிசித்ரா வசுவே
மெய்ப்பெருஞ் சத்த முனிவரர் பூசை
விழுமிய வைந்தநாந் தினத்தின்
வைப்பெரிச் சேட வோமமே இனிமேல்
மாண்புறக் கொட்டியே புரிதல்.

(இ-ள்.) மாப்பிள்ளைக்கு மாமனார் நாகவல்லி துப்பட்டா நல்குதல், தம்பதிகள் மாதுர் பிதுர்பூஜை, அக்னிபூஜை, அபிவாதனம்...பால்பழம் அமிசை; நாலாம்நாள் மாலை ஆவாஹனதேவதா பூஜை ..மண்டபப் பிரதக்ஷிணகாலம் கௌரிபூஜை, அருந்ததி கிருத்திகை பூஜை, ரோகணி சித்ராவசு பூஜை, சப்தரிஷி பூஜை...பால்பழம் அமிசை; ஐந்தாம்நாட்காலையில் ஆவாஹன தேவதாபூஜை, பூமியில் கொட்டி சேஷஹோமம், அக்னிசந்தானம், நமஸ்காரம். (எ-று.)

தம்பதி யிவர்கள் நாந்திமா பூசை
தருப்பையெட் டாலக்கர் தருவன்
பம்புறு முதரங் கீறியக் கலசத்
தடியிலே வைத்திடல் பாங்கார்
வெம்பெரிப் பூசை கலசதே வதைகள்
மேன்மைகொ ளாரும்புனர் பூசை
யைம்பொனார் துவசா ரோகணந் தனக்குங்
கங்கண விசர்ச்சனம் பண்ணல்.

(இ-ள்.) தம்பதிகள் நாந்திபூஜை, கந்தர்வன் குக்ஷியை எட்டுக்கட்டை தர்ப்பைகளால் கீறி தர்ப்பைக்கட்டைகளை ஷை கலசத்தடியில் வைக்க, அக்னிபூஜை, அபிவாதனம், ரக்ஷை, பிராம்ஹண பூஜை, ஆவாஹன தேவதைகளுக்குப் புனர்பூஜை, சுபத்வஜாரோகணத்துக்கும் தம்பதிகளுக்கும் கங்கண விசர்ச்சனம் செய்தல். (எ-று.) (கூ0)

சேர்தரு மாவா கனக்கட வுளைத்
　　தம்முழை யனுப்புகை சிறந்த
நீர்தரு வசந்த கலசமொன் றமைந்து
　　நேயமொ டாடுதல் பின்னும்
ஏர்தரு புதல்வர்ப் பெறல்பெய ரிடுதே
　　ரொட்டிலி னேற்றுத லிசையாற்
பேர்பெறு குழமா மகவினை மாற்றிப்
　　பெரிதுகொண் டாடுதெ னெறியே.

(இ-ள்.) ஆவாஹன தேவதைகளை யதாஸ்தானம் விடுதல், வசந்தகலசம் ஒன்று வைத்து தம்பதிகள்பூஜித்து புரோகிதர் தம்பதிகளுக்கும் கோஷ்டிகளுக்கும் விநியோகித்தல், புத்திரோற்சவம், நாமகரணம், டோலாரோகணம், குழமகன்மாற்று, எச்சரிக்கை பாடல் முதலிய விநோத விளையாடல்கள். (எ-று.) (கூக)

விரும்புறு பிரகற் பதிதனைப் பூசித்
　　தனுப்புகை வசந்தநீர் மிக்கு
நிரம்புபாத் திரத்துப் பாலடை யாழி
　　யிட்டெடுத் திடுதல்பின் னிகழ்த்து
மரும்புபா லிகைகள் கங்கையி னுய்த்தே
　　யாயிழை மடந்தையர் சூழ
மருங்குசோ பனங்கள் பாடுதெ லின்ப
　　மணவினைச் சம்பிரதா யமிதே.

(இ-ள்.) பிரகஸ்பதி பூஜை, தம்பதிகள் வசந்த ஜலத்தில் பாலடை மோதிரமிட்டு எடுத்தல், பாலிகைகளைக் கங்கை சேர்த்தல், பால்பழம் அமிசை, மங்கல்ய ஸ்திரீகள் சோபனம் பாடுதல் இவைகளே விவாக விதிகளாகும். (எ-று.) (கூஉ)

(இதுமுதல் மூன்று செய்யுட்கள் கர்ப்பாதானம் கூறும்.)

மாட்சிநன் னீர்தோய் வதுமுதற் கலச
மன்னுபூ சைகள்புரிந் ததற்பின்
காட்சிமே வியதம் பதிகளுக் காடை
களிபெற வுதவலின் றோர்தந்
தாட்சல சங்கட் கவர்கள்பூ சித்து
நாந்தியோ டங்கிசந் தானம்
வேட்கைகூர் வன்னி வணக்கமு மதிசம்
வற்சர பூசையும் விளைத்தல்.

(இ-ள்.) தம்பதிகள் மங்களஸ்நாநம் மூநல் ..புண்யாகவாசனம், கலசம் ஜந்து பாலிகை 12-பூஜை, தம்பதிகள் நூதன வஸ்திரதாரணம், தம்பதிகள் மாதுர் பிதுர் பூஜை, நாந்தி பூஜை, அக்னிசந்தானம், அக்னிநமஸ்காரம், மாத வருஷ பூஜை. (எ-று.) (கக)

செழிப்புறு கூர்ச்ச மிட்டுரோ கணியே
மநுமய னயனரி சிவனே
வழிப்ரகு தச்சித் திராதி கரச்சு
வனிக்குநற் பூசையு மியற்றிப்
பழிப்பிலாள் நாபி தருப்பையாற் பரிசித்
தன்பனூர் மந்திரம் பகர்ன்
மொழிக்குயர் மனறயோர் பூசனை யாதி
முடித்தபின் னற்றைநா ளிரவில்.

(இ-ள்.) கூர்ஜமிட்டு ரோகணி, மநு, மய, பிரம்ஹ, விஷ்ணு, சிவன், ப்ரகுதசித்ரரதிகாள, அச்சுவினி இவர்கள் பூசைசெய்து, ஸ்திரீ நாபியைப் புருஷன் தர்ப்பையால் பரிசித்து மந்திரஞ்சொல்லல், அக்னிப்பிரதக்ஷிணம், கோஷ்டிகள் ஆசீர்வாதம், அக்னிபூஜை, சம்பாவனை, பிராம்ஹண பூஜை, புரோஹிதர் மகாஆசீர்வாதம், அபிவாதனம், ஆவாஹணதேவதை புனர்பூசைசெய்து யதாஸ்தானம் அனுப்புதல், பிரகஸ்பதி பூஜை, ஹாரதி, மண்டபப்பிரதக்ஷிணம், பால்பழம் அமிசை; அன்றிரவிற் செய்வன மேற்கூறுவோம். (எ-று.) (கச)

முற்படு கிரியை யாற்றியோர் தட்டின்
மொய்ம்மலர்ப் பாசடை யாதி
யெற்பட நிரப்பி நன்குபூ சித்தவ்
வேந்திழை மடிதனிற் கட்டிக்

கற்புறு சுமங்க லிகட்குவா யனமூன்
றைந்துதந் தில்லவள் கரந்தொட்
டற்புதச் சயன வறையிலே தர்ப்பத்
தவளதோ முகம்பரி சித்தல்.

(இ-ள்.) அநுக்ஞை புண்யாகவசனம், தாம்பாளத்தில் தண்டுலம் நாரிகேளம் கதலி தாம்பூலதக்ஷிணை புஷ்பசகிதம் வைத்துப் பூஜைசெய்து பிள்ளைகையால் பெண்ணின் மடியில் கட்டுதல், சுமங்கலிகட்கு இளநீர்தானம் மூன்று அல்லது ஐந்துகொடுத்தல், பிராம்ஹணபூஜை. ஆசீர்வாதம், ஹாரதி, புருஷன் பத்னி சுண்டுவிரலைப் பிடித்துக்கொண்டு விடுதி அறைக்குட் சென்று படுக்கை ஆசனத்திலிருக்கும் ஸ்திரீயின் அதோமுகத்தை தர்ப்பத்தினால் புருஷன் பரிசித்துக்கொண்டு மந்திரம் சொல்லுதல், படுக்கைவீட்டைக்கபாடபந்தனஞ்செய்து மங்களகோஷ்டம்செய்வித்தல். (எ-று.) (௬௫)

(சீமந்தம்.)

அனுக்ஞைமுன் னாகச் சுபக்கொடிப் பூசை
யாற்றியே யுதகசாந் தியினீர்
தனிற்படிந் துயரும் பஞ்சசாந் தியினீர்
தன்னிலா சமன்யமும் புரிந்து
கனத்துடன் மறுநாட் காலையைங் கலச
பூசையு முற்றியே கவினா
தனந்தலங் கார வஸ்திர முடுத்துத்
தந்தைதாய் பதம்வணங் குவதே.

(இ-ள்.) முதல்நாள் மாலை ஆரம்பம்:—தம்பதிகள் மங்களஸ்நாநம், அனுக்ஞை ... புண்யாகவசனம், சுபத்வஜாரோகணம், உதகசாந்தி செய்த கும்ப ஜலத்தை ஸ்ரீமந்தப்பெண்ணுக்கு ஸ்நாநம் செய்வித்து பஞ்சசாந்தி தீர்த்தத்தால் தம்பதிகள் ஆசமன்யம் செய்தல்; மறுநாட்காலை ஐந்து கலசப் பூஜை, தம்பதிகள் நூதன வஸ்திரதர்ரணம், பெண்ணுக்கும் சுபத்வஜாரோகணத்துக்கும் கங்கணம், தம்பதிகள் மாதுர் பிதுர் பூஜை. (எ-று.) (௬௬)

(இருதுவுமதி.)

களிப்புறு நாந்தி யங்கிசந் தானங்
கண்டபின் முருபாத் திரத்திற்
றிளைத்ததாம் பூல நாரிகேளம் பூத்
தெட்சணை கொண்டொரு கன்னி

வளைத்தநூற் சுற்று தம்பதி களுக்கு
மத்தியி லறுபட வருமா
விளைத்தன்மண் டபத்தை மும்மைசூழ் போகி
மேன்மைமங் கலமொழி விளம்பல்.

(இ-ள்.) நாந்திபூஜை, அக்னிசந்தானம், தம்பதிகளுக்கு நூல் சுற்றி தாருபாத்திரத்தில் தாம்பூலம் தக்ஷிணை நாரிகேளம் வைத்து அதை ஒரு கன்னிகை எடுத்துக்கொண்டு 'சோபனமஸ்து' என்றுகூறி மண்டபத்தை மூன்றுதரம் பிரதக்ஷிணஞ்செய்து தம்பதிகள் நடுவில் நூல் அறும்படி வருதல். (எ-று.) (கஎ)

(பும்ஸவனம்.)

அழவணக் கொழுந்தான் மங்கையி னாசி
யடிப்பிழி மனுவுரைத் தனையேற்
றிழிவிலான் முதுகின் விடுத்தல்பின் னெரிபூ
சித்துசசம் பாவனை யெழுவாய்
வழுவுறு தியற்றி மண்டபம் வலஞ்சூழ்
வருகையிற் கவுரிபூ சிதநுத்
தொழுகரத் தணிந்த கங்கண நீக்கித்
தோமில்பிற் பூசனை செயலே.

(இ-ள்.) மந்திரசஹிதம் அழவணக்கொழுந்தினால் பெண்ணின் நாசியடியில் பர்த்தா பிழிந்து அதைத் தொன்னையில் ஏற்று பசுவின் முதுகில் விடுதல், அக்னிபூஜை, அபிவாதனம், ரக்ஷை, சம்பாவனை, பிராம்ஹணபூஜை, கோஷ்டிகள் ஆசீர்வாதம், புரோஹிதர் மஹா ஆசீர்வாதம், அபிவாதனஞ் செய்து நமஸ்காரம், மண்டபப் பிரதக்ஷிணகாலத்தில் அம்மியின்பேரிலுள்ள நாரிகேளத்தின்மேல் கௌரிபூஜை, சுபத்வஜாரோகணத்துக்கும் பெண்ணுக்கும் கங்கணவிசர்ஜனம். ஆவாஹன தேவதைகளுக்குப் புனர்பூஜைசெய்து யதாஸ்தானம் விடுதல், பிரகஸ்பதிபூஜை, ஹாரதி, மண்டபப் பிரதக்ஷிணஞ் செய்து விடுதியில் பால்பழம் அமிசை, சோபனம் பாடுதல் (எ-று.) (கஅ)

(உபாகர்மம்.)

துலமதி நிலவோ டிரவிசேர் காலத்
தொடங்குமு பாகர்ம முடனே
தலைமையாற் றினச ரியைசந்தி யாவந்
தனமொடு போசன விதியும்

இலகுற வேறு கத்திய நூலி
  னிசைத்துளோ மன்னதிற் காண்க
நிலவுசீ வப்பி ராயச்சித் தமதை
  நிகழ்த்துதுந் தொன்மைநூ னெறியே.

(இ-ள்.) இவ்வம்சத்தார் துலா (ஐப்பசி) மாத அமாவாசையன்று தொடங்கிச் செய்யத்தக்க உபாகர்மவிதிகளேயும், நித்தியாநுஷ்டானங்களேயும், போஜனவிதியையும் வேறே வசனரூபமாகத் தொகுத்திருக்கின்றோமாகையால் அந்நூலிற்காண்க. இனி ஜீவப்பிராயசசித்த (கோதான) விதியை பழையநூலிற்கண்டவண்ணம் கூறுகின்றோம். (எ-று.) (கூகூ)

(ஜீவப்பிராயச்சித்தம்.)

மூந்துசங் கற்பத் தூய்மையா னைந்தும்
  பருகித்தர்ப் பாசன முறைசேர்ந்
துந்துகோ தான சங்கற்ப முரைத்திட்
  டியர்பசு வாலதி பற்றி
யந்தணர்க் களித்தல் சிரமகன் வலக்க
  வானுறத் தருப்பைத்தண் டதனுன்
மைந்தனே வலக்கா துரைக்குமம் மரபின்
  மந்திர மோதுத லென்பார்.

(இ-ள்.) அநுக்ஞை ..பிராணாயாமம், சங்கற்பம், விக்னேஸ்வரபூஜை, புண்யாகவசனம், பஞ்சகவ்யம், தர்ப்பாசனத்திலிருந்து கோதான சங்கற்பஞ்சொல்லிக் கர்த்தா பசுவின் வாலேப்பற்றிப் போக்தா வசம் கொடுத்தல், தர்ப்பாசனத்திலிருக்கும் கர்த்தாவின் சிரசைப் புத்திரன் வலது தொடையில் வைத்துக்கொண்டு தர்ப்பை தண்டத்தைப் புத்திரன் இரண்டுகரத்திலும் பற்றிக் கர்த்தாவின் வலது செவிவழியாகவைத்து மந்திரம் உபதேசித்தல், பிரகஸ்பதி சம்பாவனே. (எ-று.) (சூ0)

கவ்யக்கிரியை.

இதுமுதல் அ-கனிகள் தகனசம்ஸ்காராதிகள் கூறும்.

(தகனவிதி, முதல்நாட்கிரியை.)

உரைத்திடு மபர விதிகிருச் சினமங்
  கீகர முற்றவா சமன்யம்
பொருத்துசங் கற்பம் வபனமே சுத்தி
  புணர்ந்தகவ் யாக்னிசந் தானம்

மரித்தபி ரேதங் கலசமென் றிவையா
வாகனத் துடனபி டேகந்
தரித்ததாள் கரவங் குட்டபந் தனமேற்
சாத்துதல் கோடியுந் தரலே.

(இ-ள்.) கிருச்னம், அங்கீகரித்தல், ஆசமன்யம்...சங்கற்பம், வபனம், ஸ்நாநம், ஆசமன்யம்,......சங்கற்பம்,.....பஞ்சகவ்யம், கவ்யாக்னிசந்தானம், ஆஹுதி, பிரேதம், பிரேதகலசம் ஒன்று ஆவாஹனம், பிரேத அபிஷேகம், பாதாங்குஷ்ட அஸ்தாங்குஷ்ட பந்தனம் (காற்பெருவிரல் கைப்பெருவிரல் கட்டுதல்), கோடிதரித்தல். (எ-று.) (சக)

(இதுவுமது.)

எள்ளருந் தசமா தானமே சீட்டொன்
றெழுதுதன் மயானபூ மியின்மூன்
றுள்ளுறத் தானந் தனித்தனி யெரிசே
ருற்றபாண் டத்திலா குதிபின்
பள்ளியாங் காட்டங் கிடத்தியே முகதண்
டுலமது பெய்துபந் தனமும்
விள்ளவே கடிசூத் திரம்விடு வித்து
வேறுமோ ராகுதி செயலே.

(இ-ள்.) *தசதானம், சீட்டெழுதி வாசித்தல் (வாஹகாளைக்கொண்டு ருத்திரபூமிக்கு பிரேதத்தையும், கர்த்தாவினால் புதுச்சட்டியில் கவ்யாக்கினியையும், அவர் வார்சினல் பிரேதகலசத்தையும் புண்யாகவசன கலசத்தையும் எடுப்பித்துக்கொண்டுபோய் தகனஸ்தானத்தில்) மூன்று ஸ்தானம் ஏற்படுத்திக்கொண்டு (புண்யாகவசன ஜலம் புரோக்ஷித்த) பிரதமஸ்தானத்தில் பிரேதத்தைக்கீழேவைத்து அதைக்கர்த்தா அப்பிரதக்ஷிணஞ்செய்து அக்னி பாத்திரத்தை அவ்விடத்தில்வைத்து பரிசேஷனம் ஐந்து ஆஹுதியும், த்விதீய ஸ்தானத்திலும் முன்மாதிரியே செய்து மூன்று ஆஹுதியும், த்ரிதீய ஸ்தானத்திலும் அவ்வாறே மூன்று ஆஹுதியும் செய்தல்; பிரேதத்தைக் காஷ்டத்தில்வைத்து முகதண்டுலமிடல்; அஸ்தாங்குஷ்டபந்தனம், கடிசூத்திரம் (அரைஞாண்), பாதாங்குஷ்டபந்தனம் நீக்கி மார்க்கண்டத்தில் சட்டியிலிருக்கும் அக்னியைக்கொட்டி ஆஹுதிசெய்தல். (எ-று.) (சஉ)

---

*தசதானம்:—பசு, பூமி, திலம், ஹிரண்யம் (பொன்), கிருதம் (நெய்), வஸ்திரம், தான்யம், பெல்லம், வெள்ளி, லவணம், என்பவை.

ஞெகிழிநாற் பாலு மிட்டுறு கலச
நிலம்பெற மோதியே சின்னீர்
முகவழி யொழுக்கி மீளுகை கிரகம்
புக்கபின் கிருச்சின முதலாத்
தகைமிகு சுத்திக் கலசமா வாக
னம்பெறச் சிலையுந்தா பித்து
வகையநக் கினமா வாகன மாமப்
புரோட்சணம் பிண்டமும் வழங்கல்.

(இ-ள்.) பிரேதகலசத்தைக் கர்த்தா எடுத்துக்கொண்டு அப்பிரதக்ஷிணஞ்செய்யும்போது நாலு மூலைக்கும் நாலுகொள்ளிவைத்து கலசத்தைச் சேதித்து (உடைத்து) உடைந்த ஓட்டில் கிஞ்சித் ஜலமெடுத்துப் பிரேதத்தின் முகவழியாகவிடுதல், ஸ்நாநகட்டத்துக்குலாந்து யதாசக்தி தக்ஷிணை, கிரகத்திற்கு வந்தபின் கிருச்சினம்...பஞ்சகவ்யம், பிரேதகலச ஆவாஹனம், சிலாஸ்தாபனம், நக்னமாவாஹனம், ஆமப்ரோக்ஷணம், தத்தம், பஞ்சப்ராணாஹுதி, உத்தராபோசனம், பிண்டம் ஒன்றுபோடல், நமஸ்காரம், சிலாபிஷேகம். (எ-று.) (சாகூ)

ஞெகிழி-கொள்ளிக்கட்டை.

(முதல்நாள் கிரியையுடன் இரண்டாநாட் சஞ்சயன விதியும்.)

தூயசங் கற்பம் வாசதி லோத
கம்பெறச் சொற்றசி ராத்த
மாயதன் வர்யஞ் சைவவை ணவத்தம்
மரபுளிப் பன்னொன்றி ராறு
நேயமுற் றியற்றில் பின்னைநாட் சஞ்ச
யனவிதி நிகழ்த்துறு சுத்தி
யேயசங் கற்ப மங்கிசந் தான
மாகுதி யத்தியு மெடுத்தல்.

(இ-ள்.) சங்கற்பம், வாஸோதகம், திலோதகம், சிராத்தம் சைவர்களுக்குப் பதினொன்று, வைணவர்கள் பன்னிரண்டுமாகத் தினம் ஒன்றாய்ச் செய்து வருதல், இதற்குக் கிருச்சினம்...சங்கற்பம், வர்யம், ஏகாதசருத்திரான் அல்லது துவாதச விஷ்ணு, ருத்ரபலி. இரண்டாம்நாள் சஞ்சயன விதி :—கிருச்சினம்...பிராணாயாமம், சங்கற்பம், விக்னேஸ்வரபூஜை, புண்யாகவசனம், பஞ்சகவ்யம், கவ்யாக்னிசந்தானம், ஆஹுதி ஐந்துசெய்து அக்னியில் பால் விடுதல், சப்தமில்லாமல் அஸ்தியைப் புதுப்பாண்டத்தில் அங்கப்படி சேர்த்தல். (எ-று.) (கூ௦)

(சஞ்சயன விதியுடன் மூன்றும்நாள் முதல் பத்துதினம்வரையில் செய்யுங் கிரியைகள்.)

பற்பமோ ருருச்செய் தாகுதி நல்கிப்
பால்சொரிந் தத்திகங் கையிற்பெய்
திற்புகூஉச் சுத்தி வாய்ந்தசங் கற்ப
மியம்பியே பிண்டமுய்த் திடுதல்
சொற்படி யொன்பான் றினம்வரை யியற்றித்
தோன்றிய பத்ததாந் தினத்தின்
மூற்புகன் றுங்கே பிண்டமிட் டுப்ர
பூதமா பலிநனி முடித்தல்.

(இ-ள்.) பஸ்மத்தை (பிரேதசாம்பலை)ப் புருஷவுருவாக்கி ஆவாஹனம், அலங்கார தூபதீப நைவேதன கர்ப்பூர ஹாரதி, பாண்டத்திலுள்ள அஸ்திக்கு க்ஷீரம் (பால்) விடுதல், பஸ்ம உருவின் சிரோபாகத்தில் புதுப்பாண்டத்தில் ஜலம்வைத்தல், அஸ்திபாண்டத்தைப் புண்யதீர்த்தங்களில் பின்புறமாக நின்றுவிட்டு ஸ்நாநம்செய்து தக்ஷிணை தருவது, கிருகத்திற்கு வந்தபின் கிருச்சினம்,...சங்கற்பம், விக்னேஸ்வரபூஜை, பிரேதகலசபூஜை, சிலாபிஷேகம், வாஸோதக திலோதகம், ருத்ரஸ்ராத்தம் ஒன்றுசெய்தல், இவ்வாறே மூன்று முதல் ஒன்பதுநாள் வரையிலும் செய்துவரவேண்டும். பத்தாம்நாள் கிருச்சினம்...பிண்டம் போடல், பிரபூதபலி கூ-பாகமாக்கி கூ-பிண்டம்போடுதல், பிண்டநமஸ்காரம். (எ-று.) (சுரு)

(பத்து பதினேன்றநாட் கிரியை.)

தானமேற் சிலைசை யோசன முருத்ர
சிராத்தமே சாற்றுசங் கற்ப
மானந்த வோம மாகுதி நித்தி
யாக்கினி யிரட்சையென் றிவைபின்
ஞனநா ளிடபோச் சர்ச்சன முரோம
தகனத்துக் காகிய கழுவாய்
தானவ ரியமே கோதிட்ட மெரிசந்
தானமா குதிபிண்டந் தரலே.

(இ-ள்.) உத்வாசனஞ் செய்யுங் காலத்தில் தானம், சிலைசையோஜனம், ருத்ரஸ்ராத்தம், அனுக்ஞை,...சங்கற்பம்,...ஆநந்தஹோமம், அக்னிஸ்தாபனம், ஆஹுதி, அக்னிபூஜை, ஸ்வீகரணம், நித்தியாக்னிசந்தானம், அபிவாதனம், ரக்ஷை, வேஷ்டிமரியாதை செய்பவர்கள் செய்தல், ஹாரதி.

பதிஞேராம் நாள் :—கிருச்னம், புண்யாகவசனம், ருத்ர ஸ்ராத்தம், பின்பு கிருச்னம், சங்கற்பம்...விருஷபோற்சர்ஜனம், ரோமதகனப் பிராயச்சித்தம், ஏகோதிஷ்டம், ஸ்தானவர்யம், நவ்யாக்கினிசந்தானம்,...ஆகுதி புரோக்ஷணம், அக்னியிலும் அன்னத்திலும் பரிசேஷனம், தத்தம், பஞ்சப்ராணுஹூதி, ஸூத்திரபாராயணம், உத்தராபோசனம், பிண்டம். (எ-று.) ()

(பன்னிரண்டாம்நாட்கிரியை.)

நியமமீ ராறுந் தினத்தனில் வர்ய
    நிகழ்த்துமா சிகம்பனி ரண்டுந்
துயரற வியற்றிப் பிண்டமீந் திடுகை
    சோதகும் பத்துறு வரியஞ்
செயன்முறை சபிண்டி தானவ ரியமே
    சிராத்தநித் யாக்னிசந் தானஞ்
சயமுறு மாகு தியினெடு பிண்டந்
    தந்திடல் சுவர்க்கபா தேயம்.

(இ-ள்.) பன்னிரண்டாம் நாள் கிருச்சினம் சங்கற்பம், விக்னேஸ்வர பூஜை, புண்யாகவசனம், ஊனமாசிகம், மாசிகம் பனிரண்டு, வர்யஞ்செய்து பிண்டம், அனுக்ஞை...சங்கற்பம், மண்டலபூஜை, பிண்டப்பிரதாணக்யம், வர்யம், சிராத்தாக்கினிசந்தானம், நித்யாக்கினிசந்தானத்தின்மேல் புனர் பரிசேஷனம், தத்தம், பஞ்சபிராணுஹூதி, சூத்ரபாராயணம், உத்தராபோசனம், பிண்டம், வாயஸபிண்டம், பிண்டநமஸ்காரம், அக்னிபூஜை, அபிவாதனீம், ரக்ஷை, சங்கற்பம்...சொர்க்கபாதேயம். (எ-று.) (சஎ)

பதின்மூன்றுநாட்கிரியை (க்ரஹக்யம்).

பத்துடன் மூன்று நாளினிற் றூய்மைப்
    பன்னுப வீதமே தரித்து
நித்தியாக் கினிசந் தானமொன் பதெனு
    நிலவுகி ரகசெப வோமம்
வைத்திடு மிரட்சை யாரதி பெற்று
    மங்கல மேவுத லிவையே
யித்தகை மரபி னேர்க்குரி யனவென்
    றிசைத்தனன் பரிதிவா னவனே.

(இ-ள்.) பதின்மூன்றும் நாள் கிரஹக்யம் :—அனுக்ஞை...சங்கற்பம், நூதனயக்ஞோபவீததாரணம், விக்னேஸ்வர பூஜை, புண்யாஹவசனம், பஞ்சகவ்யம், நித்யாக்னிசந்தானம், நவக்ரஹ பூஜை, ஷை ஹோமம், அக்னி

பூஜை, அபிவாதனம், ரக்ஷை, ஹாரதி. இவைகளே அபரவிதிகளென்று சூரியபகவான் இவ்வம்சத்தினர்க்கு அருளிச்செய்ததது என்றார் ஞானமுனிவர். (எ-று.) (சஅ)

(சிராத்தம்.)

நினைந்திடு மனுக்ஞை முந்துசங் கற்ப
நெறியெலாம் வழுவுறு தியற்றித்
தினங்கிளரொரிசந் தானமுங் கிருச்சி
னம்முதற் செய்வன செய்து
மனங்கொள விசுவ தேவனே பிரம
திட்டனே மாறிட்ட னெனுமூன்
றினங்கெழு தான வரியமு முபசு
ரித்தலு மினிதுற வியைந்தே.

(இ-ள்.) அனுக்ஞை ..நித்யாக்னி சந்தானம், கிருச்சினம் ..சங்கற்பம, ஸ்தானவர்யம், விசுவதேவன் பிரமதிஷ்டன் விஷ்ணுதிஷ்டன் இம்மூவர் உபசரணை. (எ-று.) (சகூ)

(இதுவுமது.)

அங்கிசந் தான நித்யசந் தானப்
புனர்பரி சேடன மாற்றிச்
சங்கையி லாதா குதியொடு பிண்டந்
தந்தழ லன்னத்திற் புரோட்சித்
திங்கிதப் பரிசே டனத்தொடு தத்த
மீந்துபி ராணவா குதியுந்
துங்கசூத் திரபா ராயணம் பின்னு
போசனம் பிண்டமுந் தெர்குத்தே.

(இ-ள்.) சிராத்தாக்னி சந்தானம், நித்யாக்னி சந்தானத்தின்மேல் புனர்பரிசேஷனம், அக்னியிலும் அன்னத்திலும் புரோக்ஷணம், தத்தம், பஞ்சப்ராணாஹுதி, சூத்ரபாராயணம், உத்தராபோசனம், பிண்டம், வாயச பிண்டம் ஒன்று, பிரமஸ்தானத்திற்கு மாத்திரம் மூன்று பிண்டம்போட்டு அக்னி பூஜை, அபிவாதனம், ரக்ஷை, வர்யஸ்தர்களுக்குத் தாம்பூலதக்ஷிணை கொடுத்து அனுப்புதல். (எ-று.) (ருo)

(பாஷேணிதர்ப்பணம்.)

இட்டமார் மறுநா ளினிற்பர கேணி
தருப்பண மிசைபெற வியற்றித்
தொட்பெ வீத முடிக்கண்மூன் றாக
மடித்ததிற் றாயநீர் தோய்த்து

விட்டதைப் பிழிநீ ரால்விழி யொற்றல்
விதிப்பதா மிரணிய சிராத்த
முட்டிலா முறையே முடிப்பதா மினித்தர்ப்
பணஇன முறைபெற மொழிவாம்.

(இ-ள்.) மறுநாட் பரஹேரணி தர்ப்பணம் :—அனுக்ஞை...சங்கல்பம், தர்ப்பணஞ்செய்து யக்ஞோபவீத பிரமமுடியருகில் மூன்றுகமடித்து அதன் மேல் தீர்த்தத்தை விட்டுப் பிழிந்து நேத்திரத்தில் ஒற்றிக்கொள்ளுதல். இனி ஹிரணிய சிராத்தம் :—கிருச்சினம், ... சங்கற்பம், ஸ்தானவர்யம், உபசாரபூஜை, தாம்பூலம் ஹிரண்யம் கொடுப்பது. அடுத்த கவியில் தர்ப் பணஞ் செய்யும் முறையுங் காலமுங் கூறுவோம். (எ-று.) (ருக)

(தர்ப்பணஞ்செய்யும் முறை.)

நுனியுள குசையே ழல்லதொன் பதனைக்
கூர்ச்சமிட் டவனிமே னுவன்ற
வினையகட் டைகளைக் குணகுட பால்வைத்
தவைமிசைத் தென்முகம் பொருந்தத்
துனிதவிர் இலத்தா வாகன நல்கி
யாசனம் மனுவினைச் சொல்லல்
பினைமுடி நீக்கிப் பவித்திர மகற்றி
நீரிடல் பேணிய முறையால்.

(இ-ள்.) நுனியுள்ள எ-அல்லது கூ-தருப்பையைச் சேர்த்துக் கூர்ஜம் போட்டு பூமியில் அதே சங்கையுள்ள கட்டை தர்ப்பங்களைக் கிழக்கு மேற்கில் போட்டு ஷை கூர்ஜத்தை அதன்மேல் தெற்கு நுனியாக வைத்து எள்ளைக் கரத்தில்வைத்துக்கொண்டு கூர்ஜத்தில் ஆவாஹனஞ்செய்து மந்திரசகிதம் எ-அல்லது கூ-கட்டை தருப்பத்தை ஆசனம்போட்டு எள்ளைக் கூர்ஜத்தில் அர்ச்சித்துப் பின்பு முடியை அவிழ்த்து, ஷைதர்ப்பத்துடன் ஜலசகிதம் விடவும்; பவித்திர விசர்ஜனமும் அனந்தரம் ஆசமன்யம் அங்கந்யாசம் செய்வது. (எ-று.) (ருஉ)

(தர்ப்பணகாலம்.)

மதியுட ஞண்டு சங்கிர மணமு
மருவிய தினமமா வாசை
விதுமுழுக் கலைநா ளிரதசத் தமியே
மேற்படு கிரகண காலங்

துதிசெய்தர்ப் பணநல் குரியவென் றுரைப்ப
சுருதிநூற் றுறைவலா ரென்றான்
கதிபெறக் காட்டுங் கடவுளே யனைய
கருணைகூர் ஞானமா முனியே.

(இ ள்.) வருஷ சங்கிரமணம், மாஸப்பிரவேசம், அமாவாசை, பௌர்ணிமி, இரதசப்தமி; கிரகணகாலம் இவைகளே தர்ப்பண காலமாமென்று வேதநூலுணர்ந்த மேலோர் சொல்வார்களென்றான் மோக்ஷம் நல்கும் தெய்வஸ்வரூபியாகிய கருணைமிக்க ஞானமாதவன். (எ-று.)

மோக்ஷந்தருந் தெய்வம்போற் பெருங்கருணை கொண்டோன் என்பார் "கடவுளேயனைய கருணைகூர்ஞானமாமுனி" என்று விதந்தார். என்னை ? "பாதம்வீட்டியேவீடுசேர்க்கின்றசோபானந் - தந்தமக்குள்ளகுல நெறிச்சார்பு .." எனப் புராணவரலாற்றுச் சருக்கத்து வரையறுத்தவாறு குல ஒழுக்கங்களைக்காட்டலே கதிக்கு வழிகாட்டியவாறாதலின். (ருங)

(அவ்யகவ்யக்கிரியை கூறியசருக்கம் முற்றும்.)

ஆகப்பாயிரமுட்படக் கூடிய சருக்கம் கூ-க்கு விருத்தம் உஅஎ.

பத்தாவது

காஞ்சிபுக்க சருக்கம்.

எண்சீரடியாசிரியவிருத்தம்.

(புராணிகர் கூற்று.)

புனிதமா முனிபுகன்ற வொழுக்க வாய்மை
புரிந்தமழ வேறனைய புதல்வர் மேலாம்
பனவகுலத் துயர்சோம யாச வேத
பாரகர்கே தாரநகர்ப் புலத்ய கோத்ரந்
தனிற்போதா யனசூத்தி ரங்கொண் டோங்குஞ்
சங்கரசோ மாசியர்தந் தவத்தால் வந்த
வனிதையொண் ணெண்மர்தமை மணந்தின் புற்றே
வாழுநாண் மேல்விளைந்த வகுக்க லுற்றும்.

(இ-ள்.) பரிசுத்தமும் மகத்வமுந்தங்கிய ஞானமுனிவர் சொல்லிய மெய்ம்மையான ஆசாரசீலங்களின்படி நடக்கின்ற இளஞ்சிங்கத்தையொத்த இப்புத்திரர்கள் மேன்மைபொருந்திய வேதியர் வம்ஸத்திலுயர்ந்த வேதபாரகராகிய சோமயாஜர் வகுப்பில் திருக்கேதாரமென்கிற நகரத்தில் புலஸ்தியமஹாரிஷிகோத்திரமும் போதாயன சூத்திரமும் பெற்றுச் சிறந்த சங்கர சோமயாஜரது தவத்தாலுதித்த அறுபத்துநான்கு கன்னியர்களை விவாகஞ் செய்துகொண்டு சுகமாய் வாழுங்காலத்தில் நிகழ்ந்த சம்பவங்களைச் சொல்வோம். (எ-று.) (க)

(தொண்டமண்டலச் சிறப்பு.)

தேன்பாய மடைதிறந்து வேலிப் பூகச்
செழும்பாளை சிதறவெடி சென்ற வாளை
மீன்பாயப் பூங்கரும்பின் றீஞ்சா றேற்ற
மிடவினகன் றெழுதிவலை முகில ளாவக்
கூன்பாயும் விளக்குழவி திமைக்கை யேந்திக்
குடிக்கவிசை நீர்ப்பாலி கொடுத்துத் தண்பூங்
கான்பாயும் வளநாடு சான்ரோர் மிக்குக்
கலைமகளூர் திருமகளுங் கவினு நாடு.

(இ-ள்.) வயல்களில் மடையை உடைத்துக்கொண்டு தேன்வெள்ளம் பாய, அவ்வயல்களில் வேலியாகச் சூழ்ந்த கமுகமரங்களின் செழித்த பாளைகள் சிந்தும்படி வெருண்டு மேலெழும்பிச்சென்ற வாளைமீன்கள் பாய்தலால், பொலிவுபெற்ற கரும்பின் மதுரமாகிய சாறு நிறையப்பெற்றமிடாக்களினின்றும் நீங்கி மேலெழுகின்ற கருப்பஞ்சாற்றின் திவலைகள் மேகத்தோடுகலக்க, அதனை வளைவாகிய இளஞ்சங்குப்பூச்சிகள் குடிக்கும்படித் தனது அலைகளாகிய கைகளினால் ஏந்திக்குடிப்பூட்டுகின்ற கடுகிய விசைபொருந்திய பாலியாறுனது குளிர்ந்த பூஞ்சோலைகளிற் பாய்கின்ற வளப்பம்பொருந்திய நாடு; பெரியோர்கள் மிகவும் வசிக்கப்பெற்றுக் கல்வியும் செல்வமும் விளங்குகின்ற நாடு (அத்தொண்டமண்டலம்). (எ-று.)

"...தெண்ணீர்வயற்றொண்ட நன்னாடு சான்றோருடைத்து" என்னும் ஆன்றோர் வாக்கை நோக்கி 'சான்றோர்மிக்கு' என்றார். (உ)

(சென்னிச்சோழன் சிறப்பு.)

இத்தகுசீர்த் தொண்டநன்னா டதன்கட் கச்சி
யெனும்பதிமா பதியுமா பதிசேர் கின்ற
மெத்துமதி சயம்படைத்த நகரிற் கொற்ற
வெண்குடைக்கீழ் வியன்ஞால மொருகோ லோச்சி
வித்தகநூன் முறைதிறம்பா மனுவின் மிக்க
விழுப்புகழாற் றிசைபோய விறல்வேன் மன்னன்
மொய்த்தளிக ளிசைமிழற்றுந் தண்டார்ச் செம்பொன்
முடிச்சென்னிச் சோழனட லரியே றொப்போன்.

(இ-ள்.) இவ்வகைச் சிறப்புற்ற தொண்டநாட்டில் உமாமகேஸ்வரனுகிய பரமசிவனும், இலக்ஷ்மீநாயகனுகிய மஹாவிஷ்ணுவும் பொருந்தியிருந்த அதிசயம்படைத்த காஞ்சீபுரமென்னும் நகரில் வெற்றிபொருந்திய மிகுந்த சந்திரவட்டக்குடையின் கீழ் விசாலித்த பூமியை இரட்சிக்கின்ற நுட்பபுத்தியையுடைய சாஸ்திரநெறி தவறாத மனுவினும் மிகுந்த மேன்மைக் கீர்த்தியால் பிரசித்தமான ஜெயம்பெற்ற வேலையுடைய அரசன், வண்டுக் கூட்டங்கள் மொய்த்துக்கொண்டு கீதம்பாடுகின்ற குளிர்ந்த மாலைசூடிய செம்பொன்னலமைத்த கிரீடத்தைத் தரித்த பலந்தங்கிய ஆண்சிங்கம்போலும் சென்னிச்சோழன் என்பவன். (எ-று.)

'பதி, மாபதி, யுமாபதி' என்பது அக்ஷராவர்த்தனம் என்னுமோரணி. கச்சியதியெனும் நகரில் மன்னனுவான் சென்னிச்சோழன் என்றியைக்க அதிசயமாவன :—கந்தப்புராணம் நகரப்படலம், "ஒன்றுதிவிளக்க மீரிட

மொருமூன் றூற்றிரெற்றெற்றினான்கரணம் - நின்றிடுதருவைங் தாறுபுள்ளேழு செநெறியெண்பொதுவொன்பான் - மன்றலம்பொய்கை வியன்சிலையொருபான் மன்றவைபத்தின்மேலொன்று" எனத் தொகுத்துக் கூறியவாறு (க) தூண்டாவிளக்கு; (உ) பிறவாத்தானம், இறவாத்தானம்; (௩) உயிர்க்குணவுநல்குவது, கேட்டவை தருவது, ஊமையைப் பேசுவிப்பது என்னுந் தெற்றிகள்; (௪) மேற்கு பவளமலை, வடக்கு திருவேங்கடம், கிழக்குகடல், தெற்குப் பெண்ணைநதி என்னும் அரணங்கள்; (௫) பொன்மலர்மா, சித்திதரும்புளி, பலவிதமலரும் இருப்பை, மேனேக்கும் அத்தி, நிழல் யிரியாக் காஞ்சியென்னும் தருக்கள்; (௬) அமுதமளிக்கும் வானம்பாடி, மணிதருமன்னம், நூலுணர்க்குங்கிளி, அலகுசொல்லும் ஆந்தை, தீக்காலங்கூவாக் கோழி, பாவந்தீர்க்கும் சக்கிரவாகம் என்னும் புட்கள்; (எ) கம்பை, பம்பை, மஞ்சனி, பிச்சி, கவிச்சி, மண்ணி, வெஃகா என்னும் நதிகள்; (அ) நீருதவுவது, முயல்யானையைத் தொடர்வது, ஏழிசையுறுவது, மால்கண்டுயில்வது, உருமாற்றுவது, புற்றின் முழவொலிப்பது, திசைமயக்குவது, அம்மைநோற்றது என்னும் பொதுக்கள்; (௯) பிணி தீர்ப்பது, செந்நிறமாக்குவது, முக்காலந்தெரிப்பது, பரனடிகாட்டுவது, வேண்டியவை, பொன், நிறம், செல்வம், வசீகரம் இவை தருவது என்னும் பொய்கைகள்; (க0) விடம்நீக்குவது, பிணிமாற்றுவது, இமையோராக்குவது, அறுத்த உடல் பொருத்துவது, பாணங்கட்கு வெருவிக்காதது, இறந்தோரை எழுப்புவது, வழக்கறுப்பது, காணுதபொருளைக்காட்டுவது, வினைதீர்ப்பது, அரசியலுதவுவது என்னும் சிலைகள்; (கக) பரதாரகமனர், விபசாரிணிகள், குருநிந்தகர் இவரை ஊமராக்குவது, சோரர் முன்சுழல்வது, பலநிறம்தோற்றுவது, விஞ்சை வழங்குவது, திசைமயக்கறுப்பது, நாகஞர் புகுவது, மணிநல்குவது, அமிர்தமிருப்பது, வடிவை மறைப்பது, மாரிபெய்வது, பகலிரவு இரவுபகலாக மாற்றுவது என்னும் மன்றங்கள் ஆகிய இவை காஞ்சியிலுள்ள அற்புதங்களாம். (௩)

(அரசன் வேட்டஞ்செய்தல்.)

வரிப்புனைபந் தெழிற்பாவை மணியி னேடு
　　வருந்திறைவேந் தறங்குநெடுங் கொற்ற வாயிற்
றிருப்பொலிதோண் மீளியொரு ஞான்று வேட்டஞ்
　　செயும்வேட்கை யான்மறவர் சேனை யோடுந்
தருக்களுயர்ந் திரவிகதிர் புகப்பெ றாத
　　தண்கானத் திடைபுக்கா னிமயச் சாரல்
வனக்குமயர்ந் தான்பசிநோய்க் காற்றுச் சேனை
　　வயவருடன் றளர்ந்துமதி மயங்கிச் சோர்வான்.

(இ-ள்.) வரிந்து அலங்காரிக்கப்பட்ட பந்தும், அழகிய பாவையும், ஆராய்ச்சிமணியும், கப்பங்கொண்டுவரும் அரசர்களும் தூங்குதற்கிடமாகிய பெரிய வெற்றிபடைத்த வாயிலையும், வீரலக்ஷ்மீ விளங்குகின்ற புயங்களையுமுடைய சுத்த வீரனாகிய அவ்வரசன் வேட்டையாட இச்சித்து ஓர்நாள் வேடர்படையோடும் மரங்களுயர்ந்து தழைத்தலால் சூரிய கிரணமும் பிரவேசிக்காத குளிர்ந்த காட்டிலே இமயமலைச்சாரல் வரைக்கும்போய்ப் பசிப்பிணி சகிக்காத சேனாவீரருடன் மெலிந்து அயாநது புத்திமயங்கிக் களைப்புறுவானாயினன். (எ-று.)

அரசர்கள் கடைவாயிலிலே பந்தும் பிரதிமையுங் கட்டப்படுதல் தமது சத்துருக்களைப் பெண்களாகப்பாவித்து அவர்களாடுதற்கு வைத்திருப்பது போன்று அவமானஞ்செய்தற்கென்க. அறுப்பாரில்லாமையால் பந்தும் பாவையும், அவ்வரசாட்சியில் பிரஜைகளுக்கு ஓர்குறையுமில்லாமையால் ஆராய்ச்சிமணி அசைப்பாரின்றியும் தூங்கினவென்க. 'வரிப்புனைபந்தொடு பாவைதூங்க' என்பர் திருமுருகாற்றுப்படையிலும். (௬)

(சஞ்சலமஹரிஷியுபகரித்தல்.)

சஞ்சலமா விருடிதவம் புரியுஞ் சூழ
றனையடைந்து குறையிரப்பத் தளர லென்றே
யெஞ்சலில்சீர் மாங்கனியா மனைவி தன்பா
லிருக்குமெழி லட்சயபாத் திரத்தி னாலே.
விஞ்சுமறு சுவையடிசி லளித்துள் ளூற
விருப்புறச்செய் தவனையடி மிசைவ ணங்கித்
தஞ்சமென்றேற் கருளினையா லெனப்பு கழ்ந்து
தார்வேந்தன் பின்னுமொரு மாற்றஞ் சாற்றும்.

(இ-ள்.) அவ்வாறு களைப்புற்ற அரசன், சஞ்சல மஹரிஷியென்பவர் தவஞ்செய்துகொண்டிருக்கும் ஆசிரமத்தையடைந்து தன் குறைகளைச்சொல்லிக்கொள்ள நீ வியாகூலப்படாதேயென்று நிறைந்த கீர்த்தியுற்ற மாங்கனியென்னுந் தன்மனைவியிடத்திலுள்ள அழகிய அக்ஷயபாத்திரத்தினாலே விசேஷமாகிய ஷட்ருசியோடுகூடிய போஜனமிட்டு மனம் மிகவும் விரும்பும்படியாக வுபகரித்த அம்மஹரிஷியினது பாதங்களில்வீழ்ந்து பணிந்து அடைக்கலம் என்று வந்த எனக்குக் கிருபைசெய்தீரோ என்று ஸ்தோத்தரித்து அரசன் பின்னும் ஒரு வார்த்தை சொல்லுகிறான். (எ-று.) (௭)

(அரசன் முனிவர்பால் அக்ஷயபாத்திரம் இரத்தல்.)

மூவாசை துறந்துயிர்க்கோ ருறுதி வேண்டி
முடிப்பரிய தவந்தொடங்கு முனிவர் கோவே
தாவாவிப் பாத்திரநிற் கரிதும் வேண்டுந்
தகையதுமன் றெனக்களிப்பிற் றரணி மீதே
யோவாத பலர்தமக்கு முயிரீந் தன்ன
வுதவிசெய்துன் னிசைவளர்ப்ப னென்னக் கேட்டு
நாவாலீ துரைத்தலுந்தீ தாகு மென்ன
நகைபுரிந்து தாபதனு நவிற லுற்றான்.

(இ-ள்.) மண், பெண், பொன்னென்னும் மூன்றாசையையும் நீக்கி ஆத்மலாபத்தை இச்சித்து யாவருஞ் செய்தற்கரிய தவத்தைச்செய்கின்ற ரிஷி சிரேஷ்டரே! குறைவற்ற இப்பாத்திரம் உமக்குப்பெறுதற்கருமையா னதும் அவசியமானதுமல்ல. எனக்கு இதனைக் கடாட்சித்தால் இப்பூமியி லே நீங்காத அநேக மனிதர்களுக்கு உயிர்கொடுத்தாற்போன்ற உபகாரத் தைச் செய்துகொண்டு உமது கீர்த்தியை நாடோறும் வளர்த்து வருகிறேன் என்று சொல்லக்கேட்டு சிரித்து நாவினாலே இவ்வார்த்தை சொன்னதும் குற்றமாகுமேயென்று அம்முனிவர் சொல்லுகின்றார். (எ-று.)

“உண்டிகொடுத்தோ ருயிர்கொடுத்தோரே” என்னும் புறநானூற்றால் பலர்தமக்கும் உயிரீந்தன்ன வுதவியாவது அன்னமிடுதலெனப்பெற்றாம். ()

(முனிவர்மறுக்க அரசன் போர்புரிதல்.)

தெண்டிரைப்பாற் கடல்கடைந்த வந்நா ளூழித்
தீவடிவிம் மங்கையொடு சிறப்பத் தோன்றும்
பண்டையதீ தளிக்கரிது செல்க வென்னப்
பகருமொழி செவிசுடநெட் டுயிர்ப்பு வீங்கிக்
கொண்டலது செல்லலனென் றுடற்றுங் கோட்பாற்
குனிசிலையிற் கணைமாரி கொழிக்கின் றானைக்
கண்டழல விழித்துமனை யானை நோக்கக்
கடுத்துவட வனலுருவங் கலந்து சூழ்ந்தாள்.

(இ-ள்.) தெளிவாகிய அலையையுடைய பாற்கடலைத் தேவர்கள்கடைந்த அக்காலத்தில் வடவாமுகாக்கினியேயுருவாகிய இப்பெண்ணோடு சிறந்து தோன்றிய பழமையாகிய இவ்வக்ஷயபாத்திரத்தை உனக்குக் கொடுக்கமுடி யாது செல்வாயாகவென்று சொல்லும் வார்த்தை காதில் சுடும்படி நுழைந்த தனால் பெருமூச்சுவிட்டு இதனைக் கைக்கொண்டாலொழியப் போகே

னென்று கோபிக்கும் அடத்தால் வளைக்கப்பட்டசிலையில் அம்புமழை பொழிகின்ற அம்மன்னனைக் கண்களில் நெருப்புப்பொறி பறக்க விழித்து மனையாளைப்பார்க்க அவள் கோபமுற்று வடவாமுகாக்கினி உருவங்கொண்டு சூழ்ந்துகொண்டாள். (எ-று.)

'அளிக்கரிது' என்பதில் 'அரிது' இன்மை குறித்து நின்றது, "பிற வாழிநீந்தலரிது" என்புழிப்போல். கொடுக்கமுடியாது போவென்று தன் வார்த்தையை மறுத்து அகௌரவப் படுத்தியதால் அரசன் 'கொண்டலது செல்லலன்' என அடம் பிடித்தனன் என்க. (எ)

(மாங்கனி வடவைத்தீயுருவத்தால் சூழ அரசன் வெருவியோடுதல்.)

நாற்றிசையு மண்டமுமண் டலமு மண்ட
நாவளைத்துக் கொழுந்தோடிப் படருஞ் செந்தீ
மாற்றரிய திறற்படைமேல் வரத்துண் ணென்று
மனம்பதறித் தானுய்யு மார்க்கந் தேடிக்
காற்றினிலுங் கடுகியொரு புகலுங் காணான்
கவலையன்றித் துணையில்லான் காத லாவி
போற்றவுழந் திறுதியிதே யுறுதி யென்னப்
புலம்புறுவான் முனமடைந்தாள் பூவின் மேலாள்.

(இ-ள்.) நான்கு திக்குகளும் ஆகாயமும் பூமியும் நெருங்கச் சிகையாகிய நாவைவளைத்து நீண்டுபடரும் செந்தீயானது நீக்குதற்கரிதாகிய வல்லமையுடைய சேனைகளின்மேல் எதிர்த்துவருவதால் திடுக்கிட்டு மனம் பதறித் தான் பிழைக்கும் வழிதேடி வாயுவேகத்திலும் விசையாகவோடி ஓராதரவுங்காணுதவனாய் வியாகூலத்தைத்தவிர வேறு துணையின்றி ஆசைக்குரிய ஜீவனைக் காப்பாற்றிக்கொள்ள வருந்தி இன்றே நிச்சயமாக மரணகாலம் வந்துவிட்டதென்று துக்கிக்கின்ற அரசன் முன்னே அவ்விடத்தில் திருக்கோவில்கொண்டிருக்கின்ற பத்மாசனியாகிய ஸ்ரீமஹாலக்ஷ்மீதேவி பிரசன்னமானாள். (எ-று.) (அ)

(மஹாலக்ஷ்மீ அபயஹஸ்தந்தால்.)

ஆதித்தன் மரபில்வரு வளவர் கோமா
னஞ்சலைகோ சிகன்பட்ட தறிதி யன்றே
வாதித்தன் முனிவொடு மன்னர்க் காமோ
வளராசை வாரிதிக்கோர் கரையு முண்டோ

சோதித்தன் புடையதவ வலியோ ரானித்
    தொடக்கறுத்தி யதுகாறு முறைதி யென்றே
போதித்தங் கிமிலைதன்னு லயத்துட் கொண்டு
    போந்தமைதேர்ந் ததுநெடிய புணரிச் சேனை.

(இ ள்.) சூரியவம்ஸோத்பவனுகிய சோழமஹாராஜனே! பயப்படாதே! விஸ்வாமித்திரருக்கு வசிஷ்டரால் விளைந்த கஷ்டங்களை நீ யறிந்திருக்கின்றுயல்லவா? மஹரிஷிகளோடு வாதிப்பது அரசர்க்கு நன்மையாகுமோ? வளர்கின்ற ஆசையென்னும் கடலுக்கு ஓர் கரையுமுண்டோ? (இப்பக்கங்களிலெங்கேனும்) ஆராய்ந்து அன்புடைய தவசிரேஷ்டர்களிடம் உன்குறையைச்சொல்லி இவ்வாபத்தை நீக்கிக்கொள். அதுவரையிலும் என்னிடமிருப்பாயாகவென்று புத்திமதிகூறி அம்மஹாலக்ஷ்மீ தன் ஆலயத்திற்கு இட்டுக்கொண்டு போனதை நெடிய கடல்போற்பரந்த சேனுவீரர்கள் அறிந்தார்கள். (எ-று.)

விஸ்வாமித்திரனெனப் பெயர்பெற்ற கௌசிகராஜன் இவ்வாறேவசிஷ்டராசிரமத்தில் காமதேனுவாற் பசிதீர்ந்து அத்தெய்வப்பசுவைத் தனக்குக் கொடுக்கும்படி நிர்ப்பந்தித்துத் தன்மக்களை ஒருங்கேயிழந்து தவமேயெவற்றினுஞ் சிறந்ததென்றறிந்து தவம்புரிந்து மஹரிஷியானுதலால் எறக்குறைய உன் சரித்திரமும் அவ்வாறு ஆரம்பித்தது என்பாள் 'கோசிகன்பட்டதறிதியன்றே' என்றுள். இனி விஸ்வாமித்திரன் வசிஷ்டரோடு வாது செய்து பட்டகஷ்டமறிந்திருந்தும் இவ்வாறு என்செய்தாய் எனவும், விஸ்வாமித்திரன் அடைந்த கஷ்டங்கள் உனக்கு அநுபவத்தால் விளங்கினவல்லவா எனவும் வினுவியபடியெனக் கோடலுமாம். (கூ)

(ஞானமுனிவரால் ஆபத்துநிவாரணமாதல்.)

யாண்டுளர்மா தவரரசற் குதவ வல்லோ
    ரருங்கானத் தெனப்படைஞ ரலைவுற் றெங்குந்
தேண்டினர்மெய்ஞ் ஞானமுனி வரனைக் கண்டார்
    திருவடிக்கு முடிசாத்தி நிகழ்ந்த செப்ப
வேண்டியசொன் மறுதுவருந் தவனத் தீயின்
    வெம்மைகெடப் பெருமழைபெய் வித்துத் தீர்ப்பக்
காண்டருசீர்ப் பெருந்தகைசெங் கமல பாதங்
    கனைவணங்கி யரசர்பிரான் கழறு வானுல்.

(இ-ள்.) சைன்ய வீரர்கள் நமது அரசனுக்கு இவ்வாபத்துவேளையில் உதவிசெய்யத்தக்க மஹரிஷிகள் எங்கே யிருக்கின்றுர்கள் என நுழைதற்கரிய கானகமெங்குந்தேடி ஞானமுனிவரைக்கண்டு பாதங்களில் சிரமீபட

நமஸ்கரித்து நடந்தவற்றைத் தெரிவித்துப் பிரார்த்திக்க அவ்வார்த்தைக் கிசைந்து வந்த முனிசிரேஷ்டர் அவ்வடவைத்தீயின் வெப்பமடங்க (வருணனை எச்சரித்து) பெருமழை பொழிவித்து நீங்குதலும், தரிசனார்ஹராகிய சிறப்புமிக்க பெருந்தயாளுவாம் அம்மஹரிஷியின் தாமரைப்பூப்போலும் திருவடிகளை அன்புடன் வணங்கி இராஜாதிராஜனாகிய சென்னிமன்னவன் விண்ணப்பிக்கின்றான். (எ-று.) (௧௦)

(அரசன் விண்ணப்பம்.)

உயிருண்ண வருங்கண்ணில் கூற்ற மேபோன்
றுருத்தவழ றனைமாற்றி யுய்யக் கொண்டாய்
செயிரறுமிந் நன்றிகுறி யெதிர்ப்பன் றேனுஞ்
சேவடியைத் தரிசித்துத் தினமும் யான்செய்
யுயர்நன்றி செலுத்துவலென் னோடுங் காஞ்சிக்
குறுகநினை விட்டகல வொல்லே னென்று
புயலனைய கைம்மலராற் றிருத்தாள் பற்றிப்
புணைகொண்டோ னுளமுணர்ந்தான் பொருவி லாதான்.

(இ-ள்.) உயிரைக்கவரும்பொருட்டு வருகின்ற தாக்ஷண்யமில்லாத யமனைப்போலக் கோபித்து எங்களை வளைந்துகொண்டு தகித்த அக்னியை அடக்கி அடியேங்கள் உஜ்ஜீவிக்கப் பேரருள் புரிந்தீர்! குற்றமற்ற இவ்வுபகாரம் பிரதியுபகாரத்தை எதிர்நோக்கிச் செய்ததல்லவாயினும் தங்கள் அழகிய பாதங்களை யநுதினமுஞ்சேவித்து யான்செய்யும் உயர்ந்த கைம்மாற்றைச்செய்வேன்; அடியேனுடன் தாங்கள் காஞ்சிபுரத்துக்கெழுந்தருள்க; தங்களைவிட்டு நீங்க மனம்பொறேனென்று மேகம்போலும் வள்ளற்றன்மை வாய்ந்த கைகளாகிய புஷ்பங்களால் அம்மாதவரது சிறந்தபாதங்களை (நடுக்கடலில் வீழ்ந்தோர்க்குக்கிடைத்த தெப்பம்போல்) விடாது பற்றிக்கொண்டிருக்கும் அரசனுடைய கருத்தை ஒப்பற்ற தவசிரேஷ்டர் அறிந்தனர். (எ-று.)

குறிப்பு :—கண்ணில் - தாக்ஷண்யமில்லாத; "கூற்றுக்கண்ணோடிய வெருவருபறந்தலை" புறநானூறு. யான்செய்யும் பிரதியுபகாரத்தை உத்தேசித்து அதனளவுக்கேற்பச் செய்யப்பட்டதன்று தங்கள் நன்றி என்பான் 'இந்நன்றிகுறி எதிர்ப்பன்று' என்றனன். "வறியார்க்கொன்றீவதே யீகை மற்றெல்லாங் - குறியெதிர்ப்பைநீர துடைத்து" என்னுங் குறட்குப் பரிமேலழகர், குறியெதிர்ப்பையாவது 'அளவுகுறித்து வாங்கி, அவ்வாங்கியவாறே யெதிர்கொடுப்பது' எனக்கூறிய வுரையும் ஈண்டு நோக்கற்பாலது. "காலத்தாற்செய்த வுதவிசிறிதெனினும்-ஞாலத்தின்மாணப்பெரிது" என்

யதால் காலந்தேர்ந்து செய்த பேருபகாரத்துக்குப் பிரதி நன்றி ஒன்று மில்லையே. இயன்றமட்டிலும் சிறந்த கைம்மாறு செலுத்தாமை இழிவா மாதலால் யான் செய்யத்தக்க அரும்பெருங்கைம்மாறு உமது பாதத்தைச் சதா சேவித்துப் புகழ்தலேயாம். அதனிமித்தம் தாங்களென்னுடன் தயவு கூர்ந்து எழுந்தருள்க எனப் பிரார்த்தித்தான் என்னுங் கருத்தடங்க 'யான் செய்யுயர்நன்றி செலுத்துவல் காஞ்சிக்குறுக' என்றும், மறுப்பீராயின் யான் உமது திருவடியைப் பின்றொடர்வேன் என்பது போதர 'நினைவிட் டகலவொல்லேன்' என்றும் கூறப்பட்டது. "கைம்மாறுநினக்காற்றல றிதெனினுங்களிப்பினுளஞ் - செம்மாந்துன்செயிர்றுசீரோவாதுசெப்புவல் யான் .." என்பர் நைடதமுடையாரும். (௧௧)

(முனிவரின் பிரதியுத்தரம்.)

நாடகன்று கானுறைந்து புனல்கா லுண்டு
  நணணியவிவ் வுடற்சுமைபோ கட்டுச் சென்று
வீடுறுவான் விழையுமெம்ம னோர்க்கொவ் வாத
  விளம்பினையென் றெனைப்பலவும் விதித்துங் கேளான்
கேடுறுவே னன்றிகொன்ற நரகில் வீழ்வேன்
  கிருபைசெயா தொழியினெனக் கிளத்த லோர்ந்து
வாடலையென் மாணவக ரறுபா னல்வர்
  வண்புகழ்கேண் மதியெனவே வழுத்து வானல்.

(இ-ள்.) தேசத்தைவிட்டு நீங்கி ஆரண்யத்தில் வசித்துப் பசிக்கு நீலை யுங் காற்றையும் புசித்துக் கர்மவசத்தால் அடைந்த இத்தேகச்சுமையை நீக்கிவிட்டுப் போயப் பரமானந்த மோக்ஷமடைய விரும்பி நிற்கின்றவென் னைப்போன்றவர்களுக்குத்தகாததாகிய நகரவாசத்தை வற்புறுத்துகின்றனை. இதற்குடம்படோமென்று எவ்வளவோ சொல்லியுங் காதிற்போட்டுக்கொள் ளாமல் பிராயசித்தமேயில்லாத நன்றிகொன்ற பாவத்தினால் ஐயகோ! கொடுநரகில் வீழ்ந்து கெடுவேனே! என விம்மிவிம்மியழுது பிரார்த்திக் கின்ற அரசனை நோக்கி (மனமிரங்கி) வாட்டமுறாதே! என்மாணாக்கர்கள் அறுபத்துநால்வரிருக்கின்றனர். அவர்களது வளப்பமிக்க கீர்த்தியைக் கூறுவோம் கேட்பாயாகவென்று ஞானமுனிவர் சொல்லத்தொடங்கினார். (எ-று.)

தவமுடையார் நீருங்காற்றுமுண்டியாக்கொள்வது, "புற்றுமாய் மரு மாய்ப் புனல்காலேயுண்டியாய் .." என்னும் திருவாசகத்தாலும் பெறப் படும். "சுளியார் சுமைபோடுதற்கு" என்னும் நாலடியால் தேகமும் சுமை யாவதறிக. கோஹத்தி, பிரமஹத்தி, ஸ்திரீஹத்தி, சிசுஹத்தி முதலியவைத்

றுக்கும் பிராயச்சித்தமுண்டு; நன்றிகொல்லும் பாதகத்திற்குப் பிராயச்சித்தம் யாதுமில்லை எனப் புறப்பாட்டில் வருவதை மேல் புத்திரோற்பவச் சருக்கம் கடு-வதுசெய்யுளின் குறிப்பிற் காட்டினும். (கஉ)

(சீர்கருணிகருடன் அரசன் தன்னகர் சேர்தல்.)

அணுவெனினுங் கணக்குவிடா ராண்மை மிக்கா
ரளவில்கலை யுண்டுவைத்தா ரரசர்க் கேற்ற
குணமறிவா ரிரவிவழிச் சித்ர குத்தன்
குலமைந்தர் புதல்வர்தவக் குன்ற மன்னர்
துணையுறக்கொண் டிடுதிநன்றி யதுவா மென்னத்
தொழுதகையோ னேமெனலு மவரை யீண்டோர்
கணமதனிற் றருகெனவந் தூற்று ரோடுங்
காஞ்சிபுக்கான் கடற்படைபொற் கழற்கால் வேந்தே.

(இ-ள்.) அவர்கள் அணுவளவேனும் கணக்கு விடாதவர்கள்; ஆண்மையில் ஒப்புயர்வில்லாதவர்கள்; அளவற்ற நூற்பொருள்களை முற்றும் உண்டு வைத்தவர்கள்; அரசரது குணகுணங்களையறிந்தொழுகவல்லவர்கள்; சூரியன்மரபில் சித்திரகுப்தருடைய புதல்வர்களின் மக்களாவார்; தவத்தால் மலைபோன்றவர்கள். நீ எனக்குச்செய்யும் உபகாரத்தை அவர்கட்குச்செய்து துணையாகக்கொள்வாயானல் அதுவே எனக்குக் கைம்மாறு செலுத்தியதாகும் என்று சொல்லிய ஞானமுனிவரை நோக்கி அஞ்சலியஸ்தனுகிய அரசன் அவ்வாறேயாகுக எனலும், அவர்களை இவ்விடத்தில் ஒரு க்ஷணத்திற்குள் வருவிக்கவென்று தூதர்களையனுப்ப, வாத அறுபத்துநால்வருடன் தனது பரிவாரசகிதமாகக் கடல்போலும் சேனைகளையும் வீரக்கழலணிந்த கால்களையுமுடைய சோழன் காஞ்சிமாநகர் வந்துசேர்ந்தான். (எ-று.)

'ஓம்' என்றது உடன்பாட்டைக்குறிக்குமோர்சொல். "...ஒன்றுங் கதிர்முடியாற் கோமென்றுரைத்தருளி..." என்பர் கிருட்டினன்றூதுச் சருக்கத்தில் வில்லிபுத்தூராழ்வாரும். (கூ)

(ஸ்தலதரிசனம்.)

வந்துசிவ ஞானமுனி யோடு மெண்ணெண்
மதியூகச் சீர்கருண மறையோர் சூழ
விந்தணிவே ணிப்பரமன் றனைமென் கொங்கை
யிணைச்சுவடுங் கவற்களித்த வெழின்மின் னூளைச்

செந்தமிழோன் பின்படப்பாய் சுமந்து போந்த
செழுங்கமலக் கண்ணனையுந் தெரிசித் தப்பா
லந்தநன்னாட் டுயர்தலங்கண் முற்றுஞ் சேவித்
தகங்குளிர்ந்து மீண்டுநக ரடைந்தான் மன்னே.

(இ-ள்.) அரசன் பிரார்த்தித்தபடி காஞ்சிமாநகர்வந்துசேர்ந்த ஞான மஹாரிஷியுடன் மதியூகவிற்பன்னர்களாகிய அறுபத்துநான்கு சிர்கருணப் பிராம்ஹணருஞ் சூழ்ந்துவரச் சந்திரஜடாதரனாகிய ஏகாம்பரேசுவரனையும், அப்பவானுக்கு மிருதுவான கொங்கைத்தழும்புகளைத்தந்த அழகிய மின்னற்கொடிபோலும் காமாட்சியம்மையையும், தமிழ்வல்ல ஓர் பக்தசிகாமணியின் பின்னாலே படம்பொருந்திய ஆதிசேடனாகிய படுக்கையைச்சுமந்து சென்று திரும்பிய செழித்த தாமரைமலர்போலுங் கண்களையுடைய சொன்னவண்ணஞ்செய்தபெருமாளையுஞ் சேவித்துக்கொண்டு பின் அந்தத் தொண்டநாட்டிலே உயர்ந்த சிவாலய விஷ்ணுவாலயங்கள் முழுவதுந் தரிசித்துக்கொண்டு மனமகிழ்ந்து திரும்பித் தன் இராஜதானியாகிய காஞ்சிபுரம் வந்து சேர்ந்தான் சென்னிமன்னவன். (எ-று.)

செந்தமிழோன் பின்படப்பாய் சுமந்துபோந்த கதையாவது :—திருக்கச்சித்தலங்களுள் ஒன்றாகிய திருவெஃகா என்னுந் திருப்பதியில் திருமழிசை[?] [?]வார் நிஷ்டையிலெழுந்தருளியிருக்குங்காலத்து அவரைக் கணிகண்[?] எனுமோர் பாகவதர் ஆசிரயித்திருந்தனர். ஒரு கிழவேசையும் ஆழ்வார் திருவுளமுவப்ப இடைக்கிடை சில பணிவிடைகளைச்செய்து வருவாள். இப்படியிருக்க ஆழ்வாருக்கு அவ்வேசையின்மேற் கருணையுண்டாகி முதுமைநீங்கி யௌவன யுவதியாகக் கடாட்சிக்கவே அவ்வூரரசனாகிய பல்லவராயன் அவளைக்கண்டு மோகித்துச் சிலநாட்கூடி யின்பமநுபவித்து வந்ததில் இவளது கூட்டரவால் தனக்கு முதுமை பெருகுவதையுணர்ந்து சந்தேகித்து உண்மையை விசாரிக்க தாசியும் தனது கிழத்தனம் ஆழ்வாரால் மாற்றப்பட்ட சங்கதியைச்சொல்லி நீரும் கணிகண்ணனைக்கொண்டு ஆழ்வார் கிருபைக்குப் பாத்திரமாவீராயின் இளமையைப் பெறுவீர் என்றனள். அரசன் கணிகண்ணனை வருவித்து 'உமது ஆசிரியனை யான் சேவிக்கவேண்டும் இங்கழைத்துவருக' எனக் கணிகண்ணர், 'அவர் ஒருவரிடத்தும் எழுந்தருளார்' என்றுமொழிய அரசன் 'அவர்வாராவிடினும் நீர் என்மேல் ஒரு கவிபாடி இளமை தரவேண்டும்' என்று பிரார்த்திக்கவும். 'யாம் நரஸ்துதி பண்ணும் வழக்கமில்லை' எனக் கணிகண்ணர் மறுத்துவிட்டதனால் கடுங்கோபமுற்று 'அப்படியானால் இந்நிமிஷமே நீ என் நகரத்தை விட்டகல ஓடிப்போகவேண்டும்' என்று கட்டளையிட, இச்செய்தியை ஆழ்வாரிடம் விண்ணப்பம் செய்துகொண்டு கணிகண்ணர் புறப்பட

ஆழ்வார் ' நாமும் வருகிறோம் ' என்றெழுந்து சென்று பெருமாள் முன்பு நின்று "கணிகண்ணன் போகின்றான் காமருபூங் கச்சி, மணிவண்ணா நீயிங்கிராதே - துணிவுடனே, செந்நாப் புலவனியான் செல்கின்றே னீயுமுன்றன், பைந்நாகப் பாய்சுருட்டிக் கொள் " என்னும் வெண்பாவை அருளிச்செய்யவே ஆழ்வார்மீதுவைத்த பேரபிமானம்விளங்க ஆதிசேடனாகிய பாயைச் சுருட்டித் தோள்மீது வைத்துக்கொண்டு ஒரு கையில் ஸ்ரீபிராட்டியார் கரத்தைப்பற்றிக்கொண்டு உலகளந்த ஒப்பற்ற திருவடி கொப்புளங்கொள்ளப் பரந்தாமன் ஆழ்வாருக்குமுன்னே நடப்பாராயினர். இச்சம்பவங்களைக் கச்சிமாநகர் பாழ்பட்ட காரணத்தாலறிந்த மன்னவன் அமைச்சர்களோடு விரைந்துசென்று கணிகண்ணர் திருவடியில் வணங்கி மன்னிப்புக்கேட்டுக் கொள்ள, கணிகண்ணர் ஆழ்வாரைப்பிரார்த்திக்க, ஆழ்வாரும் " கணிகண்ணன் போக்கொழிந்தான் காமருபூங் கச்சி,. மணிவண்ணா நீயிங் கிருக்க - துணிவுடனே, செந்நாப் புலவனியான் செல்வொழிந்தே னீயுமுன்றன், பைந்நாகப் பாய்படுத்துக் கொள் " என்னும் பாடலைப்பாடப் பெருமாள் பழையபடியே சயனத்திருக்கோலமாயெழுந்தருளினர் என்பதாம். ஆழ்வார் சொன்னவண்ணஞ் செய்ததனால் இப்பெருமாளுக்குச் சொன்ன வண்ணஞ்செய்தபெருமாள் என்னுந் திருநாமம் வழங்குகிறது. இவ்வரலாற்றை மீனாக்ஷியம்மை பிள்ளைத்தமிழ் காப்புப்பருவ முதற்செய்யுளில் " ...கணிகொண்டதண்டுழாய்க்காடலைத்தோடுதேங்கலுழிபாய்ந்தளறுசெய்யக் - கழனிபடுநடவையிற்கமலத்தணங்கரசொர்கையணைமுகந்துசெல்லப் - பணிகொண்டமுடவுப்படப்பாய்ச்சுருட்டுப்பணைத்தோளெருத்தலைப்பப்-பழமறைகண்முறையிடப்பைந்தமிழ்ப்பின்சென்றபச்சைப்பசுங்கொண்டலே " எனச் சைவத் தெய்வத்தமிழ் நாவலராகிய குமரகுருபரசுவாமிகளுங் கூறியிருத்தலறிக. பழையபுராணத்தின் தலதரிசனச் சருக்கத்தை விரிவஞ்சி இவ்வொருகவியில் அடக்கினர். (கசு)

(ஸ்ரீகருணீகர்க்குச் சென்னிச்சோழன் ஆதீனம் நல்கல்.)

புலக்குறும்ப னைவனையு மறுவ ராக்கும்
புண்ணியநன் ஞானமுனி வரனை நோக்கி
நலத்தகுமிச் சீர்கருண மறையோர்க் கென்ற
னுடுதனி லறுபத்து நான்கா தீனங்
கலக்குமக ரங்களுப கிராம மான்யங்
கணிதநெறி யமைச்சுநெறித் தொழிலு நல்க
வலித்தனனென் றினிதுரைத்துத் துலாபா ரப்பேர்
மண்டபங்க ணகரராயர் தமைய ழைத்தே.

(இ-ள்.) பஞ்சேந்திரியங்களாகிய குறும்பர்களை அறுத்த புண்ணிய மூர்த்தியான ஞானமகாரிஷியை நோக்கி வியக்கத்தக்க கீர்த்திபெற்ற இந்தச் சீர்கருணவேதியர்களுக்கு என்தேசத்தில் அறுபத்துநான்கு ஆதீனங்களும் பொருந்திய அக்ரகாரங்களும், உபகிராமங்களும், மான்யங்களும், கணக்கெழுதுந் தொழிலும், மந்திரி சம்பிரதி முதலிய உத்தியோகங்களும் கொடுக்க நினைத்தேனென்று இன்பமாகச்சொல்லித் தன் மூதன் மந்திரியாகிய துலாபார மண்டபம் கனகராயர் என்பவரை அழைத்து. (எ-று.)

'ஐவரை அறுவராக்கும்' என்புழித் தொனி சிறத்தல் காண்க. (கரு)

(இதுவுமது.)

மைப்பூகச் சென்னிதழீஇ வருநீர்ப் பாலி
மாநதியி னிருமருங்கும் மருவுஞ் செல்வ
தொப்போதற் கரியவள வாதி யூர்தொட்
டெற்றவறு பானன்கு நகரு மின்றே
செப்பேடு பொறித்துநந்த முயிரின் மேலாந்
திறற்பெரியோர்க் கீகவென்று செப்பத் தந்தான்
கைப்போது குவித்தறுபத் தொன்பா னுகக்
கண்டசகாத் தத்திலெனக் கழறு நூலே.

(இ-ள்.) முகிலையளாவி வளர்ந்துள்ள பாக்குமரங்களின் தலையைத் தடவிக்கொண்டுவரும் பிரவாகத்தையுடைய பாலியாற்றின் இருகரைகளிலும் பொருந்திய செல்வத்தையுடைய சமானமற்ற வளர்ந்தங்கிய ஆதியூர் முதலாகவுள்ள அறுபத்துநான்கு நகர்களையும் இப்போதே செப்பேட்டேச் சாசனமெழுதி நம்முயிரினும் அன்புமிக்க இவ்வல்லமைசாலிகட்குத் தருகவென்று அரசனிட்ட கட்டளையைச் சிரமேற்கொண்டு கும்பிட்டகைகளையுடையவனாய்க் கனகராயர் சாலீவாஹனசகஸ்ரூ கூகூ-ல் தந்தார் என்று நூற்கள் கூறுகின்றன. (எ-று.)

கமுகின் தலையைப் பாலியாற்று நீர் தழுவுமென இங்குச் சிறப்பித்தாற்போல "பொன்னி யமுதப் புதுக்கொழுந்து பூங்கமுகின் - சென்னி தடவுந் திருநாடன்..." எனப்புகழேந்தியு முரைப்பர். (சகூ)

(புராணிகர் கூற்று.)

வேறு.

சுகமா முனிநேர் சொலுஞா னமுனி
மீகுசேர் கருணக் குலமேன் மையினேர்
தகுவாழ் வகரங் கடனித் தனியாய்
வகைசெய் தமைநூல் வழியோ துவதே.

(இ-ள்.) சுகமஹாரிஷிக்குச் சமானமாகக் கூறத்தக்க ஞானமஹாரிஷியானவர் கூடவிருந்து மிக்க கியாதிபெற்ற ஸ்ரீகருணீகவம்ச துல்யர்களுக்கு வாழ்க்கையிடமாகிய அகரங்களைத் தனித்தனி அவரவர்க்கேற்ப வகுத்துத் தந்த வரலாறு பழைய நூல்களிலுள்ளவாறு அடுத்த சருக்கங் கூறும்.(எ-று.)

'நூல்வழியோதுவதே' என்றது சித்திரகுப்தருற்பவச் சருக்கமுதல் இச்சருக்கம்வரையிலும் ஆதித்யபுராண ரீதியாகவும் அதர்வணவேத சூரிய சாகாசந்தி கணிதசாகாவிதிப்படியாகவும் வசனரூபமாயிருந்ததைச் செய்யுளாக்கி இந்நூலாசிரியர் கூறினர். மேல்வரும் ஆதீனச்சருக்கம் ஏற்கெனவே அச்சாயிருக்கும் சீர்கருணீகபுராணத்திலுள்ளவாறே எடுத்து உதாமாத்திரம் புதிதாக எழுதப்படுகின்றது என்னுமுண்மை விளங்கற்கென்க. (கஎ)

(காஞ்சிபுக்க சருக்கம் முற்றும்.)

ஆகச்சருக்கம் கoக்குக் கூடிய செய்யுட்கள் ௬௦௪.

பதினொன்றாவது

ஆதீனச் சருக்கம்.

(இதுமுதல் கூசு-கவிகளால் ஒவ்வொருவருக்கும் ஒவ்வொன்றாக அறுபத்துநான்கு அக்ராகாரம் வகுத்தல் கூறப்படும்.)

க. ஆதியூர்—அத்திரி மஹாரிஷி.

வேறு.

நீதியானெறி யாலுதாரமெ னேயமேதரு சீரினன்
மாதினாலருள் கூரவேமிக வாழ்வொடேபுகழ் தேடுமோர்
சோதியீசனு மாதவன்சுர ராதிதாபதர் சூழ்வதா
மாதிமாமுனி யத்ரிகோத்திர மாதியூரிது வாகுமே.

(இ-ள்.) சன்மார்க்க குணங்களாலும், வருணாச்சிரம ஒழுக்கத்தினாலும் அன்பால் உண்டாகும் ஈகையென்னும் சிறப்பினாலும் மஹாலக்ஷ்மீ கடாட்சத்தால் மிக்க செல்வப்பேற்றினாலும் கீர்த்தியையே ஆஸ்தியாகச் சம்பாதிக்கும் நல்லோர்க்கு வாசஸ்தானமாகியதும், ஸ்ரீசிவபிரான், மஹாவிஷ்ணு, தேவர், முனிவர் முதலானவர் (விருப்பத்துடன்) வசிக்கப்பெற்றதுமாகிய ஆதியூர் என்னும் இப்பதி இவ்வறுபத்துநால்வரிலும் முதன்மைபெற்ற தவ சிரேஷ்டராகிய அத்திரிமஹாரிஷி கோத்திரத்தினர்க்கு ஏற்படுத்திய அக்ரகாரமாம். (எ-று.)

எல்லா வருணத்தாருக்கும் இன்றியமையாத ஒழுக்கமாதலின் சன்மார்க்கத்தை ‘நீதி’ யெனவிதந்து முற்கூறி, அதன்பின் ‘நெறி’ யெனத் தத்தம் ஜாதியாசாரத்தை வைத்தனர். ஒருவர்க்கு உபகரிப்பது கருணையால்; அக்கருணையும் சம்பந்தமுடையார் மீது வைத்த அன்பின் மிகுதியாலேயே விளைவது; ஆதலின் ‘நேயந்தரும் உதாரமென்சீர்’ எனவும், ஈகையே புகழ்க்காரணம் என்பார் ‘உதாரமென்சீர்’ எனவும் கூறினார். ஈகைக்குக் காரணம் செல்வமிகுதி, செல்வமிகுதிக்குக்காரணம் திருமகள் கடாக்ஷம், திருமகள் கடாக்ஷத்திற்குக்காரணம் ஜனங்களிடத்திலுள்ள சன்மார்க்கமும் வர்ணாச்சிரமநெறி தவறாமையும் என விளக்கினார். “ஒன்றாவுலகத் துயர்ந்தபுகழல்லாற் பொன்றாது நிற்பதொன்றில்” என்பதனால் அழியாப்பொருளாதலின் புகழே சம்பாதித்தற்குரியதெனப்பட்டது. (க)

உ. பெருமுளைசை—கபிலமஹாரிஷி.

வேறு.

கயலுநிறை யிளவாளை தனியுகள வணைமீது
களிறுகளி னெழில்சேர்வரால்
வயலின்மலர் தனைமோதி யுளமகிழ விளையாடு
வளமைகுதி கொளநீடுமூ
ரியலுமிசை யகலாம லநுதினமு நிறைவாகி
யெவருமெதி ரறவீறியே
பெயருழவ ரினிதான நயமொழிகள் பிரியாத
பெருமுளைசை கபிலரிஷீயே.

(இ-ள்.) (தடாகத்தில்) நிறைந்த சேற்கெண்டை மீன்களும். இளம் வாளைமீன்களும் தனித்தனிவயலிற் பாத்திக்கரைகளின்மேற் குதிக்க, அங்கிருந்த யானைக்கன்றுபோலழகிய வரால்மீன்கள் வயலிலும் (தடாகத்திலும்) நிறைந்த மலர்களின்மீது பாய்ந்து சந்தோஷமுற விளையாடுகிற வளமிக்கதும், இயற்றமிழும் இசைத்தமிழும் நீங்காமல் சதா நிறைவுற்று விளங்க ஒப்புயர்வில்லாத உழவு தொழிலினர் இன்ப நயவசனங்களைக்கூறி வந்த விருந்தினரை உபசரிக்கும் பெருமைபெற்றதுமாகிய பெருமுளைசை யென்னுமூர் கபிலரிஷி கோத்திரத்தார்க்குரியதாம். (எ-று.)

"உழுதுண்வாழ்வதற் கொப்பில்லைகண்டீர் - பழுதுண்டுவேறோர் பணிக்கு" என்பதால் 'எதிரறவீறியே பெயருழவர்' எனப்பட்டது. (உ)

ங. கோழிப்பதாசை—பாரத்துவாசரிஷி.

வேறு சந்தம்.

காலத்தை நாடிமர் போர்பொற்பை நாடியுப
காரத்தை நாடியருள்கூர்
சீலத்தை நாடிவளர் வேதத்தை நாடியுயர்
சிறப்பிர காசமுளவூர்
சாலக்கு லாவியளி கூடிக்கு மாளமிடு
சார்புற்ற சோலைபதியாங்
கோலப்ர தாபதவர் பாரத்து வாசர்மகிழ்
கோழிப்ப தாசைநகரே.

(இ-ள்.) காலநிலைமையையும், தமதுகுடிப்பிறப்பின் பாரம்பரிய கௌரவத்தையும், தம்மையடுத்தோருக்குதவும் உபகார அளவையும், தங்கள்

கருணை மிகுதற்கேதுவாகிய பாத்திரப்பெருமையையும், அப்பாத்திரத்தில் உபகாரம் எப்பயன்தருமென வேதங்கூறுகின்றதென்பதையும் ஒருங்காராய்ந்து கொடுப்பதனாலே மேம்பட்ட கீர்த்தியுடன் பிரகாசிக்கின்ற உத்தமர்களுக்கு உறைவிடமாகியதும், வண்டினங்கள் அதிக சந்தோஷத்தோடு பண்களைப் பாடுகின்ற சோலைகளாற் சூழப்பெற்றதுமாகிய கோழிப்பதகனகையென்னும் நகர் நற்குணமும் கீர்த்தியும் படைத்த பாரத்வாசரிஷி கோத்திரத்தினர்க்கு மகிழ்ச்சிதருவதாம். (எ-று.)

"காலத்தாற்செய்த் வுதவிசிறிதெனினும் - ஞாலத்தின் மாணப்பெரிது" ஆதலால் முதலில் உபகரிக்கப்பெறுவோர் சமயத்தைநோக்கியும், "இரப்பவரென்பெறினுங்கொள்வர் கொடுப்பவர் - தாமறிவார்தங் கொடையின்சீர்" என்பதால் தம்முன்னோர் கீர்த்தி சுருங்காதவண்ணம் அளவறிந்தும், அசற்பாத்திரத்தில் கொடுப்பது பாம்புக்குப் பாலூட்டுவதுபோல் தனக்கே கெடுதியையும் பின் நரகத்தையும் தருவதாகையால் பாத்திரப்பெருமையையும், "பன்னும்பனுவற் பயன்தேரறிவிலார் - மன்னுமறங்கள் வலியில..." என்பதனால் வேதசாஸ்திரவிதிப்படி அவ்வுபகாரம் எப்பயன்தருமென்பதையும் நன்றாய் அறிந்தும் உபகரிக்கின்றமையால் சர்வலோகப்ரசித்தமான பெருங்கீர்த்தியடைகின்றனர் என்க. (கூ)

சு. புலிப்பாகை—வியாக்ரமபாதரிஷி.

வேறு சந்தம்.

மருப்பாயன் மலர்மாது மியற்பேறு மிசைமாது
மலைப்பூவை யெனுமாதுமார்
விருப்பான பெருநீதி தரப்பாரின் மணியாய
விளக்காகி மிகவாழுமூர்
தருப்பார நிதிமேக மெனத்யாக தரர்மேன்மை
தகக்யாதி மிகவாழ்வுளார்
பொருப்பான புயமேவு புலிக்கால ருறவான
புலிப்பாகை நகராகுமே.

(இ-ள்.) வாசனைபொருந்திய பத்மாசனியாகிய இலக்குமியும், அழகமைந்த வீணாகானப்ரியையாகிய சரஸ்வதியும், [illegible]தராஜ புத்திரியாகிய உமாதேவியும் செல்வம் கல்வி கருணைகளைக்[illegible]லால் உலகில் மாணிக்கம்போல் பிரகாசமுற்று கற்பகவிருக்ஷம், [illegible]ந்தங்கிய சங்கநிதி,

பத்மநிதி, மேகமென்னுமிவைபோலக் கைம்மாறு கருதாதுதவும் சாதுக்கள் மேன்மையும் கீர்த்தியும் மிக வாழ்கின்ற புலிப்பாகையென்னும் நகர் மலை போற் புயங்களையுடைய வியாக்ரமபாதமஹரிஷி கோத்திரத்தினர்க்குப் பிரியமானதாம். (எ-று.)

"...வல்லதரு - நாமநிதிமேக நயந்துதவலன்றியே - தாமுதவிநாடுமோ சாற்று" என்பதால் கற்பகவிருக்ஷ முதலியவைபோல் இவரும் பிரதியுபகாரத்தை விரும்பாதுதவுவோர் என்றார். (ச)

ரு. பல்லாபுரம்—சனகரிஷி.

வேறு சந்தம்.

மணியும்வெல் லாதுபுய னிரையும்வெல் லாதுவரி
 வகையும்வெல் லாததருநே
ரணியும்வெல் லாதபடி பரிசினல் லாதரவி
 னருளும்வல் லார்களுறையூர்
தணிவில்வல் லாசமது பரவுசல் லாபமுனி
 சனகசொல் லாருமுறைவோர்
பணிலவில் லார்முறுவ னகைகளுள் ளார்கள்வயல்
 பரவுபல் லாபுரமிதே.

(இ-ள்.) சிந்தாமணியும், சப்தமேகங்களும், சமுத்திரங்களும், கற்பக வருக்ஷமும் தங்கள் கொடைக்குத் தோற்கும்படி கொடுத்தலில் நிகரற்ற தயாநிதிகளுக்கு வாசஸ்தானமாகியதும், குறையாத உல்லாச சல்லாபப்பிரியராகிய சனகமஹாரிஷி கோத்திரத்தோர் வாழ்விடமானதும், சங்கினங்கள் பெற்ற பிரகாசமிக்க முத்தை நிகர்த்த பற்களையும் நகைப்பையுமுடைய மாதர்கள் பயில்கின்ற வயல்சூழ்ந்த பல்லாபுரமாம். (எ-று.)

உல்லாசம் - சந்தோஷம். சல்லாபம் - வினவும் விடையுங்கூடியது.()

சு. சதுர்வேதமங்கலம்—வாமதேவரிஷி.

வேறு சந்தம்.

வேதமுந்த வந்துமேவு சூரியந்த ணன்றனுவு
 மேவுமென் றிசைந்துநின்றபா
லாதரந் தகுந்ததாக வேவன்மீக முன்சொரிந்த
 தாவுறைந் திடுங்கவின்றுமா

வேதமின்றி நின்றபோதி னையர்தங் குலங்களேசர்
வேசமான றுகந்துதங்குமூர்
காதல்கொண் டிசைந்தவாம தேவன்வர்த்து வந்துமேவு
காரணம் புரிந்தமங்கையே.

(இ-ள்.) ஸ்ரீமஹாவிஷ்ணுவானவர் ஒரு காரணத்தினால் இலக்ஷ்மீதேவியாரைப்பிரிந்து வேதங்களை முற்படப் பிரவேசித்து அழகுமிக்க அபேக்ஷிதமாய்ப் புற்றுருவமாக நிலைகொண்டிருப்பதையறிந்த பெருமைமிக்க வசிஷ்டாசிரமத்திலுள்ள காமதேனுவானது விருப்பத்துடன் மனமிசைந்து அப்புற்றுக்கண்மீது பாலை நாடோறுஞ் சொரிந்துவருவதைக் கண்ட இடையர்கள் சர்வேஸ்வரனாகிய ஸ்ரீமந்நாராயணனிருப்பையறிந்து குடிகொண்ட நகரமாகிய சதுர்வேதிமங்கலமென்னுமிப்பதி வாமதேவமஹாரிஷி அன்புடன் உவந்து வாழ்தற்குரியதாம். (எ-று.) (கூ).

எ. திருநின்றவூர் — முஞ்சிகேசரிஷி.

வேறு சந்தம்.

தருமந் தயாமகிமை கொடையன்பு நீதிநெறி
தமிழின் சமேதமதனோ
டொருவாத யாகவள நிலவின்ற நால்வரிசை
யுளவர்க ளானமகிழூர்
மருவண்டு நாலுவகை யளியங்கு லாவமொளிர்
வருகின்ற சோலைபுடைசூழ்
தெருவெங்கும் வேள்விமறை வளர்யப்ர காசமுள
திருநின்றை முஞ்சிரிஷியே.

(இ-ள்.) தருமம், பூததயை, மகத்துவம், ஈகை, நற்குணம், நல்லொழுக்கம் என்னுமிவைகள் தமிழ்க்கல்வியுடனும் மன்மதசமான அழகோடுங்கூட யக்ஞாதி கிருதுக்கள் செய்வதற்கேற்ற வளங்களிருப்பதால் எல்லா மேம்பாடுகளும் ஒருங்கமைந்த பிராம்மணசிரேஷ்டர்கள் மகிழ்ந்து வாழப்பெற்றதும், தேனைப்பருகி நால்வகை வண்டினங்களுஞ் சஞ்சரித்தற்கிடமாய் விளங்குகின்ற சோலைகள் புடைசூழப்பெற்று வீதிகடோறும் யாகாதிகிருத்தியங்களும் வேதகோஷ்டங்களும் அதிகரிக்கப்பெற்றதுமாகிய திருநின்றவூர் முஞ்சிகேசரிஷி கோத்திரத்தார்க்காம். (எ-று.) (எ)

அ. பருந்தூர்—புயங்கரிஷி.

வேறு சந்தம்.

சிரம்பா ஷணியன்கயி லையன்கோ காம்பயில்
செழும்போ துகந்தமனையா
னரண்பா தபங்கய நினைந்தே வளம்புனை
யலங்கா ரமுந்திடுமெழூர்
குரம்பா ரரின்றிருள் வரும்போ தலர்ந்திடு
குணம்போ யரும்பகலிலே
பரம்பார் தறுங்குவ ளையின்போ தலர்ந்திடு
பருந்தூர் புயங்கரிஷியே.

(இ-ள்.) தலையிற் கங்கைசூடியவரும், கயிலாசபதியுமாகிய சிவபெருமானது திருவடிகளையும், மேன்மைபெற்ற மேகம்போலும் நிறமுடையவருமல செழித்த தாமரைப்புஷ்பாசனியாகிய லக்ஷ்மீநாதனுமாகிய ஸ்ரீமந்நாராயணன் திருவடிகளையும் தங்கள் ஆத்மாவிற்குக் காவலாமென நினைந்து அதனால் எல்லாவளங்களையும் பெருமைகளையும் பெற்று விளங்குகின்றதும், வயல்களின் பரப்பிலே நிரம்பிய வாசனையுடைய நீலோற்பல மலர்கள் இராக்காலத்திலே சந்திரன்வர மலரும் இயற்கை நீங்கிக் குரம்புகளிலே (சங்குப்பூச்சிகளின்ற) முத்துக்களின் வெண்மைப்பிரகாசத்தைச் சந்திரிகையென்று மயங்கிப் பகற்காலத்திலேயும் புஷ்பிக்கும் வளம்பொருந்தியதுமாகிய பருந்தூர் புயங்கமஹாரிஷி கோத்திரத்தினர்க்காம். (எ-று.) (அ)

௯. பரமேஸ்வரமங்கலம்—பதஞ்சலிரிஷி.

வேறு சந்தம்.

பெரியோரின் மிகும்பெரி யோரினையோர்
ப்ரியமாக நடந்தருள் வோர்தமிழ்நூ
றெரிவோர்கண் மகிழ்ந்திட வேதெரிவோர்
தினமானமு நன்றிசெய் வார்நமதூர்
தரியார்தமை வென்றவர் வாழ்வினையா
தரகாவல ரின்புற வேதருவோர்
பரிவாலச னம்பகர் வோர்க்ருபைகூர்
பரமேசுர மங்கை பதஞ்சலியே.

(இ-ள்.) வயதினாலன்றிக் கல்வி கேள்வி யறிவொழுக்கங்களிற் பெரியோர்களாகியும் அடக்கமுடைமையால் ஒன்றுமறியாச் சிறுவர்களைப்போல்

யாவருக்கும் அன்புடையவர்களாக ஒழுகுவோரும், தமிழின்கணுள்ள அரிய பெரிய நூற்களின் (ஆழ்ந்த நுணுகிய கருத்துகளை) அறிந்தோரும், சந்தோஷமிகுந்து தமது கல்வித்திறமையை வியக்கும்படிக் கற்றோரும், எந்நாளும் தங்கள் கடமையாகிய பரோபகாரத்தைச் செய்வோர்களுமாகிய ஆன்றோர் வசிப்பிடமான பரமேசுரமங்கலம், தமது சத்துருக்களை வென்று பெற்றவாழ்வுகளை விருப்பமுடன் தம்மைப்பாடும் வித்வான்கள் இன்பமடைய அளிக்கின்றவரும், யாவருக்கும் உபசரித்து அன்னதானஞ்செய்யுந் தயாநிதிகளுமாகிய பதஞ்சலிமஹாரிஷி கோத்திரத்தாருடையது. (எ-று.)

'அன்னதானாத் பரம்நாஸ்தி' என்பதனால் அன்னதானத்தை விசேடித்தார். (சு)

கo. ஸ்ரீபுருஷமங்கலம் அலாசலரிஷி.

வேறு சந்தம்.

மாகமுகி வின்செறி பாளைநற வுக்கிதழ்
வாழைநற வும்பெருகியே
யேகநதி யின்படி கால்வழியின் வந்துநி
லேவிளைவு விஞ்சிமேலூர்
மோகன வருந்தமி ழால்வரிசை தங்கிய
மூவகை யறிந்தருளினாற்
றேகநிலை கொண்டவ லாசமுனி விஞ்சிடு
சிபுருட மங்கலமிதே.

(இ-ள்.) பெருமைமிக்க கமுகமரத்தின் பாளைகளினின்றும் வாழைக்கனிகளினின்றும் பெருகிய தேன்வெள்ளம் ஓர் பேராறுபோலக் கால்வாய்களில் ஓடிவருவதால் கழனிகள் விளைவுமிகுதற்கேதுவாகிய ஸ்ரீபுருஷமங்கலம், (கேட்போரைத்) தன்வசமாக்கும் அரிய தமிழ்ப்பாஷையின் இயலிசை நாடகமென்னும் முப்பகுதியையும் உணர்ந்து கருணைகூர்ந்து பரோபகாரஞ் செய்தலால் அநித்யமான தேகத்தை அழியாத தேகமாகக் கீர்த்தியினால் ஸ்தாபிக்கின்ற அலாசலமஹாரிஷிகோத்திரத்தார்க்குரியதாம். (எ-று.)

"ஒன்றாவுலகத் துயர்ந்தபுகழல்லாற் - பொன்றாதுநிற்பதொன்றில்" என்பதால் தேகநிலைகொண்டதற்குக் கீர்த்தியை ஏதுவாக்கினம். (கo)

௧௧. கூடம்—உரோமமாமுநி.

வேறு சந்தம்.

மாதவர்கண் மாதவமெய் வாசனையர் வாசநயர்
  மாகர்புகழ் மாகமலமார்
பாதர்மக பாதகமி லாதரக லாதரர்சு
  பாவிகழ் பாவகர்தமூ
நாதரம்வி டாதவரி கேசவன் மகேசன்வள
  ராரியன்மு ராரியருளாற்
கோதறுமு ரோமமுனி யோதுமரு ளாரமகிழ்
  கூடுமுயர் கூடமிதுவே.

(இ-ள்.) தேவர்களும் புகழ்கின்ற மஹரிஷிகளும், சாதுசங்கப் பழக்கமுடைய இன்பவாசனர்களும், தாமரைப்புட்பம்போலும் பாதங்களையுடைய மகளிரும், பஞ்சமகாபாதகத்தை நீக்கிய ஜீவகாருண்யமுடைய வித்வான்மணிகளும், இயற்கையே பரிசுத்த குணமுடையவர்களுமாகிய யாவரும் குடிகொண்டுவாழும் கூடநகர், பக்தரிடத்தன்புகொண்ட ஸ்ரீஹரி, கேசவன், சர்வேசன், பூஜ்யதைக்குரிய முராரியெனப் பல திருநாமம்பெற்ற ஸ்ரீமஹாவிஷ்ணுவின் கிருபைபெற்ற குற்றமில்லாத உரோமமஹரிஷி கோத்திரத்தினர் மகிழ்ந்து வாழ்கின்ற அக்ரகாரமாகும். (எ-று.)

'மாதவர்கண் மாதவமெய்' என்று அடியுள் முன்னின்ற சொல் மரீத்தும் வந்து தலைப்பட இவ்வாறு சாகஸமாய்த் தொடுத்த இக்கவி பின்வருவிளக்கணியின்பாற்படும். வடநூலார் ஆவர்த்திதீபகம் என்பர். (௧௧)

௧௨. வானவ்ரமாதேவி—வேதவியாஸரிஷி.

வேறு சந்தம்.

ஞானவி சேடமு மேன்மைவி சேடமு
  நாளுமெண் மேலுறவே
தானவு தாரம னேகர ரானவர்
  தாமுறை வாகியவூர்
கானல மேனில வாரளி சீரிசை
  பாடிய சோலையெலாம்
வானகிர் காபதி வேதவி யாசரின்
  வானவன் மாதையிதே.

(இ-ள்.) விசேஷஞானமும் விசேஷபெருமையும் நாடோறும் மிக, வள்ளற்றன்மையும் நிர்ச்சலன்சித்தமும் பெற்ற சாதுக்கள் சுகித்து வாழ்கின்றதும், நீலோற்பலமலர்களின் மீது பொருந்தி விளங்கும் வண்டினங்கள் சிறந்த கீதங்களைப்பாட சோலைகளெல்லாம் சுவர்க்கலோகக் கற்பகப்பூஞ் சோலையை நிகர்க்கப்பெற்றதுமாகிய வானவன்மாதேவி வேதவியாசமஹாரிஷி கோத்திரத்தாரது. (எ-று.) (கரு)

கசு. திணையனேரி—பிருத்மஹாரிஷி.

வேறு சந்தம்.

அருளினன் மிக்ககொடை யடைவினன் முத்தமிழி
 னறிவினொ லொத்தமதனே
ளுருவினொ லெத்திசையு நிறைவுசீர் பெற்றினிய
 வுலகின்வாழ் வுற்றபெரியோர்
மருவுகூ டத்திரளு மிலகுமே டைத்திரளு
 மதிலுமே விச்சிகரியார்
தெருவெலா நித்தமகிழ் பிருகுமா லத்தரிசை
 திணையனே ரிப்பதியதே.

(இ-ள்.) கருணையால் முறையறிந்துதவும் பெருங்கொடையினாலும், இயலிசைநாடகமென்னு முத்தமிழறிந்த விவேகத்தினாலும், மன்மதனுக்கு நிகரான அழகினாலும் தம்மைத் தாமே நிகர்த்து (அதனால்) எல்லாத் திக்குகளிலும் நிறைந்த பிரதாபம் படைத்து உலகவாழ்க்கையின்பங்களை முற்றும் அநுபவிக்கின்ற பெரியோர்களுக்கு வாசஸ்தானமாகியதும், மாளிகைகளும் பிரகாசிக்கின்ற உப்பரிகைகளும் மதிலும் கோபுரமுமுடையதாய்த் தெருக்கடோறும் ஹரி சிவ நாமஸ்மரணை பஜனைக் கோஷ்டிகள் விளங்குகின்றதுமாகிய திணையனேரி பிருகுமஹாரிஷி கோத்திரத்தார்க்காம். (எ-று.) (கசு)

கஎ. வாயலூர்—பாதலோசனமஹாரிஷி.

வேறு சந்தம்.

நானிலாவெ ணுமலருள் வாருமேக வாசகரு
 நாவலோரு நீதிநெறியான்
வேளிராகி வீறிநிலை பேணியோது வார்புகழின்
 மேவுவார்கள் வாழுமிடமாங்

காளமேக நாடுகுழல் மாதரார்க ளுங்கயல்
காவிமீது பாயவெதிரோ
வாளைபாய நீள்கமுகு பாளைவாசம் வீசுபதி
பாதலோசர் வாயல்பதியே.

(இ-ள்.) இரப்பவரை நாளைக்கு வருகவென்று கூறாமல் குறிப்பறிந்துதவுகின்ற வள்ளல்களும், சத்யவாக்யரும், வித்வான்களும், நீதிமுறைமை தவறாமல் வாழ்தலால் சிற்றரசர் என்னும்படிப் பெருமையுற்றுத் தத்தம் வருணத்துக்கும் பிரமசரியம், கிருகஸ்தம், வானப்பிரஸ்தம், சந்யாசமென்னும் நால்வகை நிலைக்குமுரிய ஒழுக்கங்களைப்பாதுகாத்து சொல்வோரால் சொல்லப்படும் கீர்த்தியோடு பொருந்துகின்றவர்களுமாகிய யாவருக்கும் உறைவிடமாகியதும், கரியமேகம்போலுங் கூந்தலையுடைய மாதர்கள் தங் கண்கள்போலுமென்று கருதிநோக்கத்தக்க சேல்மீன்கள் கழனியில் நீலோற்பலமலரின்மீதுபாய அதற்கெதிராகக் கழனியிலுள்ள வாளைமீன்கள் துள்ளிப்பாய்ந்து சிதைத்தலால் நீண்ட கமுகம்பாளைகள் சிதறிவிழுந்து பரிமளிக்கும் நிலவள நீர்வளமொருங்கமைந்த வாயல்பதியென்னும் இந்நகர் பாதலோசனமஹரிஷி கோத்திரத்தார்க்காம். (எ-று.)

"...அடுத்தடுத்துப் பின்சென்றுலீவதுகாற்கூலி..." ஆதலால் நாளை வாவென்று கூறாமலீவதே ஈகை என்றார். "உரைப்பாருரைப்பவை யெல்லாமிரப்பார்க்கொன் - றீவார்மேனிற்கும்புகழ்" என்னுங் குறட்கருத்தைத் தழுவி 'ஓதுவார் புகழின்மேவி' என்றார். (கச)

கரு. வேலஞ்சேறை—மாதவரிஷி.

வேறு சந்தம்.

காலந் தீதென் றாலுஞ் சீரொரு காலுந் தானம்விடார்
தாலஞ் சூழ்புக ழால்ன் பானவி சாலங் காணியலூர்
கோலஞ் சேரளி நாளும் போயநு கூலங் காவுறவே
வேலன் றாணினை சீலன் மாதவன் வேலஞ் சேறையிதே.

(இ-ள்.) வானம்பொய்த்து மாரியற்றுக் கொடும் க்ஷாமமுண்டாகிய காலத்திலும் தமது கீர்த்திக்குரிய தர்மசிந்தையைச் சிறிதும் கைவிடாது சாதிக்கவல்லவர்கள் உலகமுழுவதும் வியாபிக்கின்றபிரதாபத்தினால் இன்பமநுபவிக்கும் விசாலப் பிரதேசத்தையுடையதும், அழகுமிக்க வண்டினங்கள் தேனுண்ண உதவுவதனால் சோலையை ஆசிரயிக்கும் வளமிக்கதுமாகிய வேலஞ்சேறையாம் இந்நகர் முருகக்கடவுளின் பாதத்யானபரராகிய மாதவமஹரிஷிகோத்திரத்தார்க்குரியது. (எ-று.) (கரு)

கசு. காவணிமங்கலம்—ஸநற்குமாரரிஷி.

வேறு சந்தம்.

தண்டமி ழறிந்தவர்கள் கொண்டநெறி கண்டினிய
    சம்புவொடு மால்கிருணபயான்
மூண்டக வணங்குபிரி வின்றியரு ளுங்கருணை
    மூர்த்திட நயந்தவர்களூர்
கொண்டலை யடர்ந்துமிசை யண்டமை யடைந்துபெரு
    குஞ்சிகரி யின்புறவுமே
வண்டகல் சனற்குமா ரின்பதிசொல் காவணிய
    மங்கல மெனும்பதியிதே.

(இ-ள்.) தண்ணிய தமிழின் சொற்சுவை பொருட்சுவையறிந்து பக்திமார்க்கத்தில் நிற்பவர்களின் ஒழுக்கத்தை மெச்சி ஸ்ரீசங்கரனும் மஹாவிஷ்ணுவுமாகிய கடவுளர்களின் கடாக்ஷ பலத்தால் பத்மாசனியாகிய மஹாலக்ஷ்மீ நீங்காமலிருக்க, அதனால் யாவருக்கும் குறையாது கொடுக்குங் கருணைக்குணம் மேலோங்க விரும்பப்படுகின்றவர்களுக்கு உறைவிடமானதும், மேகமண்டலத்தையும் ஆகாயத்தையும் அளாவியோங்கிய கோபுரங்கள் குலாவப்பொருந்தியதுமாகிய காவணிமங்கலம் என்னும்பதி குற்றமற்ற சனற்குமாரரிஷி கோத்திரத்தாரதாம். (எ-று.) (கசு)

கஎ. நெல்வாயல்—ஜமதக்னிமஹரிஷி.

வேறு சந்தம்.

நாவினி லிருமை பேசறி யாதவர் நான்மறை தேறவலோர்
மேவிய நீரதி ளுண்மலர் மாமயின் மேவிட வீறியவூர்
காவினி லேசொரி தேன்மிசை யாயிரு காலினும் வீழ்வதெலாம்
வாவியின் வீழ்பதி யார்சம தக்கினி வாழுநெல் வாயதுவே.

(இ-ள்.) நாவினாலே சொல்லிய வார்த்தையை வேறோர் பயன் கருதி மாற்றிப் புரட்டத்தெரியாதவர்களும் நான்குவேதமும் உணரத்தக்கவரும் பொருந்திய தன்மையால் அன்று பூத்த தாமரைப் புட்பாசனியாகிய திருமகள் தங்கப்பெற்றுப் பெருமை மிக்கதும், பூஞ்சோலைகளில் சொரிகின்ற தேன்கள்பெருகி வாய்க்கால்களின் இருகரையும் நிரம்ப ஓடிச் சங்கமமாகும் தடாகங்களினாலே யாவரும் வசிக்க விரும்பத்தக்கதுமாகிய நெல்வாயல் என்னும் நகர் எல்லா நற்குணங்களும் நிறைந்த ஜமதக்னிமஹரிஷி கோத்திரத்தார் வாழுமிடமாம். (எ-று.) (கஎ)

கஅ. புல்வேளூர்—சுகரிஷி.

வேறு சந்தம்.

வாளாண்மையி னுலுமிருந்திடு வேளாண்மையி னுலுமிலங்கிய
வாகாம்பெரி யோர்களுமேவிய மகிழ்வாலே
தாளாண்மையி ஞர்கலைநூல்வழி வேதாகம மேபலவோதிய
தாடாளர்கு லாவியுமேவிய பெருவாழ்வூர்
சூளாமணி யாருடன்வேல்புரி சூராரியு மாதவர்தேவர்கள்
சூழ்மாபதி யாகியும்வாகுள சுபமேசேர்,
வேளார்கலை தீர்சுகமாரிஷி வீறுகியெக் நாளினுமேபுல்கு
வேளூரொனு மாநகராமிது மிகவாயே.

(இ-ள்.) சத்துருக்களை வெல்லத்தக்க சாமர்த்தியத்தினாலும் மிகுந்த உதாரத்வத்தினாலும் உண்டாகின்ற பிரதாபத்தையே தங்கள் சம்பாத்திய மாக ஆராய்கின்ற அறிஞர்களுக்கு வாசஸ்தானமாகவிருத்தலால் சந்தோஷித்து சுயமுயற்சியால் அரிய கலைஞானங்களையும் வேதாகமாதி சாஸ்திரார்த்தங்களையும் ஐயந்திரிபறக்கற்ற வித்வதிலகர்கள் விளங்கிவாழ்கின்ற பெருமையுடையதும், (தெய்வமகளிருள்) சிகாமணிகளாய் விளங்கும் வள்ளி தெய்வயானை சமேதராய் வேலாயுதத்தை விரும்பித்தரித்த ஸ்ரீமுருகக்கடவுளும் உமாதேவிக்குத் தலைவராகிய சிவபெருமானும் மற்றதேவர்களும் சேர்ந்துவாழும் மகத்துவ க்ஷேத்திரமாகியதும், அழகும் நன்மையும் பொருந்திய புல்வேளூர் என்னுமிந்நகர் மன்மதனது காமபாசத்தினின்று விலகிய சுகமஹரிஷி கோத்திரத்தோர் சதா பெருமையுற்று வாழுமிடமாம். (எ-று.) ()

கசு. ஸ்ரீபெரும்பூதூர்—காத்தியாயனரிஷி.

வேறு சந்தம்.

வேதமந் த்ராதிகலை யாதரந் தான்வீற
வீறுகொண் டோர்நாவலோ
ரோதுமன் பானூ நீதியின் சீர்பேணி
யோர்மனங் கோணுதவூர்
மாதவன் பூமாதி னாயகன் கூடாழி
மால்வளர்ந் தாகாயனும்
ஆதரன் ருனை பேர்கொளுங் காதாய
னர்பெரும் பூதூரிதே.

(இ-ள்.) வேதமந்திரமுதலிய சாஸ்திரங்கள் ஆதரவுபெற்றுப் பெருமை கொள்ள அவற்றின் பெருமைகளைத் தமதாக்கிக்கொண்டவர்களாகிய பண்டி

தர்கள் ஸ்தோத்ரிக்கத்தக்க அன்போடும் சன்மார்க்கத்தினால் வருவதாகிய கீர்த்தியைப்போஷித்துச் சற்றும் மனங்கோணாது வாழப்பெற்றதும், மாதவன், லக்ஷ்மீநாதன், கூரிய சக்கிரந்தரித்த ஸ்ரீமஹாவிஷ்ணு, மாபலிச்சக்ரவர்த்தியிடத்து மூன்றடிமண் யாசித்துத் திரிவிக்ரமாவதாரங்கொண்டு ஆகாயமுளாவ வளர்ந்த லீலாவிநோதன் தனதாகத் திருக்கோயில்கொண்டெழுந்தருளிய ஸ்ரீபெரும்பூதூர் என்னுமித்திவ்ய க்ஷேத்திரம் பேர்பெற்ற காத்யாயனமஹாரிஷி கோத்திரத்தினர்க்குரியதாம். (எ-று.) (௧௯)

௨௦. நென்மலி—கௌடரிஷி.

வேறு சந்தம்.

அளகையி தெனவுய ரமரர்கள் பதியெனு
வழகினி லெழில்பெறலாய்ப்
புளகிதம் வரமுழு வரிசைகு லவமிகு
புகழ்நெறி திகழ்பவரூர்
கிளைஞர்கண் மறையினர் வளரிய விசையினர்
கிளர்வுற வருகையினால்
வளைபர வியவயல் பதிகவு டருமிசை
மருவுநென் மலியிதுவே.

(இ-ள்.) (தனலக்ஷ்மீ தாண்டவமாடப்பெற்றதனால்) இஃது குபேரநகராம் அளகாபுரிதானென்றும், (மிகுசுகபோகஸ்தானமாவதால்) இந்திரன் நகரமாம் அமராவதிதானென்றும் கண்டோர்கூற அழகுக்குள் விசேடித்த அழகுபெற்றதாகி, எல்லா வரிசைவண்மைகளும் நிரம்பியிருத்தலால் இப்பதியில் யாம் வசிக்க என்ன மாதவம்புரிந்தோமென்று புளகாங்கிதமுற்றுச் சந்தோஷிக்க அதிகரித்த கீர்த்திக்குரிய நீதிமார்க்கத்தில் நடக்கின்றவர்களுக்கு இருப்பிடமாகியதும், சுற்றத்தார், வேதவேதியர், இயலிசைத்தமிழறிஞர்கள் மகிழ்ச்சிபெற அடிக்கடி விஜயஞ்செய்யப்பெற்றுப் புகழ்மேவுகின்றதும், சங்குப்பூச்சிகள் பரவியுலாவும் வயல்களையுடையதுமாகிய நென்மலியென்னுமிப்பதி கௌடமஹாரிஷி கோத்திரத்தாரதாம். (எ-று.) (௨௦)

௨௧. புண்ணியம்—கௌதமரிஷி.

வேறு சந்தம்.

கன்னனை யடர்ந்துமுகி றன்னியல் படைந்துநிதி
கைக்கிறைய வுந்தியருளான்
மன்னவர் சிறந்தபுகழ் தன்னில்வள ருங்கருணை
வண்மைமிகு மந்தணர்களூர்

தென்னைமரம் வண்கமுகு புன்னைவள ரின்கிளிகள்
சின்னமொழி பன்னவெழிலார்
பொன்னணி பதன்கவுத மன்மரபின் மன்னிமகிழ்
புண்ணிய வளம்பதியிதே.

(இ-ள்.) உபகார குணவிசேஷத்தால் கன்னனையும்வென்று, நவநிதிக்ளையும் கைநிறைய வாரிப் பிரதியுபகாரவிருப்பமின்றி மேகம்போல் பொழிந்து கிருபைக்குணமுடைய அரசர்களுக்குச் சமானமாய்க் கீர்த்தியைப்போல் உபகாரமும் மிகுந்த பிராம்ஹண சிரேஷ்டர்கள் வாழ்கின்றதும், தென்னை, கமுகு, புன்னை நிறைந்த சோலைகளிலே கிளிக்குலங்கள் குதலைச் சொல்லைக் கூறப் புண்ணியமென்னும் பெயர்பெற்ற இந்நகரம் பொன்கழலணிந்த பாதங்களையுடைய கௌதமமஹரிஷி கோத்திரத்தார் நிலைபெற்று மகிழ்வுடன் வாழற்கேற்ற வளம்பொருந்தியதாம். (எ-று.) (உக)

உஉ. ஆழூர்—வரருசிமஹரிஷி.

வேறு சந்தம்.

தருவையொப் பாயே முகிலையொப் பாயே
சலதியொப் பாயேதுதான்
வருகவிப் பாவோர் மகிழநட் பாயோர்
வரிசைகற் றோர்வாழூர்
திருவினுக் காமூ மொருசொலுக் காமூர்
செறிபுகழ்க் காமூராதா
யருளினுக் காமூர் வாருசிக் காமூ
ரழகினுக் காமூரிதே.

(இ-ள்.) (பரோபகாரத்தன்மையால்) கற்பகவிருக்ஷங்களையும் மேகத்தையும் சமுத்திரங்களையும்போல் தங்கள் கீர்த்தியை வினவிப் பரிசிலுக்காக வருகின்ற கவிஞர்களுடன் சந்தோஷித்துச் சிநேகம் பாராட்டுகின்றவர்களும், அவரவர்கள் வித்வத்திறமை தெரிந்து கொடுக்கும் வரிசைகளையனுபவத்தால் கண்டுகொண்டவர்களுமாகிய சான்றோர்கள் வாழ்கின்றதும், செல்வத்திற்கும் சத்தியவாக்குக்கும் நிறைந்த கீர்த்திக்கும் கருணைக்கும் பிறப்பிடமாகின்றதுமாகிய ஆமூர் என்னும் இப்பதி வரருசிமஹரிஷிகோத்திரத்தார்க்குரியதாம். (எ-று.)

ஆகாயவுலகத்துள்ளதென்ற கேள்விமாத்திரையானன்றிப் பிரத்யக்ஷத்திற் பயன்படாத கற்பகத்தருவினும் உலகிற்கின்றியமையாத பேருபகாரமாகிய மழையைப்பெய்யுமுகில்கள் சிறந்ததனாலும், அம்முகில்களும் ஒவ்வோர்

காலத்துக் கிரகவக்ராதிகதிகளால் பெய்யாதும் காலந்தவறிப்பெய்தும் தீமை விளைப்பதுமன்றிச் சமுத்திரஜலத்தையே முகந்து கொடுத்தலாலும், அவற்றின் ஒன்றினொன்றுயர்வு காட்டுவோர் 'தருமுகில்சலதி' யென முறையிற் கூறினர். (உஉ)

உங. சோமங்கலம்—அஷ்டகோணமஹரிஷி.

வேறு சந்தம்.

நீதந் தரித்தமறை யோருந் தமிழ்ப்புலவர்
நேசம் பெருத்தமனையே
கீதந் தரித்தமொழி மாமங்கை சொற்கலைகி
ரீடந் தரித்தவர்கள்சேர்
வேதந் தனைப்புகழெண் கோணன் றரித்தருள
மேவுந் தகித்தபுரனர்
சூதந் தனிற்குயில்கள் கூவுஞ் செழித்தபதி
சோமங்க லப்பதியிதே.

(இ-ள்.) நீதிக்குத் தாய்வீடாகிய வேதத்தின் நுட்பங்களைக் கற்ற தமிழ் நாவலர்களுடன் அன்புகொண்டதனால் இராகத்திற்குச் சமானமாகிய இனிய சொற்களையுடைய சரஸ்வதியை அதிதேவதையாகப் பெற்ற கலைக்ஞானங்களிற் சிறந்த வித்வ சிரேஷ்டர்களாய் விளங்குகின்றவர்கள் வாழ்கின்ற பெரிய மாளிகைகளையுடையதும், குயில்கள் கூவுகின்ற செழித்த மாஞ்சோலைகள் சூழப்பெற்றதும், திரிபுராந்தகராகிய ஸ்ரீசிவபெருமான் திருக்கோவில் கொண்டருளப்பெற்றதுமாகிய சோமங்கலமென்னும் இப்பதி வேதங்களைப் புகழ்ப்பறக்கற்ற அஷ்டகோணமஹரிஷி கோத்திரத்தார்க்கு வாழ்க்கையிடமாம். (எ-று.) (உங)

உச. வடமதுரை—ஆங்கிரஸமஹரிஷி.

வேறு சந்தம்.

பணிவகையி னுமிகு துகில்வகையி னுநடை
பரிவகையி னுமிரவோர்
தணியவருள் பேணியருள் பரிசிலையு மீயுநெறி
தருமமுள வேதியர்தமூர்
கணிகையர்க ளாடவவ ரருகினிசை பாடநிறை
கனபடிக சாலைபுடைசூழ்
மணிமகுட மேடைமதில் சிகரமுதன் மேவுபதி
வடமதுரை யாங்குரவரே.

(இ-ள்.) இரத்னாபரண வஸ்திராதிகள், ஐந்து கதியையுமுடைய அசுவங்கள் ஆகிய இவற்றை யாசகர்களின் ஆவலடங்க அன்புடன் கொடுத்து அவர்களும் தங்களைப்போலவே மற்றவர்களுக்கும் இல்லையென்னாது கொடுக்கும் செல்வவான்களாகும்படிச் செய்து விடுகின்ற தருமகுண தயாளுக்களாகிய பிராம்ஹண சிரேஷ்டர்கள் வாழ்கின்றதும், ஆடற்கணிகையராட, அவர்கள் அருகே இன்னிசைப்பாடல்கள் பாட (யாவரும் அக்காட்சிக்காக வந்து) நிறைகின்ற ஸ்படிகக்கல்லால் சமைத்த நடனசாலைகளும், அவற்றைச்சூழ்ந்துள்ள இரத்தினசிகரம் பொருந்திய கோவில்களும், மேடைகளும், மதில்களும் தலைமைபெற்று விளங்கக்கொண்டுள்ளதுமாகிய வடமதுரை என்னும் நகர் ஆங்குரவ மஹாரிஷி கோத்திரத்தார்க்காம். (எ-று.)

'பரிசிலையும்' என்ற இறந்ததுதழீஇய எச்சவும்மையால், மற்றோர்க்கும் தம்மிடமிரந்தவர் கொடைவள்ளலாகுமாறு கொடுப்பாரென்று அருத்தாபத்தியாற் கோடுதும். மல்லகதி, மயூரகதி, வியாக்ரகதி, மற்கடகதி, விடபகதி என்னுமிவை குதிரைகளின் ஐங்கதிகளாம். (௨௪)

௨௫. காயாறு—மார்க்கண்டமஹரிஷி.

வேறு சந்தம்.

மகரமார் வேலைவளை யுலகுகூ றேபெறினு
 மகிமைகோ டாதபெரியோர்
திகழ்தலா னுவலர்கள் புகழ்தலா லாதரவு
 செறியவே வாழ்வுதருமூர்
சுகமுநீள் கோகிலமு மயிலுமா ருதுமறை
 தொனிகளே வீறுமதனாற்
ககனமார் சோலைபதி மருவுமார்க் கண்டருள
 கருதுகரி யாறயிதுவே.

(இ-ள்.) மகரமீன்கள் பொருந்திய கடல்சூழ்ந்த வுலகத்தையே பெறுவதாயினும் தங்கள் மகத்வந்தங்கிய நியாயவழியிற் சிறிதுங் கோணாத பெரியவர்கள் வாழ்தலாலும் வித்வான்களாற் புகழப்படுதலாலும் யாவர்க்கும் ஆதரவுண்டாகும்படிச் செல்வந்தங்கிய திருநகராகியதும், கிளி, குயில், மயில் முதலிய பக்ஷிகளும் (நீங்காமல் வேதியச்சிறுவர் அத்யயனம் செய்யப் பலதரங்கேட்ட பழக்கத்தினால்) வேதங்களை உச்சரிக்கின்ற பெருமைவலி மிக்கதும், ஆகாயமளாவ வளர்ந்த சோலைகள் புடைசூழப்பெற்றதுமாகிய காயாறு என்னும் இப்பதி மார்க்கண்டேய மஹரிஷி கோத்திரத்தினர்க்குரியதாம். (எ-று.)

“...வையம்பெறினும் பொய்யுரைக்க மாட்டார்தொண்ட நாட்டாரே ” என்பதனால் ‘உலகுநேரேபெறினு மகிமைகோடாதபெரியோர்’ என்றார். மதன் - வலிமை; ‘மதனுடை நோன்றாள்’ என்றார் பிறரும். (௨௫)

௨௬. மூதூர்—இலாடமாமுனி.

கிளருநால் வேதமொழி நெறியினு னீதியுள
கிருபையா னுடியுலகோர்
தளர்வுறு தேயுதவு பெருமையோ ரால்வரிசை
தனையவா வாழ்வுதருமூர்
விளரியா மேழிசையு மொளிரவே பாடுமளி
விளையின்மீ தேகினைவதாய்
முளரிமே னீலமலர் குளனுமார் லாடமுனி
முனையுமூ தூருமிதுவே.

(இ-ள்.) விளங்குகின்ற நான்குவேதங்களாலும் சொல்லப்படுகின்ற சன்மார்க்க நீதிகளும் கருணைக்குணமும் தம்மிடமுள்ளதால் (பரோபகாரத்தினுமிக்கது வேறில்லையென்று) அறிந்து உலகத்தில் சர்வ ஜீவர்களும் யாதொரு மனத்தளர்ச்சியும் அடையாதிருக்க உபகரிக்கும் பெருமையுடைய பிரபுக்களால் செய்யும் வரிசைகளைப் பரிசிலர் யாவரும் விரும்பும்படிச் செல்வம் நிரம்பியதும், விளரியிசையினாலே சப்தஸ்வரங்களும் விளங்கும்படிப் பாடுகின்ற வண்டினங்கள் வாசனையை ஆராயும் ஞாபகத்தினாலே அங்குமிங்கும் பறந்துசென்று தாமரைப்புஷ்பத்தின்மேலே நீலோற்பல மலர்த்தாற்போல் மொய்க்கப்பெற்ற தடாகங்கள் சூழப்பெற்றதுமாகிய மூதூரொன்னும் இப்பதி இலாடமஹரிஷி கோத்திரத்தார்க்குரியது. (எ-று.) (௨௬)

௨௭. வளவன்மாதேவி—கண்ணுவமஹரிஷி.

ஒளிரும்வே தத்தெளிவு மிலகுஞா னத்தெளிவு
முலகினூ விற்றெளிவுநேர்
வெளியதா கப்பகரு மவர்களான் மிக்கதிசை
விரவவாழ் விக்கவலவூர்
கிளர்சிகா ரத்னமிசை தரளமா லைத்தொகைகொள்
கிரணமே வப்புரிசைமேல்
வளர்பதா கைத்திரள்கண் மருவவீ றக்கணுவர்
வளவன்மா தைப்பதியிதே.

(இ-ள்) விளங்குகின்ற வேதசாஸ்திர ஆராய்ச்சியும் அதனாலுண்டான ஞானத்துணிபும் லௌகிக சாஸ்திரங்களின் தேர்ச்சியும் தகுதிபெற யாவு

ருக்கும் விளங்கும் வண்ணம் கூறத்தக்க பெரியோர்களால் நிரம்பப்பெற்றதும், தன்கண் வந்தவர்களைக் கீர்த்தியோடு வாழ்விக்கவல்ல கல்வியையும் செல்வத்தையுமுடையதும், விளங்குகின்ற சிகரங்களில் ரத்னம் பதித்து முத்துமாலைகள் சுற்றப்பட்ட காந்தியையுடைய பொன்னாற்செய்த கொடிக்கம்பங்கள் நாட்டிய மதில்களையுடையதுமாகிய வளவன்மாதேவியென்னும் இத்திருநகர் கண்ணுவமஹரிஷி கோத்திரத்தினர்க்குரியது. (எ-று.) (உஎ)

உஅ. கோவூர்—புட்பதந்தமஹரிஷி.

வேறு சந்தம்.

மறையத னாலே நெறியத னாலே மரபினன் வீறாலே
யறைதமி ழாலே நிறைபுக ழாலே யநுதினம் வீறுமூர்
துறைமறை நூலோ ரறிவினி தாயே சுகமுறு நீராலே
குறைவற வாழ்வால் மலர்புரி தந்தன் குலவிய கோவூரே.

(இ-ள்.) வேதசாஸ்திரவிற்பன்னம், சன்மார்க்கசீலம், வம்சப்பெருமை, சொல்லப்படுகின்ற தமிழ் வித்வத்திறமை, நிறைந்த கீர்த்தியாகிய இவற்றின் மேன்மையினாலே சதா குறைவற்ற பெருமைமிக்கதும், யக்ஞாதி கிருத்துக்களை விவேகித்தறிந்து வேதியர்கள் செய்து இம்மைமறுமை யின்பங்களையுண்டாக்குகின்றமையால் மிகுந்த ஐஸ்வரியம்பெருகி விளங்குவதுமாகிய கோவூர் புஷ்பதந்தமஹரிஷி கோத்திரத்தினர் உறைவிடமாகும். (எ-று.) ()

உகூ. உத்திரன்மேரூர்—விஸ்வாமித்திரமஹரிஷி.

புத்தியி னாலுஞ் சொற்செல லாலும் பொற்பமர் சீராலும்
வித்தையி னாலுங் கற்றறி வாலும் விற்பன மேவியவூர்
பத்தியி னல்வே தச்சொலை யோர்வார் பத்திமை யோராலே
யுத்தம விஸ்வா மித்திர தேவர்க் குத்திரன் மேரூரே.

(இ-ள்.) (சாஸ்திரார்த்தங்களைக் கிரந்தகர்த்தர்களின் உள்ளத்தோடு படுத்துணர்ந்த) நுண்ணறிவும், தங்கள் வார்த்தை செல்வாக்கும், அழகும், மிக்க கீர்த்தியும், கல்விப் பிரபலமும், கற்றவாறொழுகும் நேர்மையும், கிரமமாக வகுக்கப்பட்ட நான்குவேத விதிகளையும் அறிந்து பக்திநெறியொழுகும் உயர்வும் ஆகிய இவ்வகைமேம்பாடுகளால் அறிவுக்குத்தாயகமாகிய உத்திரன்மேரூரென்னுமிது உத்தமராகிய விஸ்வாமித்திர மஹரிஷி கோத்திரத்தினர்க்குரித்து. (எ-று.) (உகூ)

௩௦. உத்திரம்பேறூர்—அகத்தியமகாரிஷி.

வேறு சந்தம்.

தொட்டதொன் றேதுநிலை யிட்டபண் பாலினிது
சொற்செலும் பான்மையதனால்
வெட்டவண் பாரதனின் முட்டவொண் சீரொழுகி
வைத்துகந் தோர்களிடமாக்
திட்டமுன் னூலறிய கத்தியன் சேர்வைபதி
சித்தர்வந் தாடல்புரிய
வட்டருஞ் சோலைமுடி மிக்கமே கங்களுறை
யுத்திரம் பேறைநிலையே.

(இ-ள்.) தாங்கள் செய்யத் தொடக்குங் காரியங்களில் வினைவலியுந் தன்வலியும் மாற்றான்வலியுந் துணைவலியுங் காரணவகையாலறிந்து உண்மைநிலை தெரிந்திட்டதன்மையினாலும், ஜனங்கள் மேற்கொண்ட பேரன்பு காரணமாகவுண்டாகும் செல்வாக்கினாலும், தொடங்கும் அரும்பெருங்காரியங்களை முற்றும் இன்பமாக நிறைவேற்றி. வெட்டடிவையுடைய வளப்பமிகுந்த உலகின்கண்ணே அழியாதிருக்கும்படித் தங்கள் கீர்த்திப் பிரதாபத்தை ஸ்தாபித்து (இத்தேகத்தினாற் பெறற்குரிய பெரும்பேறு பெற்றோமென்று) சந்தோஷிக்கின்றவர்களுக்கு வாசஸ்தானமாகியதும், யோகிபுருஷர்கள் ஸ்தலவிசேடத்தால் வந்து சித்துவிளையாடல்களைப் புரிவதற்கேற்றதும்; (புறநகருக்கும் அகநகருக்கும்) இடையேயுள்ள பூஞ்சோலைகளின் முடியிலே மேகங்கள் சஞ்சரிக்கப்பெற்றதுமாகிய உத்திரம்பேறூர் என்னும் நகர் பழமையான வேதங்களையறிந்த அகத்தியமகாரிஷி கோத்திரத்தினர்க்காம். (எ-று.) (௩௦),

௩௧. மகேந்திரபாடி—காசிபமஹாரிஷி.

தயவுமேம் படுசீரு மரபுதாங் கலும்வீறு
சரசமாங் குணநேருமா
நயமுமேய்ந் தழகான சுருதிகொண் டகவோது
நலமெய்தோய்ந் திடவாழுமூர்
புயலினேங் கியபூகம் வரையின்வான் கதிர்மேவு
பொழுதுதேன் சொரிபாளைமே
லியலினா லளிபாட னிறைமகேந் திரபாடி
யினியகா சிபரிஷியரோ.

(இ-ள்.) தயையும், மேன்மைபெற்ற சிறப்பும், வருணாச்சிரமவொழுக்கம்பேணுதலும், யாவரிடத்தும் நயவார்த்தையாடுங் குணநலமும் பொருந்தி வேதநீதிகளை யொழுங்குபெறக்கற்று அதனால் உயர்வுடன் வாழ்கின்றவர்களுக்கு வசிப்பிடமானதும், உதயகிரியில் சூரியன்றோன்றும் பிராதக்காலத்திலே மேகமளாவவெழுந்த கமுகமரங்களின் தேன்சொரிகின்ற பாளைகளிலிருந்துகொண்டு நால்வகை வண்டுகளும் உதயவிராகத்தைப்போல் நிறைந்த பண்களைப்பாடப்பெற்றதுமாகிய மகேந்திரபாடி நகரம் இன்பமிக்க காசிய மஹரிஷி கோத்திரத்தினர்க்காம். (எ-று.) (௫௧)

௫௨. உக்கல்—வசிஷ்ட மஹரிஷி.

கலைகண்ட மெய்ந்தெரிவை யுலகந்த னிற்றெரிவை
கமலந் தனிற்றெரிவையா
னிலைநின் றிடக்கருது தருமந் தழைத்தருண
நிகரின்றி மிக்கதிறலூர்
மலையுங் களிற்றைமுனை பொருதண் கதிர்ப்பழன
வளமெங்கு நத்துமதவேள்
சிலைதன்ன னற்கருணை முனிவன் வசிட்டனிசை
செறியுஞ்சொ லுக்கலதுவே.

(இ-ள்.) சரசுவதியும் பூதேவி சீதேவியும் மனமுவந்து தத்தம் நிலையில் நிற்கும்படி எண்ணுகின்ற தருமங்கள் தழைக்கத் தனக்குச் சமானமில்லாத வெற்றிபெற்றதும், சண்டைக்குரிய யானைகளின் தலை மறையவெழும்பிய தாட்களிலுள்ள கதிர்கள் அவ்யானைகளின் முதுகிலே குத்தும்படி வளர்ந்த வளம்பெற்ற வயல்கடோறும் சங்கினங்களும் மன்மதனுக்கு வில்லாகிய கரும்புகளும் மிகுந்துள்ளவென்று சொல்லப்படுகின்ற உக்கல் என்னும் பதி நன்மைமிக்க கருணைக்குணமுள்ள வசிஷ்டமஹரிஷி கோத்திரத்தாரதாம். (எ-று.) (௫௨)

௫௩. வேளூர்—சீர்முனி.

வேறு சந்தம்.

மாறாத்யாகமு மேகாப் பிரியமு மாநாட் டிகமுமுளார்
பேறாய்த் தாரணி மேல்வாக் காகிய பேராற் பேர்பெறுமூர்
தாரூர்ச் சோலையி னூறப் பூவளர் சார்பாற் கோலமெலாம்
வீறாக் காவனை யாறுப் பேர்புனை வேளூர்ச் சீர்முனியே.

(இ-ள்.) என்றும் நீங்காத கொடையும் இரவலரிடத்து மாறாத விஸ்வாசமும் மிக்க பராக்கிரமமுமுடையவர்களும், மானிடப்பிறவிபெற்றது

அரும்பேறுகளையடைவதற்காமென அறிந்து இயல்பாகப்பொருந்திய கருணைக்குணத்தினாலே மேன்மையான சத்யவாசகமுடையவர்களுமாகிய சாதுக்கள் வசிக்குமிடமெனப் பிரசித்திபெற்றதும், சோலைகளிலே பூங்கொத்துகளினிடையே மலர்ந்த நானாவிதமலர்கள் விளங்குவதனால் அழகின் வகைகளெல்லாம் பெருமைபெற நிறைந்தாற்போல்வதுமாகிய வேளூரென்னுமிப்பதிக்குரியவர் சீர்முனிகோத்திரத்தினராம். (எ-று.).

'ஆய்ந்தார்' என்பது 'ஆய்த்தார்' என வலிக்கும்வழி வலித்தல் சந்தவின்பப்பொருட்டு. (௧௩)

௧௪. வல்லம்—திவ்யாங்கமஹரிஷி.

வேறு சந்தம்.

நல்லபண் பதனாலும் வெல்லும்வெம் படையாலு
நல்குசெங் கையினாலும்வான்
கல்லடர்த் திடுநீரி னல்லறந் தவறாத
கல்வியின் பெரிதானவூர்
பல்லவஞ் செறிசோலை யெல்லையெங் கணும்வாவி
பல்கிநின் றிடவேதநூல்
வல்லவந் தணர்நீதி சொல்லவொண் புகழ்மேவு
வல்லமுந் திவ்யாங்கரே.

(இ-ள்.) மேகங்கள் உயர்ந்த மலைகளின்மேலேறிக் கருவுற்றுச் சொரிகின்ற மழைவளத்தால் தவறாத நன்மைமிக்க தருமமும், நற்குணமும், சத்துருக்களை ஜயிக்கத்தக்க சேனைகளின்பெருக்கும், யாவருக்கும் வரையாது வழங்கும்கொடையும், கல்வியும் ஆகிய இவற்றால் மேம்பட்டதும், இளந்தளிர்கள் நெருங்கிய சோலைகளைச்சூழத் தடாகங்கள் மிகப்பெற்றதும், வேதநூல்வல்ல வேதியர்கள் சன்மார்க்கத்தை யாவருக்கும் உபதேசிக்க அழியாத கீர்த்தி தானே விரும்பி வலிய வந்து சேரத்தக்கதுமாகிய வல்லமென்னும் நகர் திவ்யாங்கமஹாரிஷி கோத்திரத்தினரதாம். (எ-று.)

மேகங்கள் மலையேறிச் சூல்கொள்ளுமென்பதை "...வெருவிமால்வரைச் சூன்மழை மின்னுமே" என்னுங் கம்பராமாயணப் பாலகாண்டக் கவியினுங்காண்க. நீரின் - ஐந்தாம்வேற்றுமை எதுப்பொருள். "தானந் தவமிரண்டுந் தங்காவியனுலகம் - வானம்வழங்காதெனின்". என்பதனால் மழை வளத்தால் தருமம் முதலியன வுண்டாயிற்றென்றனர். (௧௪)

௯ரு. பையனூர்—*செய்யமுனி.

முதுவசன மெய்யினு னிதியுதவு கையினுன்
முனைமகமு நெய்யினுலே
பொதுவிலுரை பொய்யிலார் மனதுதனின் மையிலார்
புகழ்நிறுவு செய்யபேரூர்
விதுவினெடு மையளா வியபொழிலி னுய்யமே
வியவளிகள் பையநேரே
பதுமமுறு செய்யிலே யுளவவொளிர் பையனூர்ப்
பதியின்முனி செய்யராமே.

(இ-ள்.) ஆய்ந்துசொல்லும் சத்யவாக்குடைமையைத் தங்கள் நடத்தையும், இரப்போர்க்கீயும் உதாரகுணத்தைத் தம் கைகளும், எக்யாதி கிருதுக்கள் செய்வதை மிகுதியாக விலைப்படுகின்ற நெய்க்குடங்களும் பொதுவாக யாவருக்கும் தெரிவிக்கும்படி உண்மையாகவே களங்கமற்ற மனத்தராகிக் கீர்த்தியை நிலைநிறுத்துவோர்களின் வாசஸ்தானமானதும், சந்திரமண்டலத்தையும் மேகமண்டலத்தையும் தொட்டெழுந்துள்ள சோலையிலே தமது ஜீவனார்த்தம் சுழன்றுகொண்டிருக்கும் வண்டுகள் மெதுவாகச்சென்று தாமரை மலர்ந்த வயல்களிலே உலாவ விளங்குகின்றதுமாகிய பையனூர் செய்யமுனி கோத்திரத்தார்க்காம். (எ-று.) (௯ரு)

௯௬. மெதுவூர்—பிருதுமாமுனி.

வேறு சந்தம்.

முதிராதெழு சாலியி னீழலிலே
முனைசேர்கயல் சேன்முத லானவைதாஞ்
சதிராய்விளை யாடிய பூவயல்சூழ்
தருசீர்பெரு மாநகர் சேருமதூர்
மதியாரவொ ணுதெழ லாகியமா
மதில்கோபுர மேடைகள் வீதிதொறும்
விதியாரண நூல்வல பேர்புகழூர்
மெதுவூர்ப்பிருது மாமுனி யாகுமிதே.

(இ-ள்.) இளஞ்செந்நெற்பயிர்களின் நிழலிலேயிருந்து சண்டையிடுகின்ற கயல்மீனும் மற்றமீன்களும் அப்பகைதீர ஒருமித்து விளையாடுதற்

---

*செயமுனி என்றும் சிலபிரதிகளில் காணப்படுகின்றது. அவ்வாறாயின் அது விரித்தல் விகாரத்தால் சந்தவின்பநோக்கிக் கவியிற் கூறியதென்க.

இடமாகிய பொலிவுபெற்ற வயல்களாற் சூழப்பெற்றதும், சந்திரன் தாண்டிவருதற்கரிதாக வுயர்ந்த பெரிய மதில்களும் கோபுரங்களும் மேடைகளுமுடையதும், வீதிகடோறும் விதிவழ்தான வேதநூற்கருத்துணர்ந்தவர்கள் பிரசங்கிக்கின்றதுமாகிய மெதுவூரென்னுமிது பிருகுமஹாரிஷி கோத்திரத்தினர்க்காகும். (எ-று.) (கூசு)

ந.எ. ஆதன்பாக்கம்—நாரதமஹரிஷி.

வேறு சந்தம்.

நாடுண் டானதும் வானுண் டாமென நாகந் தானளவா
வேடுஞ் சேர்தரு மேனின் றூர்புக ழேறுஞ் சீரிடமா
நீடுங் கோகில நாடுந் தோகைய நேகங் காரளிமே
லாடுஞ் சோலைகு லாவுந் நாரத ராதன் பாகையிதே.

(இ-ள்.) இதழ்பொருந்திய புஷ்பங்களையுடைய விருக்ஷங்கள், நாம் இப்பூமியில் வளர்ந்தது மேகத்தின் நன்றியினாலல்லவா ? ஆகையால் நமது கனிமுதலிய பலன்களை அம்மேகங்கட்குத்தந்து நன்றிபாராட்டுவோமென்று சென்றாற்போல ஆகாயமளாவ வளருஞ்சோலைகளிலே குயில்கள் சுருதிகூட்டுவதைக்கேட்டு மயில்கள் நடனஞ்செய்யக் கரிய வண்டினங்கள் பாடிக்கொண்டுலாவும் வளமும் கீர்த்தியுமிக்க ஆதம்பாக்கமென்னுமிந்நகர் நாரதமஹரிஷி கோத்திரத்தினர்க்காம். (எ-று.) (கூஎ)

ந.அ. காட்டூர்—கமண்டலமஹரிஷி.

வேறு சந்தம்.

எதிர்பொரு வார்க்கோ ரரியென ஞாட்பூ டிகலிய மாத்தோளார்
சதிர்பெற வேட்டே மருவிய தாற்சீர் தருமவ ராற்பேரூர்
முதிர்தமி ழாற்பார் மிசைவலி சேர்த்தே முனைபெறு வாய்ப்பாலே
கதிரொளி காட்டூர் கமண்டலர் காட்டூர் கனமுள காட்டூரே.

(இ-ள்.) தம்மோடு எதிர்த்துவரும் பகைஞருடன் ஆண்சிங்கம்போல் யுத்தகளத்திலே நின்று கீர்த்தியை விரும்பிப் போர்புரிந்து ஜயம்பெறுகின்ற புஜபலபராக்கிரமமுடையவர்களின் வீரந்தன்மையைச் சுவைமிகுந்த பரணிமுதலிய தமிழ்ப்பிரபந்தங்களில் இயைத்துப் புலவர்களாற் பாடப்பெற்ற மேன்மையினாலே சூரியனைப்போல் விளக்கமிக்க காட்டூரென்னுமிது கமண்டல மஹரிஷி கோத்திரத்தார் பெற நாம் காட்டிய ஊராகும். (எ-று) (கூஅ)

௩௯. கொற்றப்பாக்கம்—*அங்கமஹரிஷி.

வேறு சந்தம்.

கண்டமட் டின்பாமொ ழிந்தமட் டுந்தாமு
கந்துசுற் றம்மாகவே
தண்டெழுந் தந்தானை வண்பதக் கஞ்சீமை
தந்தூட் புண்டாகுமூர்
வண்டுமொய்த் துங்கோகி லங்கண்மற் றுந்தோகை
வந்திசைக் குஞ்சோலைதாங்
கொண்டல்முற் றங்கேசர் தங்குருத் துண்மேவல்
கொண்டகொற் றம்பாகையே.

(இ-ள்.) அறிந்த அளவும் இனிய பாடல்களைச் சொன்னமட்டிலும் விரும்பிக்கேட்டு அப்புலவருக்கு முத்துப்பல்லக்கும் பரிவாரங்களும் பதக்க முதலிய ஆபரணங்களும் தந்து அவர்களுடன் நட்பாடும் அறிஞர்களுக் குறைவிடமானதும், பூக்களிலே வண்டுகள் மொய்க்கப்பெற்றுக் குயில்க ளும் மயில்களும் வந்து தங்கள் பாடலாடற்சாமர்த்தியத்தை விளக்குகின்ற சோலைகள் மேகத்தைச்சுமந்து நிற்கும் வளப்பத்தையுடையதுமாகிய கொற் றம்பாக்கம் அங்கமஹரிஷி கோத்திரத்தார் விரும்பும் வாழ்விடமாம். (எ-று.)

" நம்பும்மேவும் நசையாகும்மே " எனுந் தொல்காப்பிய உரியியற் சூத் திரவிதியான் 'மேவல்' - விரும்பல் என்றும். (௩௯)

௪௦. வெண்குளத்தூர்—அஞ்சலிமஹாரிஷி.

வேறு சந்தம்.

விருந்தொ டருந்த மகிழ்ந்து திகழ்ந்து விரும்பு பெரும்புகழா
லருந்தமி ழுந்திசை யும்பெற விஞ்சி யலங்க ரிலங்கியவூர்
மருந்து செறிந்த தலந்தனை யுந்தி வளர்ந்த கரும்புடனே
குருந்து பொருந்திய வஞ்சலி வெண்கொள் குளந்தைய மாநகரே.

(இ-ள்.) † இருவகை விருந்தாளிகளுடனும் சந்தோஷித்துண்ண ஆசை யுறுகின்ற பெருந்தன்மையினாலே விளங்கி ...ரிய தமிழையும் திக்குகளையும்

---

*கிரமகமஹரிஷி எனப் பிரதிபேதமுண்டு.

† இருவகை விருந்தாளிகளாவார் :—பண்டறிந்தமையாற் குறித்து வந் தோர், அவ்வாறறியாமையாற் குறியாது வந்தோர் என்னுமிவர். இங்ஙனம் பரிமேலழகருரையிற்கண்டது.

போல் அளவிடற்கரிய விசாலந்தங்கிய மதில்கள் விளங்கலாலே பிரகாசிக்கின்றதும், அமிர்தத்தைத் தன்கட்கொண்டுள்ள தெய்வலோகத்தைப் பரிகசித்து எமது சுவையை நீயறியாய் என்று சொல்லச் செல்வதுபோன்று வளர்ந்த கருப்பஞ்சோலைகளும் தென்னஞ்சோலைகளும் பொருந்தப்பெற்றதுமாகிய வெண்குளத்தாராகிய வங்நகர் அஞ்சலிமஹாரிஷி கோத்திரத்தாரது. (எ-று.)

கரும்பு சாறாகவும், வெல்லமாகவும், பாகு, சர்க்கரை, கற்கண்டு முதலியனவாகவும் வெவ்வேறுருவின் வெவ்வேறு ருசியைத் தாமேயன்றே தருதல்போலன்றி ஒரே சுவையைத்தரும் பழையதுபட்ட தேவாமிர்தத்தையுடைய தெய்வலோகத்தை எள்ளித்துத் தள்ளுகின்றனவென்றார். குருந்து - குருத்தெழுந்து வளருந் தென்னைக்கு ஆகுபெயர். இஞ்சி - மதில். (சஉ)

சங. *வெள்வரை—மநுமஹாமுநி.

வேறு சந்தம்.

சதுர்மறை வலவர்க ளியலிசை வலவர்கள்
 சகலமும் வலவர்கண்மா
முதுமொழி தரவலர் புரவல ரநுதின
 முறையுடன் வளர்தருமூர்
புதுமதி யுடனெதிர் சருவிய நுதலியர்
 புரிகுழல் விரகுளதா
மதுகர முனியென வுயர்வுறு மநுமுநி
 மருவிய வெளிவரையே.

(இ-ள்.) தாங்கள் நான்குவேதம், இயலிசைத்தமிழ், மற்ற கலைக்ஞானங்களிலும் நிகரற்ற பாண்டித்யமுடையவர்களாயினும், பழைய காவியங்களில் வல்லுநரைக் காணில் அவர்கட்குத் தக்க சன்மானஞ்செய்யும் விருப்பமுள்ள பிரபுக்கள் சதா நீதிநெறிதவறாது வாழ்தற்கிடமாகியதும், பிறைச்சந்திரனேடொப்புமையால் நேசம்பாராட்டும் நெற்றியையுடைய மாதர்களின் கட்டப்பட்ட கூந்தல்கள் வண்டுக்கூட்டங்களைப் பகைக்கும் வஞ்சகத்தாற் கறுத்தன என்னும்படிப் பெருமையுற்றோங்கப்பெற்றதுமாகிய வெள்வரை நகர் மநுமஹாமுநி கோத்திரத்தார் தங்கற்குரியது. (எ-று.)

'முதுமொழி தரவலர்க்குப் புரவலர்' என நான்காவது விரிக்க. புரவலர் - கொடையாளர். (சங)

* வெள்வலூர், வேள்வலூரெனப் பிரதிகளில் வித்தியாசம்.

சுஉ. பட்டாலம்—கோமுநி.

வேறு சந்தம்.

இட்டாண மீயுமவர் தட்டாத சீரினவ
　　ரொப்பாரு நாடுமுறவோர்
தொட்டால் விடாமுனைபு ரட்டாத வீரியர்கள்
　　சொற்சீர்மை பேணுமவரூர்
கட்டாணி யாகியொளி விட்டாரு மாருமொரு
　　கட்டாமென் மேலடரவே
பட்டால் விதானமுற வெட்டாத மேடைதிகழ்
　　பட்டாலை கோமுநியதே.

(இ-ள்.) எற்போருக்குத் திரவியாதிகளை வழங்கித் தம்மிடத்துள்ள வாஞ்சையையும் அவர்கள் மனதிற் பதித்து அனுப்புகின்றவர்களும், குறைவற்ற கீர்த்தியுடைமையால் எல்லாத் தேசத்தினரும் சிநேகிக்க விரும்பி அவர்களைச் சுற்றமாக்குகின்றவர்களும், ஓர் காரியத்தைத் தொடங்கினால் இடையே அயர்ந்து முயற்சி குன்றவிடாது பகைவர்களால் அசைக்கமுடியாத வல்லமையைக்காட்டிச் சாதித்தே தீருகின்றவர்களும், சொன்னசொல் மாறாத சத்யவாக்யர்களும் ஆகிய மேன்மக்களுக்கு வாழ்விடமானதும், உறுதிபெற நிர்மாணிக்கப்பட்டு முதன்மைபெறப் பிரகாசிக்கின்ற பட்டுக்களால் மேற்கட்டி புனையப் பெற்றதாகியும் யாவரும் திரண்டு மேன்மேல் நெருங்கினும் பற்றப்படாத உயரத்ததாகியும் விளங்கும் மேடைகளையுடையதுமாகிய பட்டாலைநகரம் கோமுநி கோத்திரத்தார்க்காம். (எ-று.)

ஆணம் - அன்பு, கட்டு - உறுதி, ஆணி - முதன்மை. "ஆணியாயுலகுக் கெல்லாம் அறம்பொருள் கிரப்புமண்ணல்" என்பது சுந்தரகாண்டம் (கம்பராமாயணம்). 'கட்டாணியாகியொளி விட்டாரும்பட்டால் விதானமுற யாரும் ஒருகட்டாமென்மேலடர எட்டாத மேடை" என அந்நுவயங் கொள்க. (சுஉ)

சுங. நின்றையூர்—துர்முகமஹரிஷி.

மன்றலங் கமலமுத லொன்றுநன் குவளையொடு
　　மண்டுமென் பழனமுமெலாஞ்
சென்றடர்ந் தளிகளுமு ரன்றதென் றிலிதுளது
　　தென்றல்வர் துலவியதிவூர்

குன்றமுங் கடலுநிலை சென்றிடும் படிகதவி
    குன்றவென் றிடுவிசயரோர்
நின்றியம் புறமகிழு மன்றதுன் முகனுறையு
    நின்றையம் பதியுமிதுவே.

(இ-ள்.) பரிமளந்தங்கிய தாமரையுடன் நீலோற்பலங்களும் நிறைந்து மலரும் குழைசேற்றையுடைய வயல்களில் பறந்துசென்று நெருங்கி வண்டுகள் இசைபாடுதலால் அக்காட்சியை நோக்கவந்தாற்போல இன்பம் வருவித்தலையுடைய தென்றற்காற்று மெல்லென வந்துலாவுகின்றதும், அஷ்டகுலபர்வதங்களும் சப்தசாகரங்களும் நிலைகுலையும்படிப் படையெடுத்துச் சென்று மாற்றலருடைய விருதுக்கொடியையறுத்து அவர் இராஜ்யத்தைக் கைக்கொள்ளும் வீரர்கள் தம் வீரப்ரதாபத்தைப் பிறர்சொல்ல மகிழ்ச்சிமிக்க சுபசோபனங்கள் நிறையப்பெற்றதுமாகிய நின்றையூரென்னும் இப்பதி துன்முக மஹரிஷி கோத்திரத்தாரது. (எ-று.) (௨௩)

௨௪. இலைக்காட்டூர்—சூதமஹரிஷி.

வேறு சந்தம்.

புயன்மணி யெனச்சீர்ப் பாவோர்
    புகழெழு சொனற்பாத் தாமே
லயலவர் தமைக்காட் டாதே
    யடர்மிடி தலைக்காட் டாதே
நயமுத வுதற்காய் வாழ்வார்
    நளினியில் வாய்ப்பாய்ச் சூழ்வா
ரியலிசை மணத்தாற் சூத
    மொழில்புனை யிலைக்காட் டோ.

(இ-ள்.) ஈகையாளரைப் புகழ்ந்து முகிலென்றும் சிந்தாமணியென்றும் பாடும்புலவர்கள் கவிமாலையைப் பிறர்க்குச் சூட்டவொட்டாமல் தாங்களே தரித்து அக்கவிஞர்களின் வறுமையைத் தலைகாட்டாமலோட்டிப் பிறர்க்கு நன்மை யுதவுதற்கென்றே தாமரைமலர்மேலிருக்கும் மஹாலக்ஷ்மீ கடாக்ஷத்தால் வாழ்கின்றவர்களுக்கு வாசஸ்தானமாகியதும், இயலிசைத்தமிழ் மணக்கப்பெற்றதுமாகிய இலைக்காட்டூரென்னுமிது சூதமஹரிஷி கோத்திரத்தினர்க்காம். (எ-று.)

நயமுதவுதற்காய் வாழ்தலாவது :—செல்வம் படைத்தலின் பயன் பரோபகாரஞ் செய்தலே என்னும் உண்மையை அறிந்துதவி வாழ்தல். "தனக்கெனவாழாப் பிறர்க்குரியாளா" என்பர் மணிமேகலையில் புத்தர் வாழ்த்திலும். (௨௪)

௬௫. ஆற்றுப்பாகை—*தூலசிறுவமஹரிஷி.

வேறு சந்தம்.

கருணையாற் சொற்பேணு மகிமையாற் பொற்பாயல்
    கமலமேற் பற்றுயமா
னுருகிவாழ்க் கைப்பாடு கருதிகேட் கப்பாடு
    முறுதிபோற் றூன்வாழுமூர்
தருமநாட் டிப்போத வரிசைநாட் டிக்கூறு
    தகுதிநாட் டித்தேசினன்
மருவுகீர்த் தித்தூல சிறுவர்நோற் றுச்சேரும்
    வரிசையாற் றுப்பாகையே.

(இ-ள்.) ஜீவகாருண்யத்திறனும் சொன்னசொற் றவறாமையாலும் அன்புகூர்ந்து செந்தாமரை வாசினியாகிய திருமகள் வாழ்வுற்றிருத்தலை யெண்ணிக் கேட்பவர் விரும்பும்படிப் புலவர்கள் பாடுகின்ற கீர்த்திபோல் நாட்குநாள் அபிவிருத்தியடைந்துவருவதும், தசர்மநிந்து கொடுக்கும் தருமத்தையும் தங்கள் நற்குணத்தையும் நிலைநாட்டிப் பெருமையால் விளங்குகின்றவர்கள் புகழ்பெற்று வாழ்கின்றதுமாகிய ஆற்றுப்பாகையென் நகர் தூலசிறுவமஹரிஷி கோத்திரத்தினர் தவத்தாலமைந்த அக்ரஹாரம். (எ-று.) (௬௫)

௬௬. கோதிலா நல்லூர்—மீனஜமஹரிஷி.

மாலைமக தேவனையு நாலுமுக வேதனையும்
    வாழ்வுறு புதேசனையுமூ
வேலையுடை யாரனைமதி யாகியம னேகரர்சொன்
    மேவியருள் பேணியிடமூர்
சோலையளி பாடுபதி மீனசரு மேவியிரு
    தோகைதிரு வாணிபரவ
வாலைபடு பாகினிய வாசமுள கோதறுந
    லூரின்வள மாகுமிதுவே.

(இ-ள்.) ஸ்ரீமஹாவிஷ்ணு, பிரமன், சிவன் என்னும் மும்மூர்த்திகளையும் காலை, உச்சி, மாலை என்னுந் திரிகாலங்களிலும் தியானிக்கின்றவர்களும் மனோவிருத்தியற்ற ஞானநந்தருமாகிய சாதுக்கள் கீர்த்திபெற அருட்குணமுடையவர்களாய் வாழ்கின்றதும், சோலைகளிலே வண்டுகள் இசைப் பண் பாடப்பொருந்தி லக்ஷ்மீ சரஸ்வதியென்னும் இருமாதர்களுக்கும் வியா

* சிருவரிஷியென்றும் பிரதிபேதம்.

பகஸ்தானமாகி ஆலையிற்பெருகிய கரும்பஞ்சாற்றினைக் காய்ச்சும் இனிய வாடைசூழப் பெற்றதுமாகிய வளம்பொருந்திய கோதிலாநல்லூரென்னு மிந்நகர் மீனஜமஹரிஷி கோத்திரத்தார்க்காம். (எ-று.)

'மாலை' என்பதின் 'ஐ' சாரியை. மாலாகிய மகதேவனையும் என்க. என்னுருநைந்துருகலின் 'மகதேவனை' எனத் திருமாலைக்கூறினர். இக்கதை சைவர்கட்குடம்பாடன்றெனினும் ஸ்ரீமகாபாகவதத்து இரண்டாவது ஸ்கந்தத்தில் விளக்கப்பட்டுளது. திரு. வானி (ஆகிய) இருதோகை எனக் கூட்டுக. பூத+ஈசர்=பூதேசர் வடமொழிக் குணசந்தி சந்தம் நோக்கிக் குறுக்கல் பெற்றது. (௪௬)

௪௭. திருவெண்ணெய்நல்லூர் — சல்லியமஹரிஷி.

வண்ணமிகு தாழிசையு நண்ணுபல பாவினமும்
வண்ணமுற வேமுதிய நூற்
பண்ணவல பேர்கடமை யெண்ணியுழலாவகைகள்
பண்ணிவினவு தேருமவரூர்
தண்ணழகி னுடைமது வண்ணளிகு லாவியது
தண்ணுமையை நேருகையிரால்
விண்ணவரு மேபரவு சல்லியரு மேவுதிரு
வெண்ணெய்நக ராகுமிதுவே.

(இ-ள்.) வித்வதிலகர்கள் வண்ணப்பாக்களும் தாழிசைகளும் பொருந்திய நால்வகைப்பாவும் பாவினங்களும் இலக்கணம் நிரம்பச் சிரேஷ்டமான பிரபந்தம்புனைந்து யார்மேற்பாடுவதென்று நினைத்துப் பிரபுசிகாமணிகளைத் தேடியலையாமல் தங்களைப் பாட்டுடைத் தலைவர்களாகக் கொள்ளச் செய்கின்ற இசைவிருப்பமுடையவர்கள் வாழ்கின்றதும், குளிர்ச்சியும் அழகுமுடைமையால் புஷ்பங்களை விரும்பித் தேனுண்ணும்பொருட்டு வரும் வண்டுகளின் ஓசை மிருதங்கம்போல் முழங்கப்பெற்றதும் ஆகிய திருவெண்ணெய்நல்லூரென்னு மிந்நகர் தேவர்களும் ஸ்தோத்தரிக்கும் பெருமையுடைய சல்லியமஹரிஷி கோத்திரத்தினர்க்காம். (எ-று.)

வெண்பா, ஆசிரியப்பா, கலிப்பா, வஞ்சிப்பாவென்னுமிவை நான்கே பாக்கள். மருட்பாவுங்கூட்டி ஐந்தென்பாருமுளராலோவெனின் வெண்பாவும் ஆசிரியமும் கலத்தலினன்றி மருட்பா தோன்றாமையின் அது எண்ணப்பாற்றன்றாம். பாவினமூன்றனுட் டாழிசையை முதற்கட்கூறினமையிற் பின்னரினமென்றவற்றுள் துறை, விருத்தமென்னு மிரண்டுமேயடங்கும். என்னை ? சொல்லில்வழியதுய்த்துணர்வாதலின். (௪௭

சஅ. இன்னம்பூர்—*புலகமஹரிஷி.

வேறு சந்தம்.

சொன்னம் பால்பழ மன்னம் பாவலர் சொன்னம் பாலிடலான்
முன்னம் பேர்பெறு கன்னன் போல்வர முன்னின் றூர்தமதூர்
வன்னம் பேணிய பொன்னின் பூமர மன்னுஞ் சோலையெலாந்
தென்னுஞ் சேர்புல கன்னும் வாழ்பதி யின்னம் பூரிதுவே.

(இ-ள்.) சுவர்ணம், ஷட்ருசியன்னம், பால், பழம் முதலியன வித்வான்களின் வாக்கு நயவிருப்பத்தால் கொடுப்பதனால் பூர்வத்தில் மிக்க கொடைவள்ளல் எனப் பெயர்பெற்ற கர்னனைப்போல் இப்போதும் பல கர்னர்களாக வருவதற்கு முற்பட்டவர்களின் வாழ்விடமானதும், பஞ்ச வர்ணங்களையுடைய நவரத்னங்களாலிழைத்தாற்போன்ற பொன்மயமான புஷ்பங்களைக்கொண்டுள்ள தருக்கள் நிறைந்த சோலைகளிலே தென்னை மரங்களும் மிகுந்திருக்கப்பெற்றதுமாகிய இன்னம்பூரென்னும் நகர் புலக மஹரிஷி கோத்திரத்தார் வாழ்விடமாம். (எ-று.)

சொல் + நம்பால் + இடலான் எனக் கண்ணழித்துரைக்க. நம்பு - ஆசை. ()

சகூ. திருமழிசை—†பிரியமஹரிஷி.

வேறு சந்தம்.

உவரிவளை யுலகினிலு முயர்கருப வரையினிலு
மொளிர்கனக வரையினிலுமேற்
றவழ்புகழி னிசையெழுதி யொருவர்சரி யறநிறுவு
சதுர்மறையும் வளர்வுசெயுமூ
ரொவருமன மகிழ்வுமிக வுதவுமருள் வடிவொழு
பரமர்பத மருவுமவராஞ்
சிவனுமலை வனிதைப்ரிய ரிஷியுநிலை பெறவிரவு
திருமழிசை பதிநகரிதே.

(இ ள்.) சமுத்திரஞ்சூழ்ந்த பூவுலகத்திலேயன்றி எட்டுத் திசாமுகங்களிலும் பிரகாசிக்கின்ற மகமேருகிரியிலும் மேற்பட்ட தங்கள் புகழையெழுதித் தமக்குச் சமானமான கீர்த்திமான்கள் முக்காலத்துமில்லை யென்பதை ஸ்தாபிக்கின்றவர்களும், தம்மிடம் வந்தோர் யாவரும் சந்தோஷமடையும்

* புகல, பூகள என்றும் பிரதிபேதம்.
† பிரியவாக்யரிஷி என்றும் பிரதிபேதம்.

படி உபகரிக்கும் கிருபாமூர்த்திகளும், சப்தப் பிரகாரமான இலிங்கமூர்த்த மாய் விளங்கும் பரமசிவத்தையும் பார்வதாதேவியையும் வணங்குகின்றவர் களுமாகிய சாதுக்கள் ஸ்திரமாய் வாழப்பெற்றதாகிய திருமழிசையென்னு மிந்நகர் பிரியமஹரிஷி கோத்திரத்தார் வசிக்குமிடமாம். (எ-று.)

இலிங்கவகை எழாவன :—பரார்த்தலிங்கம், சுயம்புலிங்கம், காண லிங்கம், தைவிகலிங்கம், ஆரிடலிங்கம், மானிடலிங்கம், க்ஷணிகலிங்கம் என இவை. இவற்றுள், பரார்த்தலிங்கம் - சிவபிரான் மஹாசங்காரகாலம் வரையும் சாந்நித்யராயிருந்து ஆன்மாக்களுக்கு அநுக்ரஹிக்குமிலிங்கம், சுயம்பு - தானேதோன்றியது, காணலிங்கம் - விநாயகர், சுப்ரமண்யர் முதலா ன கணங்களாலே ஸ்தாபிதமானது. தைவிகம் - விஷ்ணுமுதலிய தேவர்கள் ஸ்தாபித்தது. ஆரிடம் - முனிவர் அசுரர்கள் ஸ்தாபித்தது. மானுடம் - மனுஷ்ய ஸ்தாபிதம். க்ஷணிகம் - மண், அரிசி, அன்னம், ஆற்றுமணல், கோமயம், வெண்ணெய், உருத்திராக்கம், சந்தனம், கூர்ச்சம், புஷ்பமாலை, சர்க்கரை, மா என்னும் பன்னிரு பொருளாற்செய்து பூஜித்தவுடனே நதி களில் விடப்படுவது. க்ஷணிக முதல் பரார்த்தமீறாக ஒன்றற்கொன்றுயர்ந் தது என்பார். (சுக)

ருo. புதுப்பாக்கம்—வகிர்தரிஷி.

வேறு சந்தம்.

பங்கயத் தாரிலகு தொங்கன்மெய்த் தோளினர்சு
 பங்கொள்சொற் றேவமறையோர்
தங்கவிப் பார்புகழ்வி ளங்கநிற் பார்கலவி
 தங்களைப் பேசுமவரூர்
மங்கலக் கூடமுமி லங்குபொற் கோபுரமு
 மஞ்சையுற் றூர்வகிர்தராஞ்
செங்கதிர்ப் பாநுவைய டங்கடற் சோலைதிகழ்
 தென்புதுப் பாகைநகரே.

(இ-ள்.) தாமரைமாலைபுனைந்த புயங்களையும் மங்கல ஆசீர்வாதங்கூறும் வாக்கையுமுடைய தெய்வப் பிராம்ஹணரும், இவ்வுலகின்கண்ணே தங்கள் தேகமழியினும் அழியாத புகழுடனே ஒக்க நிற்கின்றவரும் பயன்படும் வார்த்தைகளையே கூறுகின்றவர்களுமாகிய மற்றவருணத்தவரும் வசிக்கப் பெற்றதும், நித்யகல்யாணம் பொருந்திய மாளிகைகளும் விளங்குகின்ற கோபுரங்களும் மேகமண்டலத்தை யளாவுதலைப்பார்த்துச் சோலைகள் ஆரி

யன் தங்களுக்குள் நுழைந்து செல்லும்படி நெருக்குகின்ற வளப்பத்தையுடையதுமாகிய புதுப்பாகையென்னும் நகர் வசிஷ்டமஹாரிஷி கோத்திரத்தார்க்குரியதாம். (எ-று.)

"சொல்லுக சொல்லிற் பயனுடைய சொல்லற்க - சொல்லிற் பயனிலாச்சொல்" என்பது தமிழ் வேதமாகலின் நல விஷயங்களைப்பேசுவார் என்றார். (ருo)

ருக. மதுராந்தகம்—மரீசிமஹாரிஷி.

வேறு சந்தம்.

புதிதாந் தமிழ்நெறி பழைதாந் தமிழ்கொடு
புனைநீர்ந் திடுபெரியோர்
ததியாய்ந் துணவா தமுதீந் துரையிசை
தனில்வாய்ந் திடல்பெறுமு
றெதிர்பூந் தளிரினி லிறுமாந் தளிகளி
னிசைசேர்ந் துரைசெயவே
மதியார்ந் துவசமு முகின்முயந் திடவளர்
மதுராந் தமரிசியே.

(இ-ள்.) தமிழ்ப்பாஷையின் முற்கால நடைக்கும் தற்கால நடைக்கும் உளதாம் பேதாபேதங்களை நன்குணர்ந்து ஜனங்களின் விவேக விருத்திக்கேற்ப மாற்றிக் குற்றந்தவிர்க்கும் பெரியோர்கள் தம்மிடம் வருகின்ற வித்வஜனங்களின் சமயமறிந்து எப்போதும் உபகரித்து அவர்களாற் கூறப்படும் கீர்த்தியைப் பொருந்துதற்கேற்ற ஸ்தானமானதும், சோலைகளில் இளந்தளிர்களின்மேலிருந்து வண்டுக்கூட்டங்கள் இன்னிசைக்கீதம்பாட துவஜ ஸ்தம்பங்கள் சந்திரமண்டலத்தையும் அளாவச் செழுமைமிக்கதுமாகிய மதுராந்தகம் மரீசி மஹரிஷி கோத்திரத்தாரதாம். (எ-று.)

'மதியார்துவசமும்' என்பது இடையில் நகரவொற்றுப்பெற்றது சந்தநோக்கி. தமிழ்நடையைக் காலவேற்றுமைக்கேற்ப ஜனசமூகத்துக்குப் பயன்படுமாறு மாற்றுதல் பண்டையோர்க்குங் கருத்தாதலினன்றே "பழையன கழிதலும் புதியன புகுதலும் - வழுவலகால வகையினானே" எனச்சூத்திரமெழுந்ததூஉம். காலந்தேர்ந்து செய்யாத நன்றி யவமாகுமாதலின், 'ததியாய்ந்து' என்றும், புலவர்க்கீயும் பரிசிலுக்குக் கைம்மாறாக அவர் கூறும் புகழ்க்கவியேற்பார் என்பார் 'உரையிசைதனில் வாய்ந்து' என்றும் வேண்டினர். (ருக)

௫௨. *விளைசை—கலிபமருரிஷி.

விளைமுந் தமிழ்கொடு பிழையைத் தருபவர்
　　விழைசயர் சுருதியையேயோர்
தெளிவுற் றவரிய விசைகற் றவரு
　　டிகழுந் திகழ்பெறு பூர்
கிளைபிற் செசெநலின முகிலிற் சொரிதரு
　　கிரணத் தரளமெலாம்
விளைமுத் தெகுமயர் மடைபட் டிலகிடுவு
　　விளைசைப் பதிகலியே.

(இ-ள்.) நவரசங்களுமுதிர்ந்த முத்தமிழ்களையும் அங்கீகரித்துப் புலவர்கட்குப் பொன்மாரிபொழிகின்றவர்களும், மற்ற வேதசாஸ்திரங்களையும் இயலிசைகளையும் சந்தேக விபரீதமறக் கற்றுத் தேர்ந்தவர்களும், எந்த நூலைக் கற்கினும் ஜீவகாருண்யமும் பரோபகாரமும் பொருளாகக் காட்டலால் கருணைக்குணத்திகழ அதனையுடைமை பெயரும் விளங்கப் பெற்றவர்களும் ஆகிய நல்லோர் வசிக்குமிடமாகியதும், மூங்கிலினும் செந்நெலினும் கரும்புமுதலியவற்றிலும் பிறக்கின்ற முத்துக்களுடன் மேகத்தினின்றும் சொரியப்படுகின்ற பிரபையுடைய முத்துக்களும் கலந்து வயல்களில் மடைகட்டும் வாய்க்கால்களிலே புகுகின்ற வளமுடையதுமாகிய நெல்விளைசேரி என்னும் நகர் கலிபமருஷி மோக்ஷமடைந்தார்க்குரியதாம். (எ-று.)

'கிளைபிற் செசெநலின விளைமுந்தெநாடு முகிலிற் சொரிதரு கிரணத் தரளம் எலாம்' எனக் கூட்டியுரைக்க. 'இனை' என்ற குறுல் முத்துப்பிறக்கும் ஏனை இடங்களையும் கொள்க. முத்துப்பிறக்கும் இடம் ௨௦ என்பர் உவமானசங்கிரக நூலாசிரியர். "தந்திவராகமருப்பிப்பிபூகந்தழைகதலி - நந்துசலஞ்சலமீன்றலைகொக்குநளினமின்னூர் - சந்தார்ந்தசாலிகழைகன்னலாவின்பல்கட்செவிகா - ரிந்துவெப்புகராமுத்தமீனுமிருபதுமே." (௫௨)

௫௩. மாங்காடு—விஷ்ணுபிருதி.

வேறு சந்தம்.

தீங்கான தின்றியரு ணீங்கா திலங்குபுகழ்
　　ரேங்கா தரம்பழகவே
யோங்கார மந்த்ரமறை பாங்காய் மொழிந்தெளிமை
　　யோங்கா துகந்தவர்களு

*நெல்விளைசேரி என்பது மரூஉ வழக்கால் விளைசை எனப்பட்டது.

ராங்கார முங்கிரணம் வாங்கார மூஞ்சசிபி
    ஞங்கர்வி யுந்திகழவே
மாங்காய் விளைந்துநிறை பூங்கா வனங்களரு
    மாங்காடு விண்டுமுநியே.

(இ-ள்.) நன்மைகள் மிகுந்து காருண்யம் நிறைதலால் விளங்குகின்ற கீர்த்தியானது ஸ்திரமாய் வசிப்பதற்கு ஆசைகொண்டு பழகப்பெற்றதும், பிரணவஸக்யமான கர்பமந்திரங்களைக கூறும் வேதங்களை அத்யயனஞ் செய்து பிறரை எதிர்பாராமல் வாழ்கின்றவர்களுக்குறைவிடமானதும், மலைவெள்ளந்தாற் கொணரப்பட்ட சந்தனக்கட்டைகளும் ஒளியை வகிக்கும் முத்துக்களும் சந்திரிகைக்கு மலரும் நீலோற்பலங்களும் விளங்குகின்ற வயற்புறங்களிலே மாம்பழங்கள் கனிந்து தேன் நிரம்புகின்ற சோலைகளையுடையதுமாகிய மாங்காடு என்னும் நகர் விண்டுமொழுநி கோத்திரத்தினரதாம் (எ-று.)

‘தீங்கானதின்றி’ என்றதனால் ‘நன்மைகள்மிக்கு’ என்றும், ‘அருள் நீங்காது’ என்றதனால் ‘நிறைதலால்’ என்றும் கொள்ளக்கிடந்தது. மந்திரமறை-யாகாதிக்கிருத்தியங்கட்குரிய கற்பங்களைக்கூறும் வேதம். நீலோற்பலங்கூறுதலால் வயல் வருவிக்கப்பட்டது. (௫௩)

௫௪. தினைப்பெரும்பாக்கம்—சிவமித்ரமஹரிஷி.

வேறு சந்தம்.

புவனத் துளநெறி முனிவர்க் கமுநனி
    புலவர்த் தொகையர மகளிரு
நவமுற் றிடுதரு மணிநற் சுரபியு
    நளினத் திருகலை யெனுமாது
முவமிக் கருமக முறுதிக் கொடுதின
    முசிதத் துடன்மகிழ் வுறுமூதார்
சிவமித் திரரிஷி சிவன்மைப் புரவரி
    தினையிற் பெருமைகொள் பதியீதே.

(இ-ள்.) உவமை கூறுதற்கரிய மகத்தான யாகங்கள் சதாசெய்யப்பெறுதலாலே ஸ்திரமாகத் தங்கள் வசிப்பிடமெனக்கொண்டு எல்லாவுலகத்திலுமுள்ள தவநெறிபூண்ட முனிவர்களும், தேவர்களும், அப்சரமாதர்களும், அழகிய கற்பகம், சிந்தாமணி, காமதேனு முதலிய சுவர்க்க வர்க்கங்களும், பத்மாசனமேவிய லக்ஷ்மீ, சரசுவதியென்னுமிருவரும், ஸ்ரீசிவபெருமானும், நீலமேகஸ்வரூபியாகிய ஸ்ரீவிஷ்ணுவும் சந்தோஷத்துடன் எழுந்தருளப்பெற்ற

னைப்பெரும்பாக்கம் என்னுமிது சிவமித்திரமஹரிஷி கோத்திரத்தார்க்கா கும். (எ-று.) (௫௪)

௫௫. சேரியூர்—சிவயோகமஹரிஷி.

வேறு சந்தம்.

பூவலரின் மடமாது ஞாலரிறு வியமாது
போர்விசய முளமாதுமா
நாவதனி லுறைமாது சீர்வளிறை யுடனாரு
நாடுதல் குலாவிபிடுமு
ராவலரி வையர்மார ராலபகரு மிளையோர்க
ளாதரவின் விளையாடவே
தேவர்களு நிகராய சோலைநிறை திகழ்வான
சேரியுறை சிவயோகரோ.

(இ-ள்.) சிரீதேவி, பூதேவி, விஜயலக்ஷ்மீ, சரஸ்வதி, கீர்த்திலக்ஷ்மீ ஆகிய தேவிகள் இதன் செழிப்பை வியந்து நோக்கி வசிக்கப்பெற்றதும், ஆசையையுடைய ஸ்திரீகள் மதனகலைகளைப் பாராயணஞ் செய்கின்ற தத்தம் யுவநாயகன்மாருடன் அன்போடுகூடித் தேவர்களையுங் கந்தர்வர்களையும்போல போகசுகம் பொருந்தி விளையாடப் பெற்ற சோலைகளையுடையதுமாகிய சேரி என்னும் நகர் சிவயோகமஹரிஷி கோத்திரத்தார்க்குரியது. (எ-று)

'அரிவையர் ..இளையோர்கள்...தேவர்களும் நிகராய ஆதரவின் விளையாட' என்று கூட்டுக. சிரீதேவி வீக்ஷண்யத்தால் ஸௌபாக்கியமும், பூதேவியால் தான்ய சமிருத்தியும், விஜயலக்ஷ்மியால் வெற்றியும், சரஸ்வதியால் கல்வியும், கீர்த்திலக்ஷ்மியால் புகழுமுண்டாம். "மன்னுவுலகத்து மன்னியமூன்றி - னடுவணதெய்த விருதலையுமெய்தும்" ஆதலின் முதற்கட் சம்பத்தும், எத்தனை தனமிருந்தும் அவை உணவுத்தானியம்போல் ஜீவரக்ஷணைசெய்வதின்மையால் தான்யசமிருத்தியும், இவைகளும் தோல்வியுடையார் கையினின்றகலுமாதலால் அவை பயன்பட வெற்றியும், அவ்வெற்றி போல் இம்மை மாத்திரையினன்றி மறுமைப்பயனுந் தருஞ்சிறப்பினாற் கல்வியும், அக்கல்விதானும் கற்றவாறொழுகினன்றி மேம்பாடு தராமையானும் மனிதப் பிறவிக்குத் தன்னிகரில்லாப் பெரும்பயன் புகழேயாதலானும் அதனையும் வரிசையாக வைத்த நுட்பமுணர்க. (௫௫)

ரு௬. களத்தூர்—சத்யமஹரிஷி.

முத்தமி ழுரித்தான சித்தசனை யொப்பான
முற்றுமறை சொற்பாவலோர்
சத்தியி னிடத்தானை யக்கர தாத்தானோர்
சற்குரு வினைத்தாளையே
நித்தமு நினைத்தோது முத்தம குணத்தோர்க
ணிற்பர்நெறி பற்றுகவே
வித்தகர் களத்தூரர் சத்யமுனி பொற்பாதம்
விற்பனர் துதிப்பார்களே.

(இ-ள்.) இயலிசை நாடகமென்னு மூவகைத்தமிழுக்கும் உரிமை பூண்டவர்களும், மன்மதனுக்குச் சமானமான அழகையுடையவர்களும், வேத முழுதுமுணர்ந்த பண்டிதர்களும், உமாதேவியை வாமபாகத்திலுடைய பஞ்சாக்ஷரத்தலைவராகிய பரமசிவத்தையும் அவனை வழிபடும் மார்க்கத்தை உபதேசிக்கும் பரமகுரு பாதங்களையும் சதா ஸ்மரித்து ஸ்தோத்தரித்து பக்தி மார்க்கத்தில் நிற்பவர்களும், சதுரர்களுமாகிய மஹாத்மாக்களுக்கு வாசஸ்தானமாகிய களத்தூரென்னும் நகர் சத்யமஹரிஷியின் பாதங்களைப் போற்றிப் புகழும் அக்கோத்திரத்தார்க்குரித்தாம் (எ-று.)

மற்ற கவிகளைப்போல் களத்தூர் சத்யமஹரிஷிக்கென்னுது அம்முனிவனைத் துதிப்பவர்களதாம் என்றதனால் தம் கோத்திரமஹரிஷிகளிடத்து வணக்கமுடைமையுங்கூறி உபலக்ஷணத்தால் எல்லாக்கோத்திரத்தினர்க்கும் இவ்விதியைச் சார்த்தினர். (ரு௬)

ரு௭. மணிமங்கலம்—ஆங்கீரசமஹரிஷி.

கொண்டனிறை பொழிறுடல் கண்டுமயி லாடு
கொஞ்சுகுயின் மாநாடவே
வண்டமிழர் கலைபாட மங்கையர்க ளாடமாட
மந்த்ரமுடன் மறைநீடவே
யண்டமுடி தொடுவாழை தென்கமுகு மூதலான
வும்பரவு வயல்சூழவே
மண்டலமி னுயிராகி நின்றமுனி யங்கீர
தன்சொன்மணி மங்கையிதுவே.

(இ-ள்.) புஷ்ப பலவிருக்ஷங்கள் நிறைந்த சோலையிலே மேகங்கள் கூடுவதனால் மயில்கள் சிறைவிரித்தாடலைக் குயில்களும் வண்டினங்களும் தங்க

ளிசையோடு கூட்டி நோக்கவும் (இக்காட்சியைப்போல் நகரத்திலும்) வளப்பமிக்க தமிழறிஞர் இசைப்பண்பாட நிருத்தமாதர் நடனம்புரியவும், (வேறோர் பக்கத்து) யக்ஞஞ்செய்யும் வேதமந்திரவோசை மிகவும், ஆகாயத்தைத் தம் தலையால் நெருடுகின்ற வாழை, தென்னை, கமுகு முதலிய விருக்ஷங்கள் நிரம்பிய வயல் புடைசூழப் பெற்றுப் பூமிதேவியின் ஜீவஸ்தானம் போல் விளங்குகின்ற மணிமங்கலம் என்னுமிப்பதி ஆங்கிரசமஹரிஷி கோத்திரத்தினர்க்காம். (எ-று.)

மா - வண்டு. "நிலமகண்முகமோதிலகமோகண்ணோ நெடுநிறைமங்கலநாணோ - வில்குபூண்முலைமேலாரமோவுயிரி னிருக்கையோ" எனக் கம்பர் அயோத்திநகரைச் சிறப்பித்தாற்போன்று இவரும் 'மண்டலமினுயிராகி' என்றார். (௫௭)

௫அ. திருமயிலை—வான்மீகமஹரிஷி.

சத்திசிவ ஞர்புரியு முத்தநகை யார்கமலை
　　தத்தைமொழி விறன்மாதுடன்
வித்தமிக வளவழகர் சித்திபெறு தவமுநிவர்
　　வித்தியர்க ளுற்றமருமூர்
முத்தமிழ்கள் பலகலைக ளுற்றநெறி யுளமனிதர்
　　முற்குணமு முளபெயர்களே
யெத்திசையு மிலகுதிரு நித்தமிகு திருமயிலை
　　யிற்குலவு வன்மீகரே.

(இ-ள்.) உமாமஹேஸ்வரரும், முத்துப்போலொளிமிக்க தந்தங்களையுடைய மஹாலக்ஷ்மியும், கிளிபோன் மொழியுடைய விஜயலக்ஷ்மியும் சிறப்புண்டாகவாழப்பெற்றதும், அஷ்டமாசித்திகளையும் பெற்ற யோகி புருஷர்களும் கல்விமான்களும் பல கலைக்ஞானத்துறைகளையும் அறிந்து பயன் பெற்ற மேம்பட்ட குணத்தையுடைய சாதுக்களும் விரும்பி வசிக்கப்பெற்றதும், அஷ்ட திசைகளிலும் விளங்குங்கீர்த்தி தினேதினே அபிவிருத்தியடையப்பெற்றதுமாகிய திருமயிலையென்னும் திவ்ய க்ஷேத்திரம் வான்மீக மஹரிஷி கோத்திரத்தார்க்குரித்து. (எ-று.)

ஸ்ரீசம்பந்தப்பெருமானால் அங்கம்பெண்ணாக்கப்பெற்ற மகத்வத்தைக் கருதிச் சித்துபுருஷர்கள் தம் சித்துக்கள் அபிவிருத்தியடைய அத்தலத்து வசிப்பரென்க. இத்தலம் சிவக்ஷேத்திரமென்பார் முதற்கட் 'சத்திசிவனர்' என்றறிவுறுத்தார். (௫அ)

௫௯. கோயம்பேறூர்—தூர்வாசமஹரிஷி.

அயிலைநிகர் விழியான வலரின்மகள் கலைமானு
மநுதினமு மகிழ்மேவுவுங்
குயிலுமயின் மரைமான்கள் குருகுபல பொழில்வேலி
குளிர்மொழிகள் பகர்பொய்கையார்
சயிலமுலை மடவார்கள் கையிலமனை கழலான
தரளமணி கொடுமோடவு
மெயிலையெரி சிவன்ஞான மருவியிடு தூருவாச
னினியது கோயம்பேறையே.

(இ-ள்.) வேல்போற் கண்களையுடைய மஹாலக்ஷ்மியும் கலைமகளும் எந்நாளும் குடியிருக்கப்பெற்றுக் குயில், மயில், மான், மரை முதலிய பக்ஷி மிருகவிசேடவர்க்கங்கள் நிறையும் சோலையும் நீர்வாழ்பறவைகள் ஒலிக்கும் தடாகங்களுமுடையதாய் மலைபோன்ற முலைகளையுடைய மாதர்கள் முத்துப்புனைந்த இரத்தினமிட்டிழைத்த அம்மனைகளும் கழங்குகளும் கைக்கொண்டாடுகின்ற செல்வப்பெருக்கினதாகிய கோயம்பேறூர் என்னும் நகர் திரிபுராந்தகராகிய பரமசிவத்துக்கன்புடைய ஞானமிக்க தூர்வாச மஹரிஷி கோத்திரத்தினர்க்குரியதாம் (எ-று.)

மரை, மான் முதலிய மிருகங்கள் காட்சிக்காகப் பொழிலிற் கொணர்ந்து வளர்க்கப்படுவன. 'குயில்மயில் மரைமான்கள் பல ஆர் பொழில்வேலியும், குளிர்மொழிகள் பகர் குருகு ஆர் பொய்கையும்' எனக்கொண்டு கூட்டுக. இச்சருக்கத்துச் சிற்சிலகவிகள் இயங்கூட்டிப் பொருள் கொள்ளக் கிடப்பதறிக. இவ்வாறு மாட்டேற்றுவிடின் இலக்கணந் திறம்புமென்க. (௫௯)

௬௦. காமன்புல்கூர்—கலைக்கோட்டுமஹரிஷி.

வேறு சந்தம்.

பாவும் பாவுறு சீருஞ் சீரிலு பாயந் தானுமு ணூல்
யாவுந் தேறவ லோர்நன் றூயென வாரும் பேர்பெறுமூர்
பூவுந் தேனும ளாவுங் காரளி போதுஞ் சோலையெலாங்
காவுஞ் சூழ்கலைக் கோடன் வாழ்பதி காமன் புல்கூரே.

(இ-ள்.) பாடல்களையும், அவற்றிற் பொதிந்த பொருளாகிய கீர்த்தியையும், அக்கீர்த்தியை அடைதற்கண் வேண்டப்படும் சதுரத்தன்மையையும்,

பழைமையுற்ற சாஸ்திரார்த்தங்களையும் நன்கு கற்றுத் தெளிந்தவராகிய அறிஞர்கள் வசிக்கின்றதும், புஷ்பத்தில் வாசனையுடன் தேனையும் நுகர்கின்ற கரியவண்டினங்கள் உலாவும் சோலைகள் (ஆகாயத்தின்கண்) கற்பகச் சோலையைச் சூழ்ந்துநிற்கப் பெற்றதுமாகிய காமன்புல்கூர் என்னுமிவ்வூர் கலைக்கோட்டுமஹரிஷி கோத்திரத்தார்க்காகும். (எ-று.)

அழிதற்பாலனவாம் பொருட்களைச் சம்பாதிக்கச் சாமான்யர்கள் எத்தனையோ தந்திரங்களைச்செய்கின்றனர். அழியாப்பொருள் கீர்த்தியொன்றுமே என்றறிந்த உத்தமர் அதையடைய வேண்டுந் தந்திரஞ்செய்யாதிரார். ஆதலின் 'சீரிலுபாயந்தானும்' எனக்கூறினர். 'கா' என்றது இங்கே கற்பகச்சோலையைப் பெருமையாலுணர்த்திற்று. "பாவெனப்படுவதுன்பாட்டுப் - பூவெனப்படுவது பொறிவாழ்பூவே" என்றார் சிவப்பிரகாசரும். (நால்வர் நான்மணிமாலை.) (௩௰)

௩௧. சோமட்டை—ஆதிமஹரிஷி.

வேறு சந்தம்.

வேலைக்கு நேரான விசாலத் தடாகமொடு
        வீதிப்ர தாபமுளதான்
மாலைக்கு நேர்குழலி யார்மிக்க மோகமட
        வார்சுத்த ராகமுடனே
சாலைக்கு ளேநெடிய வீதிக்குளே சகல
        மேடைக்கு ணீடுமதில்சேர்
சோலைக்கு ளாடமறை யோர்மெய்த்த வோதுபதி
        சோமட்டை யாதிமுனியே.

(இ-ள்.) சமுத்திரம்போல் விசாலித்த தடாகங்களும் பெரிய வீதிகளும் உடையதாகி பூமாலைசூடிய கூந்தல்களையுடைய மிகுந்த மோகத்தை வருவிக்கின்றமாதர்கள் நடனசாலையிலும் நெடிய வீதிகளின் மத்தியில் விளங்கும் மேடைகளின்மீதும் பெரிய மதில்சூழ்ந்த சோலைகளிலும் நின்று (இசைப்பாட்டுடன்) நடிக்க வேதியர் வேதகோஷ்டம் ஒரு புறத்தில் மிகப் பெற்றதுமாகிய கீர்த்திமிக்க சோமட்டையென்னும் நகரம் ஆதிமஹரிஷி கோத்திரத்தினர்க்குரியது. (எ-று.)

சுத்தராகம் - கலப்பறவல்லோரால் பாடப்பெறும் கர்நாடக ராகங்கள். இவை எழுபத்திரண்டெனவும் இவற்றின் ஜன்ய ராகங்கள் ௲ எனவும் இசைநூல்வல்லோரியம்புவர். (௩௧)

௬௨. போளியூர்—பாராசரமஹாரிஷி.

வேறு சந்தம்.

வாளைதாவிய சோலைநீடிய கோவின்மாமதிண் மேவவே
வேளினாகம நூலினார்கள் விசாலமாய்நட மாடுமூர்
தோளுமாறிரு வாகுசேர்கர மாறுமாறுள சோதிவாழ்
போளியூரினில் வேள்பராசர ராகுமேபுக ழாகவே.

(இ-ள்.) வாளைமீன்கள் பாயுஞ்சோலைகளும் பெரியகோபுரங்களும் மதில்களுமுடையதாகி மதனசாஸ்திரங்களையறிந்த நடனமாதர் பரதசாஸ்திரவிரிவைக்காட்ட நிருத்தஞ்செய்கின்றதும், பன்னிரண்டு புயங்களும் அழகிய கைகளும் படைத்த ஸ்ரீசுப்பிரமணியக்கடவுள் எழுந்தருளியிருக்கப் பெற்றதுமாகிய போளியூரென்னும் நகர் புகழ்ச்சியையுடைய பராசரமஹாரிஷி கோத்திரத்தினரதாம். (எ-று.)

வாகு - அழகு. "வாகுவே யழகுதோளாம்..." (மண்டலப்புருடனிகண்டு பதினோராவது தொகுதி). பரதசாஸ்திர அபிநயம் காமக்குறிப்பைப் புலப்படுத்தும்பொருட்டாதலால் 'வேளின் ஆகமநூலினார்' நடமாடுதற்கேற்றவராயினர். 'விசாலம் ஆய் நடம் ஆடும் ஊர்' எனக்கண்ணழித்து ஆய் என்னுமெச்சத்தைக் காரியப்பொருட்டாகச் செயவென் எச்சமாய்த் திரித்துரைக்க.

௬௩. ஆமிதாநல்லூர்—தெய்வமுநி.

வேறு சந்தம்.

பூமியோரெல்லோரு மேவவே துய்யபுகழ்
　　போதவே நன்னாவலோர்
தாமெலா முல்லாச மாகவே செய்யதமிழ்
　　தானுமே சொல்லுமிசையூர்
சோமனார் தண்ணான வேணியா னாயனருள்
　　சுவாமியார் தன்னருளினா
லாமிதா நல்லூரி லேமகா தெய்வமுனி
　　யாகுமே யெந்நாளுமே.

(இ-ள்.) மேன்மையாகிய பிரசித்தியினால் உலகத்தோர் யாவரும் வந்து நோக்கிக் கண்களிக்க, நன்மைபெற்ற வித்வான்களும் சந்தோஷிக்க அழகிய தமிழ் நூற்களையும் பிறபாஷைகளையும் ஓதப்பெற்றதும், சந்திரனையுங் கங்கையையும் தரித்த ஜடாதரராகிய பரமசிவமும், பிரமதேவனைப்பெற்ற

ஸ்ரீமஹாவிஷ்ணுவும் கடாக்ஷித்தலால் எல்லா வளமும் நிறைந்ததுமாகிய ஆமிதாநல்லூரொன்னுமிது தெய்வமுனி கோத்திரத்தாருடையதாம். (எ-று.)

'ஐயன்' அயன் என்பதின் போலி மொழிமுதற்கண்வந்தது. இரண்டனுருபு தொக்கது. (கூரு)

கூச. வேப்பத்தூர்—அருளாளமஹரிஷி.

வேறு சந்தம்.

நாற்றிக்கேயெழி லாகியமாமறை யோர்க்கெப்போதினு மாதவனாரரு
ளூட்டப்பாநுவின் மேலசுராள்படை வருபோது
பாற்றப்பானதி நீரளியால்விட நீற்றுத்தானவர் வீழ்வுறநீதிகொள்
பார்க்கப்பாரினில் வீறியதாகிய பதிமூதூர்
ஏற்றிக்கோவென மாமுகில்சேர்தரு போற்பொற்பாரன தானமுமீயவ
ரேற்கப்பாவலர் பேறெனவாழ்பவ ரெழிலார்பூ
மேற்பொற்பாவையி னுலிசையாகிய தார்க்குத்தாயக மாகியபேரணி
வேப்பத்தூரரு ளாளமகாமுனி விறலோரே.

(இ-ள்.) நான்கு திசையினுமளாவிய பிரதாபத்தையுடைய பிராம்ஹணோத்தமர்களுக்குக் கர்மசாக்ஷியாகநின்று காலங்காட்டிக் கிருபைகூர்கின்ற சூரியபகவான்மேல் அசுரப்படைகள் சண்டைக்கு வருகின்ற திரிசந்தியா காலங்களிலும் அவ்வசுரர்களை மாற்றும்பொருட்டுப் பாலாற்றின் ஜலத்தைக் கருணையால் அபிமந்திரித்து அர்க்கியந் தருதலால் அவ்வசுரர்கள் சாம்பராகி வீழ்ந்தழியச்செய்யும் நீதியை உத்தேசிக்கும்போது உலகில் மிக்க பெருமை பெற்றோர்க்கு வாசஸ்தானமாகிய சிகரற்ற மேன்மையுடையதும், பரிசிலராகிய வித்வான்கள் தம்மைத்துதித்து நீரே பிரபு என்பாராயின் அவர்களுக்குப் பெரிய முகிலையும் கற்பக விருக்ஷங்களையும்போல எல்லாத் தானங்களுடனும் அன்னதானத்தையும் தருபவர்களும் இரப்போருடைய செல்வமாகத் தமது செல்வத்தை வகுத்தவர்களுமாகிய பெருங்கொடை வள்ளல்கள் வசிக்கப்பெற்றதும், அழகிய தாமரைப் புஷ்பத்தில் வீற்றிருக்கும் திருமகள் கடாக்ஷத்தினுல் புகழ்ச்சியாகிய கவிமாலைகட்கு உற்பத்தி ஸ்தானமாகியதும், மிக்க அழகினதுமாகிய வேப்பத்தூர் அருளாளமஹரிஷி கோத்திரத்தாராகிய பலசாலிகளதாம். (எ-று.)

சூரியபகவானிரதத்தைப் பின்றொடர்ந்து சண்டைக்குவரும் அசுரர்களை அழித்தற்காகவே திரிசந்தியா காலத்தும் வேதியர் சந்தியாவந்தனஞ்செய்து ஜலத்தினுல் அர்க்கியந் தருகின்றனரென்பது நூல்வழக்கு. கதிரவனைத் தொடர்ந்து மஹரிஷிகளிற் சிலரும் சூழ்போகின்றனர் என்றும் கூறுவர்.

இவ்வுண்மை "நிலமிசைவாழ்ந ரலமரதீரத் - தெறுகதிர்க்கனலி வெம்மை தாங்கிக் - காலுணவாகக் கதிரொடுகொட்கு - மவிர்சடைமுனிவரு மருள" என்னும் புறநானூறு சகூ-வது கவியாலுமுணர்க. "அன்னதானாத்பரம் நாஸ்தி" என்னுஞ் சுருதியால் அன்னதானமும் எனச் சிறப்பும்மை வேண்டினர். 'ஆகியபேரணி' என்பதனை முன்பின்னாக மாற்றியுரைக்க. (கூச)

இதுமுதல் ஆறுகவிகளால் மேற்கூறிய கூச-கோத்திரங்களுக்குமுரிய சூத்திரங்கள் ஆறனையும் ஒவ்வொன்றாகக் கூறுகின்றனர்.

வேறு.

இனியபுல்வே ளூர்பருந் தூர் மகேந்த்ரப்பாடி
யிலைக்காட்டூர் பட்டால மினியதான
மனிதர்புக ழாதம்பாக் கஞ்சீரான
வண்மையுடைத் திருநின்றை யுந்ரமேரூர்
நனிபரவுங் கோதிலா நல்லூர்சேரி
நாடோறும் புகழ்கோழிப் பதாகைநன்மை
புனையுமிசைப் பதினொருவர் குடிகளுக்கும்
போதாய னம்மெனவே புகலுவாரே.

(இ-ள்.) புல்வேளூர், பருந்தூர், மகேந்திரப்பாடி, இலைக்காட்டூர், பட்டாலம், ஆதம்பாக்கம், திருநின்றையூர், உந்திரன்மேரூர், நல்லூர், சேரியூர், கோழிப்பதாகை ஆகிய இப்பதினொரு அகரத்தில் வசிக்குங் கோத்திரத்தார் பதினொருவருக்கும் போதாயன சூத்திரமென்பார்கள். (எ-று.)

அடைமொழிகளை நீக்கி எழுதியதென்னையெனின் பாவின் எதுகை மோனைக்கன்றி அடைமொழிகளைக்கூறிய ஆசிரியருக்கு வேறுகருத்தின்மை யாலென்க. வருஞ்செய்யுட்களுக்குமீதொக்கும். (கூரு)

ஆதியூர் சிர்புருட மங்கலஞ்சீ
ரானபெரும் பூதூர்கொற் றம்பாக்கந்தான்
மாதுலவு வெண்குளத்தூ ருந்ரம்பேரூர்
வடமதுரை புதுப்பாக்க மறையோர்போற்று
நீதிமணி மங்கலமெந் நாளுந்தான
நிறைந்தசோ மங்கலமிந் நெறியூர்பத்துந்
தாதுலவு மாறுசாத் திரத்துள்ளாபத்
தம்பமெனப் பெரியோர்கள் சாற்றினாரே.

(இ-ள்.) ஆதியூர், ஸ்ரீபுருஷமங்கலம், ஸ்ரீபெரும்பூதூர், சொற்றம்பாக்கம், வெண்குளத்தூர், உத்திரம்பேரூர், வடமதுரை, புதுப்பாக்கம், மணிமங்கலம், சோமங்கலம் ஆகிய இப்பத்து அகரக்கோத்திரத்துக்கும் ஆபஸ்தம்பசூத்திரமென்றறிஞர் கூறினர்கள். (எ-று.) (௩௬)

வரிசைபுலிப் பாகைமங்கை இனையனேரி
வாகுடைய மெதுவூரும் வண்மைமேவும்
புரிசடையார் கயிலாய நாதர்மேவும்
புண்ணியச்சீர் வேப்பத்தூர் நின்றையூரும்
பரிசுதவும் போளியூ ராற்றுப்பாக்கம்
பண்பான சோமட்டை கோயம்பேறா
ரரசுபெறுங் குடிகள்பதி னொன்றினுக்கு
மாசுவலா யனரதுசூத் திரமதாமே.

(இ-ள்.) புலிப்பாகை, சதுர்வேதமங்கலம், இனையனேரி, மெதுவூர், புண்ணியம், வேப்பத்தூர், நின்றவூர், போளியூர், ஆற்றுப்பாக்கம், சோமட்டை, கோயம்பேறூர் இப்பதினொரு அகரவாச கோத்திரத்தினர் பதினொருவர்க்கும் ஆஸ்வலாயன சூத்திரமாம். (எ-று.) (௩௭)

அதிபுகழ்கொள் வானவன்மா தேவிவாய
லாநல்லூர் காவணிமங் கலமுநெல்வாய்
நதிபரவுந் திருவெண்ணெய் நல்லூர்வல்ல
நன்மையுள வேளூர்நெல் வினைநென்மேலி
சதிரினிய சோலைவளர் பையனூருந்
தகைப்பரமேச் சுரனூர்மங் கலமுங்கூடப்
பதினொருவர் குடிகளுக்குஞ் சூத்திரந்தான்
பண்டிதர்முன் றிராக்கியா யனமென்பாரே.

(இ-ள்.) வானவன்மாதேவி, வாயிலூர், காவணிமங்கலம், நெல்வாயல், திருவெண்ணெய்நல்லூர், வல்லம், வேளூர், நெல்வினைசேரி, நென்மேலி, பையனூர், பரமேசுரமங்கலம் ஆகிய இப்பதினோரகா கோத்திரத்தாருக்கும் திராஹ்யாயண சூத்திரம் என்பர். (எ-று.) (௩௮)

பெருமுளசை வளவன்மா தேவிமூதூர்
பெருக்கமுள கோவூரும் வளமையான
புருகூதன் றேவிபொடு வாழுங்காமன்
புல்கூருங் களத்தூரு மின்னம்பூருச்

திருமழிசை யுலகமெலாஞ் சிறந்தகூரஞ்
செழித்ததினைப் பெரும்பாக்கங் காட்டூர்சேர
மருவுநய குடிகள்பதி னொன் றினுக்கு
மகிழ்காத்தி யாயனசூத் திரமதாமே.

(இ-ள்.) பெருமுளையூர், வளவன்மாதேவி, மூதூர், கோவூர், காமன் புல்கூர், களத்தூர், இன்னம்பூர், திருமழிசை, கூரம், தினைப்பெரும்பாக்கம், காட்டூர் இப்பதினொரு அக்ரத்தில் வாழுங் கோத்திரத்தார்கட்குக் காத்தியாயன சூத்திரமாம். (எ-று.) (சுகூ)

இலகுபல்லா புரமாமூர் வேலஞ்சேறை
யெழிலான மாங்காட்டோ டுக்கனீதி
வலிமையுள காயாறு வெள்வலூரு
மதிப்பான திருமயிலாப் பூரும்வானோர்
குலவுமிசை யார்ந்தவெழி லாகுநல்லூர்
தொண்டமது ராந்தகமாங் குடிகள்பத்து
நிலைமைபெறப் பெரியோர்கள் சூத்திரத்தை
நேர்வைகா னசமென்றே நிருமித்தாரே.

(இ-ள்.) பல்லாபுரம், ஆமூர், வேலஞ்சேறூர், மாங்காடு, உக்கல், காயாறு, வெள்வலூர், மயிலாப்பூர், ஆமிநாநல்லூர், மதுராந்தகம் இப்பத்து அகர கோத்திரத்தினர்க்கும் வைகானச சூத்திரமென்று நிர்மித்தார்கள். (எ-று.) (எo)

(அவ்வவ்வகரங்களில் குடியேறுதல்.)

வேறு.

இவ்விதத் தறுபதுட னல்வருக் கின்பாக
வெழினகர மெண்ணணீந்தே
செவ்விதாய் விபவமுட் சேர்ந்துமங் கதினூறு
சீர்தரும நெறியுமகலா
நவ்வியங் கரர்சிவனை நரகரியை மற்றுளவை
நாட்டியே நகரமெங்கு
மவ்விய மகன்றுமறு தொழிலாதி வாழுமூ
ராகுமென முனிமொழிந்தே.

(இ-ள்.) இப்படி அறுபத்துநான்கு கோத்திரத்தினர்க்குஞ் சந்தோஷமுண்டாக அழகிய அறுபத்துநான்கு நகரங்களையுந்தந்து, சுபம்பொருந்திச் சிறந்த தருமநீதி நீங்காமல் மான்தரித்த கையினராகிய சிவபிரானையும்

மஹா விஷ்ணுவையும் மற்றத்தெய்வங்களையும் ஸ்தாபித்து, இந்நகரங்கள் யாவும் பொருமைநீங்கவும் பிராம்ஹணரின் ஷட்கர்மமும் சிறந்துள்ளனவே யாதலால் இவை உங்கட்கு வாசயோக்யமானதேயாமென்று ஞானமுனிவர் சொல்லியபின்பு. (எ-று.)

வேதமோதல், ஓதுவித்தல், யாகஞ்செய்தல், செய்வித்தல், தானங் கொடுத்தல், ஏற்றல் என்னும் இவ்வாறு கர்மங்களும் பிரம்ஹண வர்ணத் துக்குரியனவென ஆதியில் வகுக்கப்பட்டவை. (எக)

(இதுவுமது.)

மறைவளரு மண்டமு முறைவளரு மண்டபமும்
　　வளர்தரும மண்டபமுமோர்
குறைவற நயந்துடன் செய்துமினி யென்றுங்
　　குலாவுசீ ருண்டாக்கியே
நிறை புகழ் வளர்ந்திட வளம்பதி யமைந்தினிது
　　நீடூழி வாழுமென்றே
யிறையவ னுரைக்கமுநி யிறைவனும் பூசுரரை
　　யினிதுவாழ் கென்னவைத்தான்.

(இ-ள்.) சென்னிச்சோழ மஹாராஜன் வேதமண்டபம், ஆஸ்தானமண்டபம், தர்மமண்டபம் முதலியவற்றைக் குறைவற நடாத்தி விரைவிலே எங்கும் விளங்குங் கீர்த்திபடைத்துப் பிரபலிக்க உங்களுக்கு நாம் வழங்கிய வளந்தங்கிய நகரங்களிலிருந்து மகிழ்ச்சியுடன் பல்லாண்டு பல்லாண்டாய் வாழ்கவென்று சொல்ல, ரிஷிசிரேஷ்டராகிய ஞானமாதவரும் அவ்வாறே அவ்வவர்களை அவ்வந்நகரத்துக் குடியேற்றினர். (எ-று.) (எஉ)

(இதுமுதல் மூன்றுகவிகள் அகரங்களில் பாகம் அமைத்தல் கூறும்.)

வைத்தவந் தணர்களனை வருமருவி மெய்ஞ்ஞான
　　மாவிருடி தாள்பணிந்தே
யெத்தலந் தன்னிலுமி லாதபாக் கியமுமா
　　லெய்தின மிதற்குளெல்லாஞ்
சித்தமெவ் வௌவுபங் கெனவிதித் திடுமெனச்
　　செல்வமிகு ஞானமுனிவ
னத்தக வியைந்துமூ வாசைகளு மேகவே
　　யரசளித் தீரரசரே.

(இ-ள்.) அவ்வாறு குடியேறின கருணீகப்ராம்ஹணர் யாவரும் ஞான மஹாரிஷியையடைந்து அவர் பாதங்களை நமஸ்கரித்து எவ்விடத்தும் கிட்டற்கரிய பாக்கியங்கள் உம்மால் படைத்தோம்; இந்நகரில் எங்களுக்குள் பாகம் எவ்வளவென்று வினவ அம்முனிவர் அதனை ஆமோதித்துச் சோழனை நோக்கி ஆசைநீங்கும்படி உபகரித்தீரல்லவா மகாராஜாவேயென்று புகழ்ந்து தங்கருத்தைச் சொன்னார். (எ-று) (எ௩)

எனுமுனிவ ருடனனி தனித்தனி வணங்கிமன்
றேத்தியே வாய்த்தபெரியோ
ரனைவருங் கடவுளே யடிகளே முதலிலோர்க்
கானவூ தியமுள்ளதோ
கனமுறும் படிகனச காயஞ்செய் தீர்கொ
கண்டுகொண் டாடிமுதலோன்
மனமுவந் தந்தந்த வகரமொவ் வொருபங்கு
வையுமென் றேமொழிந்தான்.

(இ-ள்.) என்றிப்படிச்சொன்ன முனிவரையும் கருணீக குலத்தினரையும் தனித்தனிவணங்கி ஸ்தோத்தரித்து பெரியோர்களாயுள்ள இவர்கள் யாவரும் அடியேனுக்கு வழிபடுதெய்வம் போன்றவர்களே; முதலில்லாதவர்க்கு லாபம் உண்டாகுமோ? யான் பெருமைபெறும்படி நீர் சகாயஞ்செய்தீரோ (என்று) தயாளசிந்தையைப் பாராட்டி அரசன் ஒவ்வொரு அக்கிரகாரத்திலும் ஒவ்வொருபங்கு வையுமென்றுசொன்னான். (எ-று.) (எ௪)

சொன்னபடி யேவண்மை யகரங்க டோறுந்
துலங்கவொவ் வொருபங்குவைத்
தன்னவரை யெண்ணெண் ணர்க்குமே பங்குசெய
வறுபத்து நான்குபேர்க்கு
மன்னனைச் செய்தவர் கணக்கைக் கணக்கிலே
வகைதொகை விரித்தெழுதுநீ
ருன்னதஞ் சொலமுருகர் மரபுமா வாறெலா
மொருவழி புணர்த்துமென்றான்.

(இ-ள்.) எனது ஆக்ஞைப்படி வளப்பந்தங்கிய அகரங்களிலெல்லாம் விளங்க ஒவ்வொருபங்கு வைத்ததனால் அறுபத்து நால்வருக்கும் அறுபத்து நான்கு பாகமாக வகுத்து அவரவர் கணக்கில் அதனளவு குறித்துவைத்து அக்கிரமங்களின் கணக்குத்தொழிலைத் தொகைவகையாக விரித்து எழுதுங்களென்று சொல்லிப் பின்னும் உங்கள்மேன்மையைச் சொல்லுமிடத்து

முருகக்கடவுள்போலிருக்கின்றீர்கள்! உங்களது வம்ச வரலாறுகளை நான் கேட்டறிய ஒருவாறு சொல்லுகவென்று கேட்டான் அரசன். (எ-று.) (௫௫)

(அரசனுக்கு ஞானமுநிவர் தருணிகதலமேன்மைகூறியது.)

ஐயா நிரட்டிநால்வர்க்குநான் முதலுள்ள
அன்புடைய மெய்ஞ்ஞானியோர்
துய்யா நிவர்க்கினிய விருடிபே ஸிடத்திற்
றலங்கல்ய தேசமுற்றே
மெய்யான கோத்திரஞ் சூத்திர முதற்கலை
விளக்குவித் தருண்மேன்மையாற்
பொய்யாத வந்தணர்க ளதமுடை யோரெனப்
போற்றினர்க ளேற்றமுறவே.

(இ-ள்.) இவ்வறுபத்துநால்வருக்கும் பிரமரிஷிகளிடத்தன்புபூண்ட அழகிய மஹாரிஷிகள் கோத்திரத்தலைவர்களாதலால் இவர்களுடன் சேர்ந்திருந்தவெண்ணிடத்தில் கலைஞானங்களெல்லாம் விளங்கும்படி உபதேசம் பெற்றுச் சிறந்த கோத்திரஞ் சூத்திரங்களைப் பெரிவித்த மாதா கிருபையை ஆதாரமாகக்கொண்டு இந்த தருணிகப்பிராமணர்களே இப்போது அநேகமும் தங்கம் கோத்திரமுறையாவாக்குவித்தார்களென்று ஞானமுனிவர் கூறக்கேட்ட அரசன் முதலிய யாவரும் அவர்களை மேன்மையாக மதித்து வணங்கினார்கள். (எ-று.)

குறிப்பு:—இவர்களுக்கு மகிமையிருக்கும் யோக்யதைகளைக்காட்ட "இருடியென்" னைத் தம்மைக்கூறினார். (௫௬)

(ஞானமாதவர் தேவர்க்குக் கூறிய ஆலயங்காணிக்கைப் பற்றியது.)

ஏற்றவைத் தணருமெய்ஞ் ஞானமுரைத் திருவங்
கிலக்குவிபடைத்தவியோ
போற்றமலர் மாதுதங் நிதம்போது பாலருன்
புகலுடைக் கலைமென்றே
யாற்றல்சே ருருள்பெறுஞ் சீர்வருண தாடலே
யாகவனர் பாக்கியத்தான்
மாற்றரிய திருமருவு கோயிலங் காணிசும்
வைத்துடனளித்தருளினார்.

(இ-ள்.) தகுதியையுடைய கருணீகப்ராம்ஹணர்களும் ஞானமஹரிஷியும் முன்பு அரசனை அபயஸ்தந்தந்திரக்ஷித்த மஹாலக்ஷ்மிதேவியினிடத்திற் சென்று வணங்கிநிற்க அவள் மகிழ்ந்து வினவியபோது அம்முனிவர் இப்பாலர்கள் உமது அடைக்கலமென்று பிரார்த்தித்து அம்மஹாலக்ஷ்மியின் கிருபையைப்பெறச் செய்த பாக்கியத்தினால் இச்சீர்கருணீகர்க்கு லக்ஷ்மீதேவி குலதெய்வமாக விளங்குகின்றாள். (எ-று.) (௭௭)

(அரசன் இவ்வம்சத்தினர்க்கு மந்திரி, சேனாதிபதி முதலிய உத்யோகங்களை அளித்தல்.)

அந்தநெறி கண்டுதுண் டீரரா சன்கருணை
யானசீர்க் கருணரையெலாஞ்
சிந்தையின் மகிழ்ந்துத்தம துத்தம குலத்தருட்
செல்வமிகு கல்வியழகாற்
சந்ததமு மந்திரித் தலைமைசே னாபதித்
தலைமைநிலை பெறமகிமையாற்
பந்தமுற வேகொடுத் தருளவே மந்த்ரபூ
பாலரா யினர்ஞாலமேல்.

(இ-ள்.) சீர்கருணீகரின் உத்தமகுலமும், செல்வமும், கல்வியுடைமையும் அறிந்த துண்டீர (தொண்டைமண்டல) ராஜனால் சந்தோஷமுற்றுத் தன் சமுகத்தில் மந்திரிகளாகவும் சேனாதிபதிகளாகவும் நியமிக்கப்பெற்று இவ்வம்சத்தினர் இராஜாங்கத்தின் முக்ய ராஜதந்திரிகளாகப் பூமியின்கண் மேம்பாடுபெற்றனர்கள். (எ-று.) (௭௮)

(ஞானமுநிவர் ஆக்ஞாபனம்.)

சீர்பெறுஞ் சதுர்வேத நூலகர நிலைமையுஞ்
சீர்மகா லக்குமியினா
லேர்பெறுங் கோயிலுந் தொண்டீர மன்னனா
லேமந்தி ரித்தலைமையுந்
தார்பெறும் படிமுதற் கோத்திரத் தடையிலே
தண்டாம லுண்டாகவே
நேர்பெறும் படியுமது மரபுவழு வாமலே
நின்மினென நல்லமுனிவன்.

(இ-ள்.) கீர்த்திபெற்ற நான்குவேதங்களும், அறுபத்துநான்கு அக்ரகாரங்களும், ஸ்ரீமஹாலக்ஷ்மீ கடாக்ஷத்தினால் ஆலயவுரிமையும், துண்டீரமஹா

ராஜனால் மந்திரித்தனமுதலிய வுத்தியோகங்களும், தலைமைபெற்ற கோத்திரங்களுடன் செழிக்க உங்கள் வருணாச்சிரமம் வழுவாமல் வாழ்வீர்களாக வென்று கூறி ஞானமஹாரிஷியானவர் பின்னுஞ்சொல்வார். (எ-று.) (எக)

(கருணீகர்க்குத் தசாங்கம் வழங்குதல்.)

கனகவரை கங்கைநதி காம்பீலி நாடுசீர்
கண்டவோ தனபுரந்நார்
வனசமர கதிவாசி வெள்ளானை வாரன்ன
மருவுங்கொடி வேதமுரசந்
தினநினைமு ரடுசீர்க் கருணீக ராஜனைந்
தசாங்கங் கொடுத்தன்பி னுற்
றனமநிக மகிழ்வாகி யூழியங் கத்துடன்
றரணியில் வாழ்கவென்றார்.

(இ-ள்.) மஹாமேருமலை, கங்காநதி, காம்பீலிநாடு, ஓதனபுரநகர், தாமரைமாலை, பச்சைக்குதிரை, வெள்ளையானை, அன்னக்கொடி, வேதமுரசு, கருணீகராஜனை என்னுந் தசாங்கமும் அன்புடன் தந்தருளிச் சௌபாக்கியத்துடன் களிப்புற்று உலகில் வாழ்கவென்றாசிர்வதித்து ஞானமுனிவர் தமதிருப்பிடஞ்சென்றார். (எ-று.)

தசாங்கம் - பத்துவகையுறுப்பு ; அவையாவன : மலை, ஆறு, நாடு, நகர், மாலை, பரி, கரி, முரசு, கொடி, ஆக்கினை யென்பவையாம் ; உவமான சங்கிரகத்து (௬க) கவி "வரையாறுநாடு நகர்துரக மதகரியிய - விரையாருமாலை முரசம்பதாகைமெய் யாணையென்று - முரையாரு தசாங்கத்தி னொவ்வொன்றைநாடி யுறவகுத்தே - தரையாரு மன்னர் முதலாயவருக்குஞ் சாற்றுகவே" எனவும், "நெடுமலையாறுநாடூர் நீண்ட தார்புரவி யானை - கொடிமுரசுடனேதானை கூறிய தசாங்கமென்ப" என மண்டலப் புருடனின் கண்டு கட-ம் தொகுதி கரு-ம் கவியினும் கூறுதல் அறிக. இந்து அரசர்க்குரியதாயினும் இவ்வம்சத்தினருமை அரசுபுரிந்த அருமையாற் பெற்றனர். ()

(கருணீகரின் பிரபாவம்.)

அன்றுமுத லகரமுங் கோயிலுட னரசர்வா
யினுமேன்மை நிலையாகவே
நின்றுல கடங்கலுந் தமதுவளா வுத்துணிறை
நீதியை நடத்துதிறலா

ெறான்றுமொரு மொழியாள ரெங்கணுந் திறைகொண்
டிருப்பார் விருப்பமுடனே
மன்றலணி யுந்தா மரைத்திரு வுரந்திலக
வைத்தன ருளத்திலினிதே.

(இ-ள்.) அந்நாண்முதலாக அகரமுங கோவிலும் உடையவர்களாய் அரசர்கள் சமூகத்தில் நிலைபெற்று உலகமுழுவதும் தஙகள் கையெழுத்துக் குட்பட நிறைந்த தர்மநீதியைச் செலுத்தும் வல்லபத்துடன் யாவராலும் சன்மானமும் சத்யவசனமுமுடையவர்களாய்த் தாமரைமாலையணிந்த மார்பிற்போல ஹிருதயாப்ஜத்திலும் ஸ்ரீமஹாலக்ஷ்மீ நிவாசஞ்செய்யுமாறு தியானசீலர்களாயிருந்தார்கள். (எ-று.) (௮௧)

(ஆதினசீரநகம் முற்றும்.)

ஆகப் பாயிரமுட்படக் கூடிய செய்யுட்கள் ௲௮௫.

பன்னிரண்டாவது

†பிற்காலசம்பவச் சருக்கம்.

[இச்சருக்கத்தால் கருணீகவம்சத்தவரின் பிற்காலசரித்திரம் விளக்கப்படும்.]

(ஓர் துர்க்கைப்பிரவேசத்தால் நாட்டில் கலவரம்.)

வேறு.

இன்ன தன்மையா யிருகத்துண் டீரநாட் டிடையொரு பேரூழி
யன்ன துர்க்கையா டலைப்பட்டெவ் வெவணாயு மமளிரு மளிபுரிய
வென்ன செய்குவ மென்னவந் நாட்டினர் போகிய முறைசோழ
மன்ன வன்செவி யிடைவிடாத டித்திட வல்லவா றவரொன்றே.

(இ-ள்.) இந்தவிதம் ஸ்ரீகருணீகர் வாழ்ந்திருக்குங் காலத்தில் அந்தண்டீர தேசத்திலே பெரிய ஊழிக்காலம்போல ஓர் துர்க்காதேவி (கொள்ளைநோயாகத்) தோன்றி ஜனங்களைப் பீடிக்கத் தொடங்கி வெகுகஷ்டம் விளைவிக்க அந்நாட்டுக்குடிகள் என்னசெய்வோமென்று பயந்து வெவ்வேறு தேசங்களுக்குக் குடிப்போக இம்முறை அரசனாகிய சென்னிசோழன் காதிலே அடிக்கடிபட அத்துர்க்கையை நிவர்த்திக்கத்தக்க வல்லவா யாவ தொன்றாலோசித்து. (எ-று.) (க) * (79)

(அரசனுந்திரவு.)

மந்த்ரி மார்களை வினவலு மவர்பறை வழங்கிடி னவளேனுந்
தந்த்ர மோர்ந்தவர் தடைபுரி குவரென தருதியென் றிறைகூர்ந்தே
மந்த்ர வாறுகை வந்தவர் வந்திடர் மாயையை வாய்மைசெயி
னெந்த மாலவர்க் கேதுத வத்தகு மென்பதீ குவனென்றான்.

(இ-ள்.) அரசன் மந்திரிகளிடம் ஆலோசனை கேட்க, அவர்கள் இவ்விஷயம் பறையறைவித்தால் மந்திர சாஸ்திரமுணர்ந்தவர்கள் யாராவது முற்பட்டுத் தடைசெய்வார்களென்றுரைக்க, இதுநல்ல ஆலோசனையென்று அவ்

---

†இச்சருக்கத்துள்ள கவிகள் "கருணீகவம்சப் பிரதாப" மென்னும் அச்சுப்புத்தகத்தினின்றெடுத்தெழுதப் பட்டவை. *இக்குறியிட்ட எண்கள் ஷை அச்சுப்புத்தகக் கவிகளினெண்கள்.

வாறே சித்திபெற்ற மந்திரவாதிகள் யாரேனும் துன்பம் விளைக்கின்ற இம் மாயாதேவியைத் தடைசெய்தால் அவர்களுக்கு நம்மாலியன்ற வுபகாரங் களிலெது வேண்டுமெனினும் செய்வோம் என்று கட்டளையிட்டான். (எ-று.)

(கருணீகரிலெழுவர் முற்படல்.)

இந்த வாசக மிறைதிரு நாட்டிலெங் கெங்கணும் பறைசாற்றச்
சந்த மாமெண்ணென் கணிதரிற் றுணிவொடு துணித்தெழு வர்கள்கூடி
வந்து சோழனை வணங்கலும் வேண்டிய வழங்கினன் வளர்காஞ்சி
யந்த லஞ்செறிந் தவர்செப தபமுறை யதர்வணந் தாற்புரிந்தே.

(இ-ள்.) இந்தக்கட்டளையை அந்நாடெங்கும் பறைசாற்றி யறிவிக்க
அழகிய அறுபத்துநான்கு கோத்திரச் சீர்கருணரிலே எழுவர் துணிவுடன்
கூடிச் சோழராஜனை வந்துகண்டு யாங்கள் துர்க்கையை ஜயிப்போமென்று
வணங்கிக்கூற அவர்கட்கு வேண்டிய திரவிய சகாயமுஞ்செய்த அரசன்
அழகிய காஞ்சிபுரத்திலிருந்துகொண்டு ஜபதபாதி மந்திரகிரியைகளை
அதர்வணவேதவிதிப்படிசெய்து. (எ-று.) (௩) * (81

(துர்க்கையை ஜயித்தல்.)

செப்பொ ணுந்திறல் படைத்ததுணை வரெனுர் தேயத்து ளுறுமூழி
வெப்ப மேதணி தாவிறற் றுர்க்கைதாள் விலங்கெனப் புரிநூலா
லெய்ப்ப வுந்தன ராதலா லூட்டின ரிவர்க்கிணை யெவரொன்ன
வொப்ப வூழிமாற் றுருத்திரன் றேறின ருலகின ரனைவருமே.

(இ-ள்.) சொல்லுதற்கரிய வலிமைபெற்ற தொண்டைமன்னன் தேசத்திலே பொருந்திய ஊழித்துர்க்கையின் கொடுமை தணியும்படி அத்தேவியின் காலில் முப்புரிநூலால் விலங்கிட்டார்கள் ஊழிகாலத்தை மாற்றுகின்ற ஸ்ரீருத்திரமூர்த்தியைத் தவிர இவர்களுக்கிணையாக யாரைச்சொல்வது என உலகம் புகழ்ந்தது. (எ-று.) (௪) * (82)

(இராஜசன்மானம்.)

எவ்வெவ் வூரினந் துர்க்கையா லிடர்தவிர்ந் திட்டமென் கின்றரோ
வவ்வவ் வூரினை மவர்க்கட் டியபெய ராற்சில மானியமுஞ்
செவ்வை யாமணி யணிபொன்பட் டாடையுச் சிதமளித் தேகச்சி
யொவ்வச் சீர்கரு ணேசரா லயமமைத் துவகைசெய் தனன்மன்னன்.

(இ-ள்.) எந்தெந்த கிராமங்களில் அத்துர்க்கையினாலடைந்த துன்பம் நீங்கினதென்று குடிகள் சொல்லிக்கொள்கிறார்களோ அந்தந்த கிராமங்

களிலெல்லாம் ‘ துர்க்காதேவி பந்தனத்திற்கு மான்யம் ’ என்று பிற்காலத்தும் தெரியும்படிச் சிற்சில மான்யங்களை வழங்கியும், உசிதமாகிய இரத்தினாபரணங்கள் திரவியம் பட்டாடை முதலியன நிரம்பக்கொடுத்தும், காஞ்சிபுரத்தில் ஸ்ரீ கருணீகர் ஆலயம் அமைத்தும் அவர்களை அரசன் மகிழ்வித்தான். (எ-று.) (௫) * (83)

(துர்க்கா சாபம்.)

பெற்ற சீரும்பே றும்பிர பலித்திடப் பெருமைகண் டவர்வம்ச
முற்ற மந்த்ரவே தோத்தம நெறிக்குல வொழுக்கமு முறைமாறி
யற்ற சூத்ரத்வ மடைந்திடக் கடவதென் றகங்கெடுத் தாங்க　[யே.
ணிற்ற துர்க்கையாள் சபித்தன ளகந்தைகொண் டிவர்களு மவடனை.

(இ-ள்.) மந்திரத்தாற்கட்டுண்டு தன்வலிகுன்றிய துர்க்காதேவியானவள் தன்னை அவ்வாறு செய்த சீர்கருணீகர்கள் அடைந்த கியாதியையும் இலாபத்தையும் பெருமைப் பிரபலத்தையும் கண்டு சினங்கொண்டு இவர்கள் என்னை விலங்கிட்டது வேதமந்திரங்களை யதிவதற்கேற்ற பிராம்மணவம்ச முடைமையாலல்லவாவென்று கருதி அவ்வுத்தம குலாச்சார ஒழுங்கு தவறிச் சூத்ரத்வமடைகவென்று சபிக்கவே இவர்களும் அகங்கரித்து அவளை நோக்கிக் கூறுவாராயினர். (எ-று.) (௬) * (84)

(சாபநிவாரணகாலம் கூறுதல்.)

சத்தி நீயெமைச் சபித்தனை யேனுநின் றளைவிடு தலைக்குன்னும்
புத்தி யெய்தில மிவணுறை கெனப்பதி போயினர் புகலப்பின்
சுத்த மானமற் றவர்களி னல்வரத் துர்க்கையைத் தொழுதன்பாய்
மெத்த வேண்டவு மாயிர வருடமிவ் வினைக்கள பெனமீண்டார்.

(இ-ள்.) ஓ ! துர்க்காதேவீ ! நீயெங்களை எப்படிச் சபித்தாலும் உன் விலங்கை விடுவிக்க நாங்கள் நினைக்கவும் மாட்டோம் ; நீ இங்கேயே இருக்கவேண்டியதுதான் என்று தங்கள் யதாஸ்தானம் சென்றார்கள். அவர்களில் பரிசுத்தர்களாகிய நால்வர் அன்புடன் அத்துர்க்கையை நமஸ்கரித்து அம்மணீ ! இக்கொடிய சாபவிமோசன காலம் எப்போது என்று பலவாறு பிரார்த்திக்க (மனமிரங்கி) இச்சாபம் ஆயிரவருடங்கட்குப் பின்பு நீங்குமென்று சொல்லிய பின்பு திரும்பினார்கள். (எ-று.)

ஆயிரவருடமிவ்வினைக்களபெனப் புகலமீண்டாரொன்றுமாற்றுக. (எ)()

(அரசன் விசேஷாதிகாரம் வழங்கல்.)

பின்ன ரன்னகா ரணமனு வினுமுயர் பிரபல முறுசென்னி [குத்
மன்னர்க் கிவ்வகை வழுத்தின ரவர்களின் வாய்மைகண் டொருவற்
தன்ன மைச்சரிற் றலைமைதந் தனன்சர்வ காரிய தளகர்த்த
னென்ன வும்மொரு வனைத்தர்ம பாலக னென்னமற் றொருவனையே.

(இ-ள்.) பிறகு மனுவினும் உயர்ந்த பெருமைபெற்ற சென்னிச்சோழனுக்கு இக்காரணத்தைச் சொல்ல அவர்களது வம்சாபிமானத்தை உத்தேசித்து மெய்ச்சி ஒருவனைத் தன் முதன்மந்திரியாகவும் மற்றொருவனைச் சர்வகாரிய தளகர்த்தராகவும் வேறொருவனைத் தன் தேசதர்ம பரிபாலன கர்த்தராகவும் நியமித்துப் பின்னும். (எ-று.) (௮) * (86)

(அரசன் தேசவளங்களைப் பார்க்கச் செல்லுதல்.)

வேத பாலகர் கடமையு மவர்க்கருண் மேன்மைவி சாரிதனென் [பின்
றோதி றொருவனையுமப் பெருமைகொண் டொழுக்கமுற் றிருந்ததற்
றீதி றன்புவிச் செழுமைகண் டிடவிறை சேனைக ளுன்கோடு
மாதி யூர்முத லாயபெ ரும்பதி யறுபதி னான்கையுமே.

(இ-ள்.) மற்றொருவனை பிராம்ஹணனையும் அவர்களது யக்ஞாதி கிருத்யங்களையும் பாதுகாக்கும் விசாரணைக்கர்த்தராகவும் நியமித்துப் பெருமைபடைத்த இந்நால்வரும் தம் ஒழுக்கநெறி கடவாமல் வாழ்ந்துவருங் காலத்தில் ஒருநாள் அரசன் தன் தேசவளங்களைப் பார்வையிடும் நிமித்தமாக இரத கஜதுரகபதாதிகளுடன் பிரயாணமுற்று ஆதியூர் முதலாகிய அறுபத்து நான்கு அகரங்களையும் சுற்றிவருகின்றவன். (எ-று.) (௯) * (87)

(இதுவுமது.)

மூன்றொன் றகச்சென் றுளவதி சயங்கள்கண் டுத்திரன் மேரூரி
லன்றய் ஆரியை யடக்கிய முதல்வன்ற னரண்மனைக் கருகேகக்
கன்றி நோக்கியிம் மாளிகை யுளரெவர் கழறென வருகுள்ளோர்
வென்று துர்க்கையை விலங்கமைத் தகணித வேதியர் வீடென்றார்.

(இ-ள்.) ஒவ்வொரு நகரங்களிலுமுள்ள அதிசயங்களைப் பார்த்துவரும் போது உத்திரன்மேரூரிலிருக்கின்றவரான துர்க்காதேவிக்கு விலங்குபூட்டியவருள் ஒரு கருணீகரின் வீட்டருகாமையில் நின்றுகொண்டு (அம்மாளிகையினின்று ஒருவரும் வந்து தன்னைக்கண்டுகொள்ளாமையால்) பக்கத்தில் நின்றோரைச் சினந்துநோக்கி இவ்வீட்டிலிருப்போர் யாவர் சொல்க என்று

கேட்க அவர்கள் இந்து முன்பு துர்க்கையைச் சிறைசெய்த கருணிகப்பிராம்ஹணர் வீடென்றுரைத்தனர். (எ-று.) (௧௦) * (88)

(கருணிகர் ஒருவர் அரசனை அவமதித்ததனால் சினமுற்றுத் தண்டிக்கப்படுதல்.)

அன்ன வன்றிரு மனையெனப் புகலவு மகங்களித் தவணின்று
மன்னன் கூவென வுரைத்தலு மந்திர மகத்துவ மறைந்துகொண்டே
யின்ன காலையி லிறைவனெங் கெய்தின னேகுமி னெனக்கூற
வன்ன செய்திகேட் டரசன்மெய் கொதிப்பெழ நடந்தய லிருந்தன்றே.

(இ-ள்.) இவ்வாறு சொல்லக்கேட்டதக்ஷணமே மனமகிழ்ந்து அப்பிராம்ஹண சிரேஷ்டனை அழையுங்களென்று சொல்லத் தூதர் கூப்பிட்டபோது தனது மந்திரப்பெருமைக் கருவத்தினால் இவ்வேளையில் அரசன் எதற்காக வந்தார் செல்க என்று கடுத்துரைத்து அரசனைக் காணவாராமையால் மன்னன் பெருங்கோபத்துடன் அவ்வீட்டைவிட்டுச் சற்றுத் தூரத்தில்போய் நின்றுகொண்டு. (எ-று.) (௧௧) * (89)

(இதுவுமது.)

அந்த மாளிகை தனையிடித் தடிக்குள மாக்குக வவர்தம்மை
முந்தக் காவலின் விடுக்குக விழிக்கவொண் ணாதவர் முகந்தன்னி
லெந்தப் பாதகஞ் செயினுமவர்க்கினி யிரங்கலன் யானெண்ணி
னுந்த காதென வுரைப்பதற் கேதிட முறுதியென் றனன்மன்னன்.

(இ-ள்.) அவரது மாளிகையை இடித்து நிரயிக் குளமாக்குக; அவரையும் பிடித்துச் சிறைசெய்க; அவர் முகத்தில் யாம் விழித்தல் கூடாது; எவ்வளவு கடுந்தண்டனை விதித்தாலும் அவர்பொருட்டு எமது மனம் இரக்கங் காட்டாது; நாம் இவ்வாறு நினைப்பது கூடாதென்று மறுப்பதற்கு இடமும் உறுதியுமுண்டாக அவர் பின்பாவது மன்னிப்புக் கோரவில்லையல்லவா? என்று அரசன் ஆக்குரோஷத்துடன் கூறினன். (எ-று.) (௧௨) * (90)

(இதுவுமது.)

சொன்ன வாறுசெய் தனரவ ரோடுமுன் றேழமை கொண்டவரு
மெண்ணி லந்தனி லேகணி தத்தொழி லியற்றவொண் ணாதுசிறை
தன்னில் வைகினென் றனிறை யேவலர் தக்கண மேசெய்தார்
பின்னர் தன்னொடு வந்தவர் நால்வரின் பிள்ளைக டமக்கிரீதான்.

(இ-ள்.) இராஜனுக்ஞைப்படியே தூதர்கள் மாளிகையைப் படுசூர்ணஞ்செய்து குளமாக்கி அக்கருணீகனையுஞ் சிறையிலிட்டனர். அரசனுக்கருணீகருடன் மாந்த்ரீக விஷயத்தில் நட்புற்ற மற்றையிருவரும் எமது தேசத்திலே கணிதத்தொழில் புரியக்கூடாது; (அவர்களும் இத்தேவித மமதை கொண்டிருப்பாராதலின்) அவர்களையும் சிறையில் வைத்தல்வேண்டுமென்ன அவ்வாறேயவர் செய்தனர். பின்பு அம்மூவரது ஆதீன உரிமையுத்யோகங்களையும் தன்னோடு வந்த நால்வர்களுடைய புத்திரர்களுக்குக் கொடுத்தனன். (எ-று.)

தூர்க்கையைச் சிறையிட்ட எழுவரில் க்ஷமாபணை கோரிக்கொண்ட நால்வருக்கே விசேஷ உத்யோகம் கொடுக்கப்பட்டதென மேல் அ, கூ-கவிகள் கூறுதலாலும், வருங்கவியிலும் அந்நால்வர் புத்திரர்களுக்கே மமதைகொண்டோரின் உரிமையாதீனங்களை வழங்கினதென விளங்கலாலும், தண்டிக்கப்பட்ட கருணீகர்க்குத் தோழமையுடையார் இருவரேயாதல் பெறும்.

(கரு) * (91)

(தண்டிக்கப்பெற்றோரின் உரிமையை மற்ற நால்வர் புத்திரர்க்கு வழங்கல்.)

வேறு.

"பேசிய மந்திரி தன்சுதன் சோழப் பிரியன் றளகர்த்தன்
றேசைமைந் தன்சரு வப்பிரி யன்னற மாற்றுகின் றவன்மகனே
வீசுதர் மப்பிரி யன்மறை யோர்கடம் வினைமுயல் பவன்புதல்வன்
றேசம காசனப் பிரியனென வியற்பெயர் செப்பினர் நூல்வகையே.

(இ-ள்.) அந்நால்வராவார் யாவரெனின் பிரதம மந்திரியின் மகனாகிய சோழப்ரியனென்பவனும், தளகர்த்தன் மைந்தனாகிய சர்வப்ரியனென்பவனும், தர்மபரிபாலன கர்த்தன் புத்திரனாகிய தர்மப்ரியனென்பவனும், வேதபாரக விசாரணைஞன் புதல்வனாகிய மஹாராஜனப்ரியனென்பவனும் ஆகிய இவர்களென்று பண்டை நூற்களில் வகுத்து முன்னோர் கூறியிருக்கின்றனர். (எ-று.)

(கச) * (92)

(அரசன் கோபந்தணிதல்.)

பேரொடு மூரிவர் பெறவரு ளிறையவன் பின்னர்தன் னகர்க்கேகி
நேர்படு சிறையுள பேர்முறை யிடவக நீங்கிய தென்றளியாற்
போரிடு தூர்க்கையைக் காறளை யிட்டத போபல மமதையினும்
மூர்விடு வித்தன மேர்படு தூர்க்கையை யுபசரித் திருமென்றான்.

(இ-ள்.) இவ்வாறு அம்மூவர்களின் தொழிலுரிமைகளையும் ஆதீனங்களையும் நால்வருக்குங்கொடுத்த அரசன் பின் காஞ்சிமாநகரம் வந்துசேர்ந்து சிலகாலங்கட்குப் பின் காவற்கூடத்திருக்கும் மூவரும் முறையிட்டுக்கொண்டதால் இவர்களது அகங்காரம் நீங்கிற்றென்று கருணைகூர்ந்து நீங்கள் துர்க்காதேவியைப் பக்தித்த மந்திரரூப மமதையால் எம்மை அலக்ஷியஞ் செய்தபடியால் உம்முடைய ஆதீனத்திலிருந்து நீக்கினோம்; இனி நீங்கள் அத்துர்க்காதேவியை உத்தமமாகப் பூஜித்துக்கொண்டிருக்கவேண்டுமென்று சொல்லிப் பின்னும் சொல்வான் சென்னிசசோழபூபதி. (எ-று.) () * (93)

(அரசன் பரிகாரமொழி)

அவள்பெய ரான்முன மளித்திடு மானிய மானதை மாத்திரமே
கவன முமக்கருள் செய்தன மென்றனன் காவல் விடுத்தனன்மற்
றவர்கள் வளம்பதி சார்தரு மூரிலங் கங்குறு தனித்தனியா
மிவர்க ளுடன்படு மிடமினி யவமதிப் பின்றி யிருமென்றான்.

(இ-ள்.) அத்துர்க்காதேவியை விலக்கிட்டதன் பொருட்டு உமக்குக் கொடுத்த மானிய மாத்திரம் பெற்று ஆதீனத்தைச் சார்ந்த கிராமாந்தரங்களில் உங்களினத்தார் எங்கே இடந்தருகின்றனரோ அவ்விடத்தில் நிந்தையறச் சுகமேயிருங்களென்று இதஞ்சொல்லிச் சிறையினின்று நீக்கிச் சத்கரித்தான். (எ-று.) (௧௮) * (94)

(இதுமுதல் ஐந்துகவிகளால் கருணீகவம்சப்பகுப்பும் காரணமுங் கூறும்.)

மண்டல முங்கெடி கொண்டிடு மூழி மகாவலிமெய் யாயவளைக்
கண்டெவ ரும்பய மின்றிட யங்கிடக் காவில் விலங்கிடவும்மேற்
கொண்டவை யின்றியிங் கொரேழு கோத்திர மொன்று முதரி து பரித்தசிறு
துண்டிழை நூற்சர டிட்டவக் காரணத் தோர்சர டாகணரானார்.

(இ-ள்.) உலகமெல்லாம் நடுநடுங்கும்படிப் பரவிய ஊழித்தெய்வமாகிய துர்க்கையை யாவருக்கும் அச்சமின்றிருக்கும் வண்ணம் இவ்விடத்திலேயே தங்குகவென்று காவில் சிறியநூற்சரடு பூட்டி விலங்குதரித்து மறித்தகாரணத்தினால் அவ்வேழுகோத்திரத்தினரும் சரட்டுக்கணக்கரெனப் பெயர்பெற்றார்கள். (எ-று) (௧௭) * (95)

அன்பொடு சோழ னளித்த பெரும்பதி யறுபதி னான்கதனு
டன்படு மூர்களை யுங்கீழ் மேனா டென்றிடம் பகுத்ததனா
லின்புறு கணிதர்மே னாடர்கீழ் நாடரென் றியம்பின ரதுகொண்டே
வன்புவி மேவும் வகுப்பு மிரண்டென வாய்ந்தசொ லேயிந்ததுவே

(இ ள்.) சென்னிசசோழ மஹாராஜாவால் முன்பு கொடுக்கப்பெற்ற தலைமைநகரங்கள் அறுபத்து நான்கையும் அவற்றைசசேர்ந்த உபகிராமங்களையும் அம்மன்னவனுக்குப் பின்வந்த அரசர்கள் மேல்நாடென்றும் கீழ்நாடென்றும் இருபிரிவாகப் பிரித்தமையால அவ்வப்பிரிவுகளிலிருந்தவர்கட்கு மேல்நாட்டுக் கணக்கர், கீழ்நாட்டுக் கணக்கரென இருவகைப்பெயர்களும் வந்தன. (எ று.) (கஅ) * (96)

(கலிவிருத்தம்.)

மேனாடர் களிற்சில மெல்லியர்நீர்
தானாடி வரத்தட மேவிறைவ
னேனாடியெவ் வூரினி ரென்றலுமே
கோனோடுரை கூறவொண் ணாமையினே.

(இ-ள்.) (பின்னொரு காலத்தில்) மேல்நாட்டார் வகுப்பைச் சேர்ந்த சிலகருணீகமாதர்கள் தடாகத்தில் ஸ்நாநஞ்செய்து வருகையில் அவர்களை வழியிற் சந்தித்த அரசன் அவர்களை நோக்கி நீங்கள் எந்த வூரிலிருப்போர் என்று வினவ, அம்மங்கையர்கள் அரசனோடு வார்த்தையாடச சங்கோச முற்றதனால். (எ-று.) (கக) * (100)

கைகாட்டிய காரண ந் தாற்கணிதர்
சைகைத்தெரி விந்தமை யாற்றயவாய்
வைகப்பெரு மானதை மந்த்ரியொடிச்
செய்கைதெரி தற்குரை செப்பினனால்.

(இ-ள்.) தாங்கள் கருணீகமாதரென்னுமுண்மை விளங்கக் கைஜாடை செய்தபடியினால் அதன் பொருளையறிந்த அரசன் இவர்கள் இவ்வாறு சைகைசெய்வானேன் என்று மந்திரியை வினவினன். (எ-று.) (உ०) * (101)

அதுவேயவா கற்பென வண்ணலுடன்
மதிமந்த்ரி விளம்பிய தாலவர்கை
நிதமில்லுள வேலையி னுந்திகழ
விதிமேவின ரென்றனர் மேலவரே.

(இ-ள்.) மந்திரியானவன் அம்மாதர்களது கற்புடைமையால் அவ்வாறு செய்தனரென்று அரசனுக்குத் தெரிவித்தான். அன்றுமுதல் கிரககிருத்தியங்களைச் செய்யும்பொழுதும் பிறருடன் வார்த்தையாடாமலிருத்தல் விதியாக வழங்குகிறது. அவர்களை கைகாட்டிக் கருணீகரெனப் பெயர் பெற்றார்கள். (எ-று.) (உக) * (102)

(பிற்கால சம்பவச் சருக்கம் முற்றும்.)

ஆகப்பாயிரமுட்படக்கூடிய சருக்கங்கள் கஉ-க்கும் செய்யுட்டொகை சoக.

பதின்மூன்றாவது

ஸ்ரீகருணீகர் புகழ்கூறிய சருக்கம்.

[இச்சருக்கத்தால் இவ்வம்சஸ்தவர்களின் கீர்த்திப்பிரதாபங்கள் வர்ணிக்கப்படுகின்றன.]

வேறு.

வைத்தபடி யகரமுஞ் சீர்காரி யங்களும் மன்னுமந் திரிமகிமையும்
முத்தமி ழியற்கையுந் தருமமும் பெருமையு முகப்ரசா தத்தினியல்பும்
மத்தகு குணத்தழகு மருவுக்கு மணம்வந்த தாகநிலை வாகுமுறலா
லுத்தம மனத்தருல கக்கர மெடுத்தெழுது மோதிமச் சீர்கருணரே.

(இ-ள்.) மேல் நாம் கூறியவாறு அகரங்களும், இராஜாங்க உத்தியோகங்களும், மந்திரியதிகாரமும், முத்தமிழ்க்கல்வியும், தருமமும், பெருமையும், கருணையைக்காட்டும் முகவிகாசமும், இத்யாதி குணங்களுக்கேற்ப வாசனைக்கோர் வாசனையுண்டானாற்போல இவற்றோடு அழகும் பொருந்துதலால் உத்தமமான விவேகிகளாவார் உலக வியல்புகளனைத்தையும் கைகளால் எடுத்தெழுதிக் காட்டவல்ல அன்னக்கொடிபடைத்த சீர்கருணீகர். (எ-று.) (க)

வேறு.

எந்தையர்தங் கணக்கெழுது மின்னம்பூ ருடையானை
வந்தொருவன் கணக்கென்ன வாழிநம்ப னேசனுர்
சிந்தைமகிழ்ந் துளகணக்கைச் சிறுவன்போ லீணாக்கைபினு
லந்தமர போர்க்கெதிரா யெவர்மரபை யறைவோமே.

(இ-ள்.) இன்னம்பூரில் சிவாலயக் கணக்கெழுதுவோராகிய ஓர் சீர்கருணீகனை அவ்வூராளி கணக்கைப் பரிசோதனைசெய்து தப்பிதங்கண்டு காரணம் வினவ, அவர் பொருட்டாக ஸ்ரீபரமசிவமே ஓர் கருணீகச்சிறுவன் போலுருக்கொண்டு வந்து கணக்குகள் உண்மையென ரூபிக்கப்பெற்ற இவ்வம்சத்துக்கு நிகராக வேறெந்த வம்சத்தைச் சொல்வது? (எ-று.)

இச்சரித்திரம் இன்னம்பூர்ப் புராணத்திற் காணப்படுகின்றது. இவ்வம்சத்திலுதித்த கீர்த்திமான்களைப் புகழுமுகத்தால் இவ்வம்சத்துக்கே

றேற்றங்கூறத் தொடங்கிய கவிகள் இதுபோன்ற இன்னுஞ்சில பின்வருவன காண்க. (௨)

சீத்தலைச்சாத்தர் கருணீகரெனல்.

வாய்த்தசிலப் பதிகாரம் வரவிளங்கு கொடிப்பனுவல்
பார்த்தறவோ தியுஞ்சங்கப் பலகையின்வாழ்ந் துமுப்பாலாற்
சீத்தலைமா றியசாத்தர் சீர்கருணர் குலம்விளங்கப்
பூத்தலமேல் வந்தார்தம் புகழையெவர் புகழ்வரோ.

(இ-ள்.) (நவரசமும்) பொருந்திய சிலப்பதிகாரமென்னும் பெருங்காப்பியம் தன் பின்னால்வர அதிற்கூறுங்கதைத் தொடர்புடையதாய் (முன்) விளங்கிய மணிமேகலையென்னுங் காவியத்தை லோகோபகாரார்த்தம் முற்றக்கூறியும், சங்கப்பலகையில் (கடைச்சங்கப்புலவருள் நாமுமொருவராக) வீற்றிருந்து (திருவள்ளுவர் குறலாகிய) முப்பாலினால் தமது சீத்தலைமாறப் பெற்றும் கீர்த்திபடைத்தவராகிய கூலவாணிகன் சாத்தனார் இவ்வுலகின் கண்ணே சீர்கருணீக வம்சம் விளங்க அவதரித்தனர். (ஆதலால் அவருடைய மரபினரின் மிக்க புகழை முற்றக்கூறவல்லார் யாவர்?) (எ-று.)

தமிழ்ப் பெருங்காப்பியம் ஐந்தனுள் இரண்டாவதாகிய சிலப்பதிகாரம் கோவலன், கண்ணகி இவர்கள் சரித்திரத்தைக்கூறுவது. இதனைச்செய்தவர் இளங்கோவடிகளென்னும் அரசர். இக்கோவலனுக்கு மாதவியென்னும் வேசை வயிற்றிற் பிறந்தவளாகிய மணிமேகலையென்பவள் புத்தமதத்தைச்சார்ந்து பிரமதகண்டனஞ்செய்து துறவுபூண்டு புகழுற்ற சரித்திரத்தைக் கூறுவது மூன்றாங்காப்பியமெனப்படும் மணிமேகலைநூல். இஃது அக்காலத்துப் பிரசித்தமாயிருந்த பௌத்தமதக் கொள்கைகளை நன்கு புகன்று தமிழறிஞர் வியந்து பாராட்டும் சொற்பொருணயங்களும் ஆழ்ந்து நுணுகிய கருத்துக்களுமுடையதாய் விளங்குவது. இந்நூலாசிரியராகிய கூலவாணிகன் சாத்தனாரை அப்பெயர்கொண்டு வணிக வம்சத்தவரென மருள்வார் பலர். இக்கருணீக புராணத்தைக் கண்ணுறுமுன் யாங்கருதியதுமவ்வாறே. இக்கவியால் அவர் கருணீக வம்சத்தினரென வெள்ளிடைமலைபோல் விளங்கலால், அப்பெயர் அவருக்குக் குடிபற்றியன்று, தொழில்பற்றி வழங்கிற்றெனக் கொள்ளக்கிடத்தலறிக. இவ்வாசிரியர் வழூஉக்கணிரம்பிய பாடல்களைக்கேட்குந்தோறும் 'அன்னோ! இஃது நந்தமிழின் பெருமை குன்றற்கேதுவாமே; இவ்வழுவிய பாடல்களைக் கேட்டாணிருந்த கடுமைவிதி இத்தலைக்கண்ணதன்றோ?' எனக் கருதி, அதற்குக் கழுவாயாகத் தம் சிரத்தின்கட் பல்காற் றங்கரங்கொடுபுடைத்தலின் சீழ்க்கொண்டமைபற்றிச் 'சீத்தலைச் சாத்தனார்' எனப் பிறிதோர் விசேடணப்பெயர்

பெற்றனென்பதும், திருவள்ளுவர்குறள் அரங்கேறிய காலத்து அந்நூலையங் கண்டுகமகிழ்ந்த விவரைசசுட்டி 'மருத்துவன்றாமோதரனார்' என்னும் மற்றொரு சங்கப்புலவர் "உள்ளுநோய்முப்பாலாற் - றலைக்குத் தீர்வுசாத் தற்கு" எனப்பாடியுள்ளானென்பதும் திருவள்ளுவமாலையால் விளங்குகின்றன. இப்புராணம் அச்சேறிப் பரவாக்குறையானும் இவர் மரபறிவிக்கும் வேறு நூல்கள் கிட்டாமையாலும் இவரது குலமறியாதிருந்த நம் தமிழகம் இனி இப்புத்துண்மைகண்டு பொலியுமென்க. இங்குக் கூறிய வரலாறுகள் இக் கவியின்கட் சுருங்கவுரைத்தமையறிக. சிலப்பதிகாரம் கதைத்தொடர்பின் முற்பெறுவதெனினும் காலத்தான் மணிமேகலை முற்பட்டதேயெனத் தற்கால தமிழ்ப்புலவர் கருதுவது வாய்மையேயாமென்பது "சிலப்பதிகாரம்வர விளங்குகொடிப்பனுவல்" என்னுஞ் சொற்றொடரால் வலியுறுத்தப் படுவது காண்க. (௫)

(வம்சந்தலைவன் ஏற்றங்கூறுதல்)

வேறு.

† மாண்டுமீண்டும் வந்துணர்ந்த மறலியார் தமக்கெலாங்
காண்டலளவையேமுதற் கருமமெலாம் வகுத்துமே
மூண்டுசேரளித்தல்சேர்ந்தன் முற்றுவித்தல் செய்யுமெம்
மாண்டவர்க்கும் வினையினெண்ண மறையுஞ்சித்ர குப்தரே.

(இ-ள்.) (தந்நாம் விதித்தநாள் நெருங்க) இறந்தும் மீண்டு பிறந்தும் வந்து தொழில்செய்யும் யமதருமர்களுக்குப் பிரத்தியக்ஷ முதல் அநுமான, ஆகமப் பிரமாண பூர்வமாய எல்லா மர்மங்களையும் விரித்துரைத்தும், சிருஷ்டி, திதி, சங்காரமென்னும் முத்தொழிற்குந் தலைவர்களாகிய பிரம விஷ்ணு ருத்திரர்களுக்கும் ஜீவர்களின் நல்வினை தீவினைப் பகுதிகளை யுள்ளவாறுணர்த்துகின்ற சித்திரகுப்தர். (அவர் வம்சத்துதித்த சீர்கருணீகர் புகழ் எத்தகையதென்று யாம் கூறாமலே நீவிர் அறிவீராக.) (எ-று.)

இஃது குறிப்பெச்சத்தாலிறுதி நிறுத்திற்று. இந்திரியவிஷய சையோகத்தாற் காண்பது பிரத்யக்ஷம்; காணப்படுவனவற்றை ஏதுவாகக்கொண்டு திருஷ்டாந்தசகிதம் அநுமித்துணர்வது அநுமானம்; ஆப்தவாக்கியத்தை உத்தேசம், இலக்கணம், சோதனையென்னுங் கருவிகளான் மெய் பெறக்காண்டல் ஆகமம் என்ப. இவற்றின் வினை விரிவுகளை வைசேடிக நூலுட்காண்க. வம்சத்தலைவனைத் துதித்து வம்சத்துக்கேற்றங்கூறிற்று இக்கவியென்க. (௬)

(சித்ரகுப்தனை வழிபடுமுறைமை.)

வேறு.

† மேடமாந் திங்க டன்னில் விதித்தசித் திரையில் வந்த
நாடிய பருவந் தன்னி னவவித தானி யங்கண்
மாடமே வைத்துச் சித்ர குத்தருக் களித்துப் பூசை
பீடதா யியற்ற வல்லோர் பெறுவரோ பிரம லோகம்.

(இ-ள்.) சித்திரைமாதப் பௌர்ணமியில் வரும் சித்திரை நக்ஷத்திரத்தில் நவதான்யமுதலியவற்றை வைத்துச் சித்திரகுப்தனைப் பூஜிப்போர் பிரமதேவர் வசிக்கும் சத்தியலோகத்தையடைந்து மறுமையிற் சுகமுறுவார்கள். (எ-று.) (ரு)

(இதுவுமது.)

† மடலெழுத் தாணி பொன்னால் வெள்ளியால் வகுத்து நென்மேற்
கடறனி லுதித்த சித்ர குத்தராங் கருணர் தம்மை
யிடமுற வைத்தே மேட பருவத்தி னன்பு செய்தோர்
குடைமிதி யிரணி யந்தான் கொடுத்தவர் பெறுவர் முத்தி.

(இ-ள்.) ஓலையும் எழுத்தாணியும் தங்கத்தினாலும் வெள்ளியாலும் செய்வித்து க்ஷீராப்தியினின்றும் அவதரித்த சித்திரகுப்தனை நெல்லின்மீது பிரதிமையிலக்கி ஆவாகனஞ்செய்து பூஜித்தவர்களும், அக்காலத்துச் சற்பாத்திரத்தில் குடை, பாதரக்ஷை, திரவியம் முதலியவற்றை அவர் பெயரால் தானஞ்செய்தவர்களும் மோக்ஷானந்தம் பெற்று வாழ்வார். (எ-று.)

சித்திரகுப்தர் சூரிய புத்திரராகவன்றிப் பிறிதொரு மன்வந்தரத்தில் க்ஷீரசாகரத்தினின்றும் காமதேனுவின் கருப்பத்தினின்றும் அவதரித்தனரெனக்கூறும் நூற்களுமுளவாதலால் 'கடல்தனி லுதித்த' எனினும் ஆதித்யபுராணத்துடன் முரணாதென்க. இவ்வுண்மை நூன்முகத்து 'கருணீகவம்ச நிரூபணம்' என்னுந் தலைப்பின்கீழ்ப் பரக்கக்காட்டினும் ஆண்டுணர்க. (சு)

(இதுவுமது.)

† அந்தண ரமுது கொள்ளும் போதினி லந்த கன்றன்
முந்துறு சித்ர குத்தன் முதலவர்க் கமுத மீந்தே
வந்திடப் புரிந்து வேதம் வாயினாற் பேசிப் பின்னும்
புந்தியிற் பஞ்ச வாயு புசித்தபின் னுகர்வர் மேலோர்.

(இ-ள்.) சித்திரகுப்தர் ஜயந்தி கொண்டாடும் காலத்தில் பிராம்ஹண சமாராதனை செய்வித்து யமதர்மராஜனுக்கும் சித்திரகுப்தருக்கும் அர்ச்சனஞ்செய்து வேதசூத்திரபாராயணம் பண்ணி பஞ்சப்ராணாஹுதி நிரப்பிய பின்பே நல்லோர்கள் பாரணை செய்வார்கள். (எ-று.) (௭)

(சித்திரகுப்தரை வழிபடற்குக்காரணம்.)

† சித்திரைப் பருவந் தன்னி லுதித்தனன் சித்ர குப்த
னத்தின மதனை யுன்னி யருச்சனைக் கடன்க ளாற்றிற்
சித்தியும் பெறுவர் பாவந் தீருமே யேம னூரி
லித்திற னறிந்தே யன்னோ னிரங்குவா னறங்கள் சொற்றே.

(இ-ள்.) சித்திரைமாதச் சித்திரை நக்ஷத்திரப் பருவகாலத்தில் சித்திரகுப்தர் திருவவதரித்ததால் அவரது ஜயந்தியாக அந்நாளைக் கொண்டாடி அர்ச்சனைசெய்தால் இஷ்டார்த்த சித்திகளைப்பெற்றுப் பாவனராவார்கள். (எப்படியெனின்) தன்னைத் துதிக்கும் பக்தர்கள்மேற்கிருபைகூர்ந்து யமதர்மராஜனுக்குச் சிபார்சுசெய்து அவர்கள் பாபத்தை மாற்றுவார். (எ-று.)

(கணக்கரின் மரபு மேம்பாடு.)

† கணக்க ரானவர் யாவரும் மரபுகாட் டாமல்
வணக்கிப் பிள்ளையாய் வந்தனர் மாநில மதனிற்
குணக்கு நோக்கிய விநாயகன் கோட்டெழுத் தன்றோ
மணக்கும் பிள்ளையா ரென்றுபேர் பெற்றது மண்ணில்.

(இ-ள்.) ஸ்ரீகருணீகவம்சத்தோர் யாவரும் தமது குலப்பெயரைத் தெளிவுபெறக்காட்டாமல் நிகர்விகளாய்ப் பிள்ளைப்பட்டப்பெயர் புனைந்து உலகத்தின்கண்வந்தது தமது எழுதுந்தொழிலாலேயாம். (இதற்குதாரணமாக) ஸ்ரீமஹாபாரதகதையை மகமேருகிரியாகிய வேட்டில் தமது கொம்பாகிய எழுத்தாணிகொண்டு எழுதிய காரணத்தாலன்றோ விநாயகரும் பிள்ளையாரெனப் பெயர் பெற்றனர். (எ-று.)

கைபடிய எழுதுந்தொழில் சிறந்தவர்களதாதலின் அங்ஙனம் எழுதுந்தொழிலைத் தமது ஜீவனார்த்தமாக உடைமையின் இவர்களுக்கும் பிள்ளையென்னும் மரபுப்பெயர் வழங்கிற்றென்பார், உதாரணமாக விநாயகரும் ஓர்கால் பாரதகதையை எழுதியகாரணம்பற்றியே ‘பிள்ளையார்’ என்னும் பெயர் பெற்றனர் என உவமானப் பிரமாணங்காட்டி நிரூபித்தனர். ‘பிள்ளையார்’ என்பதில் ஆர் விகுதி உயர்த்தற்கண்வந்த ஒருவரைக்கூறும் பன்மைமொழி. “நீடாழி யுலகத்து மறைநாலோ டைந்தென்று நிலைநிற்கவே - வாடாத தவ வாய்மை முனிராசன் மாபார தஞ்சொன்னநா - ளேடாக வடமேரு வெற்

யாக வெழுதாணிதன் - கோடாக வெழுதும் பிரானைப் பணிந்தன்பு கூர்வாமரோ" என்னும் பாரதப் பாயிரத்தாற் பிள்ளையார் பாரதமெழுதிய கதையுணரப்படும். (௧)

(குலச்சிறைநாயனார் கருணீகரே.)

வேறு.

நலந்தரு மீன வன்பா ணடியே மதுரை வாழ்ந்து
சலந்தனில் வாதெ ழுந்த சமணரைக் கழுவி லேற்றி
நிலந்தனி லேதெ ழுத்து நீறுமே நிலையாய்ச் செய்த
குலந்தனிற் கணக்க னாருங் குலச்சிறை நாய னாரே.

(இ-ள்.) நன்மை மிக்க கூன்பாண்டியனிடம் அமைச்சராக மதுரையின் கண்ணிருந்து சம்பந்த சுவாமிகளோடு (மதவாதத்தால்) கோபித்தெதிர்த்துத் தோல்வியுற்ற சமணரைக் கழுவிலேற்றியும், சிவசின்னமாகிய விபூதி பஞ்சாக்கரங்களை ஸ்தாபனஞ்செய்தும் உபகரித்த குலச்சிறைநாயனாரும் கருணீக மரபினரேயாவார். (எ-று.)

ஒருவரடைந்த மேம்பாடு அவர் வம்சத்தையும் தழுவுமாகலின் இதுவும் கருணீகர் புகழ்கூறியதேயாம். மேல்வருவனவற்றிற்குமீதொக்கும்.

சைவசமயத்திருவடியார்கள் அறுபான்மூவருள் ஒருவராகிய குலச்சிறையாரின் சரித்திரவரலாறுகள் திருவிளையாடல் கூன்பாண்டியன் சுரந்தீர்த்தபடலம், சமணரைக் கழுவேற்றிய படலங்களாலும், பெரிய புராணத்தில் குலச்சிறைநாயனார் புராணத்தாலும் அறிக. பெரிய புராண ஆசிரியராகிய பெருந்தகைச்சேக்கிழார் சிலவடியார்களின் மரபுகூறினாரிலர். அக்காலத்தேயே அஃது விளங்காமையாலோ பக்திச்சுவை பாராட்டவந்தார்க்கது கருத்தன்மையின் மரபாராய்ச்சிசெய்து பின்னுரைத்தல் அவசியமாயிற்றின்றுதலாலோ அறிந்திலம். சரித்திரநாயகரின் தாதை, மூதாதை, அன்னையாதியோர் பெயர் கூறாமே எத்துணைச் சரித்திரங்களில! ஆதலினஃது கடாவன்று. அல்லதூஉம் கீர்த்திபெற்றோரெம்மரபினரென்னும் நாட்டம் அவ்வம்மரபு நூற்கட்கேயுள்ளவன்றிப் பக்திநெறி நூற்களுக்கடன்மை பெற்றவல்ல. ஆகவே அதனாலுண்டாமிழுக்கியாது? இவர் வம்சமின்னதென்றறிவிக்கும் வேறுநூல் கிட்டாமையானும், மதுரைப்பிராந்தங்களில் சமணசமயம் பரவியிருந்த காலத்தே எழுந்த இப்புராணம் கண்ணிப்போனாப் பெருந் மூலச்சிறைபுக்கிருந்தானும் மரபறியாருள் ஒருவராம் எண்ணப்பட்ட குலச்சிறையடிகளின் மரபு இனி நந்தமிழகம் எங்கணுஞ் சிறந்து ஐயமற விளங்குமென்க. (௪௦)

(நக்கீரர் கருணீகர்.)

பனிபுரி சங்க மானப் பலகையிற் றலைவ ராகிப்
புனிதனும் புராரி முன்பு பொருந்தியே வாது செய்துங்
கனிமொழி வள்ளி பங்கன் கந்தற்குப் படைவிரித்தான்
தனிபெருங் கணக்க னான நக்கீரப் புலவன் றானே.

(இ-ள்.) வித்வன்மணிகளுக்கு ஆதனமாகத் தண்ணளி செய்வதாகியும், (மற்றையோர்க்கு நடுக்கந்தருவதாகியும்) விளங்கிப் பெருமைபெற்ற சங்கப் பலகையின் மீது கடைச்சங்கப்புலவர் நாற்பானொன்பதின்மருள் தாமே தலைவராக வீற்றிருந்து தமிழாராய்ந்தும், பரிசுத்தராகிய ஸ்ரீசிவபெருமானுடன் எதிர் நின்று வாதிட்டும், சுவைமிக்க சொற்களையுடைய வள்ளிக்கு நாயகராகிய ஸ்ரீசுப்பிரமணியக் கடவுளுக்குத் திருமுருகாற்றுப்படையென்னும் பிரபந்தமருளிச் செய்தும் கீர்த்தி வளர்ந்த நக்கீரரும் இக்கருணீகமரபினரே. (எ-று.)

'பொருந்தியே' என்பது 'பொருந்தவே' என்றும், 'படைவிரித்தான்' என்பது 'முருகாற்றேருதி' என்றும் பாடமுண்டு. பொருந்த வாதுசெய்தல் இலக்கணமுறைகாட்டி வாதித்தலாமாதலின் அங்ஙனன்றி யுத்திவாதஞ்செய்தமையின் 'பொருந்தியே' என்னும் பாடமே கொண்டாம். பனிபுரி என்னுந்தொடர் இருபொருடரும். பனி - தண்மை, நடுக்கம் எனும் பலபொருளொருசொல்லாதலின் அவ்விரண்டனையும் வருவித்துப்பயன்கொண்டாம். ஒரு தொடர்க்கிருபொருள் கூறல் யோகவிபாகமென்னும் நூற்புணர்ப்பு. "மயங்கல்கூடாதம்மரபினவே" என்னுஞ் சூத்திரப்பகுதிக் கிருபொருள்கூறி 'முன்னிருபொருள் படவுரைப்பனவெல்லாம் இந்நூற்புணர்ப்பாகக் கொள்க' என்றார் சேனாவரையரும் (தொல்காப்பியம் 11-வது சூத்திரவுரை). முன்பொருளில 'பனி' குணப்பெயர். பிற்பொருளில் முதனிலைத்தொழிற்பெயர். வித்வக்கழகப்போர் நிகழாமை நாடிச் சுந்தரக்கடவுள் தந்த பலகையாதலின் 'மானம் (பெருமை)' என அடைவேண்டிற்று. நக்கீரர் சங்கப்புலவருட்டலைமைபெற்றார் என்பதை திருவிளையாடல் சங்கத்தார் கலகந்தீர்த்தபடலம் நன்கு விளக்கும்.

சண்பகமாறன் தன்மனைவி கூந்தலினியற்கை வாசனையையுற்று 'என் கருத்தினுண்மை யுணர்ந்தையமறுப்போர் பெறுக' என்றிட்ட பொற்கிழியைத் தருமி என்னும் அந்தணப்பிரமசாரி வேண்டுதலால் ஸ்ரீசொக்கேசன் 'கொங்குதேர் வாழ்க்கை...' எனத்தொடங்கிய திருப்பாசுரமருளிப் பெறுவிக்க, அது பொறாத நக்கீரர், அக்கவி பொருட்குற்றமுடைத்து என வாதிட்டு, நாவலருருக்கொடு வந்தெதிர்த்த பரமசிவம் நெற்றிவிழி காட்டியும்

அமையாது 'உடம்பெல்லாங் கண்ணாய்த் திறப்பினுங் குற்றங் குற்றமே' எனச் சாதித்து இறைவன் சீற்றத்தால் பொற்றாமரையில் வீழ்ந்துணர்வுதித்து அகத்தியர்பா லிலக்கணமரபறிந்து அக்கடவுளின்மேற் புகழ்க்கவி பாடிப் பொற்புற்றார் என்றும், ஓர்நாட் பிரயாணம்போமார்க்கத்தில் நித்தியகர்மஞ் செய்யப் புக்க தடாகத்தில் கிருத்திம விசித்திரத்தால் ஓர் மரத்தழை பாதி மீனும் பாதி பறவையுமாய்ப் போராடுவதை நோக்கிச் சிவத்யானநிலை மாறுபட அப்பூதம் இவரை ஓர் குகைக்குட்செலுத்தி எற்கனவே தொகுத்து வைத்துள்ள புலவருடன் இவரையுமுண்ண நீராடிவரச்சென்றவமையத்து அவ்விபத்தின் மீட்பார் நங்கந்தனே எனக்கருதித் திருமுருகாற்றுப்படை என்னும் நூல்கூறி அக்கடவுள் கிருபையால் பூதத்தை ஜெயித்து மீண்டன ரென்றும், பொருளிலக்கணமின்றி வருந்திய வருத்தமகல 'அன்பினைந் திணை...' என்று தொடங்கிச் சோமசுந்தரக்கடவுள் இயற்றிய இறையனார் அகப்பொருளுக்குரைகண்டவர்களுள் நக்கீரரே நன்கு மதிக்கப்பட்டனர் சுப்ரமண்யாம்சராகிய மூகைச் செட்டிச்சிறுவரால் என்றும் இவரது பெருமைகள் நூற்களாலுணர்த்தப்படுகின்றன. இப்புலவர் சிவபிரானோடு வாது செய்த காலத்து அக்கடவுள் "அங்கம்பிளக்க வரிவாளினைய்தடவிப் - பங்கம்படவிரண்டு கால்பரப்பிச் - சங்கதனைக் - கீர்கீரெனவறுக்குங் கீரனோ வென்கவியை - யாராயுமுள்ளத்தவன்" எனவே, இவரும் "சங்கறுப்பதெங்கள்குலஞ் சங்கரனார்க்கேதுகுலம் - பங்கமறச்சொன்னாற் பழுதாமே - சங்கை - யரிந்துண்டு வாழ்வோ மரனேநின்போல விரந்துண்டுவாழ்வதிலம்" எனக்கூறியதை நோக்கின் இவர் தந்தை முதலியோர் சங்கங்கடைந்துவிற் றற்றொழிலையுடையவர்களென்றும், 'மதுரைக்கணக்காயனார் மகனார் நக்கீரனார்' என்னும் வழக்கைநாடின் இவர் கருணீகவம்சத்தவரென இந்நூலுட் கூறுதற்கேற்ற பொருத்தமுடைமையும் விளங்கும். (௧௧)

பின்வருங்கவிகள் முற்றும் இவ்வம்சத்தவரின் கீர்த்திகளைப் பலவாறு வர்ணித்துச் செல்லும்.)

வேறு.

ஆறெழுது மெழுத்தினையு மாராயிற் கபடமுண்டா
மூவெழுது மெழுத்தில்லை யுலகினுமெண் டிசைமீதுஞ்
சீவெழுது மந்த்ரிகுலச் சீர்கருணர் கணக்கினிலே
பேறெழுது மெழுத்தன்றோ பெறுமெழுத்தாய் வணங்குவதே.

(இ-ள்.) இவ்வுலகின்கண் எல்லாரும் எழுதும் எழுத்தையும் ஆராய்வோமாயின் அவை கபடத்தாலெழுதப்பட்டனவாகவுமிருக்கும். அன்றி அவ்வெழுத்துக்கள் பூஜ்யதைக்குரியவுமாகா. பூவுலகத்தும் அஷ்டதிக்குகளிலும்

தங்கள் புகழை எழுதிவைக்கின்ற மதியூகிகளாகிய இக்கருணீக வம்சத்தினர் தமது கணக்கிலே எழுதும் பெருமைஎழுத்துக்களே யாவருடைய மதிப்புக்குமுரியதாய் வணங்கப்படுவன. (எ-று.) (௧௨)

மறையிடத்து வடசொல்லும் வடசொல்லிற் றென்சொல்லுந்
துறையிடத்துப் புகழுங்காற் றொல்லுலகி னலவாஞ்சீர்
செறியும்வேற் காம்பீலி வளநாடர் சீர்கருண
ரறிவுமுதற் கணக்கன்றே யனைவருக்குந் தெரிகணக்கே.

(இ-ள்.) வேதத்துக்குரிய வடமொழியும், அதனை நிகர்த்து முரணிய தென் (தமிழ்) மொழியும் ஆகிய இவ்விரண்டையும் அவற்றின் பயன்களைக் கருதிப்புகழும்போது பழைமையாகிய இவ்வுலகில் அவை அத்துணைச்சிறப்பினவல்லவாம். வேல்தரித்த கையினையுடைய காம்பீலி நாட்டுச் சீர்கருணர்; தங்கள் முதன்மைபெற்ற விவேகத்தினலெழுதுகின்றதும், யாவருக்குங் கணித நுட்பத்தை யறிவிப்பதுமாகிய கணக்கொன்றே மிக்க சிறப்பினையுடையதாவது. (எ-று.)

வடசொல்லின் என்பதில் இன் ஐந்தாம்வேற்றுமை ஒப்புப்பொருளில் வந்த உருபு. வடக்கு என்பதற்குத் தெற்கு என்ப தெதிர்மொழியாதலான் நிகருற்று முரணியமொழி என்றும். எந்தத்திருவாக்கு வேதத்தை அருளிச்செய்ததோ அத்திருவாக்கே "அன்பினைந்திணையையு" மருளிற்றாகலானும், பாணினிக்கு வடமொழியும், அகத்தியனூர்க்குத் தென்மொழியும் உபதேசித்த முதற்கடவுள் நம் பசுபதியேயாகலானும், அவை ஒன்றிலொன்றுயர்வுதாழ்வற நின்றிலங்குமெனக. இவ்வுண்மையறியாதார் தம் மதங்காட்ட ஐந்தெழுத்தாலொருமொழியேயோ என எள்ளித் தம் வெள்ளறிவு காட்டி வேதைப்படுப. "எண்ணென்ப வேனை யெழுத்தென்ப விவ்விரண்டும் - கண்ணென்ப வாழுமுயிர்க்கு" "எண்ணுமெழுத்துங் கண்ணெனத் தகும்" என எழுத்தினும் முற்படவருஞ் சிறப்பிற்று எண்ணாகலான், அது மொழியினுமுயர்ந்ததாம். எழுத்தறியாரும் உலகவொழுக்கம் நிரப்புவர். எண்ணறியாரான் அதுசெய்ய வியலாமை ஈங்குச்சிறப்பு. இதனாற் கணிதம் இலக்கணத்தினும் சீரிதென்றேதுக்காட்டி, அக்கணக்குரிமை பூண்ட கருணீகர்பெருமை விளக்கப்பெற்றது. (௧௩)

பழுத்தாலிற் புள்ளேபோற் பாரையெலா நிலைநிறுத்த
முழுத்தானு விவனெனவே மொழிவதுவும் பொய்யலவே
வழுத்தாத வழுத்துவரு மந்த்ரகுலக் கருணேச
ரொழுத்தாணி தனையெடுத்தா லெவர்க்குமெழுத் தாணியதே.

(இ-ள்.) கனிகள் நிறைந்த ஆலவிருக்ஷத்தை விரும்பிச்சேரும் பக்ஷிகளைப்போல் உலகத்தினர் யாவருந் தம்மை விரும்பிச்சேர அவர்களை நிற்கத் தக்க நிலைமையில் நிறுத்திய கடவுளர், இச்சீர்கருணீகரோ எனக் கூறினும் மிகையாகாது; வாயாற்சொல்லி முடித்தற்கரிய புகழ்பெற்ற மந்திரிகளாகிய சீர்கருணீகமரபினர் தமது எழுத்தாணியைக் கைக்கொண்டு எழுதத் தொடங்குவார்களானால், அதுவே யாவருக்கும் ஸ்திரமான தலையெழுத்தாகமுடியும். (எ-று.)

'பழுமரந்தேரும் பறவைபோல' எனப் பெருபாணாற்றுப்படையினும், "பாயதொன்மரப்பறவைபோற் பயன்கொள்வான் .." எனத் திருவிளையாடலிலும் ஆலமரம் பக்ஷிகள் விரும்பத்தக்கதாக வர்ணிக்கப்படுதலறிக. அக்காலத்தில் இம்மரபினர் இராஜாங்க நிர்வாகிகளாயிருந்ததனால் இவர்கள் மிக்க செல்வாக்கையுடையவர்களாயிருந்தனர் என்பார், எழுத்தாணியெடுத்தால் அவ்வெழுத்து அதிர்ஷ்டவெழுத்தென வுயர்த்துகூறினர். எழுத்தாணியது என்பதனை ஆணி எழுத்தது என மாற்றியுரைக்கப்பட்டது. ()

சீரணிந்த தமிழ்க்கடலுஞ் சிறந்தவெண்ணெண் கலைக்கடலுங்
காரணிந்த குணகடலுங் கரைகாணுஞ் சமர்த்தமைவார்
பூரணமா மந்திரந்தேர் பூபர்சீர் கருணீகர்
தாரணியிற் சந்ததமீ காமனென றப்பாமோ.

(இ-ள்.) சிறப்புற்ற தமிழ்க்கடலும், அறுபத்துநான்கு கலைஞானங்களாகிய பெருங்கடலும், மேகங்கள் சூழ்ந்த ஒலித்தலையுடைய கருங்கடலுமாகிய இவற்றின் வரம்புகாணும் மதிநுட்பமிக்கவர்களாகையினால் இராஜதந்திரமறிந்த சீர்கருணீகர்களை என்றும் மாலுமிகளென்று சொல்லத்தடையில்லை. (எ-று.)

மாலுமிகள், கடலின் ஆழமும், எல்லையும் பலகாற்பழக்கத்தால் அறிவதுபோல் இவர்களும். இம்முக்கடல்களின் வரம்புணர்தலால் இவரையும் மாலுமிகளெனிற்பயமிழுக்கென்னை? என்பது கருத்து. (கரு)

உணக்குவதிற் பிணக்கறு துரோசனித்தும் பிணக்கறு
விணக்கவிட்ட பிணக்கறு வெதிர்த்தபடி பிணக்கறு
மணக்கமலத் தொடைக்கருணர் மதிமந்திர சேகரவர்
கணக்கரார் வழக்கணக்காற் காசினியிற் பிணக்கறுமே.

(இ-ள்.) (மற்றையோருடைய கணக்கினாலுண்டாகிய மாறுதல்கள்) வருத்தப்பட்டுத் தீர்த்தாலும், அல்லது அவர்களைப் பழித்துக் கூறினாலும்,

நேசம் பாராட்டினாலும், விரோதித்தாலும் உண்மை விளங்காது; பரிமளம் பொருந்திய தாமரைமலர்மாலையைச்சூடிய சீர்கருணீகர்களாகிய மதியூகிகள் கணக்கின் போக்கைக் கண்டுபிடிக்கும் யுக்தி வழியினாலேயே இவ்வுலகத்தின் எல்லாக்கணித மாறுதல்களும் நீங்கி உண்மை விளங்கும் (எ-று.)

இஃது அக்காலத்துக் கருணீகரின் கணிதத்திறமை கூறிற்று. (௧௬)

செய்க்கணக்குங் குடிகளிறை நிதிக்கணக்குஞ் செகத்தோருண்
மைக்கணக்கும் வேதியர்மேன் மைக்கணக்கும் மேசுங்காற்
கைக்கமலக் கருணேசர் கணக்கினிலுந் தரியாதான்
மெய்க்கணக்கும் பொய்க்கணக்காய் விடுமுலகும் நடவாதே.

(இ-ள்.) நிலவிஸ்தீரணக் கணக்கும், குடியிறைப்பொருட்கணக்கும்; உலகத்தோரின் காலஸ்திதிக் கணக்கும், பிராம்ஹணரின் லோகோபகாரக் கிரியைகளைக் காட்டும் கணக்குகளும் ஆகிய இவை முதலாகிய கணக்குகளெல்லாம் அரசர் சமுகத்தில் எடுத்து விசாரிக்கும்போது தாமரை மலர்போற் கைகளையுடைய சீர்கருணவம்சதுல்யர்கள் தங்கள் கணக்கிலே அவற்றை எழுதிக்காட்டி ஸ்தாபனஞ்செய்யாமல் விட்டுவிடின், அம்மெய்க் கணக்குகளும் பொய்க்கணக்குகளாக மதிக்கப்படுவதுமன்றி லோகவிவகாரங்களும் சரிவர நடவாது. (எ-று.)

இதனால் கருணீகர் கணக்கில் அரசர்வைத்த அபிமானங் கூறப்பட்டது. (௧௭)

விண்டலமே ளெந்துகண்டும் விளங்குமா தவன்போலத்
தெண்டிரைநீ ரளந்துகண்டுந் திம்புனனி காமன்போற்
கொண்டலெனுஞ் சீர்கருணர் குலநீபர் தங்களுக்கான்
மண்டலமே ரளந்துகண்டார் மதிமந்த்ர பூபர்களே.

(இ-ள்.) மேகம்போற் கொடையையுடைய சீர்கருணீக வம்சத்தினர்களாகிய நுண்மதியாளர், சூரியன்போல் ஆகாயவட்டத்தின் எல்லையையும், மாலுமிகளைப்போல் சமுத்திரங்களின் பரிமாண எல்லையையும் கண்டு பிடித்துத் தங்கள் கணிதத் திறமையால் பூமியின் பரப்பையும் அளந்து கண்டு கொண்டார்கள். (எ-று.)

இவ்வம்சத்தினரின் ககோள பூகோள சாகர கணிதவிற்பனங்கூறிய வாறு. (௧௮)

உலகதனை மடற்கெழுதி யுத்தரிக்கும் வகைதொகையைப்
பலரிடத்து முணர்வித்துப் பாக்கியமுண் டாக்கிடவே
கலைதெரியுங் கருணேசர் காம்பீலி வளநாட
ரிலகுபெரும் புகழ்படைத்தா ரிவர்க்கொருவ ரொப்பாமோ.

(இ-ள்.) உலகிற் பலவகைப்பட்ட கணக்குகளையெல்லாம் தவறுதெழுதி நிர்ணயித்து அவற்றின் தொகைவகைகளை யாவருக்கும் கண்ணாடி போல் விளக்கி அவர்கட்கு மிக்க செல்வமுண்டாகுமாறு புரிந்து, நாலுவகை நூற்பொருளையுமுணர்ந்த காம்பீலிநாட்டுக் கருணீகர், யாவராலும் சொல்லப்படும் பிரசித்தமான நன்கு மதிப்பையுடையவர்களாயினர். ஆகவே இவர்கட்குச் சமமாக வேறுயாவரைக் கூறுவோம். (எ-று.)

தங்கள் கணிதத் திறமையை மெய்ச்சுமாறெழுதி விளக்கும் வல்லபங் கூறியவாறு. (௧௧)

வட்டமுறுங் கடல்சூழு மண்டலத்து ளார்நடத்துங்
கட்டளையுங் கட்டளையைக் காவலர்க ணடாத்துவது
மிட்டறிந்தே தேர்ந்துதெளிந் திப்படியிப் படியென்றே
சட்டமிடுஞ் சமர்த்தமையுஞ் சமர்த்தர்மதி மந்திரரே.

(இ-ள்.) வட்டவடிவினதாகிய சமுத்திரஞ்சூழ்ந்த வுலகத்திலுள்ளோரால் அநுஷ்டிக்கப்பட்டுவரும் சட்டதிட்டங்களை முதலில் அரசர்கள் திடமாய் நின்று நடப்பிப்பதும், பிரஜைகள் அவ்வாறு நடந்துவருவதும் யாரால் எனின் :— அச்சட்டங்களை முதலில் நிர்ணயித்து அநுபவத்தில் யாவருக்குஞ் சாதகமாயிருக்கின்றனவாவென்று கவனித்து அவற்றிலுள்ள குறைகளிவை என்று ஆராய்ந்துகண்டு இவ்விதிகளுக்குப் பதில இவ்விதிகள் யுக்தமென்று நிச்சயித்துத் திருத்தி நிலைபெற்ற சட்டமாக்குகின்ற இராஜாங்க நிர்வாகிகளாம இச்சீர்கருணீக மதிமந்திரிகளாலேயாம். (எ-று.)

அறிந்து தேர்ந்து தெளிந்து என்னும் சொற்கள் வெவ்வேறுபொருளை விளக்கி நிற்றலாற் கூறியது கூறலன்றாம். "கூறியது கூறினுங் குற்ற மொன்றில்லை - வேறொருபொருளை விளக்குமாயின்" என்றாராகலான். சட்டதிட்ட நிரூபணம் திருத்தங்கள் செய்யும் புத்திவல்லமை கூறப்பட்டது. ()

கூர்படைத்த வெழுத்தாணி கொண்டுவகை கண்டெழுதிப்
பேர்படைத்த மன்னவர்க்கும் பிரதா னியர்கணக்காற்
கார்படைத்த கொடைக்கருணர் காம்பீலி வளநாடர்
பேர்படைத்து நடவாமற் பிணைபடைக்கும் பேரிலையே.

(இ-ள்.) கார்காலமுகில்போற் பிரதிப்பலன்வேண்டாதுபகரிக்குங் காம்பீலிநாட்டுச் சீர்கருணீகர்கள் தமது கூரிய எழுத்தாணியால் எவ்வகைக் கணக்குகளையும் வகுத்து எழுதிப் பூமியை அரசாட்சிசெய்யும் அரசரினும் முதன்மைபெற்றனர். ஆகலால் இவர்களது கணக்கையறிந்து நற்பேர் படைத்து நடவாமல் வேறொன்றையும் ஆதாரமாக நம்பி நடப்போர் யாருமிலர். (எ-று.)

அரசன் முதல் ஏழைக் குடியானவன் வரையிலுமுள்ள சகலர்க்கும் இவர்கள் தொழிலுபகார மின்றியமையாமை கூறியவாறு. (௨௧)

ஊர்நடக்கு முறைமையையு மூராளு மரசர்நடக்க
பேர்நடக்கு முறைமையையும் பேசங்காற் றேசமென்மேற்
சீர்நடக்கு மரந்தர்குலச் சீர்கருணர் கணக்கினிலே
நேர்நடக்க வரியாமோ வேர்நடக்க வரியாமோ.

(இ-ள்.) பிரஜைகளும் அரசரும் அனுஷ்டித்தொழுகும் சட்ட ஒழுங்குகளின் மூலகாரணத்தை விவரிக்குமிடத்து நற்தேசங்களிலெல்லாம் தங்கள் கீர்த்தி மென்மேல் வியாபிக்கத்தக்க சீர்கருணீகர்கள் எழுதுங் கணக்குக்கேற்ப முறைபட நடந்தல்லயாம். அக்கணக்குகளை அறியாவிடின், அவ்வகை ஒழுக்கங்களைக் கண்டாகவும் அவ்வாறு நடக்கவும் முடியாமற்போகுமாதலால் யாவரும் கிரமமாய் நடந்தொழுகமுடியாமற்போம். (எ-று.)

எவ்வகைச் சட்டதிட்டங்களும், தேசத்தின் நியாயமாய செயற்கைகளாகவுள்ள கால நிகழ்ச்சியாய நடவடிக்கைகளும் [illegible] பேதங்களும் [illegible] செய்வனவாதலின், அவையும் கணக்குகளின் மூலமாகவே நடந்து செய்யத்தக்கனவாகி வரவிருக்கும் புருஷர்களாகிய இக் கருணீகரின் பெருமைத்தகுந்த அளவைவரை தொழிற்சிறப்புணர்த்தபடி. (௨)

இருங்கையுறுங் கால்வளவ னிடங்கையிற் சாதியென்ன
வருந்தலைமை யால்விளங்கும வலங்கையிற் சாதியெனப்
பொருந்தவனைத் திருவரைக்கும் பொதுவாசன் மறையோரு
மருந்தமிழ்ச்சீர் கருணீகருமவை சதுரன் செனவமைத்தான்.

(இ-ள்.) கரிகாற்சோழன் காலத்தே சாதிக்கட்டுப்பாட்டுக்காரணமாக வலங்கை இடங்கை எனப்பிரிந்த சாதிக்கலகத்தில், அரசர்களும், பிராம்மணரும் இச்சீர்கருணீகரும் ஆகிய மூன்று சாதியாரும் பொதுவென்று தீர்மானிக்கப்பட்டிருந்தலால் சீர்கருணீகர் பெருமையால் பிரம க்ஷத்திரிய வம்சத்தோடொத்த புகழ்பெற்றனர். (எ-று.)

இடங்கைக்குத் தொண்ணூற்றாறு வலங்கைக்குத் தொண்ணூற்றாறு மாகச் சாதிபிரிந்ததென்பர். இவ்வகைப்பேதங்கள் இக்காலத்தும் காஞ்சி புரத்தில் வலங்கைத்தாசி இடங்கைத்தாசி என வழங்கும் வழக்கங்களாலுண ரப்படும். இஃது இம்மரபினர் வீண்பெருமை பாராட்டுவதின்மை கூறிற்று.

புரக்குமன்னர் வாயிலும்பொற் கோயில்பூ சுரர்பதியுந்
திரைக்குவலை யத்தமன் னுந் தேசமெலாஞ் செழித்திடவே
தரக்கிருபை யாமோசீர் கருணீசர் தங்கணக்கிற்
பிரக்கினையிற் கயிறன்றோ பெருந்திருமங் கலக்கயிறே.

(இ-ள்.) காத்தற்றொழில் பூண்ட அரசர் சமூகமும், தேவாலயமும், பிரமாலயங்களும், கடல் சூழ்ந்த பூமியும் மேன்மேல் அபிவிருத்தியடையக் கணக்குகளில் அவற்றின் லாபலோபங்களை விவரித்துத் தரத்தக்க தகுதி பெற்ற கீர்த்தியையுடைய சிரீகருணீகர், தமது கணக்குகளில் ஞாபகார்த்தமாகக் கட்டிவைத்திருக்குங் கயிறே உலகமாதர்களின் திருமாங்கல்ய சூத்திரக்கயிறாம். (எ-று.)

பிரக்ஞைக்கயிறாவது:—குறிப்பிட்ட விஷயமடங்கிய ஓரோட்டை வேண்டும்போது விரைவில் அடையாளந்தெரிந்து எடுக்க அதன் துவாரத்தில் சிறியதாய் நுழைத்துக் கட்டிவைத்துள்ள கயிறு. அன்றிக் கணக்குக்கட்டுகளில் எவ்விடத்தினின்றாவது ஓட்டைச் சுலபமாய் எடுக்கவும் புதிது நுழைக்கவும் அநுகூலமாக எடுப்பதற்குள்ள கயிற்றில் இணைக்கிவைத்திருக்கும் சிறு தாம்புமாம். ஞாபகத்துடன் இக்கயிறு சேர்த்தப்படுதலின் பிரக்ஞைக்கயிறென்றாயது. இக்கயிறு எச்சரிக்கையுடன் பாதுகாப்பாற்றப்படாவிடின் அப்பெருங்கணக்குகளுள் ஒன்றைத்தேடி யெடுப்பது கடினமாகி ஒருகாற் கிடையாது போமெனின் அதனாலறியக்கூடிய விஷயமறிதற் கியலாமையா லுளதாம் பெருநஷ்டத்தைப் பிரஜைகளடைந்து கேடுண்பராகையால் அக்கயிறு மாங்கல்யக் கயிற்றுக்குச் சமதையான அருமை பெருமைகளையுடையதாயிற்று.

இதனாற் கணக்குகளைப் பரிபாலிக்குந் திறமை கூறினர். (௨௪)

கவருமொழி யொன்றறியார் காம்பீலி வளநாடர்
நவவிதியா னடத்துபத ஞாயத்தின் பெருமையினா
லிவணொழுதுங் கையேட்டி னெவ்வுலகுந் தானடக்கு
மிவர்புகழை யெழுதிடினெவ் வேட்டினிலு மடங்காவே.

(இ-ள்.) முன்னொன்று பின்னொன்று பேசுதலில்லாத காம்பீலிநாட்டுக் கருணீகர் காலத்துக்கேற்ப விதிக்கும் புதிய சட்டங்களை நடைபெறு

ஸ்ரீகருணீகர் புகழ்கூறிய சருக்கம்.

விக்கின்ற நிதானப்பெருமையினால் இவர் எழுதுகின்ற சிறிய ஏட்டுக்குள் எல்லா வுலகநிலைமைகளும் அடங்கும்; ஆயினும், இவர்கள் கீர்த்திகளை எழுத ஆரம்பித்தால் ஏடிடங்கொள்ளாது. (எ-று.)

பதம் - காலம் "...பதனன்றுபுக்குத் திறனன்றுமொழியினும்..." புறநானூறு. இதனால் இம்மரபினரின் புகழ் எழுதற்கரியதெனக் கூறினர். ()

வேறு.

† கூட்டிடல் கெடுத்தன் மாறல் கழித்திட லொன்றுங் கோலா
வாட்டுமுந் திரிகை யாதி யாயிர மீரா றெட்டும்
வாட்டிய கணக்கான் மண்ணின் மலைதனைப் பொடியாய்ச் செய்வர்
சாட்டைப்பம் பரத்தின் றன்மைத் தரணிச்சீர் கருணர் தாமே.

(இ-ள்.) சங்கலிதம், பாகாரம், குணனம் விபகலிதம் என்னும் நாற்றிறனுடைய கணிதத்துடனே முந்திரிகைமுதல் ஆயிர வரையுள்ள துவாதச ஸ்தானங்களையும் ஆயிரத்தின் மேற்பட்ட அஷ்டஸ்தானங்களையும் வடித்தெடுக்கின்ற கணக்கினாலே அளவைப்பொருட்களைச் சாட்டையிற் சுழலும் பம்பரம்போல் ஆட்டுகின்ற சீர்கருணீகர்கள் இவ்வுலகின்கண் பரிமாணத்தால் மலைபோன்ற கணிதங்களையும் பொறுத்துணையாகச் சுருங்கிய வாய்ப்பாட்டால் விடைகண்டு விரிப்பார்கள். (எ-று.)

சங்கலிதம் - கூட்டல், விபகலிதம் - கழித்தல், குணனம் - பெருக்கல் பாகாரம் - வகுத்தல். சங்கலித விபகலித, குணன பாகாரம் என முறைபடக் கூறாத முறையன்றிக் கூறற்றிறன் வர்க்கம், வர்க்கமூலம், கனம், கனமூலம் என்னும் ஏனை நால்வகைக் கணிதமும் தழுவப்படும். முந்திரிகை முதல் ஆயிரமீறாகிய துவாதசஸ்தானங்களாவன:—முந்திரிகை, அரைக்காணி, காணி, அரைமா, மா, அரைக்கால், கால், அரை, ஒன்று பத்து நூறு ஆயிரம், என்பன. ஆயிரத்தின் மேற்பட்ட தானம் எட்டாவன:—பதினாயிரம், இலக்ஷம், பத்திலக்ஷம், கோடி, பத்துக்கோடி, நூறுகோடி, ஆயிரங்கோடி, பதினாயிரங்கோடி முதலியன. இதனால் கணிதவாய்ப்பாடு கூறினர்.

வேறு.

† கரங்கனி வேடு மாணியுங் கொண்டே
கருத்துற வெழுதுசீர் கருணர்
நிரம்பவோ வுலகை யளிப்பவோ வெனவே
நெடுமுடி யரசரு நோக்கும்

பரங்கரு ணேசர் பாலநாஞ் சிருட்டி
பகைத்தலே துடைத்தலாங் கருணே
சிரத்தையி னளித்த லாங்கவர் கருத்தைத்
தெரிப்பவ ருலகினில் யாரோ.

(இ-ள்.) எடும் எழுத்தாணியுங் கைக்கொண்டு கருத்தைச் செலுத்தி யெழுதுஞ் சீர்கருணீகர் உலகை இரக்ஷிப்பரோ அழிப்பரோ எவ்வாறு செயினும் சகலபாரமும் அவர்களதே என்று மஹாராஜாக்களும் நினைக்கின் றதனல், உலக அபிவிருத்திச் சிருஷ்டி அவர்கள் வசத்ததாம்; அளித்தற் றொழில், மன்னுயிர்களுக்குக் கருணைகூர்தலேயாம்; சங்காரத்தொழிலாவது தம்மோடு பகைத்தோரை ஒறுத்தலாம்; அவர்கள் மனேமர்மத்தை இன்ன தென்று விளக்குகின்றவர்கள் உலகில் யாவர்? (ஒருவருமிலர்). (எ-று.)

கருணீகர் ஈஸ்வர கிருத்தியம்போன்ற முத்தொழிலும் நடாத்துதல் மொழிந்தனர். (உஎ)

வேறு.

† செகமே லொருவர் செய்நன்றி குன்றார் நட்புந் தான்மறவா
ரிகலிற் காலின் மண்கட்டி யிடறிற் குடியோ வெனமருள்வார்
மிகவாழ் வுடையோர் பகையுற்று ளவே கழிப்பர் விதிதமெனக்
ககன மளவும் வீசுபுகழ்க் கருணர் பெருமை சொலவெளிதோ.

(இ-ள்.) ஆகாயமளாவும் கீர்த்திபடைத்த சீர்கருணீகர் இப்பூமியின் கண் ஒருவர்செய்த உபகாரத்துக்கு எதிருபகாரஞ் செய்யத்தவறாதவர்க ளும், சிநேகத்தன்மை மறவாதவர்களும், தங்கள் காலிற் சிறிய மண்கட்டி இடறினும் நம்மைப் பகைப்பது வீணே நசிக்குமே எனப் பரிதபித்து இட றினது குடிகள் தாமோ எனப் பரிந்துபார்க்கத்தக்க பெருங்கருணையாள ரும், உயர்ந்த ஐஸ்வரியவான்கள் தம்முடன் பகைக்கின் நட்புக்கொண்டு காலக்கிரமத்தில் நீக்கும் உபாயமுணர்ந்தவருமாகையால் அவர்கள் பெரு மை எம்மாற் சொல்லற்கெளியதொன் றன்று. (எ-று.)

பகைவரோடு நட்புக்கொண்டு பகை கழிக்கும் தன்மையை "பகை சேரு மெண்ணுன்கு பற்கொண்டே நன்று - வகைசேர் சுவையருந்து மாபோற் - றொகைசேர் - பகைவரிட மெய்யன்பு பாவித் தவராற் - சுகமுறு தனல்லோர் தொழில்" என ஔவையுமுரைத்தனள். இதனல் இவ்வம்ச சுபூர்வீக குணநலங் கூறப்பட்டது. (உஅ)

வேறு.

† திருத்தகு சிகர முருத்திர னுருஞ் செங்கையிற் பிடித்திட மாலர்
தரித்தெழு மூசி விதிசயம் பிடமாஞ் சத்தியின் றிரோதகா ராசம் [ணி
பெருத்தவங் குலமுன் னுன்குமூன் றெனவே பேசினர் புலவர்க ளா
விரித்தசீர்க் கருணர் தரித்திடு கண்டன் மேருமால் வரையுல கினுக்கே.

(இ-ள்.) எல்லாத்திசைகளிலும் பரப்பிய புகழ்ச்சியையுடைய சீர்கருணிகர் கைக்கொள்ளும் எழுத்தாணியினது சிறப்புற்ற உச்சியே உருத்திரனும் கைப்பிடியே மஹாவிஷ்ணுவாம், அதன்மூனையே பிரம்ஹனும், காராசமே திரோதசக்தியம்சமாம். நீளம் பன்னிரண்டங்குலமும், விட்ட அளவை மூன்றங்குலமுமாமென்பர். இவ்வம்சத்தவர் கைக்கொண்டெழுதும் ஓலையே மஹமேரு பர்வதம்போல் உலகை நடுநின்று புரக்கும் மேன்மை பெற்றதாம் என்று நூற்கள் கூறும். (எ-று.)

"மூலதோப்ரஹ்மரூபாய மத்யதோவிஷ்ணுரூபிணே அக்ரதஸ்சிவரூபாய.." என்னும் ஸ்ருதிபற்றி எழுத்தாணியை மும்மூர்த்தி ஸ்வரூபமென்றார். திரிமூர்த்திகளின் கர்த்தவ்யங்களை நடாத்தும் சக்திபோல் எழுத்தாணியை இயக்கி அக்ஷரங்களைத் தோன்றுவிக்கும் வல்லமை காராசத்துக்குளதாதலால் அதனை அவ்வம்சமாக மொழிந்தனர். இஃது இவ்வம்சத்தினரின் ஆயுதப்பெருமை காட்டிற்று. (உக)

வேறு.

† கணக்காய ரோத்து வாய்ப்போர் கற்றுய ருலக நூலோ
ரிணக்கும்வித் தகரா மிக்க வீரிரண் டிலக்க முள்ளோர்
மணக்குமுத் தமிழைக் கூடன் மன்னனை வீறக்கஞ் செய்தோர்
குணக்கடல் புகுதுங் கங்கைக் கொற்றவர் முத்த ராமே.

(இ-ள்.) கணக்கை ஆய்ந்துரைத்தலால் கணக்காயர், வேதசாஸ்திர விற்பன்னர்களாதலால் ஓத்துரைப்போர் எனப் பெயர்பெற்று, லௌகிக நூற்களைக் கற்றுக் கற்றவரொருமுகி மேம்பாடடைந்தோரென அறிஞர் கூறும் விற்பன சிகாமணிகளாய் முத்தமிழையும் அவற்றையபிமானித்து வளர்த்த பாண்டியர்களையும் மகிழ்பெறச்செய்து நால்வகைக் கணிதமும் தமதாக உரிமைபடைத்த சீர்கருணிகர், கிழக்குச் சமுத்திர சங்கமமாகும் கங்கையாற்றால் வளம்படைத்த காம்பீலி தேசத்தலைவராகிய சிரேஷ்டர்களாம். (எ-று.)

நக்கீரர் தமிழ்ச்சங்கத் தலைவராகலானும், குலச்சிறையார் பாண்டியனைச் சைவசமயத்துப் புகுத்தித் தண்ணளிசெய்தவராகலானும் இவ்விருவர் புகழையும் இவர்கள் வம்சத்தின் மேலேற்றி உபசரித்து "முத்தமிழைக் கூடன் மன்னனை விளக்கஞ்செய்தோர்" என்று கூறினர். (௬௦)

வேறு.

†மூவுலகுக் கிருவினையுந் தொகுத்துரைக்குஞ் சித்ரகுத்தர் முதல்வ ரூ
பூவமருங் கங்கைநதி சூழ்கிடந்த காசிதனிற் புனித லிங்கத் [கும்
தேவமரப் புரிவித்தே சித்ரகண்ட வுபதிட்டதந் தெரிந்த மேலோர்
நாவமரப் புகழவருஞ் சீர்கருணர் காம்பீலி நாட ராமே.

(இ-ள்.) சுவர்க்க மத்ய பாதலமென்னுமூன்றுலகங்களினுமுள்ள ஜீவர்களின் நல்வினை தீவினைத் தொகுதிகளை யமதர்மராஜனுக்கறிவிக்கின்றவரும், பூவுலகத்தார் விரும்பித்துதிக்கின்ற கங்காநதி சூழ்ந்த வாரணாசியில் தன்பேரால் ஓர்லிங்கப் பிரதிஷ்டைசெய்து பூஜித்து சித்திரகண்டோபதேஷித்து அருளிச்செய்தவருமாகிய மேன்மை மிக்க சித்திரகுப்தரோ இவ்வம்சத்தலைவராம்; ஆகவே யாவரும் நாவாரப் புகழுங் கீர்த்திமிகுந்த காம்பீலி நாட்டுக் கருணீகர் பெருமைக்கோர் எல்லை இல்லை. (எ-று.)

இந்து வம்சத்தலைவனேற்றஞ்சாற்றியமுகத்தால் எஞ்சிய சொல்லின் எய்தக்கூறலென்னுமுத்திபற்றிக் கருணீகர் புகழை ஒருவாறு கூறி முடித்தமை புலப்படுத்தும்.

வாழ்த்து.

வேறு.

பைந்தமிழுன் பேரறிவும் படிப்படியாய்ப் பார்ப்பதுவு
மந்திரதந் திரத்தெளிவு மடைவுமியற் கொடைவளமுஞ்
சிந்தைமகிழ்ந் தயனளித்த சீர்கருண ராதிபராய்
வந்தமர போரெல்லாம் வாழிமிக வாழியே.

(இ-ள்.) மதுரச் சுவைபெற்ற தமிழ்நூற்களில் விற்பனமும், கற்றவைகளை நாளடைவில் அநுஷ்டான முகத்தால் கண்டுணர்வதும், ஆலோசனைகளிலும் நூற்பொருட்களிலும் தேர்ச்சியும், வருணாச்சிரமதர்மம் தவறாவொழுக்கமும், இயல்பான கொடைத்தன்மையும் பொருந்த ஸ்ரீபிரமதேவனால் உற்பத்திசெய்யப்பட்டுவந்த ஸ்ரீகருணிக ஆதிபத்ய வம்சஸ்தர்களனைவரும் பல்லாண்டு பல்லாண்டாய் வாழ்க. (எ-று.)

இது வம்சப்பொதுமை வாழ்த்து. (௬௨)

இயலிசை தெரிந்து வண்மை யெழுமடங் காகப் பெற்றுந்
தயிரியம் படைத்து மெத்தச் சமர்த்தருட் சமர்த்த ராகிச்
செயமிகு வகரங் கோயி லரசர்வா யிற்சி றப்பா
யயன்மர போரெல் லாரு மவனியின் மிகவும் வாழி.

(இ-ள்.) இயலிசைத் தமிழ்களுணர்ந்து (மேகத்திலும்) எழுமடங்கதிகமான உதாரகுணமுடையவர்களாய்த் தயிரியத்துடன் வல்லவர்களுக்குள் வல்லவராகி, வெற்றிபெறுகின்ற அகரம் ஆலயம் அரசசமஸ்தானங்களில் தலைமைவகித்து விளங்கும் ஸ்ரீகருணீகவம்சதிலகங்கள் நீடூழிவாழ்க. (எ-று).

இஃது ஆதீன உரிமை வாழ்த்துக்கூறிற்று. (௫௩).

கங்கைநன் னதிதான் வாழி காம்பீலி நாடு வாழி
துங்கவோ தனவூர் வாழி துலங்கனப் பதாகை வாழி
பங்கயன் மரபு வாழி பரவுமந் திரிகள் வாழி
செங்கம லத்தார் வாழி சீர்கரு ணேசர் வாழி.

(இ-ள்.) கங்காநதியும், காம்பீலி நாடும், ஓதனபுரமும், உயர்ந்த அன்னத்துவசமும், ஸ்ரீகருணிகப்ரம்ஹவம்சமும், யாவரும் ஸ்தோத்தரிக்கும் மந்திரிகளாகிய சீர்கருணீக சந்ததியாரும் அவர்களது மாலையாம் தாமரை மாலையும், ஏனைத் தசாங்கங்களும் வாழ்க வாழ்க. (எ-று.)

இக்கவி தசாங்க வாழ்த்துச் சாற்றிற்று. (௫௪)

(ஸ்ரீகருணீகர் புகழ்கூறிய சருக்கம் முற்றும்.)

ஆகப்பாயிரமுட்படக்கூடிய சருக்கங்கள் ௧௩-க்கும் செய்யுட்டொகை ௬௪௦.

எல்லாம் வல்லவனிணையடிவாழ்க.

ஸ்ரீகருணிக புராணம்
முற்றிற்று.

உ

கடவுள் துணை.

சுபம்.

ஸ்ரீகருணீக புராண வசன சங்கிரகம்.

(சித்திரகுப்தருற்பத்தி.)

ஸ்ரீமஹாலக்ஷ்மீ நாயகனாகிய மஹாவிஷ்ணுவின் திருவுந்திக் கமலத்துத்தோன்றிய பிரமதேவனால் படைக்கப்பெற்ற சகல வுலகங்களும் உய்யக் கருணைகூர்ந்து ஆகாயத்திலேற்றிய மாணிக்க தீபம்போற் பிரபை வீசிப் பகல் முதலிய காலவேறுபாடுகளைத் தோற்றுவித்துப் பிரத்யக்ஷ தெய்வமாகி விளங்குகின்றவரும், வேதமுணர்ந்த அந்தணர்கள் ஸ்ரீபரமசிவத்தின் வலது நேத்திரமெனப் புகழ்ந்து திரிசந்தியாகாலத்தும் கைகூப்பிவணங்கப் பெற்றவரும், மஹாமேருகிரியைப் பிரதக்ஷணஞ்செய்து உலகவிருளையும், தோன்றிமறையுங் குறிப்போடு புணர்ந்த செய்கையால் செல்வமும் தேகாதிப் பிரபஞ்சங்களும் அநித்தமென்பதை யுணர்த்தி ஜீவர்களின் மாயையாம் அகவிருளையும் நீக்குகின்றவருமாகிய சூரியபகவானது அளவற்ற பெருமைகளை முற்றக்கூறி முடிப்போர் யாவர்? அக்கடவுளாலேயன்றோ சர்வபிராணிகளும் மேன்மையுற்று வாழ்கின்றன! மேலும், உதயத்தில் பிரஜ-

ஸ்வரூபியாயும், மத்யான்னத்தில் ருத்திரனும், சாயான்னத்தில் விஷ்ணுவும் ஆகியும் திரிமூர்த்திகரமாய் விளங்குகின்றனனென்று வேதங்கள் பலபடப்புகழ்வதும் அச்சுடர்க் கடவுளையன்றோ! இத்தகைப் பெருமைவாய்ந்த *ஆதித்தனது ஆசைக்குரிய மனைவிகளுள் நீளாதேவி என்பவள் தனது மின்னற்கொடிபோலும் இடை காண்போர்கட்குப் புலனாகவும் முலைமுகங் கறுப்பவும் கருப்பமுற்றுச் சுபக்ஷேத்திரங்களில் கிரகங்கள் பொருந்தி நன்மைதரும் சுபமுகூர்த்தத்தில் ஓர் ஆண்மகவைப் பெற்றெடுத்தனள்.

புத்திரன் பிறந்ததையறிந்த கதிரவன் மனத்திலடங்கா மகிழ்ச்சியோடு †ஜாதகர்மம், ‡உத்தாபனம், உபநிஷ்க்கிரமணம், முதலிய சடங்குகளை நிறைவேற்றிச் சித்திரைமாதப் பூர்ணிமா தினத்துற்பவித்த காரணம்பற்றிச் சித்ரகுப்தர் என நாமகரணமிட்டு வேதாதிகளால் நிர்ணயிக்கப்பெற்ற §அன்னப்பிராசனம், ||சௌளம், ¶உபநயனம், **காண்டோபக்ரமணம், ††காண்டமோசனம் முதலிய கிரியைகளையும் உரிய காலங்களிற் செய்வித்து, நவவியாகரண பண்டிதனாகிய தன்னினும் அதிவிற்பன்னனாக விளங்கும் புதல்வனை நோக்கி இது கூறலானாயினன்.

---

* காசிபமஹரிஷியின் மனைவியர் பதின்மூவருள் முதல்வியாகிய அதிதி என்பவள் புத்திரனாகையால் சூரியனுக்கு ஆதித்தன் எனப் பெயர் வழங்குகிறது.

† ஜாதகர்மம் - புத்திரோற்பத்தியானபின் செய்யுங்கிரியை.

‡ உத்தாபனம் - அறைவீட்டினின்றும் சுத்தமானவிடத்திற்குக் குழந்தையைச் சேர்ப்பித்தல்.

§ அன்னப்பிராசனம் - சோறூட்டுதலிற் செய்யுங்கிரியை.

|| சௌளம் - மயிர்வினைக்குச் செய்யுங்கிரியை.

¶ உபநயனம் - கடவுளைத்தரிசிப்பதற்குச் சமீபமாகிய நயனத்தையுண்டாக்குங்கிரியை.

** காண்டோபக்ரமணம் - வேதபாகங்களை அத்யயனம் பண்ணவாரம்பிக்குங்கிரியை.

†† காண்டமோசனம் - அத்யயனத்தை விடுகையிற் செய்யுங்கிரியை.

“எனது கண்மணியனையகாதற்செல்வனே! பெரியோர்கள், அருமையாக மதிக்கும் ஒரு பொருள் தம் கைப்பெற்றவுடனே அதனினும் அரிதாகிய மற்றொரு பொருளையடைய முயற்சிப்பது இயல்பேயாம்; நினைத்தற்கும் அரிய எல்லா மேன்மைகளையும் வழங்கத்தக்க தவத்தைவிட மேலான இலாபம் ஆன்மாக்களுக்கு வேறு யாதுளது? கொன்றைமாலை சூடிய ஜடாதரனாகிய பரமசிவமே தவத்தை விரும்பித் தவஸ்வரூபியாகியிருக்கின்றனரென்றால் மற்றைத் தேவர்களுக்குத் தவத்தின்மீதுள்ள விருப்பத்தைக் கேட்பானேன்! அத்தவத்தாலுண்டாகும் இகபரசாதகமான தெய்வத் தன்மைகளை நீ அநுபவத்தாலறிந்து மேம்பாடு பெறுவாயாக” என்று கூறலும், தந்தைகட்டளையைச் சிரமேற்கொண்ட மைந்தன் அவ்வாறே தவமேற்கொண்டு தனிச்சென்று, “பஞ்சேந்திரியங்கள் செலுத்துமிடமெல்லாம் சென்று அற்பமாகிய அநித்திய போகங்களை விளைவிக்கின்ற கொடிய மும்மலங்களுடன் கூடிய மனம் ஒருமித்து வைராக்கியப்பற்றுடன் நடப்பது பூர்வஜன்ம சுகிர்தமுடையார்க்கே” யென்னு முண்மைக்கேற்ப ஐம்பொறியவித்த ஏகாக்கிரசித்தத்துடன் கடுமையான தவம் புரிந்த காலையில், சர்ப்பாபரணபூஷிதராகிய பரமசிவர், அவர் தவத்திற்குவந்து பார்வதி சமேதராய் ரிஷபவாகனத்தின்மேலெழுந்தருளிக் காட்சிதந்து, சித்ரகுப்தரே! நீர் செய்த தவம் பெரிதும் எம்மை மகிழ்வித்தது; உமது விருப்பம் யாது? என வினவச் சித்திரகுப்தர், பரமானந்தபரிதராய் மெய்ப்புளகிப்பக் கண்களில் ஆநந்தபாஷ்பம்பொழிய மனம் பரவசமடைந்து நாத்தழுதழுப்ப உச்சியிற்குவித்த கையினராய்ப் பரமசிவத்தின் தாட்டாமரைகளைப் பன்முறை பணிந்து நின்று “கருணாநிதியே! வேதங்களையருளிச்செய்த செம்பவளத் திருவாயனே! ஜோதிஸ்வரூபனே! உமது தரிசனம் அடியேனுக்கு இவ்வளவு சுலபத்தில் கிடைக்கத் தக்கதோ? யான்பெற்ற பெரும்பேறு யார்பெறுவர்? ஐயனே! மேலான கடவுள் நீர்; பசுக்களாகிய யாங்கள் என்றும் உமது வழிவழியடியோம்; அவ்வாறிருந்தும், உமது திருப்பாதங்களை வணங்க மனமில்லாதிருக்கும் பேயர்களாகிய எங்களது சகித்தற்கரிய தப்பிதங்களைக் கவனியாமல் எங்கட்கு வேண்டியவற்

றை ஓயாதுபடைத்தளித்துவரும் இப்பேருபகாரத்துக்கு ஓ பரமேட்டீ! நாங்கள் செய்யும் பிரதியுபகாரம் என்னவிருக்கின்றது? பகல் முழுவதும் ஆகாராதிகளின் பொருட்டு அலைந்துவேசாறும் உமது சிருஷ்டிப் பிராணிகள் களைப்புநீங்க உணர்வற்றுத்துயிலும்படி இரவையுண்டாக்கி, அங்ஙனம் மெய்ம்மறந்த நித்திரையில் அவற்றிற்கோரிடையூறும் நேராவண்ணம் அதிஜாக்கிரதையாய் அருமைத திருக்கண்களை எங்கும் பரப்பிநின்று காவல்புரியும் எங்கர்த்தாவே! இவ்வற்ப பிராணிகளால் உமக்கு ஆகவேண்டியசகாயம் யாது? உம்மால் சாத்தியமில்லாத எக்காரியத்தை இவர்களால் சாதித்துக்கொள்ளநினைத்து இவ்வாறு துன்புறுகின்றீர். இஃதென்ன மாயம்! சர்வஜீவதயாபரா! தங்கள் தேகசிரமத்தையும் பொருட்படுத்தாது விளையாட்டையே விரும்பி ஆடுகின்ற சிறுவர்போல் உலகைச் சிருட்டித்தும் அளித்தும் சங்கரித்தும் விளையாடுகின்ற நீரும் சிறுவரோ? அங்ஙனமாயின் உம்மை ஊட்டிவளர்க்கும் நற்றாய் எவள்? ஏக மூர்த்தியாகிய நீர் ஒருவரே பிர்மா, விஷ்ணு, ருத்திரனென்னும் மும்மூர்த்திஸ்வரூபமாய் நின்று உமது அகடிதகடனசக்தியை எம்மிடத்துக்காட்டி மயக்குகின்றீரோ! அவ்விசேடத்தை யாங்களோ அறிந்து உம்மைப் புகழத்தக்கவர்கள்? உலகங்கட்கெல்லாம் ஆதிகாரணனாகிய ஒப்பற்ற முதற்கடவுள் தேவரீரேயாகின்றீர்; ஆகவே, பலவகைப்பட்ட மதங்கள் கூறும் நானுதெய்வமும் நீரே என்றூற்படுமிழுக்கென்னே? இத்தனைமாயம் எதற்கோ? இம்மாயையைத் தாண்டி உமது நிஜஸ்வரூபத்தை யறியவல்லவரும் ஒருவருளரேயோ? இம்மாயா வல்லபங்களை அறிந்து ஆநந்திக்க அசக்தராகிய அடியேங்களிடத்தில் அச்சோ! இச்செயல்கள் பயன்படாதொழியலாமோ? ஜகதீசா! உமது திருவடிகளை ஸ்மரித்து நித்தியாநந்தம் பெறலாமென்று கருதி முயன்றால் எம்மை விஷயபோகங்களிற் செலுத்துதற்கு ஐம்புலன்களும், ஆழ்நரகத்தில் அமிழ்த்துதற்குக் காமாதி ஆறுபகைவர்க்கங்களும், பின்னும் எங்கள் மதி மயக்கும் வண்ணம் பலபேதவாத மதங்களும், ஸ்திரீகள், பூமி, தனம் என்னும் இம்மூவகை ஆசையும், இவற்றோடு நாஸ்திக மதக்கோட்பாடும், பூர்வஜன்மகன்மசேஷங்களும் ஆகிய

இத்தனை பகைகள் இருக்கின்றனவே! இவற்றிற்கிடையில் மனம் மெலிந்து திரும்பிவிடாது என்செய்யும்?

தேவா! உமது திருவாக்காகிய வேதமே உம்மைப்புகழ அறியாமல் திகைப்புறுமெனின், அசேதனர்களாகிய யாங்களோ அக்கீர்த்தியை முற்ற வர்ணித்து முடிக்கத்தக்கோம்? அவாங்மனோகோசரமாகிய உமது அநந்த கல்யாணகுணவைபவங்களைப் பற்றிப் பலவேறு பேசுவதனால் அதிலொரு சிறிதும் கூறிமுடிந்ததாமோ? அம்மொழிகளால் யாதுபயன்? சர்வ வஸ்துக்களின் உள்ளும் புறமும் வியாபித்து நின்றும் அவற்றின் குணதோஷங்களில் சிறிதும் பற்றாத மாயா விநோதரே! உமக்கு என் கருத்தின்னதென்று தெரியாதோ?" என இன்னணம் பலவாறு துதித்து அன்புமயமாக உள்ளநெக்குருகி நிற்கும் சித்திரகுப்தனை மிகவும் கருணையோடு ஆசீர்வதித்து "பிரமாதிகளும் மெய்ச்சுதற்குரிய பெருங்கீர்த்தி வஹித்துச் சகல இஷ்டார்த்த சித்திகளும் பெற்று நீடூழிவாழ்க" என வரந்தந்து சிவபிரான் விடைகொடுத்தனுப்பத் தந்தை தாயரின் பாதங்களில் நமஸ்கரித்துத் தமது தவசித்தியைக் கூறிக் களிப்புடனிருக்குநாளில் ஓர் நாள் விநோதார்த்தமாகத் தனித்த ஓரிடத்திற்சென்று தவப் பயனைப் பரீக்ஷிக்கும் நோக்கத்தோடு நூதன சிருஷ்டிகள் புரிய ஆரம்பித்தனர். இதையுணர்ந்த தேவர்களும் பிரமேந்திராதியரும் சூரிய பகவானிடம் வந்து அவனைப் பலவாறு துதித்து, ஐயனே! நின் தவப்புதல்வனும் சித்திரகுப்தர், தம் தவப்பெருமையைப் பரிசோதிக்கும் நிமித்தம் நவீன சிருஷ்டித் தொழிலில் பிரவர்த்தித்தனர். வேத சாஸ்திர வரம்புதவறாமல் நீர் அநுக்ரஹிக்கவேண்டுமென்று குறையிரப்ப, அதனைச் செவியுற்ற கதிரவன், அப்படியேயாகுக என்று மொழிந்து தன் புத்திரனையழைத்து "ஐயனே! கேட்பாயாக; பிரம்ஹாவின் படைப்புத் தொழிலை நீ செய்யப்புகுந்தது பெருமைக்குற்றதன்று. அவரவர்க்கென்று ஈசன் ஒவ்வோர் தொழிலை வகுத்திருப்ப ஒருவர், மற்றொருவர்க்குரிய தொழிலிற் புகுவது ஈஸ்வர நியதிக்குப் புறம்பான அதர்மத்தின்பாற்படும். மேலும் பெருந்தன்மை பெறவேண்டுவோர், மற்றொருவருடைய மனம் வருந்தத்தக்க

காரியங்களைச் செய்வார்களோ? மேன்மையைச் சம்பாதிப்பது அறிஞர்க்குரியதே எனினும் காருண்யமின்றிச் சம்பாதிக்க அது கிட்டுமோ? ஒருவருக்கு தபோபலம், கூரிய புத்தி நுட்பம், ஐஸ்வரிய முதலிய எல்லாப் பாக்யங்களும் தாமே வந்து சேரினும் அகங்காரமின்மையைப்போல் அவை நிஜமான கீர்த்தியைத்தரா வாம்" என்றிவ்வாறு பலநீதிகளைப் புகன்ற தந்தையின் திருவடியில் முடி புனைந்து அஞ்சலிசெய்த கையனாகித் "தந்தாய்! ஒரு காரியத்தைச் செய்ய விருப்பமுடையோர்க்கு அவரது மனம் அவ்வாசைக்கோட்பட்டிருத்தலால் இது தப்பிதமென்றும் இது சரியென்றும் தோன்றாமல் போகின்றன. ஆகையால், பெரியோராயுள்ளவர்கள் அத்தப்பிதத்தை எடுத்துக்காட்டி அவர்களை நல்வழிப்படுத்தக் கடமைப்பட்டிருக்கின்றனர். யானோ சிறியன். தெரியாது செய்தது குற்றமெனவும்படாது. என் மீது கருணை கூர்ந்து இதனை க்ஷமிக்கவேண்டும்" எனப் பிரார்த்திப்பதை நோக்கிய பிரமேந்திராதியர்கள் அவர் கூறும் இனியவசனத்திற்குப் பெரிதும் மனமகிழ்ச்சி கொண்டு ஆசீர்வதித்துப் பின் சூரிய பகவானை நோக்கிச் சொல்கின்றனர்: "ஜோதிஸ்வரூபமே! க்ஷத்திரிய தர்மத்தை வகித்தவராகிய மனுப்பிரம்ஹாவின் அருந்தவப் புத்திரியாகிய பிரபாவதியும், மயப்பிரம்ஹா பெற்ற நீலாவதியும், பிராமண தர்மத்தை வஹித்த விஸ்வப் பிரம்ஹாவின் புத்திரி கர்ணிகையும் ஆகிய இம்மூன்று மாதர்களும் இலக்ஷ்மியைப்போன்ற அழகும் அருந்ததிக்கு நிகரான கற்புநெறியுமுடையவர்களாதலால் அவர்களை இச்சித்திரகுப்தருக்கு மணம் புரிந்து நோக்க விரும்புகின்றனம். இவ்வொரு வரம் தாங்கள் தரவேண்டும்" என்று வேண்ட, ஆதித்தன் தனது புத்திரனிஷ்டத்தையும் கூட்டி ஆலோசித்து உடன்பட்டனர்.

தங்கள் வேண்டுகோள் அங்கீகரிக்கப்பட்டதென்று தெரிந்த தேவகணங்கள் மனத்தில் மிக்க களிப்பினால் கல்யாண மண்டபம் நிர்மாணிப்பவரும் விதானப் பந்தலில் நவரத்னக் கோவைகளைத் தூக்கி அலங்கரிப்பவருமாக, அரம்பா ஸ்திரீகளும் பன்னீர்கலந்த நறுஞ்சந்தனக் குழம்பால் தரை மெழுகுவாரும் சுவர்ணத்தாற்செய்த பாலிகைக் கலசங்களை அமைப்

பவரும் மாணிக்க தீபங்களை ஆங்காங்கு வைப்பாருமாய்த் திருமணத்திற்கேற்ற காரியங்களை முற்றுவித்த பின்னர் கிரவுஞ்ச வருடம், சுரருது, ஹேமபிங்கள மாதம், பர்வதிதி, சித்திராவசு நட்சத்திரம், ஐந்திரயோகங் கூடிய நன் முகூர்த்தத்தே பாணிக்கிரகணமென நிச்சயித்து அம்முகூர்த்தமும் சமீபிப்பதனால் பூச்சூடிய கூந்தலையுடைய அரம்பையர்சென்று நற்குணமும் பேரழகும் குடியிருக்கப்பெற்ற கன்னிகாமணிகளை அலங்கரிக்கலுற்றார்கள். எப்படியெனில்:—திருமஞ்சனமாட்டிய ஈரம் புலர அகிற்புகையூட்டிக் குழல் முடித்துக் கண்களுக்கு மையெழுதி உருவத்தால் பிறைச்சந்திரனை வென்றையந்தரும் நெற்றியை நெற்றிதானென்று காட்டத் திலகமிட்டு, கண்டோர்மனத்தைக் குழைக்கின்ற வல்லமையால் குழையெனப் பெயர்பெற்ற காதுகளின் சாமர்த்தியத்தை வியந்து வழங்கிய யோக்யதா பத்திரம் போல் பொன்னாற்செய்த ஓலைகளுமணிந்து, இடையில் மேகலாபரணம் புனைந்து, இயற்கையாகவே சுருங்கியிருக்கும் இடையின் வருத்தத்தைக் கவனியாமல் பூரித்தெழுந்த முலைகளின்மேல் ரத்ன ஹாரங்கள் பலதரித்து, நடையினாலன்றிக் குரலினாலும் அன்னம் தோற்குமென்னும்படி ஒலிக்கும் பொற்சிலம்புகளைக் காலில் அணிந்து விவாகமண்டபத்திற்குக் கொண்டுவந்தனர். சித்திரகுப்தரும் வஸ்திரபூஷணாலங்கிருதராய் இரதத்தின்மீது பவனி வந்தனர். அங்காட்சியினிமித்தம், மேல்மாடிகடோறும் சாளரங்கடோறும் தெற்றிகடோறும் வீதிகடோறும் தாமரைமேல் மலர்ந்த நீலோற்பலங்கள் நெருங்கி விளங்குவனவாயின. நம் சித்திரகுப்தர் தோளிற் புனைந்த மலர்மாலையை விரும்பி இரண்டு சிறைகளையும் விரித்து எறுகின்ற இருவகை வண்டுகளுள் ஒருவகை கீதப்பாடத் தெரிந்தவை, மற்றவை அஃதறியாதவையாயின. மாதர்கள் சித்திரகுப்தரது பேரழகை வாரிநுகரும்படிச் செலுத்திய கண்களுண்ட விருந்துக்குப் பிரதிபலனாக அழகிய கைவளைகளையும் தமதுள்ளத்திற்பொதிந்த நாணத்தையும் வழங்குவாரும், "கரும்புவில்லைக் கொண்டு நம்மோடு பொருதும் மன்மதனை அரூபியென்பது அறியாதார் கூற்றேயென்பதிற்றடையென்னை! அவனது சேனைகளெனப்படும் நம்முடனே போர்

புரிந்து வருத்துகின்றனனே! இச்செய்கை அரக்கரிடத்துமில்லை
யன்றோ?" என மன்மதோபாலம்பனஞ் செய்வாரும், "மன்மதனை
வெறுப்பதில் பயனில்லை; நாம் இவர் (சித்திரகுப்தர்) முன்பு வரா
மலிருந்தால் இத்துயரமடையோம்; இவர் மன்மதனைவிட அழ
கினரோ வெனினும், தன்கண்முன் நம்மைவருத்தும் அக்காமனைக்
கவனியாமல் வல்லமையில் அவனிற்குறைவார்போலும்" என்று
வெறுப்புரை கூறுவாருமாகிப் பள்ளத்துப்பாயும் புனல்போற்
சூழ்ந்துவரப் பவனிவந்த சித்திரகுப்தர் விவாகமண்டபத்துப்
பிரவேசித்து இந்திரன் முதலிய அஷ்டதிக்குப்பாலகர்களும், சந்
திரனும், இருடிகணங்களும், தேவ வித்யாதர தும்புரு நாரத
சித்தசாத்யராதிய கணங்களும் ஆகாயம் இடமில்லையாக வந்து
நிறைந்திருப்ப, ஹரிஹரப் பிரமர்களும் மண்டபத்தில் வீற்றி
ருப்ப, தேவதுந்துமி, மங்கலச்சங்கம், அப்சரமாதராடல், கின்ன
ரரின் யாழ், மஹரிஷிகளின் வேதோக்த ஆசீர்வாதம் என்னுமிவற்
றாலுண்டாகிய பேரொலி அண்டகடாகமளாவ, வேதமுறைப்படி
ஹோமாக்கினியின்முன் கன்னிகைகள் மூவரையும் பெற்றோருத
விய தத்தநீருடன் அங்கீகரித்துத் திருமங்கலநாண்தரித்து மும்
மூர்த்திகளின் திருவடிகளில் வணங்கி ஆசீர்வாதம்பெற்று ஏனைய
சடங்குகளையும் கிரமமாக நிறைவேற்றி அம்மங்கையருடன்
இனிது வாழ்ந்திருந்தனர். ஒரு தினத்தில் மும்மூர்த்திகளும்
சித்திரகுப்தனை யழைத்து "நீர், மூவுலகினுமுள்ள ஜீவர்களின்
இருவினைப் பகுதிகளைத் தருமக்கடவுளுக்குரைத்து வாழ்வீ
ராக" என்றிட்ட கட்டளைப்படி அத்தொழிலைக் கைக்கொண்
டொழுகுவாராயினர். ஜீவர்களுக்குப் போகங்கள் பூர்வ ஜன்ம
கர்மங்கட்கேற்ற வண்ணமேயாம். அக்கர்மங்களின்னவெனக்
கண்டு தொகுக்குஞ் சித்திரகுப்தர் பெருமைக்கோரளவில்லை.
இதனைப் பின்னும் விவரிக்கவேண்டுமாயின், படைப்புத் தொழி
லில்லாவிடத்து விஷ்ணுவின் காத்தற்றொழிலும் உருத்திரனது
சங்காரத்தொழிலும் நிகழாமையானும், அப்படைப்புத் தொழி
லும் நம் சித்திரகுப்தர் வாக்காற்றெரிவிக்கப்படும் நல்வினை தீவி
னைத்தொகை தெரியாவிடத்து நடவாமையானும் முத்தேவர்
முத்தொழிற்கும் மூலகாரணத்தொழில் இவரதேயாம்

புத்திரோற்பவம்.

இவ்வகை மேம்பாடுற்ற தொழிலைக் கைக்கொண்ட சித்திரகுப்தர் இல்லறநெறி நடாத்திவருங்கால், பிரபாவதி, நீலாவதி, கர்ணிகியென்னும் மூன்று மனைவியரும் பொன்பொடியை அள்ளித் தெளித்தாற்போல் விளங்கும் தேமல்படர்ந்த முலைமுகங் கறுத்தல், விழிகள் குழிதல், உண்டோ இலதோ என ஐயுறநின்ற இடை தன்னுண்மையைக்காட்டல், புளிப்புச்சுவையுள்ள பொருட்களை நாகருட் விருப்பமிகல் முதலிய கருப்பச்சின்னங்களையடைதலால், மூன்றுமாதத்திற் பும்சவனமும் ஐந்தாந்திங்களிற் சீமந்தமுமாகிய கிரியைகள் நிறைவேற்றப் பெற்றுப் பத்தாமதிப்பில் சுப லக்னமுதிப்பக் கிரகங்கள் நற்பல ஸ்தானங்களை மேவும் நன் முகூர்த்தத்தில், ஸ்ரீ சிவபெருமான் மன்மதனை நோக்கி, "ஏ! மன்மதா! நீ ஒருசமயம் நம்மீது புட்பக்கணை கொண்டு மோதிய விளையாட்டை வேறாக நினைத்து உனது அரும்பெறலுருவத்தைச் சாம்பராக்கினேம்: ஆயினும், எம்மைப் பழிக்காது இவ்வரத்தைப்பெற்று முன்னையினும் சுந்தர மூர்த்தமான தேகத்தைக்கொள்வாயாக" வென்று கிருபைசெய்ய மன்மதன் அவ்வரத்தால் பலவுருவங்களைக் கொண்டு தோன்றினாற் போன்ற கட்டழகுள்ள புத்திரர்கள், பிரபாவதிக்கு சூர்யவர்மா, சந்திரவர்மாவென இருவரும், நீலாவதிக்கு வீரியவான், பலவான், அர்யமான், சுபாஹு என நால்வரும், இளையாளாகிய கர்ணிகிக்கு சௌரசூரன், சௌரஜாகரூகன், சௌரமாலி, சௌரகாத்திரன், சௌரமஹாபாஹு, சௌரக்ஷேத்திரபாலன், சௌரபீமா, சௌரார்ஜுனன், சௌரஸ்கந்தன், சௌரபாலி, சௌரமஹாகாயன், சௌரதர்ப்பகன், சௌரகாமதேவன், சௌரத்ராக்ஷி, சௌராம்பிகாயன், சௌரவரவாணி, சௌரநிகாமன், சௌரபலஜீ எனப்பதினெண்மரும் உற்பவித்தனர். மனைமாட்சியென்னும் மங்கலத்திற்கு அருங்கலமாம் என ஆன்றோர் கூறுகின்ற மகப்பேற்றையடைந்த மனம், அதிலும் ஆண்குழந்தைகள் என்னும் அமுதவார்த்தை செவியுறும்போது கொள்ளும் மகிழ்ச்சி அளவுக்குட்பட்டு நிற்குமோ? இங்ஙனம் சித்திரகுப்தர் மனதிற் சந்தோஷ முதித்தது மனைவியர் வயிற்

யிற் புத்திரர் பிறந்த சமயத்தேயாதலின், அம்மங்கையர் வயிறு கருக்கொண்டபோதே இவர் மனமும் ஒரு கர்ப்பங்கொண்டிருந் ததுபோலும்!

புத்திரர் பிறந்ததற்காகச் சற்பாத்திரத்தில் பொன்மாரி பொழிந்து ஜாதகன்மமுதலிய சடங்குகளை விதிப்படி நடாத் திக் குழந்தைகளின் இன்பரசப் பெருக்காம் தீங்குதலைமொழி கேட்டலாலும், தத்தடிகாட்டும் தளர் நடையையும் ஏனை விளை யாட்டுகளையுங் காண்டலாலும், அவர்களின் மெல்லிய வுடம் பைத் தீண்டலாலும் உயிர் தளிர்ப்ப, உள்ளும் புறமும் இன் புற்று வளர்த்துவருநாளில், குடிகளிடத்து மிக்க அன்புடைய வனும் சுலப தரிசனனுமாகிய ஓர் செங்கோலரசன் கீர்த்தியைப் போல் நாட்குநாள் வளர்ந்து ஐந்தாம் வயதையடையக் கண்ட தந்தை வித்தியாப்பியாசஞ் செய்விக்க, சகல கலாவிற்பன்னர்க ளாகி உபநயனமுஞ் செய்யப்பெற்று யௌவனதசையடைந்த காலையில், காலக்ஞேயனென்னும் மாதவரால் சூரியவர்மா, சந்திர வர்மாவென்னுமிருவரும் ஹேமப்பிரஸ்தமென்னும் நகருக்கும், நீலாவதியின் மைந்தர்களாகிய வீர்யவான் முதலிய நால்வரும் இராஜதபுரிக்கும் அரசர்களாக முடி சூட்டப்பெற்றனர்.

கர்னிகியின் புத்திரர் பதினெண்மருள் சௌரமாலி, சௌ ரகாத்திரன், சௌரமஹாபாஹு என்னும் மூவரும் தமது பிதா வாகிய சித்திரகுப்தரால் வரம்பெற்றுக் கணித வழியிற் பிரவர்த் தித்தனர். மற்றவரில் பதின்மர் தம் பிராதாக்களாய் அரசுபுரி யும் சூர்யவர்மா முதலியோரிடத்து மந்திரிகளாகவும் சேனாதி பதிகளாகவுமிருந்து வாழ்ந்தனர். சௌரத்ராக்ஷ, சௌராம் பிகாயன், சௌரவரவாணி, சௌரநிகாமன், சௌரபலஜீ என் னும் மற்ற ஐவரும் தங்கள் பெரிய தாயார் புத்திரர்களைப்போல் இராஜரீகத்தை விரும்பித் தவமேற்கொண்டார்கள்.

தவநிலை.

தேவ வித்யாதர தும்புரு கருட கந்தர்வ சித்த கின்னராதி கணங்களால் சூழப்பெற்ற பெருமை மிக்க மகமேருகிரிச் சார

வில், நவமணிகளைக் கொழித்துக்கொண்டு கல்லென்றொலித்து வரும் சோமசாகர நீரோட்டக்கரைப் புறத்ததாய், மெய்ஞ்ஞான நிஷ்டை கூடிய மாதவரும் யோகிகளும் வசிக்கும் சூழல்களையுடைய திவ்ய ஸ்தலத்தில், தமது தவத்தைத் தொடங்கிப் பஞ்சாக்கினி மத்தியில் நின்று கடுந்தவம் புரிகின்ற பஞ்ச சௌரரின் திரத்தை நோக்கியதிசயித்த உமாமஹேஸ்வரி பரமசிவத்துக்கறிவிக்க, அம்மூர்த்தி தமது மாயா சக்தியை எச்சரித்து அவர்கள் தவத்தைச் சோதிக்கும்படி செலுத்தினர். அக்கணமே சென்ற மாயை தனது வல்லபத்தால் பேரிடியுங்கன்மழையுமாகப் பொழிந்தும் இராக்ஷத பைசாசாதி உருவத்தைக்காட்டிப் பேதித்தும் இவர்கள் அலக்ஷியமாயிருத்தலைக்கண்டு நாணி திவ்ய ஜகன்மோகன சுந்தராங்கிகளாகி முன்னின்றுகொண்டு ஓ! மதனாவதாரர்களே! உங்கள் ரூபலாவண்யத்தைக்கண்டு மையல்கொண்டு மனம் விண்டு மருவவந்த எங்களை ஆசையோடு கட்டியணைத்துக் களிகூரும்: காமசுகந்தாரும்: அவ்வின்பத்தைப் பாரும்: இப்பாழுந்தவத்தால் யாது பயன் சேரும்? மதனாவஸ்தை தீரும்: இந்தாரும் எனக் கச்சை நீக்கிக் குதித்தெழுந்த கொங்கைகளைக் காட்டிக்கொண்டு அருகில் நெருங்கவும், பராமுகமாய்ப் பசுமரத் தாணிபோற் றவநிலையிற்பற்றிய வுள்ளஞ் சலியாமையை நோக்கிய மாயை வியப்புற்று "சௌரர்களே! சீராக நுந்தவத்தைச் செய்கின்றமையாற் சிரக்கணக்கராகுக" என்றாசிபுகன்று பரமன்பாற் சென்று நிகழ்ந்ததுணர்த்தலும், சிவபரஞ்சுடர் சப்த ரிஷிகளுட்சிறந்த அத்திரிமஹாரிஷியை விளித்து, "உம்மை நோக்கித் தவம்புரியும் சௌரர்கட்கு வரமளிப்பீராக" என்றேவ, அம்மாதவன் இவர்கள்முன் தோன்றி "மைந்தர்காள்! நுந்தவத்திற்குவந்து வரந்தரவந்தேம்; வேண்டுவ கேண்மின்" என்றுரைப்பச் சௌரர்கள் "ஐயனே! உலகில்ழியாட்பொருள் புகழொன்றேயாம்: அதுவும், ஈகையாளர்க்கே எய்தலாவது: அவ்வீகையும் தனமுடையார்க்கே தக்கது: ஆதலின், யாங்கள் அரசாட்சி புரிய அபேக்ஷித்தன"மெனப் பணிந்து விஞ்ஞாபிக்க, முனிசிரேஷ்டர் பகர்கின்றனர். "வாரீர் சித்ரகுப்தாத்மஜரே! மஹாகாம்பீரபுரி, கேதாரபுரி, அளகாபுரி,

நளபுரி, அம்சபுரியென்னும் ஐந்து நகரங்களையும் ஆண்டுவருகின்ற வீரசேகரயாஜனென்னும் அரசனுக்கு எண்மர் புதல்விகளுள்ளார்; அவருள் ஐவரைப்பாணிக்கிரகணம்புரிந்து முந்நூறு வருடம் நீவிர் அரசாட்சிபுரிவீராக" என வரமளிக்கப்பெற்றுத் தமது தாயாரின் சமூகத்தை நாடி வந்து கன்றுகண்ட புனிற்றுப்போல் மனங்கசிந்துருகும் அன்னவள் திருவடியை முடிசூட்டித் தமது தவப்பேற்றைக் கூறலும், மக்களைப்பெற்ற பயன்பெற்ற மங்கை அகமகிழ்ந்து கூறுவாள்: "புத்திரர்களே! வீரசேகரயாஜனுக்கெண்மர் புத்திரிகளென்று கூறினீரன்றோ? உங்கள் தந்தைபால் வரம்பெற்ற நுமது பிராதாக்கள் மூவருக்கும் ஏனை மூன்று கன்னிகைகளையும் மணம்புரிவிக்கப்பேசிச் சகோதரவாஞ்சை குன்றாது நீடூழிவாழ்வீராகுக" என மொழிந்தவாறே அம்மூன்று சோதரருடனும் வீரசேகரயாஜன் அரசுவீற்றிருக்கும் இராஜதானியாகிய காம்பீரபுரிக்குச் சென்றனர்.

முடிசூடுதல்.

ஆகாயமளாவ வளர்ந்து சக்கிரவாளகிரிபோல் வட்டவடிவினதாய்ப் பலவகைத் தொழிற் பொறிகளுடன் விளங்கும் மதிலும், பாதலம் வரையிலும் ஆழ்ந்தகன்ற அகழியும் அரணாகப் பெற்றுச் சுவர்க்கலோகம் பூமண்டல விசேஷ வளப்பங்களை நோக்கவந்திருந்தாற்போல் தோன்றும் காம்பீரபுரிக்கு இவர்கள் வருவதை முன்னதாக அத்திரிமஹரிஷியாலுணர்ந்த மன்னவன் இரத கஜ துரக பதாதி நால்வகைச் சேனைகளும் புடைசூழப் பஞ்சவாத்தியங்களும் உவர்க்கடல் நாண ஒலிப்ப எதிர்சென்றழைத்துவந்து பொற்பீடத்திருத்தி சமஸ்தோபசாரமும்புரிந்து வந்த காரியத்தை வினவிப் பெரிதும் மகிழ்ச்சிகொண்டு "யான் ஆண்மகவில்லையே என்றடைந்த வருத்தத்தை நீக்கி நீவிர் எனக்குச்செய்த பேருபகாரம் கருணைச் செய்கையேயாம்: மேலும் உமது தவமும் பெரியதன்று, உங்களை மருகராக்கும் எம்முன்னோர் தவமே சாலச்சிறந்ததாம்" எனக்களிப்புரையாடி இன்றே நம் நகரையலங்கரித்து முகூர்த்தம் நிச்சயித்துத் தேசதேசமன்னருக்குத் திருமுகமனுப்புக என்று அமைச்சர்களுக் காக்ஞாபித்

தவாறே அங்க வங்க கலிங்க காஸ்மீர மகத குரூத மாளவ சாளவ முதலாகிய தேசமன்னவர்களும் தத்தம் பரிவார சகிதம் வந்து சேரவும், நிருத்த கீத அப்சரஸ்திரீகள், திக்குப்பாலகர், அஷ்ட வசுக்கள், ஏனைத்தேவகணங்கள் சகலரும் எள்ளிட இடமில்லையாக வந்து நெருங்கவும், சித்திரகுப்தர் பத்னிகள் சமேதராய்வந்து வீரசேகரராஜனுடன் அளவளாய்க் களிப்புற்று வீற்றிருக்குங்காலையில், விவாகப்பெண்களைச் சேடியர் அலங்கரித்து மண்டபத்திற்சேர்ப்பிக்க சௌராக்கள் எண்மரும் மணவுடை தரித்து ஆபரணாலங்கிருதராய் நகர்வலம்புரிந்து, வேத வேதியர் மந்திரபூர்வம் வளர்த்த ஹோமாக்னியும் திரிமூர்த்திகளும் சான்றாக மங்கலவாத்ய முழங்க நன் முகூர்த்தத்தே திருமாங்கல்யதாரணம் செய்து லாஜஹோமம் முதலிய சடங்குகள் முற்றும் நிறைவேற்றிப் பெரியோர்களை வணங்கி ஆசீர்வாதம் பெற்ற பின் யாவரும் வீரசேகரராஜனால் உபசரிக்கப்பெற்றுத் தத்தம் யதாஸ்தானத்துக்குச் சென்றனர். சாம்பவி, உமாவதி, முக்திகாந்தா, மயூரகன்னிகா, மீனாவதி, தேனுகாமஹேஸ்வரி, காமிகாந்தா, இந்திரவரவாணி என்னும் எண்மரும், அஷ்டலட்சுமிகள்போல் அமைந்து தத்தம் நாயகன்மாருடன் உயிருமுடலும் போல் ஒற்றுமையுடையவர்களாய் இல்லறதர்மத்துணைவிகளாய்ச் சுகித்து வாழுநாளில் ஓர் நாள் வீரசேகரராஜன் மந்திரிகளுடன் பின்வருமாறு கூறத்தொடங்கினன்: "என் உயிருக்குறுதி பூண்ட உடல்போல் அமைந்து அளவற்ற உபகாரங்களைப் புரிந்து தேகநிழல்போல் என்னை விட்டு ஒருகணமும் நீங்காத அமைச்சர்களே! உங்கள் கருணைத் துணைகொண்டு பகையரசர்களும் முடி வணங்குமாறு செங்கோல் செலுத்திக் கீர்த்தியிலும் மிக்கவனானேன்; அன்றியும், ஆண்மக்கள் இல்லை என்னுங் குறை நீங்கக் குணசிரேஷ்டர்களாகிய எட்டு மருகரையும் பெற்றேன். இனி இவ்வுலகில் யான் அபேக்ஷிக்கத்தக்கதொன்றுமில்லை. பார்த்தவைகளையும் கேட்டவைகளையும் அநுபவித்தவைகளையும் திரும்பப் பார்த்தும் கேட்டும் அநுபவித்தும் தினே தினே விருத்தாப்பியமும் வியாதிகளும் மரணமும் சமீபிப்பதை ஆழ்ந்து யோசியாமல், முன்னோர் புகன்ற சாஸ்தி

ரார்த்தங்களையறிந்தும், அநித்ய வுலகின்றன்மையைக் கண்டும் மூடர்களைப்போல் வீணாள் கழித்துக் கோர நரகத்தில் சேர்வது விவேகிகளுக்குத் தகுதியோ? சின்னாட் சிசுவாகியும், பால்யயௌவன சேஷ்டைப்பருவமடைந்தும், பின்பு தோல் திரைய நரம்புகள் எழுந்து தோன்ற மெலிவுற்று நரைமுதிர்ந்த வயோதிகராகின்ற ஆச்சரியம, உற்றுநோக்குவாரைப்பெற்றால் ஓரிந்திரஜால வித்தைபோலாம்! இனிச் செல்வமோ சொற்பனம்போல் அநித்யமாயிருக்கின்றது; இவற்றாலென்ன சுகம்? சாஸ்திரங்களின் நுட்பக் கருத்துகளை உள்ளவா றறிதற்கேற்ற அறிவும் ஆராய்ச்சியும் பெறாமல் 'கண்டதே காட்சி கொண்டதே கோலம்' என உளறித்திரியும் அவிவேகிகள் யாதோ குழறட்டும்; விஷயாதிகளில் மனம் செல்லும்படி ஆசை தூண்டிவிடும்வரையிலும் நிர்ச்சலன சித்தமுண்டாகாதாதலின், பேராநந்தம் கிடைக்கவேமாட்டாது. ஸ்வர்க்காதி போகங்களும் ஒருகாலத்து நசித்தலால் அதுவும் ஆத்மார்த்தமாகாது. ஊன்றி நோக்கின் சமஸ்த பிராணிகளும் கர்ம வயத்ததாய்ப் பிறவியையடைகின்றன. இக்கர்மத்தையொழித்தற்குபாயம் விருப்பும் வெறுப்புமின்றி நிஷ்காம்யமாகக் கர்மங்களைச் செய்து ஈஸ்வரார்ப்பணமாக்குதலே யெனக்கொண்டு சன்மார்க்கநெறி நின்று கடவுளை ஸ்தோத்தரித்துத் தத்துவ ஆராய்ச்சி செய்து அபரோக்ஷ ஞானத்தை யடைந்தோர்க்கே மோக்ஷாநந்தம் லபிக்கும்; இவ்வாறு மோக்ஷமடைவதே மனிதப் பிறவி பெற்றதற்குப் பயன். இவ்வுண்மை யறியாதோர் எலும்பைக்கடித்தலால் வரும் தன் பல்லிரத்தத்தை அவ்வெலும்பினின்று வருவதாக நினைத்துக் களிக்கும் தாழ்ந்த மிருகத்தோடொப்பர். என்னுடனெதிர்த்த சத்துருக்களைவென்று கீர்த்திவஹித்த யான் என்னுள்ளத்துக் குடிகொண்ட காமக் குரோத லோப மோக மத மாற்சரியமென்னும் ஆறு பகைவர்களையும் ஜயித்து மோக்ஷலோகத்தை எனதாகக் கைக்கொள்ளக்கருதித் துறவு பூணவிருப்பதால் நீவிர் இதனைமறாது விடைகொடுப்பதுடன் என் மருகனையும் என்போலவே நினைத்துச் சகாயம் புரிவீர்களாக" என்னும் அரசனுட்குறிப்பையுணர்ந்து "விவேகிகளின் மேலான இயற்கை இதுவே; உமது மருகர்கள் உம்மைவிடவல்ல

வர்களாய் இம்மாநிலம் புரக்கும் செங்கோன் மன்னரோ ஆயினும், தங்களைப் பிரிகின்றோமென்னும் எண்ணமொன்று எம்முள்ளத்தைத் துளையாநின்றது" எனக் கவலையுடன் மொழியக்கேட்ட நிருபன், "சேர்க்கை, பழக்கம், உணர்ச்சியொத்தல் என்னும் சிநேக வுறுப்புக்கள் மூன்றில் உணர்ச்சியொத்தலொன்றே பிரதானம் ஆதலால், எங்கிருப்பினும் நமது சிநேகம் அன்போடு கலந்து நன்கு நிலவுமெனக்கூறிக் கங்கை முதலிய புண்ய தீர்த்தங்களால் மஞ்சனமாட்டி, அத்திரி மஹரிஷியால் வரம்பெற்ற பஞ்ச சௌரருக்கும் நன் முகூர்த்தத்தே கிரீடஞ்சூட்டி ஆசீர்வதித்து மகிழ்வுடன் அவர்களை ஏகாந்த ஸ்தானத்திற்கிட்டுக் கொண்டுபோய் அரச நீதி கூறத்தொடங்கி "விற்பன்னர்களே! அநந்தம் சாஸ்திரங்கள் பயின்றும் அவற்றின் உண்மைகளை உலகவியற்கைகளுடன் சம்பந்தப்படுத்தி அறியும் அநுபவம் பெறுவிடிற் பயன்கொடா. மது முதலியன உண்பதாலும், திகைப்பூடுபோல்வன ஸ்பரிசித்தலாலும் மனிதர் புத்தியை மயக்குதல் போலத் திரவியமும் காண்போர் புத்தியை மாற்றும் சக்தி பொருந்தியது. அச்செல்வம் அஸ்திரமானதென்று பெரியோர்களுள்ளத்திற் பதிந்திருக்குமாதலாற் பொருள்பெற்ற நிமிஷமுதல் கீர்த்திக்குரிய பரோபகாரங்களைச் செய்து பயன் பெறுவார்கள். யௌவனமும் அழகும் அரசாட்சியும் தனித்தனியுடையார்க்குக் கர்வத்தால் பலதீங்குகளுண்டாமெனின், அம்மூன்றுமுடையார்க்கு வருவனவற்றை யுணர்ந்து கொள்ளுங்கள். மரக்கிளைகளுமன்றோ பழம் நிறையுந்தோறும் தலைவணங்குகின்றன. ஆண்சிங்கம் போல்பவர்களே! அரசாட்சியை ஒரு தேராகவும் நற்குண அமைச்சர்களை அச்சாணியாகவும் உவமிக்கலாம்; ஆதலால் எப்போதும் விவேகிகளான மந்திரிகள் சொல்லுங்கடுஞ்சொல்லையும் இன்பமாக ஏற்று, எதிரிகளின் பலாபலம், ஸ்தானபலம், காலபலங்களை ஆராய்ந்து காரியத்தைத் தொடங்கிச் சைனியத்தைப் பெருக்கிக் குடிகளின் நன்மையில் கண்ணுங் கருத்தும் வைத்துச் செங்கோலரசனென்னும் அழியாப்பெயர் படைப்பீர்களாக. குடிகள் கஷ்டமுற வரிவாங்குங் கொடிய அரசன் எத்துணை பலசாலியாயினும் சீக்கிரம் கேடுண்பான்;

நியாயவழியிற் சிறிது தவறினும் நரகத்தில் மூழ்குவன். அரசன் என்பவன் எத்தகையன்? பிரஜைகளுக்குற்ற அடிமைத் தொழில் புரிந்து அவர்கள் தரும் கைக்கூலியால் ஜீவிக்கின்ற ஒரு தொண்டனேயன்றி அவனுக்குளதாம் பெருமை யாது? பெருமையெல்லாம் அவனது உபகாரகுணத்தினாலேயாகின்றது. உயர்ந்த குடியிற் பிறந்தவர்கள் சாம பேத தான தண்டமென்னும் சதுர்விதோபாயங்களைச் சமயாநுசாரம் அநுஷ்டித்துக் கீர்த்தியின் மீதே கண்வைத்துத் தம்முயிர்போல் மன்னுயிரையும் பாவித்தொழுகுவர். அரசனாவது வெகு துர்லபம் ஆகையால், உலகத்தை நெடுங்காலம் தவம் புரிந்துபெற்ற ஓராண்மகவைப்போல் பாதுகாத்தல் வேண்டும். சைன்ய பலத்தினும் தனது பிரஜைகளின் நன்குமதிப்பே அரசனுக்கு வெற்றி தருவது" என இராஜ நீதிகளையுரைத்துத் தவவழியிற் சென்றான். பஞ்ச சௌரர்களும் தம் பிராதாக்களையும் உடன்கொண்டு அப்பூமியை அரசாண்டு வருங்கால் ஒவ்வொருவர்க்கும் எண்மராக அறுபத்து நான்கு புத்திரர்கள் பிறந்தனர். அவர்களுக்கு ஞானமுனிவர் குலகுருவாகவிருந்து வேதசாஸ்திர புராணேதிகாசங்களை ஐயந்திரிபின்றியுணர்த்தினர்.

குலநெறி நிறுவுதல்.

ஞானமுனிவர் பின்னும் அம்மைந்தர்க்கு நான்காம்வேதமாகிய அதர்வணத்துச் சூரியசாகைச் சௌரமான சூத்திரவிதிகளை உரிமையாற்கைக்கொள்ளுமாறுபதேசித்து அவ்வாறே அவர்கள் நடந்துவருங்காலத்தில், ஆபஸ்தம்பர், ஆஸ்வலாயனர், திராஹ்யாயனர், காத்யாயனர், போதாயனர், வைகானசர் என்னும் ஆறு முனிவரும் ஞானமஹாரிஷி பால்வந்து எமது சூத்திரங்களை இச்சௌரரும் கைக்கொள்ளச் செய்கவென, ஞான மாதவர் சொல்வார்: "ருக் முதலிய மூன்று வேதங்களிலும் ஸ்ரௌத சாகாபாகங்களில் வேற்றுமையிருத்தல்போல அதர்வணத்திலும் சூரிய நாமத்தால் சூட்டப்பெற்ற பதினெட்டுக் கண்டங்களையுடைய சாகை யிருக்கின்றது. அதனையும் சௌரமானசூத்திரத்தையும் முன்னமே சூரியபகவான் தன் புத்திரராகிய சித்திரகுப்தருக்குக் கொடுத்திருப்பதால் அவரது குல புத்திரர்களாகிய இவர்

கட்கும் அது உரிமை பெற்றுளது; ஆயினும், உங்கள் ஷட் சூத்திரங்களையும் சௌரமான விதிப்பிரகாரம் இவர்கள் ஆமோதித்து ஸ்வதர்ம கர்மாநுஷ்டானபரராய்வாழ்க" என்றுக்ஞாபித்த வண்ணமே அச்சூத்திரங்களைத் தழுவி யொழுகுவாராயினர். இவர்கள் அநுசரிக்கவேண்டிய சோடசக்கிரியைகளையும் இன்னதென ஞானமஹாரிஷி வரையறுத்தனர். அவற்றைச் சீர்கருணீக புராண அநுபந்தத்தில் காண்க. இவ்வறுபத்து நால்வரும் திருக்கேதாரத்தில் புலஸ்தியமஹாரிஷிகோத்திரமும் போதாயன சூத்திரமும் படைத்த சோமயாஜவேதியராம் சங்கரசோமயாஜரது புதல்விகள் அறுபத்து நால்வரையும் மணம் புரிந்து சுகமாய் வாழ்ந்தனர்.

காஞ்சி புகுதல்.

"தெண்ணீர் வயற்றொண்டநன்னாடு சான்றோருடைத்து" என மூதாட்டியாற் புகழப் பெற்றதும், கல்வியும், செல்வமும் வாய்ந்த மஹனீயர்களின் வாசஸ்தானமானதுமாகிய தொண்டமண்டலத்திற் காஞ்சிபுரம் என்பது, புவிமகளின் இடையிலொளிவிட்டிலங்கும் *காஞ்சியேபோல்வது. ஸ்ரீஏகாம்பரநாதர் காமாட்சியம்மையின் முலைச்சுவடுபொலியும் புயத்துடன் காட்சி தருவதும், பல அற்புதங்களைப்படைத்ததும், சொன்னவண்ணஞ்செய்தபெருமாள் திருமழிசையாழ்வாரன்புக்கெளிவந்திரங்கிய ஸ்தலமாவதும், 'நகரீஷு காஞ்சி' எனச் சிறப்பிக்கப்பெற்ற முக்திக்ஷேத்திரம் ஏழனுள் ஒன்றாகியதும் அத்திவ்யதேசமேயென்னில் அதன்பெருமை நம்மாற் சொல்லத்தக்கதோ? இந்நகரில், மநுநெறிதவறாது அரசுபுரியும் சென்னிச் சோழனென்னும் வேந்தன் ஒருநாள் வேடர்குழாத்துடன் இமாசலம் வரையிலும் போய் வேட்டையாடிக் களைப்புற்றுப் பசியால்மெலிந்து அங்குள்ள சஞ்சலமஹாரிஷியின் ஆசிரமத்தையடைந்து பசிநோய் தணிக்குமாறு பிரார்த்திப்ப, அம்முனீந்திரர் தமது மனைவியாம் மாங்கனி என்பாள்பாலுள்ள அக்ஷயபாத்திரத்தினாலே ஷட்ருசியோடுகூடிய போஜனமிட்டுபசரிக்கவுண்டு, அம்மஹாரிஷியின் பாதத்திற் பணிந்து பலவாறு துதித்து ஓர்மொழி பகர்வானாயினன்:

---

*மாதரிடையிலணியும் இருகோவைமணி.

“ முநிவர்ய! இப்பாத்திரம் ஈஷணாத்திரயாபேக்ஷையற்ற வுமக்
கேன்? எனக்களிப்பீரேல் என்னை நாடிவரும் பல்லோர்க்கும்
அன்னமளித்து உமது பெரும்புகழை வளர்த்துவருவேன்” என
மொழிவதுகேட்டு ஆசைக்கோரளவில்லை என்பது கருதி நகைத்
துச் சஞ்சலமஹரிஷி உரைப்பார்: “ வாராய் வேந்தே! க்ஷீராப்
தியைத் தேவர்கள் கடைந்த காலத்தே பிறந்த வடவாமுகாக்
கினியே யுருவாகி யுதித்த இவளோடு தோன்றிய இவ்வக்ஷய
பாத்திரம் பிறர்க்குத் தரத்தக்கதன்று; எட்டாக்கனிக்குக் கொட்
டாவிட்டாவதென்ன? செல்வாயாக ” என, மன்னவன் கோபதீப்
தனாகி இதனைக் கைக்கொண்டன்றிச் செல்வேனல்லேன் என்னும்
ஹடத்தால் வில்லில் கூரிய பாணங்களை அநுசந்தித்து அம்
மாதவன் மீது பிரயோகிக்க, முநிபுங்கவர் பொறாராய், நெருப்
பெழவிழித்து மனையாளைக் குறிப்பால் நோக்க, அவள் பெருஞ்
சினமுற்று வடவாமுகாக்கினி உருவங்கொண்டு அரசனைச் சேனா
சமூகத்துடன் வளைந்து தகிக்கலுற்றனள். அக்காலாக்னியின்
கொடுமைக்கஞ்சி உயிர் பிழைத்தால்போதும் என விரைந்தோடி
வேறோராதரவுங்காணாது இன்றே நமக்கு மரணநாள் என்னு
நம்பிக்கையால் வருந்தும் மன்னவன்முன் அவ்விடத்துத் திருக்
கோவில்கொண்டெழுந்தருளியிருக்கும் ஸ்ரீமஹாஇலக்குமி பிர
சன்னமாய் “ அரச! அஞ்சேல்! வசிஷ்டரால் விஸ்வாமித்திரர்
பட்ட கஷ்டத்திற்கு இரண்டாவதாக இத்துன்பத்தை நின்
னெண்ணம் வருவித்தது; ஆசையால் வரும் அநர்த்தங்களை
அநுபவித்தனையன்றோ? இத்தீயின் வெம்மை யாரோனும் தவ
சிரேஷ்டரால் நீங்குந்துணையும் என்னாலயத்துள் இருப்பாயாக ”
என்றிட்டுக்கொண்டுபோகச் சேனாதிபர் நம் அண்ணலுக்கரு
ளும் அருந்தவர் யாவர்? எனத் திகைப்புற்றுக் கானகமெங்குந்
தேடி ஞானமுநிவரைக் கண்ணுற்றுச் சாஷ்டாங்க நமஸ்காரம்
புரிந்து நிகழ்ந்தன கூறிக் குறையிரப்ப, முநிவரர் உடன்பட்
டுத் தம் தபோபலத்தாற் பெருமழை பெய்வித்து அவ்வடவைத்
தீயின் வெப்பத்தை நிவர்த்திசெய்து அரசனைக் கருணைகூர்ந்து
ஆசீர்வதிக்க, “ பிராண சங்கடத்தினின்று நீக்கிப் புனர் ஜன்மம்
தந்த புருஷோத்தமரே! தங்கள் உபகாரத்துக்குப் பிரதியுப

காரம் யாதுளது? தங்கள் திருவடிக்கமலங்களைச் சதாசேவித்தலே அடியேன் செய்யும் சிறிய கைம்மாறு ஆதலின், என்னைத் தன்யனாக்க எனது நகரமாம் காஞ்சிபுரிக்குத் தேவரீர் எழுந்தருள்க" எனக்கூறும் நிருபனை அன்புடன் கடாக்ஷித்து, "சூரிய வம்சத்தோன்றலே! யாங்கள் இல்லறம் இழிவென அகன்று ஆரண்யத்தில் காய்கனி கந்தமூலாதிகளைப் புசித்திருமளவுண்டு வசித்து வினையின் வந்ததும் வினைக்கு விளைவாயதுமான இவ்வுடற்சுமை என்று கழிந்து பிராரப்தம் தொலையுமோ? என்றெதிர் நோக்கியிருப்போமாதலின், எமக்கு நகரவாசம் நரகவாச சமானமே" என மறுக்கவும் கேளாது "ஐயனே! என்னை நன்றி கொன்ற பாவத்தின் கையினொப்புவிப்பது நலமன்று; இப்பா தங்களை அடியனேற்குற்றதுணை" எனத் திருவடிகளைப் பற்றிக்கொண்டு விம்மியழுவதை நோக்கிய முனிபுங்கவர் சற்றுலோசித்து "ஒன்றுரைக்கின்றோம் கேள்; என் மாணாக்கர்களுள், அணுத்தனையும் கணிதம் விடாத ஆண்மையோரும், அளவற்ற கலைஞானக் கடலை நாவாற் பருகித் தேக்கிடுவோரும், சூரியன் மரபில் சித்திரகுப்த பௌத்திரரும் ஆகிய கருணீகர் அறுபானால்வருளர்; அவர்களை எம்மைப்போற் பாவித்து, எனக்குச் செய்யவிருக்கும் சமஸ்த வுபகாரங்களையும் அவர்கட்குச் செய்வையாயின் அஃதே சாலும்" என, அரசன் அதற்குடம்பட்டதால் அவ்வறுபானால்வரையும் தூதுவரால் அழைப்பித்து நடந்தவற்றைக் கூறி அவர்களுடன் ஞானமாதவனும், அரசனும் பரிவாரசகிதம் காஞ்சிநகர் புகுந்து ஸ்ரீகாமாட்சியம்மை ஏகாம்பரேசுரரையும், திருவெஃகா முதலிய திருப்பதிகளில் ஸ்ரீமஹாவிஷ்ணுவையும் சேவித்துக்கொண்டு அந்நாட்டிலும் சோழமண்டலத்துமுள்ள மற்ற சிவாலய விஷ்ணுவாலயங்கண் முற்றும் தரிசித்துத் திரும்பிக் காஞ்சி நகர் வந்து சேர்ந்தனர்.

ஆதீனம் நல்கல்.

பின்பு சென்னிமன்னவன் ஞான மஹரிஷியை நோக்கி இச்சீர்கருணீகர் அறுபத்து நால்வருக்கும் எனது தேசத்தில் அறுபத்து நான்கு ஆதீன அக்ராரங்களும், உபகிராமம், மானி

யம், கணக்கெழுதுந்தொழிலும், மந்திரி சம்பிரதி முதலாம் உத்யோகங்களும் கொடுக்கக் கருதுகின்றேனென்று விண்ணப்பித்து முதன் மந்திரியாகிய துலாபாரமண்டபம் கனகராயனை அழைத்துப் பாலியாற்றின் இருகரைப் புறங்களிலுமுள்ள ஆதியூர் முதலிய அறுபத்து நான்கு நகரங்களையும் செப்பேட்டுச் சாசன பூர்வம் இவர்கட்குத் தருகவென்றாக்ஞாபிக்க, அவ்வாறே சாலீவாஹன சகாப்தம் ௬௬-ல் தந்தனர். காஞ்சி நகரத்திற் குடியேறிய அக்காலத்தில் அங்கே கருணீகர்க்கமைத்த சித்திரகுப்தராலயமும், திருத்தணிகையில் சரவணப்பொய்கைக்கு வடபாரிசத்தில் கருணீகர் மண்டபமும், சமாதியும் இன்னும் சிறப்போடு விளங்குகின்றன. சென்னிச்சோழனுதவிய அறுபத்து நான்கு தலைக்கிராமங்களும் அவற்றிற்குரிய கோத்திரத்தார்களின் சூத்திரமின்னது உபக்கிராமங்களித்தனை யென்பதும் பின்வரும் ஜாபிதாவினால் அறியலாகும்.

இவ்வகை ஆதீனம்பெற்ற கருணீகர்களைத் தன் சமுகத்தில் ஏற்ற உத்தியோகத்திலமர்த்திப் பக்ஷத்துடன் பராமரித்துவரும் மன்னவனுக்கு இவர்களின் வம்சாவளியைவிளக்கி, இவர்கட்கு மேருமலை, கங்காநதி, காம்பீலி நாடு, ஒதனபுரநகர், தாமரை மாலை, பச்சைக்குதிரை, வெள்ளையானை, அன்னத்துவசம், வேத முரசு, கருணீகராணை என்பவற்றைத் தசாங்கமாகத் தந்து, ஸ்ரீ மஹாலக்ஷ்மியுத்தரவு இம்மேம்பாட்டுக்குக் காரணமாயிற்றதலால் அத்தேவியைப் பொதுவில் குலதெய்வமாகக்கொள்கவென்று ஆக்ஞாபித்து ஆசீர்வதித்து விடைபெற்றுக்கொண்டு ஞானமுநிவர் தமதிருக்கையெய்தினர்.

பிற்கால சரித்திரம்.

ஸ்ரீகருணீகர் இவ்விதம் வாழ்ந்திருக்கும் நாளில் அத்துண்டீர தேயத்தில் ஓர் துர்க்காதேவி கொள்ளைவியாதியாக ஆவிர்ப்பவித்து பிரஜைகளை நசிவு செய்வதனால் நாடு பாழ்படுவதை யறிந்த அரசன் மந்திரிகளுடன் யோசித்து மாந்த்ரீக சாஸ்திர விற்பன்னர் யாரேனும் இத்துர்க்கையைப் பரிகரிப்பாராயின் அவர்கட்குத் தக்க சன்மானம் தரப்படுமென்று விளம்பரஞ்

செப்ப, எழுவர் கருணீகர் துணிந்து தம்மால் அவ்வாறு செய்ய இயலுமென்று கூறிச்சென்று அதர்வணவேதப் பிரயோகத்தால் துர்க்காதேவியின் காலிற் சரடு பூட்டி விலங்கிட்டனர். அத்துர்க்கையின் பயம் எவ்வெவ்வூரில் தவிர்ந்ததாக ஏற்படுமோ அவ்வூர்களிலெல்லாம் இவர்கட்கு மான்யமும் வேண்டிய திரவியமும் வழங்கி இராஜன் நன்குமதித்தனன். தன்னை விலங்கு பூட்டியதால் துர்க்கை சினந்து "கருணீகர்களே! நீவிர் தெய்வமாகிய என்னை மதியாது செய்த இச்செய்கை நுமது பிராம்ஹணத்துவத்தாலன்றோ நிகழ்ந்தது; ஆனது பற்றிச் சூத்ரத்வமெய்துக நுங்குலம்" எனச்சபிக்க, "ஹே! துர்க்காய்! நின் சாபத்தை அஞ்சி நின்னை விடுவிப்போமென்று சொப்பனத்தும் நினையாதே" என இவர்களில் மூவர் மொழிந்து செல்ல ஏனை நால்வர் வணக்கத்தோடு "அம்மணீ! இச்சாப விமோசனகாலஞ் சாற்றுக" எனலும், யாமளை சினந்தணிந்து "ஆயிரவருடங்கட்குப் பின் இச்சாபம் நும்மை விட்டொழியும்" என்று செப்பினள்.

இச்செய்தி தெரிந்து அரசன், இந்நால்வரின் வம்சாபிமான குணத்தை மெய்ச்சி ஒருவனைத் தன் முதன் மந்திரியாகவும் மற்றொருவனைத் தளகர்த்தராகவும் இன்னொருவனைத் தர்மபரிபாலன கர்த்தராகவும் பின்னொருவனைப் பிராம்ஹணரையும் அவர்களது யக்ஞ கார்யாதிகளையும் மேல் விசாரணை புரிபவராகவும் நியமித்தனன். மற்றொருநாள் தன தேசவளங்களைப் பார்த்து வரும்பொருட்டு அரசன் புறப்பட்டு உத்திரமேரூரிலிருக்கும் கருணீகரின் அரண்மனைப் புறத்தே நின்று இம்மாளிகையிலிருப்பவர் யாரென வினவித் துர்க்கைக்கு விலங்கிட்டவருள் ஒருவராம் இவரென்றறிந்து அவரை இங்கழையின் எனத் தூதர் சென்றுரைத்ததற்கு அக்கருணீகர் மமதையுடன் "அகாலத்தில் அரசனுக்கு இங்கு யாதுகாரியம் செல்க" வென்ற வார்த்தை கேட்டுக் கடுங்கோபமடைந்து "இம்மாளிகையை இடித்துநிரவிக் குளமாக்கி அவரையும் பிடித்துச் சிறையிடுக" என்றுக்ரோசமாக மொழிந்து செல்ல, 'அவ்வாறே ஏவலர் செய்தனர்.' பின்னும்

இக்கருணீகர்க்குள்ள கர்வம், துர்க்கையையே மன்னிப்புக்கேளாத ஏனை இருவர்க்குமிருக்குமல்லவாவென்று கருதி அவர்களும் என் நாட்டில் கணிதத்தொழில் புரியக்கூடாதென்று கட்டளையிட்டு அம்மூவரின் ஆதீன உரிமை யுத்யோகங்களைத் தன்பால் மந்திரியாகவிருக்கும் கருணீகர் குமாரனும் சோழப்பிரியன் என்பவனுக்கும், தளகர்த்தன் மகனும் சர்வப்பிரியனுக்கும், தர்ம பரிபாலன கர்த்தன் புதல்வனும் தர்மப் பிரியனுக்கும், வேத விசாரணாதிபன் புத்திரனும் மஹாராஜனப் பிரியனுக்கும் கொடுத்தனன்.

சென்னிச்சோழன் திரும்பிக் காஞ்சிக்கு வந்தபின், சிறைப்பட்ட மூன்று கருணீகரும் முறையிட்டு மன்னிப்புக்கேட்டுக்கொண்டதால் மனமிரங்கி நீங்கள் உமது மந்திரஜப மமதையால் எம்மை அவமதித்தீர்கள் ஆதலின் உம்முடைய ஆதீனத்தை நீக்கினோம். அத்துர்க்காதேவி பந்தனத்திற்காக வழங்கிய மானியத்தைக்கொண்டு ஜீவிப்பீர்களாக எனச் சிறை விடுத்தனன். துர்க்கையைக் காலிற் சரடுபூட்டி விலங்கிட்ட காரணம் பற்றி அவ்வேழு கோத்திரத்தாரும் **சரட்டுக்கருணீகர்** எனப் பட்டனர். இவ்வறுபத்து நான்கு அகரங்களைப் பின் வந்த அரசர் மேல்நாடு கீழ்நாடு எனப் பகுத்தமையால் அப்பிரிவுகளிலிருந்தோர் **மேல்நாட்டுக் கருணீகர், கீழ்நாட்டுக் கருணீகரென** இருதிறப்பட்டனர்.

பின் ஓர் காலத்து மேல்நாட்டார் வகுப்பைச்சார்ந்த சில கருணீகமாதர்கள் தடாகத்தில் ஸ்நானஞ்செய்துவர அவர்களை வழியிற்கண்ட அரசன் "நீங்கள் எவ்வூரிலிருப்பவர்கள்?" என்று வினவ, அம்மங்கையர் அரசனோடு பேச வெட்கித் தங்கள் வம்சமின்னதெனக் கைஜாடைசெய்ய, இவர்களிவ்வாறு செய்த காரணம் யாதென மந்திரியைக்கேட்க, அவன், இவர்கள் கைகாட்டிக் கருணீகர் என்று செப்பினன். அதேகாரணமாகக் **கைகாட்டிக் கருணீகரெனச்** சிலர் பெயர் பெற்றனர்.

ஸ்ரீகருணீக வம்சப்பிராபாவம்.

இக்கருணீக வம்சப் பிரபாவம் முன்னோர்களால் உரைக்கப்பட்டபடியே சுருங்கக் கூறுகின்றோம். இன்னம்பூரில் சிவாலயக்கணக்கராய ஒருவரின் கணக்கில் தப்பிதம் கண்டு அரசன் உறுக்கி விசாரிக்கப் பரமசிவமே ஓர் கருணீகச்சிறுவராய் வந்து ஏற்ற சமாதானங்கூறி அக்கருணீகனை இரக்ஷித்தனர் என இன்னம்பூர்ப் புராணம் மொழிகின்றது. கடைச்சங்கப் புலவருட்டலைவராம் நக்கீரரும், மணிமேகலை என்னும் தமிழ்ப்பெருங்காப்பிய ஆசிரியராம் சீத்தலைச் சாத்தனும், அறுபான் மூன்று சிவனடியாருள் ஒருவராம் குலச்சிறையாரும் இம்மரபினரே என நமது புராணம் கூறுகின்றது. இவ்வம்சத்தலைவர் சித்திரகுப்தராதலின் அவரது ஜயந்தியாகிய சித்திராபூர்ணிமை எல்லாக் குலத்தினரைப் பார்க்கினும் நமக்குரிய விசேட விரதமாகின்றது. அக்காலத்தில் ஓலை எழுத்தாணிசகிதம் சித்திரகுப்தரைப் பிரதமை யிலக்கி ஆவாகனித்துப் பூஜித்து நவதான்யம், பாதுகை, குடை, தானமுதலிய பிராம்மணருக்கு அன்னதானந் தந்து வழிபடுவோர்கள் அக்கடவுள் கிருபையால் யம தண்டனையினின்றும் நிவர்த்திக்கப் பெறுவர். கருணீகர் எழுதுந் தொழிலாம் பிள்ளைப்பட்டம் பெறுதற்போல் விநாயகரும் பாரத கதையை எழுதி அப்பெயரை சூடினர். கருணீகரொடுக்கும் எழுத்தாணியே உலகினர்க்குறுதி தரும் பெரும படையாகும். கடலினளவறிந்து கப்பலோட்டுவோர் மீகாமர்; கலைநூற் கடலினளவுணர்ந்து உலக வியல்பை நடத்தலால் இவர்களையும் கலாசாகர மீகாமரென்னலாமே! சில நூற்றாண்டுகட்கு முன்னுண்டாகிய வலங்கை இடங்கைச் சாதி விரோதத்தில் அரசரும் அந்தணரும் போலத் தாமும் பொதுவாக நின்றோர் இம்மரபினரே! இவர்களின் கணக்கில் ஞாபகார்த்தம் கட்டப்படும் சிறுகயிறு உலக மாதர்களின் திருமாங்கல்யக் கயிறென்னலாம்! இவர்களெழுதும் எட்டால் யாவர்புகழும் அடங்குமாயினும் இவர்கள் புகழை எழுதப்புகின் ஏடிடங் கொள்ளுமோ? செய்ந்நன்றி மறவாமை, தம்மோடெதிர்த்தோர்க்கு எய்தும் இடர்கண்டிரங்

கல், சத்துருக்களின் பலாபலமறிந்து பகை நீக்கல் முதலிய சுபாவ குணத்தினல் மேம்படுவோரும் இக்கருணீகரே. இன்னன பல பெருமை வாய்ந்த ஸ்ரீகருணீகவம்சத்தினர் யாவரும் தத்தம் குல தர்மநெறி விடாது பல்லூழிகாலம் வாழ்க. சுபம், சுபம், சுபம்.

முற்றிற்று.

பின்வரும் கோத்திரத்திற் சிலர் வகுப்புகள்.

1. ஆதியூர்—இளம்போதழகியார்.
2. காட்டூர்—அப்பாண்டார்.
3. மகேந்திரபாடி—வாரசின்னர்.
4. பெருமுளைசை—நாயகனர்.
5. கோழிப்பதாகை—நாகதேவர்.

வை இப்பிராந்தங்களிலுள்ள ஊஞ்சல் பாட்டிற் கண்டவை.

ஆதீனச் சருக்கத்திற்கண்டபடி ஸ்ரீகருணீக வம்ஸத்தவர்களின் கோத்திர சூத்திராதிகளின் ஜாபிதா.

வரிசை நெம்பர்.	அக்ராரப் பெயர்.	உபக்கிராமங்கள்.	கோத்திரங்கள்.	சூத்திரங்கள்.	வேதங்கள்.
1	ஆதியூர்	64	அத்திரி மஹாரிஷி ..	ஆபஸ்தம்பம்.	யஜுர் வேதம்.
2	ஸ்ரீபுருஷமங்கலம் ...	32	அலாசல மஹாரிஷி ..		
3	பெரும்பூதூர் ...	120	காத்யாயன மஹாரிஷி ..		
4	கொற்றய்பாலை ...	32	கிரங்க மஹாரிஷி ..		
5	வெண்குளத்தூர் ...	64	அஞ்சலி மஹாரிஷி ...		
6	உத்திரம் பேரூர் ...	80	அகத்திய மஹாரிஷி ..		
7	வடமதுரை	32	குரவ மஹாரிஷி		
8	புதுப்பாகை	64	வகிர்த மஹாரிஷி ..		
9	மணிமங்கலம் ..	80	ஆங்கீரச மஹாரிஷி ..		
10	சோமங்கலம் ..	64	அஷ்டகோண மஹாரிஷி		
	ஆக அக்ராரம் 10-க்கு	632	கோத்திரம் 10.	1	1
1	புலிப்பாகை	62	வியாக்கிரமபாத மஹாரிஷி	ஆஸ்வலாயனம்.	ருக் வேதம்.
2	சதுர்வேதமங்கலம் ..	488	வாமதேவ மஹாரிஷி ..		
3	திணையனேரி... ...	64	பிருகு மஹாரிஷி ...		
4	மெதுவூர்	32	பிருங்கி மஹாரிஷி ...		
5	புண்ணியம்	64	கௌதம மஹாரிஷி ...		

வரிசை நெம்பர்.	அக்ராரப் பெயர்.	உப இராமங்கள்.	கோத்திரங்கள்.	சூத்திரங்கள்.	வேதங்கள்.
6	வேப்பத்தூர்	64	அருளாள மஹரிஷி ..		
7	நின்றவூர் *	64	துன்முக மஹரிஷி ..		
8	போளிபூர்	80	பராசர மஹரிஷி ..	ஆஸ்வலாயனம்.	ருக்வேதம்.
9	ஆற்றுப்பாகை ...	32	சிறுவ மஹரிஷி		
10	சோமட்டை	32	ஆதிமுனி ரிஷி		
11	கோயம் பேறூர் ...	108	தூருவாச மஹரிஷி ..		
	ஆக அக்ராரம் 11-க்கு	1090	கோத்திரம் 11.	1	1
1	வானவன்மாதேவி ..	32	வேதவியாசமஹரிஷி ..		
2	வாயலூர்	32	பாதலோசன மஹரிஷி ..		
3	காவணிமங்கலம் ...	64	சனற்குமார மஹரிஷி ..		
4	நெல்வாயல்	108	சமதக்கினி மஹரிஷி .		
5	திருவெண்ணெய்நல்லூர்	80	சல்ய மஹரிஷி		
6	வல்லம்	32	திவ்யாங்க மஹரிஷி ..	திராஹ்யாயனம்.	சாமவேதம்.
7	வேளூர்	32	சிரமுனி		
8	நெல்வேளிச்சேரி ...	32	கவிப மஹரிஷி		
9	நென்மேலி	32	கௌட மஹரிஷி ..		
10	பையனூர்	32	செய மஹரிஷி		
11	பரமேஸ்வரமங்கலம் ...	32	பதஞ்சலி		
	ஆக அக்ராரம் 11-க்கு	508	கோத்திரம் 11.	1	1

வரிசை நெம்பர்.	அக்ராரப் பெயர்.	உப கிராமங்கள்.	கோத்திரங்கள்.	சூத்திரங்கள்.	வேதங்கள்.
1	திருநின்றவூர்	120	முத்கிம்சு மஹரிஷி	போதாயனம்.	சாமவேதம்.
2	சேரியூர்	64	சிவயோக மஹரிஷி ..		
3	புல்வேளூர்	32	சுகரிஷி		
4	பருத்தூர்	32	புயங்க மஹரிஷி ..		
5	மாகேந்திரபாடி ..	120	காசிப ரிஷி		
6	இலக்காட்டூர் .	64	சூக ரிஷி		
7	பட்டாலம்	80	கோமுகி		
8	ஆதம்பாகை	200	நாரத மஹரிஷி		
9	உந்திரன் மேரூர் ..	64	விசுவாமித்திர மஹரிஷி ..		
10	நல்லூர்	120	மீனவ மஹரிஷி ..		
11	கோழிப்பதாகை ..	80	பரத்துவாச மஹரிஷி ..		
	ஆக அக்ராரம் 11-க்கு	976	கோத்திரம் 11.	1	1
1	பெருமுளை ..	64	கபில மஹரிஷி... ..	காத்யாயனம்.	அதர்வண வேதம்.
2	வளவன்மாதேவி ...	32	கண்ணுவ மஹரிஷி ..		
3	மூதூர்	80	லாடமாமுனி		
4	கோவூர்	120	புஷ்பதந்த மஹரிஷி ..		
5	காமன்புல்கூர் . ..	32	சலைக்கோட்டு மஹரிஷி ..		
6	களத்தூர்	64	சத்தியமஹரிஷி ..		

வரிசை நெம்பர்.	அக்ராரப் பெயர்.	உப கிராமங்கள்.	கோத்திரங்கள்.	சூத்திரங்கள்.	வேதங்கள்
7	இன்னம்பூதூர் ...	32	புகல மஹரிஷி	காத்தியாயனம்.	அதர்வண வேதம்.
8	திருமழிசை	120	பிரியவாக்கிய மஹரிஷி ...		
9	கூரம்	64	உரோம மஹரிஷி ...		
10	தினைப்பெரும்பாக்கம்	32	சிவமித்திர மஹரிஷி ...		
11	காட்டீர்	32	கமண்டல மஹரிஷி ..		
	ஆக அக்ராரம் 11 க்கு	672	கோத்திரம் 11.	1	1
1	பல்லாபுரம்	120	சனக மஹரிஷி	வைகானசம்.	அதர்வண வேதம்.
2	ஆமூர்	62	நசி மஹரிஷி ...		
3	வேலஞ்சேறை ...	32	மாதவ மஹரிஷி ...		
4	மாங்காடு	64	விண்டு முனி		
5	உக்கல்	80	வசிட்ட மஹரிஷி ...		
6	காயாறு	80	மார்க்கண்ட மஹரிஷி ...		
7	வெள்வலூர்	120	மநுமுனி		
8	திருமயிலை	62	வால்மீக மஹரிஷி ...		
9	ஆமிதாசல்லூர் ..	120	தேவ முனி		
10	மதுராந்தகம் ...	80	மரீசி மஹரிஷி		
	ஆக அக்ராரம் 10-க்கு	820	கோத்திரம் 10.	1	1

ஆக அக்ராரம் 64-க்கு உபகிராமங்கள் 4,698, கோத்திரம் 64, சூத்திரம் 6, வேதம் 4.

www.ingramcontent.com/pod-product-compliance
Ingram Content Group UK Ltd.
Pitfield, Milton Keynes, MK11 3LW, UK
UKHW042135021026
15589UKWH00003B/850

9 789348 584274